ഫ്രാങ്കൻസ്റ്റൈൻ

ആധുനിക പ്രൊമിത്യൂസ്

frankenstein
the modern prometheus
novel
•
mary shelley
•
translated by
sarath mannur
•
first edition
october 2010
•
published
chintha publishers, thiruvananthapuram
•
typesetting
akshara dtp centre, thiruvananthapuram
•

•
cover
abdul azeez
•

വിതരണം
ദേശാഭിമാനി ബുക്ക് ഹൗസ്
H O തിരുവനന്തപുരം–695 001

ബ്രാഞ്ചുകൾ
ഓവർബ്രിഡ്ജ് തിരുവനന്തപുരം • കെ എസ് ആർ ടി സി ബസ് സ്റ്റേഷൻ ആലപ്പുഴ • കെ എസ് ആർ ടി സി ബസ് സ്റ്റേഷൻ എറണാകുളം • കലൂർ കൊച്ചി • ഐ ജി റോഡ് കോഴിക്കോട് • മാവൂർ റോഡ് കോഴിക്കോട് • എൻ ജി ഒ യൂണിയൻ ബിൽഡിങ് കണ്ണൂർ • സെൻട്രൽ ബസ് ടെർമിനൽ കോംപ്ലക്സ് താവക്കര കണ്ണൂർ • മച്ചിങ്ങൽ ലെയ്ൻ തൃശൂർ

CO - 1489 / 2555

ഫ്രാങ്കൻസ്റ്റൈൻ
ആധുനിക പ്രൊമിത്യൂസ്

നോവൽ

മേരി ഷെല്ലി

പരിഭാഷ
ശരത് മണ്ണൂർ

ചിന്ത പബ്ലിഷേഴ്സ്
തിരുവനന്തപുരം-695 001

മേരി ഷെല്ലി

ഇംഗ്ലീഷ് റൊമാന്റിക് നോവലിസ്റ്റും ജീവചരിത്രകാരിയും എഡിറ്ററും. *ഫ്രാങ്കൻസ്റ്റൈൻ ആധുനിക പ്രൊമിത്യൂസ്* എന്ന കൃതി തന്റെ ഇരുപത്തി ഒന്നാമത്തെ വയസിലാണ് രചിച്ചത്. 18 ാം വയസു മുതൽ അവർ എഴുതിത്തുടങ്ങിയിരുന്നു.

ലണ്ടനിലാണ് മേരി ഷെല്ലി ജനിക്കുന്നത്. അമ്മ: മേരി വോൾസ്റ്റോൺ. പിതാവ്: വില്യം ഗോഡ്വിൻ.

പത്താം വയസിലാണ് മേരി ഷെല്ലി തന്റെ ആദ്യത്തെ കവിതാസമാഹാരം പ്രസിദ്ധീകരിക്കുന്നത്. 1816 ൽ വിഖ്യാത കവി പി ബി ഷെല്ലിയെ വിവാഹം കഴിച്ചു. *In History of six weeks Tour* അവർ രണ്ടുപേരും ചേർന്നെഴുതിയ കൃതിയാണ്.

ഫ്രാങ്കൻസ്റ്റൈൻ എന്ന കൃതി രചിക്കാൻ ചാൾസ് ഡാർവിന്റെ അനുഭവങ്ങൾ അവർക്ക് പ്രചോദനം നൽകിയിരുന്നു. ലോകം കണ്ട മികച്ച ക്ലാസിക്കുകളിലൊന്നായി ഈ കൃതി കണക്കാക്കപ്പെടുന്നു.

ശരത് മണ്ണൂർ (സി കെ ശരത്കുമാർ)

കോഴിക്കോട് ജില്ലയിലെ മണ്ണൂരിൽ ജനനം. ഹിന്ദിയിൽ ബിരുദം.

റഷ്യൻ സാഹിത്യത്തിൽ ബിരുദാനന്തരബിരുദം. ജർമൻ ഭാഷയിൽ പ്രൊവിഷ്യൻസി സർട്ടിഫിക്കറ്റ്. ആന്റൺ ചെഖോവിന്റെ കഥകളെക്കുറിച്ചുള്ള പഠനത്തിന് കാലിക്കറ്റ് സർവകലാശാലയിൽനിന്നും ഡോക്ടറേറ്റ്. ആനുകാലികങ്ങളിൽ ലേഖനങ്ങളും പരിഭാഷകളും പ്രസിദ്ധീകരിക്കാറുണ്ട്. ഇപ്പോൾ പഞ്ചായത്ത് വകുപ്പിൽ യു ഡി ക്ലർക്ക്.

ഭാര്യ : ലതാമണി, മകൻ : അർജുൻ, വിലാസം : മണ്ണൂർ പി ഒ, കോഴിക്കോട് 673 328.

ഒന്നാമത്തെ കത്ത്

ഇംഗ്ലണ്ടിലെ ശ്രീമതി സാവിലിന്

സെന്റ് പീറ്റേഴ്സ് ബർഗ്
ഡിസംബർ 11,17

നീ ഭയപ്പെട്ടതുപോലെയുള്ള അപകടങ്ങളൊന്നുമില്ലാതെ ഞാൻ ഇന്നലെ ഇവിടെ എത്തിച്ചേർന്നു. എന്റെ ക്ഷേമാന്വേഷണങ്ങളും, ഞാനേറ്റെടുത്ത സംരംഭത്തിന്റെ വിജയപ്രതീക്ഷകളും പ്രിയ സഹോദരിയെ അറിയിക്കുകയെന്നതാണ് എന്റെ ആദ്യത്തെ ജോലി. ഈ കത്ത് വായിക്കുമ്പോൾ നീ ആഹ്ലാദിക്കുമെന്ന് എനിക്കറിയാം.

ലണ്ടനിൽനിന്നും ഞാൻ ഏറെദൂരം വടക്കോട്ട് വന്നിരിക്കുന്നു. പീറ്റേഴ്സ്ബർഗിലൂടെ നടക്കുമ്പോൾ കവിളിൽ തലോടുന്ന വടക്കൻ കുളിർകാറ്റ് എന്റെ സിരകളെ ഉണർത്തുകയും മനസിൽ ആഹ്ലാദം നിറയ്ക്കുകയും ചെയ്യുന്നു. എന്റെ മാനസികാവസ്ഥ നിനക്ക് ഊഹിക്കാനാവുമെന്ന് ഞാൻ കരുതുന്നു. ഞാൻ പോകാനുദ്ദേശിക്കുന്ന സ്ഥലത്തുനിന്നും വരുന്ന ഈ കാറ്റ് തണുത്തുറഞ്ഞ ആ പ്രദേശങ്ങളെപ്പറ്റിയുള്ള ഒരു ധാരണ എനിക്ക് നൽകുന്നുണ്ട്. അതിന്റെ പ്രചോദനത്താൽ എന്റെ പകൽക്കിനാവുകൾ കൂടുതൽ വികാരതീവ്രവും തരളിതവുമാകുന്നു. മഞ്ഞുറഞ്ഞു കിടക്കുന്ന ധ്രുവപ്രദേശങ്ങളിലെ രഹസ്യങ്ങൾ അനാവരണം ചെയ്യുക എന്നതാണ് എന്റെ ഈ യാത്രയുടെ പ്രധാന ലക്ഷ്യം. അതെത്രമാത്രം വിജയകരമായിരിക്കുമെന്ന് അറിയില്ലെങ്കിലും ആ പ്രദേശം എന്റെ ഭാവനയിലെന്നും സൗന്ദര്യത്തിന്റെയും ആഹ്ലാദത്തിന്റെയും കേളീരംഗമായിരുന്നു. മാർഗരറ്റ്, നിനക്കറിയുമോ, അവിടെയെപ്പോഴും സൂര്യനെ കാണാം. ചക്രവാളത്തെ തൊട്ടുരുമ്മിക്കൊണ്ട് ആകാശമാകെ ഉജ്വലപ്രഭ വിതറി നിൽക്കുകയാണ് അതവിടെ. മൂടൽമഞ്ഞും ഹിമപർവതങ്ങളും പിന്മാറുമ്പോൾ ശാന്തമായിത്തീരുന്ന സാഗരവീഥി

യിലൂടെ ഞാനുമെന്റെ നാവികരും ആ വിസ്മയ ലോകത്തേക്ക് പോകും. ഭൂമുഖത്ത് ഇതുവരെ കണ്ടുപിടിക്കപ്പെട്ടിട്ടില്ലാത്ത പുതിയ മേഖലകളിൽ ഞങ്ങൾ കാലുകുത്തും. അഭൗമമായ അത്ഭുതങ്ങൾ അവിടെ എന്നെ കാത്തുനിൽക്കുന്നുണ്ടാകും. അനശ്വരമായി പ്രഭചൊരിഞ്ഞു നിൽക്കുന്ന ഒരു വിഭാഗത്തിൽ എന്തെല്ലാം പ്രതീക്ഷിച്ചുകൂടാ! ഇതുവരെ ആരും ചെന്നെത്തിയിട്ടില്ലാത്ത അവിടത്തെ കാഴ്ചകൾ കൊണ്ട് ഞാനെന്റെ അടങ്ങാത്ത സഞ്ചാരതൃഷ്ണയെ ശമിപ്പിക്കുക തന്നെ ചെയ്യും. അവിടെ ഞാനായിരിക്കണം ആദ്യം കാലുകുത്തേണ്ടതെന്ന ആഗ്രഹം എല്ലാ പ്രതിബന്ധങ്ങളേയും അതിജീവിക്കാനുള്ള കരുത്ത് എനിക്ക് നൽകുന്നു. ഒഴിവുദിവസത്തിൽ കൂട്ടുകാരോടൊപ്പം നാട്ടിൻപുറത്തെ നദിയിലൂടെ പുതിയ കാഴ്ചകൾ കാണാനായി തോണിതുഴയുന്ന ഒരു കുട്ടിയുടെ ആവേശവും ഉത്സാഹവുമാണെനിക്കിപ്പോൾ. ഒരുപക്ഷേ എന്റെ പ്രതീക്ഷകളെല്ലാം തന്നെ തകിടം മറിഞ്ഞേക്കാം. എങ്കിലും ധ്രുവപ്രദേശങ്ങളിലൂടെ മറ്റു രാജ്യങ്ങളിലേക്ക് പുതിയ സഞ്ചാരപഥങ്ങൾ കണ്ടെത്തുവാനും അതുവഴി മാനവരാശിക്ക് മുഴുവൻ വലിയൊരു നേട്ടം പ്രദാനം ചെയ്യുവാനും ഈ യാത്ര സഹായകമാകുമെന്ന് ഞാൻ കരുതുന്നു. ഭൂമിയുടെ കാന്തിക പ്രഭാവത്തെക്കുറിച്ച് കൂടുതലായി മനസിലാക്കാനും ഈ യാത്ര ഉപകരിക്കുമെന്നാണ് എന്റെ പ്രതീക്ഷ.

ഈ കത്തെഴുതാൻ തുടങ്ങുമ്പോൾ എന്നെ മഥിച്ചിരുന്ന എല്ലാ ആപൽശങ്കകളേയും തുടച്ചുമാറ്റുവാൻ ഈ ചിന്തകളെനിക്ക് സഹായകമായിയെന്ന് അറിയിക്കട്ടെ. എന്റെ ഹൃദയം നിറയെ ഇപ്പോൾ ഈ യാത്രയെക്കുറിച്ചുള്ള ആവേശം മാത്രമാണ്. അതാകട്ടെ സ്വർഗീയമായ ഒരനുഭൂതിയിലേക്ക് എന്നെ ഉയർത്തുകയും ചെയ്യുന്നു. കാരണം ഒരുറച്ച ലക്ഷ്യത്തെക്കുറിച്ചുള്ള ചിന്തകൾ പോലെ മനസിനെ ശാന്തമാക്കുന്ന മറ്റൊന്നുമില്ല തന്നെ. വർഷങ്ങൾക്കുമുമ്പുതന്നെ ഞാൻ താലോലിച്ചിരുന്ന ഒരു സ്വപ്നമാണ് ഈ യാത്ര. ധ്രുവപ്രദേശത്തിനു ചുറ്റുമുള്ള കടലുകൾ താണ്ടി ശാന്തസമുദ്രത്തിലെത്തിച്ചേർന്ന കഥകൾ വിവരിക്കുന്ന ഒട്ടനവധി പുസ്തകങ്ങൾ ആവേശത്തോടെയാണ് പണ്ട് ഞാൻ വായിച്ചിരുന്നത്. പുതിയ കണ്ടെത്തലുകൾക്കായി നടത്തിയ സമുദ്രയാത്രകളുടെ ചരിത്രമടങ്ങിയ പുസ്തകങ്ങൾ തോമസ് അമ്മാവന്റെ ഗ്രന്ഥശേഖരത്തിലുണ്ടായിരുന്നത് നീ ഓർക്കുന്നില്ലേ? അവയൊക്കെ എത്ര ആവേശത്തോടെയാണ് ഞാൻ വായിച്ചിരുന്നതെന്നും നിനക്കറിയാമല്ലോ. അച്ഛനാണെങ്കിൽ അതിനോടെല്ലാം വലിയ എതിർപ്പുമായിരുന്നല്ലോ.

കവിതകൾ വായിക്കാൻ തുടങ്ങിയപ്പോൾ ഒരു കവിയായിത്തീരാൻ ഞാൻ കൊതിച്ചു. ഒരു വർഷത്തോളം നിരന്തരം കവിതകളെഴുതി സ്വയം സൃഷ്ടിച്ച ഒരു സങ്കൽപ്പസ്വർഗത്തിൽ ഞാൻ കഴിഞ്ഞുകൂടി. ഹോമറിന്റെയും ഷേക്സ്പിയറിന്റെയും കൂടെ എനിക്കുമൊരു സ്ഥാനം ലഭിക്കുവാൻ ഞാനഭിലഷിച്ചു. പക്ഷേ, കവിയെന്ന നിലയിൽ ഞാൻ അമ്പേ

പരാജയപ്പെട്ടത് നീ കണ്ടതല്ലേ? എത്രമാത്രം നിരാശനായിരുന്നു ഞാന പ്പോൾ. പക്ഷേ ആ സമയത്താണ് മച്ചുനന്റെ സ്വത്തിന്റെ അവകാശം എനിക്ക് ലഭിക്കുന്നത്. പണം വന്നുചേർന്നതോടെ എന്റെ മനസ്സ് പഴയ സമുദ്രയാത്രയിലേക്ക് തിരിയുകയായിരുന്നു.

ആറുവർഷങ്ങൾക്കു മുമ്പാണ് ഞാൻ ഈ യാത്രയ്ക്കുവേണ്ട ഒരു ക്കങ്ങൾ തുടങ്ങിയത്. മഹത്തായ ഈ സംരംഭത്തിനായി ഞാനെന്നെ ത്തന്നെ അർപ്പിക്കുകയായിരുന്നു. ക്ലേശങ്ങളും ദുരിതങ്ങളും സഹിക്കാൻ ഞാനെന്റെ ശരീരത്തെ പാകപ്പെടുത്താൻ തുടങ്ങി. തിമിംഗല വേട്ട ക്കാർക്കൊപ്പം പലതവണ കടലിൽ പോയി. തണുപ്പ്, ഉറക്കമിളയ്ക്കൽ, വിശപ്പ്, ദാഹം എന്നിവ മനഃപൂർവം ഏറ്റുവാങ്ങി. പകൽ സമയങ്ങളിൽ ഞാൻ കൂടുതൽ ജോലി ചെയ്തു. രാത്രിയിൽ ഗണിതം, വൈദ്യം, പ്രകൃ തിശാസ്ത്രം തുടങ്ങി എന്റെ യാത്രയ്ക്ക് സഹായകമാവുന്നതെല്ലാം ഞാൻ പഠിച്ചു. രണ്ടുതവണ ഒരു കപ്പലിൽ ഞാൻ ജോലിക്കാരനായി ചേർന്നു. എന്റെ ജോലിയിലെ ആത്മാർഥത കണ്ട് അതിലെ ക്യാപ്റ്റൻ എന്നെ അസിസ്റ്റന്റായി നിയമിച്ചു. ഞാൻ അഭിമാന പുളകിതനായ വേള യായിരുന്നു അത്.

പ്രിയപ്പെട്ട മാർഗരറ്റ്, ഒരു മഹത്തായ സംരംഭം വിജയകരമായി പൂർത്തീകരിക്കുവാൻ എനിക്ക് കഴിയുമെന്ന് നീ കരുതുന്നില്ലേ? കഷ്ട പ്പാടുകൾക്കൊന്നും നിൽക്കാതെ സുഖലോലുപനായി ജീവിതം കഴിച്ചു കൂട്ടുവാൻ എനിക്കാവുമായിരുന്നു. പക്ഷേ സാഹസികതയുടെ പാത യാണ് ഞാനിഷ്ടപ്പെടുന്നത്. ഈ വിഷയത്തിൽ എനിക്ക് പ്രോത്സാഹനം നൽകാൻ ആരെങ്കിലുമുണ്ടെങ്കിൽ എത്ര നന്നായേനെ. ഇക്കാര്യത്തിൽ എന്റെ തീരുമാനം ഉറച്ചതാണ്. പക്ഷേ ചില സമയങ്ങളിൽ എന്റെ പ്രതീ ക്ഷകൾക്ക് ചെറിയൊരു ചാഞ്ചാട്ടമുണ്ടെന്ന് ഞാൻ സമ്മതിക്കട്ടെ. അപ്പോ ഴെല്ലാം എന്റെ ആവേശം തണുത്തുറഞ്ഞു പോകുന്നു. നീണ്ടതും ക്ലേശ കരവുമായ ഒരു യാത്രയ്ക്കാണല്ലോ ഞാനൊരുങ്ങുന്നതെന്ന ചിന്ത എന്നിൽ ആശങ്ക നിറയ്ക്കാതെയില്ല. മറ്റുള്ളവരുടെ ആവേശം കെടാതെ സൂക്ഷിക്കുന്നതോടൊപ്പം എന്റെ ഉത്സാഹവും നിലനിർത്തേണ്ടത് ഇപ്പോൾ എന്റെ ചുമതലയായിരിക്കുകയാണ്.

റഷ്യയിലൂടെ യാത്രചെയ്യാൻ ഏറ്റവും പറ്റിയ സമയം ഇതാണ്. എന്തൊരു വേഗത്തിലാണ് ഇവിടത്തുകാർ മഞ്ഞുവണ്ടിയിൽ തെന്നിനീ ങ്ങുന്നതെന്നോ? എന്റെ അഭിപ്രായത്തിൽ ഇംഗ്ലണ്ടിലെ കുതിരവണ്ടിക ളേക്കാൾ വേഗമുണ്ട് റഷ്യയിലെ മഞ്ഞുവണ്ടികൾക്ക്. രോമക്കുപ്പായമ ണിഞ്ഞാൽ ഇവിടെ തണുപ്പത്ര കഠിനമല്ല. ഞാനിപ്പോൾത്തന്നെ അതണിഞ്ഞാണ് നടക്കുന്നത്.

പീറ്റേഴ്സ്ബർഗിൽ നിന്നും ആർച്ച് ഏയ്ഞ്ചലിലേക്ക് പോകാനാണ് ഞാനുദ്ദേശിക്കുന്നത്. രണ്ടോ മൂന്നോ ആഴ്ചകൾക്കുള്ളിൽ ഞാനവിടേക്ക് തിരിക്കും. അവിടെ നിന്നും ഒരു കപ്പൽ വാടകയ്ക്കെടുക്കാനും ഉദ്ദേശ്യ

മുണ്ട്. തിമിംഗല വേട്ടയിൽ പരിചയമുള്ള കുറെ നാവികരേയും കണ്ടെത്തണം. ജൂൺമാസം കഴിയുമ്പോഴേക്കും ഞാനെന്റെ യാത്ര തുടങ്ങിയിരിക്കും. തിരിച്ചുവരവ് എന്നായിരിക്കുമെന്ന് എനിക്കിപ്പോൾ പറയാനാവില്ല. എന്റെ ദൗത്യം വിജയിക്കുന്ന പക്ഷം കുറെ മാസങ്ങളോളം, ചിലപ്പോൾ വർഷങ്ങളോളം തന്നെ നമ്മൾ തമ്മിൽ കണ്ടെന്നുവരില്ല. ഇനി ഒരു പക്ഷേ ഞാൻ പരാജയപ്പെടുകയാണെങ്കിൽ നിനക്കെന്നെ വേഗം തന്നെ കാണാനുമായേക്കാം. ചിലപ്പോൾ ഒരിക്കലും കണ്ടില്ലെന്നും വരാം.

മാർഗരറ്റ്, പ്രിയസഹോദരീ, ഇപ്പോൾ ഞാൻ വിട ചോദിക്കട്ടെ, ദൈവം നിന്നെ അനുഗ്രഹിക്കുകയും എന്നെ രക്ഷിക്കുകയും ചെയ്യട്ടെ.

സ്നേഹപൂർവം നിന്റെ സഹോദരൻ
ആർ വാൾട്ടൺ.

രണ്ടാമത്തെ കത്ത്

ശ്രീമതി സാവിലിന്

ആർച്ച് ഏയ്ഞ്ചൽ
മാർച്ച് 28,17–

സമയം എത്രമെല്ലെയാണ് നീങ്ങുന്നത്! മഞ്ഞിന്റെയും കൊടുംതണുപ്പിന്റെയും നടുവിലാണെങ്കിലും ഞാനെന്റെ ദൗത്യത്തിന്റെ രണ്ടാംഘട്ടത്തിലേക്ക് കടന്നിരിക്കുന്നു. ഞാനൊരു കപ്പൽ വാടകയ്ക്കെടുത്തിട്ടുണ്ട്. ധീരന്മാരും സമർഥരുമായ നാവികരെ സംഘടിപ്പിക്കുന്ന തിരക്കിലാണിപ്പോൾ.

എങ്കിലും, ഒരു നല്ല സുഹൃത്തിന്റെ അഭാവം എന്നെയിപ്പോൾ വല്ലാതെ ദുഃഖിപ്പിക്കുന്നുണ്ട്. മനസിനിണങ്ങിയ ഒരു സുഹൃത്തിനെ എനിക്കിനിയും കണ്ടെത്താനായിട്ടില്ല എന്നതാണ് സത്യം. എന്റെ വിജയത്തിലും പരാജയത്തിലും ഒരുപോലെ പങ്കുചേരാൻ ആരുമില്ലെന്ന വസ്തുത എന്നെ വേദനിപ്പിക്കുന്നു. എന്റെ വിചാരങ്ങളെയും മനോഗതങ്ങളെയും കടലാസിലേക്ക് പകർത്താനാവുമെങ്കിലും മനസിലെ വികാരങ്ങളെ ഫലപ്രദമായി അഭിവ്യഞ്ജിപ്പിക്കാൻ മാത്രം നല്ലൊരു മാധ്യമമല്ല അതെന്ന് എനിക്കറിയാം. എന്റെ വികാരവിചാരങ്ങളുമായി പൊരുത്തപ്പെടുന്ന ഒരു സ്നേഹിതനെയാണ് ഞാൻ തേടുന്നത്. ഞാനൊരു കാൽപ്പനികനാണെന്ന് നീ വിചാരിക്കുന്നുണ്ടാകും, അല്ലേ? പക്ഷേ എനിക്കൊരു സുഹൃത്തിനെ വേണമെന്നത് നിർബന്ധമാണ്. ധീരനെങ്കിലും സൗമ്യനായ, സംസ്കാര സമ്പന്നനായ, എന്റെ അഭിരുചികളോട് യോജിക്കുന്ന, എന്റെ പദ്ധതികളെയെല്ലാം പിന്തുണയ്ക്കുന്ന ഒരു സ്നേഹിതനെ. സമുദ്രയാത്ര എനിക്കൊരു ലഹരിയാണ്. അതോടൊപ്പം ഒരാവേശവും. അതിന്റെ ക്ലേശങ്ങളെക്കുറിച്ച് ഞാനക്ഷമനാണ്. പക്ഷേ അത്തരമൊരു യാത്രയ്ക്ക് വേണ്ട പല യോഗ്യതകളും എനിക്കില്ലെന്ന് നിനക്ക

റിയാമല്ലോ. നമ്മുടെ അമ്മാവന്റെ പുസ്തകങ്ങൾ വായിച്ച അറിവു മാത്രമേ സമുദ്രയാത്രയെക്കുറിച്ച് എനിക്കുള്ളൂ. ഒരു ദീർഘമായ യാത്രയ്ക്ക് അവശ്യം വേണ്ട ബഹുഭാഷാജ്ഞാനം എനിക്കൽപ്പവുമില്ല. ഇരുപത്തെട്ടു വയസായെങ്കിലും പതിനഞ്ചുകാരനായ ഒരു സ്കൂൾകുട്ടിയുടെ പരിമിതമായ അറിവുമാത്രമെ ഈ വിഷയത്തിൽ എനിക്കുള്ളുവെന്നതാണ് സത്യം.

പരാതികളിങ്ങനെ പറഞ്ഞതുകൊണ്ട് ഒരു ഫലവുമില്ലെന്ന് എനിക്കറിയാം. വിശാലമായ സമുദ്രപരപ്പിൽ എനിക്കൊരു നല്ല സുഹൃത്തിനെക്കിട്ടില്ലെന്നുറപ്പാണ്. ഈ ആർച്ച്ഏയ്ഞ്ചലിൽ എത്രയോ നാവികരും കച്ചവടക്കാരുമുണ്ട്. പക്ഷേ അവർക്കിടയിലും എനിക്കു പറ്റിയ ഒരു സുഹൃത്തിനെ കണ്ടെത്താൻ കഴിഞ്ഞില്ല. എങ്കിലും എന്റെ സഹപ്രവർത്തകരിൽ സ്നേഹവും സൗഹൃദവും സമാനസ്വഭാവവും ഉള്ളവർ ഉണ്ടെന്നത് എനിക്ക് കുറച്ചൊന്നുമല്ല ആശ്വാസം നൽകുന്നത്. ഉദാഹരണത്തിന് എന്റെ ലഫ്റ്റനന്റ് ധീരനും പരിശ്രമശാലിയുമായ ഒരു ഇംഗ്ലീഷുകാരനാണ്. ഒരു തിമിംഗല വേട്ടക്കപ്പലിൽ വെച്ചാണ് ഞാനദ്ദേഹത്തെ പരിചയപ്പെട്ടത്. കപ്പലിലെ മാസ്റ്ററും നല്ല മനുഷ്യനാണ്. ധീരനും, മാന്യനും, സത്യസന്ധനുമാണ് അദ്ദേഹം. അദ്ദേഹത്തെപ്പോലൊരു നാവികന്റെ സേവനം ലഭിച്ചത് വലിയൊരു ഭാഗ്യമായാണ് ഞാൻ കരുതുന്നത്. പിന്നെ ഒരു ചെറിയ കുഴപ്പമുള്ളത് അദ്ദേഹത്തിന് വിദ്യാഭ്യാസമില്ല എന്നതാണ്. അറിവില്ലായ്മയുടെ ശ്രദ്ധക്കുറവ് അദ്ദേഹത്തിന്റെ പ്രവൃത്തികളിൽ കാണാം.

കാലാവസ്ഥ അനുകൂലമായാലുടനെ ഞാൻ യാത്ര തുടങ്ങും. തണുപ്പുകാലം ഭയങ്കരമായിരുന്നു. പക്ഷേ വസന്തകാലം പ്രതീക്ഷകളും വാഗ്ദാനങ്ങളും തരുന്നു. അതുകൊണ്ടു തന്നെ പ്രതീക്ഷിച്ചതിലും മുമ്പു തന്നെ ഒരുപക്ഷേ യാത്ര തുടങ്ങിയെന്നു വരാം. പക്ഷേ, തിടുക്കപ്പെട്ട് ഞാനൊന്നും ചെയ്യില്ല. മറ്റുള്ളവരുടെ സുരക്ഷയും സൗകര്യവും കൂടി പരിഗണിക്കേണ്ടതുണ്ടല്ലോ.

ഈ പര്യടനത്തെക്കുറിച്ചുള്ള എന്റെ മനോവികാരങ്ങളെല്ലാം വിവരിക്കാനാവാത്ത വിധം സങ്കീർണമാണ്. ഒരേസമയം അത്യധികമായ ആനന്ദവും തീവ്രമായ ഭയാശങ്കകളും അതെന്നിലുണ്ടാക്കുന്നുണ്ട്. ആരും ഇതുവരെ കടന്നുചെന്നിട്ടില്ലാത്ത മഞ്ഞിന്റെയും അതിശൈത്യത്തിന്റെയും കേന്ദ്രഭൂമികളിലേക്കാണല്ലോ ഞാൻ പോകുന്നത്. ഈ ദൗത്യം വിജയിക്കുമോ? നിരാശനായി എനിക്കു തിരിച്ചു വരേണ്ടിവരുമോ? ഒന്നും അറിയില്ല. ഒരു കാര്യം ഞാൻ പറയട്ടെ. സമുദ്രത്തിലെ അപകടകരമായ ദുരൂഹതകൾ എന്നെന്നും എന്നെ ആവേശം കൊള്ളിച്ചിരുന്നു. അവ വെളിച്ചത്തു കൊണ്ടുവരാൻ എത്രയോ കാലം മുമ്പുതന്നെ ഞാൻ ആഗ്രഹിച്ചിരുന്നു. ഞാൻ കഠിനാധ്വാനിയും സ്ഥിരോത്സാഹിയുമാണെന്ന് നിനക്കറിയാമല്ലോ. എങ്കിലും അവയ്ക്കെല്ലാമുപരിയായി ഞാൻ ഏർപ്പെടുന്ന

സംരംഭങ്ങളിലെല്ലാം അത്ഭുതകരമായ കാര്യങ്ങളോടുള്ള പ്രതിപത്തിയും അവയിലുള്ള വിശ്വാസവും ഇഴപിരിഞ്ഞു കിടക്കുന്നുണ്ട്. ആ വികാര മാണ് സാധാരണ മനുഷ്യരുടെ ദൈനംദിന ചിന്തകളിൽ നിന്നും വിട്ടു മാറി അസാധാരണമെന്നോ വിചിത്രമെന്നോ തോന്നിക്കാവുന്ന ഇത്തരം സാഹസകൃത്യങ്ങളിലേർപ്പെടാൻ എന്നെ പ്രേരിപ്പിക്കുന്നത്.

അതിവിശാലമായ മഹാസമുദ്രങ്ങൾ കടന്ന് ആഫ്രിക്കയിലൂടെയോ അമേരിക്കയിലൂടെയോ തെക്കേമുനമ്പിലൂടെ തിരിച്ചെത്തി എനിക്ക് നിന്നെ വീണ്ടും കാണാനാവുമോ? വലിയ പ്രതീക്ഷയൊന്നും ഞാൻ വച്ചു പുലർത്തുന്നില്ല. എങ്കിലും ചിത്രത്തിന്റെ മറുവശത്തെപ്പറ്റി സങ്കൽപ്പി ക്കാനും എനിക്കുവയ്യ. സമയം കിട്ടുമ്പോഴെല്ലാം എനിക്കെഴുതണം. എന്റെ ആവേശവും പ്രതീക്ഷയും നഷ്ടപ്പെടാതെ സൂക്ഷിക്കേണ്ട അവ സരങ്ങളിൽ എനിക്കവ സഹായകമായിരിക്കും.

നിന്റെ സ്നേഹനിധിയായ സഹോദരൻ
റോബർട്ട് വാൾട്ടൺ

മൂന്നാമത്തെ കത്ത്

ശ്രീമതി സാവിലിന്

ജൂലൈ 7,17–

പ്രിയ സഹോദരീ,

ഞാൻ സുരക്ഷിതനാണെന്നറിയിക്കുവാൻ തിടുക്കത്തിലാണ് ഈ കുറിപ്പെഴുതുന്നത്. എന്റെ യാത്ര ഏറെ പുരോഗമിച്ചിരിക്കുന്നു. ആർച്ച് ഏയ്ഞ്ചലിൽ നിന്നും ഇംഗ്ലണ്ടിലേക്ക് തിരിക്കുന്ന ഒരു കച്ചവടക്കാരന്റെ കൈയിലാണ് ഞാൻ ഈ എഴുത്ത് കൊടുത്തയയ്ക്കുന്നത്. അയാൾ എന്നേക്കാൾ ഭാഗ്യവാനാണ് കാരണം ഇനി എത്രകാലം കഴിയണം എനിക്ക് ജന്മനാട്ടിൽ കാലുകുത്തുവാൻ. എന്നിരുന്നാലും എന്റെ മനസിപ്പോൾ ആഹ്ലാദഭരിതമാണ്. എന്റെ സഹപ്രവർത്തകരായ നാവികരെല്ലാം ധീരന്മാരും ദൃഢനിശ്ചയമുള്ളവരുമാണ്. വഴിയിലുടനീളം കാണുന്ന വലിയ മഞ്ഞുകട്ടകൾ ഞങ്ങളെത്തിച്ചേരുന്നിടത്ത് അഭിമുഖീകരിക്കേണ്ടിവരുന്ന അത്യാഹിതങ്ങളുടെ സൂചന നൽകുന്നുണ്ട്. അവയൊന്നും പക്ഷേ, ഞങ്ങളുടെ ആത്മവീര്യം കെടുത്തിയിട്ടില്ല കേട്ടോ.

ഇതുവരെ പറയത്തക്ക വിശേഷങ്ങളൊന്നുമില്ല. ഒന്നോ രണ്ടോ കൊടുങ്കാറ്റ്, ഒരു ചെറിയ ലീക്ക്. പരിചയ സമ്പന്നരായ നാവികർ എടുത്തു പറയത്തക്ക പ്രാധാന്യമൊന്നും ഇവയ്ക്ക് നൽകാറില്ല. യാത്രയിൽ വലിയ പ്രശ്നങ്ങളൊന്നും ഉണ്ടാവാതിരുന്നാൽ ഞാൻ രക്ഷപ്പെട്ടു.

പ്രിയപ്പെട്ട മാർഗരറ്റ്, തൽക്കാലത്തേക്ക് വിട. ഒന്നും ചിന്തിക്കാതെ അപകടങ്ങളിലേക്കൊന്നും എടുത്തു ചാടില്ലെന്ന് ഞാനുറപ്പു തരുന്നു. ഞാൻ അക്ഷോഭ്യനും സ്ഥിരപരിശ്രമിയും വിവേകമതിയുമായിരിക്കും.

എന്റെ പരിശ്രമങ്ങൾ വിജയത്തിന്റെ പൊൻകിരീടമണിയട്ടെ. എന്തുകൊണ്ടു പറ്റില്ല. മഹാസമുദ്രത്തിന്റെ വിരിമാറിലൂടെ സുരക്ഷിതനായി

എത്രയോ ദൂരം ഞാൻ താണ്ടിക്കഴിഞ്ഞു. ആകാശത്തിലെ താരകങ്ങൾ ഞങ്ങളുടെ വിജയദൗത്യത്തിന് സാക്ഷ്യം വഹിക്കുന്നുണ്ട്. മനുഷ്യമനസിന്റെ ദൃഢനിശ്ചയത്തെയും ഇച്ഛാശക്തിയെയും തടഞ്ഞുനിർത്തുവാൻ ഏത് ശക്തിക്കാണ് കഴിയുക?

വിങ്ങുന്ന എന്റെ ഹൃദയത്തിൽ ആശങ്കകളില്ലാതില്ല. എങ്കിലും ഞാനെന്റെ ഉദ്യമം പൂർത്തിയാക്കുക തന്നെ ചെയ്യും. പ്രിയപ്പെട്ട സഹോദരീ, ദൈവം നിന്നെ അനുഗ്രഹിക്കട്ടെ.

ആർ വാൾട്ടൺ.

നാലാമത്തെ കത്ത്

ശ്രീമതി സാവിലിന്

ആഗസ്റ്റ് 5,17–

ഈ കത്ത് നിനക്ക് കിട്ടുന്നതിനു മുമ്പ് ഒരുപക്ഷേ ഞാൻ നിന്റെ അരികിലെത്തിയെന്നു വരാം. എങ്കിലും ഇതിനിടെയുണ്ടായ അത്ഭുതകരമായ ഒരു സംഭവത്തെക്കുറിച്ച് രേഖപ്പെടുത്താതിരിക്കാൻ എനിക്കാവുന്നില്ല.

കഴിഞ്ഞ തിങ്കളാഴ്ച (ജൂലൈ 31) ഞങ്ങളുടെ കപ്പലിനുചുറ്റും മഞ്ഞുകട്ടകൾ വന്നു നിറഞ്ഞു. അവ കപ്പലിനെ അക്ഷരാർഥത്തിൽ നിശ്ചലമാക്കി. മിക്കവാറും അപകടകരമായ ഒരവസ്ഥയിലാണകപ്പെട്ടിരിക്കുന്നതെന്ന് ഞങ്ങൾക്കു തോന്നി. കനത്ത മൂടൽമഞ്ഞ് ഞങ്ങളെയെല്ലാം മൂടിയപ്പോൾ പ്രത്യേകിച്ചും. കാലാവസ്ഥയിലെന്തെങ്കിലും മാറ്റമുണ്ടാകുമെന്ന പ്രതീക്ഷയിൽ ഞങ്ങളിരുന്നു.

ഏകദേശം രണ്ടുമണിയോടുകൂടി മൂടൽമഞ്ഞ് നീങ്ങി. ചുറ്റും അറ്റമില്ലാതെ പരന്നു കിടക്കുന്ന ഹിമപ്പരപ്പാണ് ഞങ്ങൾക്കപ്പോൾ കാണാനായത്. പെട്ടെന്നാണ് തികച്ചും അത്ഭുതകരമായ ഒരു കാഴ്ചയിൽ ഞങ്ങളുടെ ശ്രദ്ധയുടക്കിയത്. ഏകദേശം അരമൈൽ ദൂരെയായി നായ്ക്കളെ കെട്ടിയ ഒരു ഹിമവണ്ടി വടക്കുഭാഗത്തേക്കു നീങ്ങുന്നു. മനുഷ്യരൂപമുണ്ടെങ്കിലും ഭീമാകാരനായ ഒരു വികൃത ജീവിയായിരുന്നു അതിലുണ്ടായിരുന്നത്. അതിവേഗത്തിൽ നീങ്ങിയിരുന്ന ആ വണ്ടി നിമിഷങ്ങൾക്കകം അങ്ങകലെ അനന്തമായ ഹിമപാളികൾക്കിടയിൽ അപ്രത്യക്ഷമായത് ദൂരദർശിനിയിലൂടെ ഞങ്ങൾ കണ്ടു.

ഈ കാഴ്ച ഞങ്ങളെ കുറച്ചൊന്നുമല്ല അമ്പരപ്പിച്ചത്. കരയിൽ നിന്നും നൂറുകണക്കിനു മൈലുകൾക്കകലെയായിരുന്നു ഞങ്ങൾ. പക്ഷേ ആ വണ്ടിയുടെ അതിവേഗത്തിലുള്ള പ്രയാണം കണ്ടപ്പോൾ കരയി

ലാണോ നിൽക്കുന്നത് എന്ന് ഒരുനിമിഷം ഞാൻ ചിന്തിച്ചുപോയി. മഞ്ഞിന്റെ തടവറയ്ക്കുള്ളിലായിരുന്നതിനാൽ അതിനെ പിന്തുടരുകയെന്നത് ഞങ്ങളെ സംബന്ധിച്ചിടത്തോളം അസാധ്യമായിരുന്നു.

ഏകദേശം രണ്ടുമണിക്കൂർ കഴിഞ്ഞപ്പോൾ തിരമാലകൾ ഉയർന്നു പൊങ്ങുകയും മഞ്ഞുകട്ടകൾ പൊട്ടിത്തകർന്ന് കുറച്ചുദൂരത്തോളം വഴി തെളിയുകയും ചെയ്തു. എങ്കിലും അടുത്ത പ്രഭാതം വരെ കാത്തിരിക്കാൻ തന്നെ ഞങ്ങൾ തീരുമാനിച്ചു. രാത്രിയിൽ കടലിലൊഴുകി നടക്കുന്ന ഭീമാകാരമായ മഞ്ഞുകട്ടകളിൽ കപ്പൽ തട്ടി അപകടമുണ്ടാകാൻ സാധ്യതയുണ്ടെന്ന് ഞങ്ങൾക്കറിയാമായിരുന്നു. എന്തായാലും അതുവരെ ഉറങ്ങാമെന്ന് ഞാൻ തീരുമാനിച്ചു.

രാവിലെ വെളിച്ചം വീണയുടൻ ഞാൻ ഡെക്കിലേക്കു ചെന്നു. അവിടെ നാവികരെല്ലാം ഒരു മൂലയിൽ കൂടി നിൽക്കുന്നുണ്ടായിരുന്നു. കടലിൽ കപ്പലിനോടു ചേർന്ന് ഞങ്ങൾ ഇന്നലെ കണ്ടതുപോലെയുള്ള ഒരു ഹിമവണ്ടിയുണ്ടായിരുന്നു. അതിലെ യാത്രക്കാരനോടു സംസാരിച്ചു കൊണ്ടു നിൽക്കുകയായിരുന്നു നാവികർ. വണ്ടിയിൽ കെട്ടിയിരുന്ന നായ്ക്കളിൽ ഒരെണ്ണത്തിനു മാത്രമേ ജീവനുണ്ടായിരുന്നുള്ളൂ. നാവികന്മാർ ആ മനുഷ്യനെ കപ്പലിൽ കയറുവാൻ നിർബന്ധിക്കുകയായിരുന്നു. തലേന്നത്തെ ഹിമവണ്ടിയിൽ കണ്ട വിചിത്രാകൃതിയിലുള്ള രാക്ഷസനെ പോലെ ആയിരുന്നില്ല അയാൾ. ഒരു യഥാർഥ യൂറോപ്യൻ തന്നെയായിരുന്നു. ഞാൻ ഡെക്കിലെത്തിയപ്പോൾ നാവികരിലെ പ്രധാനി അയാളോട് പറഞ്ഞു: "ഇതാ ഞങ്ങളുടെ ക്യാപ്റ്റൻ വന്നിരിക്കുന്നു. താങ്കൾ കടലിൽ കിടന്നു മരിക്കാൻ അദ്ദേഹം സമ്മതിക്കില്ല ."

എന്നെ കണ്ടപ്പോൾ അയാൾ വിദേശച്ചുവയുള്ള ഇംഗ്ലീഷിൽ ചോദിച്ചു

"ഞാൻ കപ്പലിൽ കയറുന്നതിനു മുമ്പ് നിങ്ങളെങ്ങോട്ടാണ് പോകുന്നതെന്ന് ദയവായി പറയുമോ?"

കടലിൽ പൊട്ടിപ്പിളരുന്ന മഞ്ഞുപാളികൾക്കിടയിൽ കുരുങ്ങി മരണത്തിന്റെ വക്കിൽ നിൽക്കുന്ന ആ മനുഷ്യന്റെ ചോദ്യം എന്നെ അമ്പരപ്പിച്ചു. ആ അവസ്ഥയിൽ ആരാണെങ്കിലും മറ്റൊന്നും ചിന്തിക്കാതെ രക്ഷപ്പെടാൻ ശ്രമിക്കുകയേയുള്ളൂ. ഉത്തരധ്രുവത്തിലേക്ക് പര്യടനം നടത്തുകയാണെന്ന് ഞാനറിയിച്ചപ്പോൾ അയാൾ സന്തുഷ്ടനായി. കപ്പലിലേക്ക് കയറിവന്ന അയാളെക്കണ്ട് ഞാനാകെ സ്തബ്ധനായിപ്പോയി. മാർഗരറ്റ്, ആരുടെയും കരളലിയിക്കുന്ന അങ്ങേയറ്റം ദയനീയമായ രൂപമായിരുന്നു അയാളുടേത്. കൈകാലുകൾ മരവിച്ച്, ശരീരം ശോഷിച്ചുണങ്ങി തളർന്ന വശനായ ഒരു പേക്കോലം. ഇത്രമാത്രം ദയനീയമായ ഒരവസ്ഥയിൽ മറ്റൊരാളെയും ഞാനിതുവരെ കണ്ടിട്ടില്ല.

ഒരുവിധത്തിൽ ഞങ്ങളയാളെ ക്യാബിനിലെത്തിച്ചു. പക്ഷേ പുറത്തെ ശുദ്ധവായുവിൽനിന്നും കപ്പലിനുള്ളിലെത്തിയപ്പോഴേക്കും അയാൾ മോഹാലസ്യപ്പെട്ടു വീണുപോയി. അതിനാൽ ഞങ്ങൾ അയാളെ ഡെക്കി

ലേക്കു തന്നെ എടുത്തു കൊണ്ടുപോയി. കുറച്ചു ബ്രാണ്ടി പുരട്ടി അയാളുടെ ശരീരം തിരുമ്മുകയും കുറച്ച് അയാളെ കുടിപ്പിക്കുകയും ചെയ്തു. പിന്നീട് ഞങ്ങൾ അയാളെ കമ്പിളികൊണ്ട് പുതപ്പിച്ച് അടുക്കളയിലെ ചിമ്മിനിക്കരികിൽ കൊണ്ടുവന്നു കിടത്തി. കുറച്ചു നേരത്തിനുശേഷം അയാൾക്ക് ബോധംവീണു. അൽപ്പം സൂപ്പ് കഴിക്കുക കൂടി ചെയ്തപ്പോൾ അയാളുടെ അവസ്ഥ കുറേക്കൂടി മെച്ചമായി.

രണ്ടുദിവസം കഴിഞ്ഞിട്ടേ അയാൾക്കെന്തെങ്കിലും സംസാരിക്കാനായുള്ളൂ. അപ്പോൾ ഞാനയാളെ എന്റെ ക്യാബിനിലേക്ക് കൊണ്ടുവന്നു. എനിക്കെന്തോ ആ മനുഷ്യനോട് ഒരു പ്രത്യേക താൽപ്പര്യം തോന്നിയിരുന്നു. അയാളുടെ കണ്ണുകളിൽ വന്യതയും ഒരു ഉന്മാദഭാവവും പ്രകടമായിരുന്നു.

പക്ഷേ, ആരെങ്കിലും അയാളോട് സ്നേഹത്തോടെ പെരുമാറുന്നപക്ഷം അയാളുടെ മുഖത്ത് ഒരു പ്രത്യേക തിളക്കം കാണുമായിരുന്നു. കൃതജ്ഞതയുടെയും ആർദ്രതയുടെയും ഒരു പ്രകാശം. എങ്കിലും അയാളുടെ സ്ഥായിയായ ഭാവം ദുഃഖമായിരുന്നു. പലപ്പോഴും മനസിനെ ഞെരുക്കുന്ന ദുഃഖഭാരം താങ്ങാനാവാതെ അയാൾ പല്ലിറുമ്മിക്കൊണ്ടിരുന്നു.

അയാൾ സുഖം പ്രാപിച്ചു തുടങ്ങിയതോടെ നാവികരെല്ലാം അയാളുടെ ചുറ്റും കൂടി. അയാളെക്കുറിച്ച് കൂടുതൽ അറിയാനുള്ള ആകാംക്ഷയായിരുന്നു അവർക്കെല്ലാം. എങ്കിലും അയാളോട് കൂടുതൽ സംസാരിക്കുവാൻ ഞാനവരെ അനുവദിച്ചില്ല. ആ മനുഷ്യന് പൂർണാരോഗ്യമെത്തുവാൻ ഇനിയും കൂടുതൽ വിശ്രമം ആവശ്യമുണ്ടെന്ന് എനിക്കറിയാമായിരുന്നു. എങ്കിലും ഒരിക്കൽ ഞങ്ങളുടെ ലഫ്റ്റനന്റ് അയാളെങ്ങനെയാണ് വിചിത്രമായ ഒരു വണ്ടിയിൽ കയറി അത്രയും ദൂരം യാത്ര ചെയ്തതെന്ന് തിരക്കുകയുണ്ടായി.

അതുകേട്ടപ്പോൾ ദുഃഖവും നിരാശയും കലർന്ന ഭാവത്തോടെ അയാൾ പറഞ്ഞു

"എന്നെ വെട്ടിച്ച് ഓടിപ്പോയ ഒരുത്തനെ തേടിയിറങ്ങിയതാണ് ഞാൻ..."

"നിങ്ങൾ സഞ്ചരിച്ച പോലെയുള്ള വണ്ടിയിലാണോ അയാളും സഞ്ചരിക്കുന്നത്?"

"അതെ..."

"എങ്കിൽ ഞങ്ങൾ അയാളെ കണ്ടെന്നു തോന്നുന്നു."

ഞാൻ പറഞ്ഞു. "നിങ്ങളെ കാണുന്നതിന്റെ തലേന്ന് നായ്ക്കൾ വലിച്ചുകൊണ്ടു പോകുന്ന ഒരു വണ്ടി ഞങ്ങളുടെ കണ്ണിൽപ്പെട്ടു. അതിലൊരാളുണ്ടായിരുന്നു."

അതുകേട്ടപ്പോൾ ആകാംക്ഷകൊണ്ട് അയാളുടെ കണ്ണുകൾ വികസിച്ചു. ഒറ്റയടിക്കു കുറേ ചോദ്യങ്ങൾ അയാൾ ഞങ്ങളോടു ചോദിച്ചു. അതൊരു സാധാരണ മനുഷ്യനല്ലെന്നും ക്രൂരനായ ഒരു പിശാചാ

ണെന്നും അയാൾ പറഞ്ഞു. കുറേനേരം കഴിഞ്ഞ് മുറിയിൽ ഞാനും അയാളും മാത്രമായപ്പോൾ അയാളെന്നോടു പറഞ്ഞു.

"ഞാൻ പറഞ്ഞത് കേട്ടപ്പോൾ മറ്റുള്ളവരെപ്പോലെ നിങ്ങളും അങ്ങേയറ്റം ആകാംക്ഷാഭരിതനായെന്ന് എനിക്ക് മനസിലായി, നിങ്ങളതിനെ കുറിച്ചൊന്നും ചോദിച്ചില്ലെങ്കിലും."

"ശരിയാണ്. പക്ഷേ ഈയൊരവസ്ഥയിൽ താങ്കളെ ബുദ്ധിമുട്ടിക്കുന്നത് ശരിയല്ലെന്ന് എനിക്കറിയാം." ഞാൻ സത്യം പറഞ്ഞു.

കുറച്ചുനേരം കഴിഞ്ഞപ്പോൾ തകർന്നുടഞ്ഞ മഞ്ഞുകട്ടകൾക്കുള്ളിൽപ്പെട്ട് മറ്റേ വണ്ടി നശിച്ചു കാണുമോ എന്നയാൾ തിരക്കി. അത് ഉറപ്പിച്ചു പറയാനാവില്ലെന്ന് ഞാൻ മറുപടി നൽകി. കാരണം അർധരാത്രിയോടടുപ്പിച്ചാണ് മഞ്ഞുപാളികൾ പൊട്ടിത്തകർന്നത്. അപ്പോഴേക്കും ഒരുപക്ഷേ അത് സുരക്ഷിത സ്ഥാനത്തെവിടെയെങ്കിലും എത്തിച്ചേർന്നിട്ടുണ്ടാകുമെന്ന് ഞാനറിയിച്ചു.

അപ്പോൾ ക്ഷീണിച്ചവശനായ ആ മനുഷ്യന്റെ മുഖത്ത് പ്രത്യാശയുടെ ഒരു പ്രകാശം പരക്കുന്നതായി എനിക്ക് തോന്നി. കപ്പലിന്റെ ഡെക്കിലേക്ക് ചെന്ന് ആ വണ്ടിയെങ്ങാനും കാണുന്നുണ്ടോ എന്നറിയുവാൻ അയാൾ വലിയ തിടുക്കം കാണിച്ചു. പക്ഷേ അപ്പോഴും അയാൾ രോഗാവസ്ഥയിലായിരുന്നതിനാൽ ഞാനത് സമ്മതിച്ചില്ല. ഞങ്ങളുടെ ജോലിക്കാരിൽ ഒരുവനെ ഡെക്കിൽ നിരീക്ഷണത്തിന് നിർത്താമെന്നും പ്രത്യേകമായി എന്തെങ്കിലും കണ്ണിൽപ്പെട്ടാലുടനെ അയാളെ അറിയിക്കാമെന്നും ഞാനുറപ്പു നൽകി.

ഇതാണ് ഞാൻ പറഞ്ഞ വിചിത്രമായ സംഭവം. എന്റെ അതിഥി ആരോഗ്യം വീണ്ടെടുത്തു കൊണ്ടിരിക്കുകയാണ്. അയാൾ മാന്യനും സൗമ്യനുമാണ്. എങ്കിലും കൂടുതൽ സംസാരിക്കുന്ന പ്രകൃതമല്ല, എന്നോടല്ലാതെ മറ്റാരോടും ഇടപഴകുവാൻ അയാൾക്ക് താൽപ്പര്യമില്ല. എങ്കിലും മറ്റുള്ളവർക്കെല്ലാം അയാളെ വലിയ കാര്യമാണ്.

സമുദ്രപ്പരപ്പിൽ എനിക്ക് സുഹൃത്തുക്കളെയാരെയും ലഭിക്കാനിടയില്ലെന്ന് മുമ്പ് ഞാനെഴുതിയത് നീ ഓർമിക്കുന്നില്ലേ? ഇപ്പോഴിതാ സഹോദരനെപ്പോലെ കരുതാൻ പറ്റിയ ഒരാളെ ഞാൻ കണ്ടെത്തിയിരിക്കുന്നു. അയാളെപ്പറ്റിയുള്ള കൂടുതൽ വിവരങ്ങൾ പിന്നീട് ഞാൻ വിശദമായി എഴുതാം.

ആഗസ്റ്റ് 13, 17–

ദിവസം കഴിയുന്തോറും അതിഥിയോടുള്ള എന്റെ സ്നേഹവും മതിപ്പും വർധിച്ചുകൊണ്ടിരിക്കുകയാണ്. ഒരേസമയം എനിക്ക് അയാളോട് ആരാധനയും സഹതാപവുമാണ്. അജ്ഞാതമായ ഏതോ തീവ്ര വ്യഥ അയാളെ കാർന്നു തിന്നുന്നുണ്ടെന്ന് എനിക്കറിയാം. അയാൾ ബുദ്ധിമാനും, മാന്യനും സംസ്കാരസമ്പന്നനുമാണ്. സംസാരം പോലും ആകർഷകമാണ്.

ഇപ്പോൾ അയാളുടെ ആരോഗ്യം ഏറെ മെച്ചപ്പെട്ടിട്ടുണ്ട്. തന്റെ എതി

രാളിയുടെ വണ്ടിയെങ്ങാനും കാണുന്നുണ്ടോ എന്നറിയുന്നതിനായി ഏത് സമയവും അയാളിപ്പോൾ ഡെക്കിൽത്തന്നെയാണ്. സ്വന്തം ദുഃഖത്തിന്റെയും ദുരിതത്തിന്റെയും ഇരുട്ടറയ്ക്കുള്ളിൽ ഏകനായി കഴിയാതെ അയാൾ ഞങ്ങളോട് ഇടപഴകാൻ തുടങ്ങിയിരുന്നു. ഒരവസരത്തിൽ എന്റെ യാത്രോദ്ദേശ്യത്തെപ്പറ്റി അയാൾ തിരക്കി. ഒന്നും മറച്ചുവെക്കാതെ ഞാനെല്ലാ കാര്യങ്ങളും പറയുകയും ചെയ്തു. വളരെ ശ്രദ്ധാപൂർവമാണ് അയാളതെല്ലാം കേട്ടത്. എന്റെ സംരംഭത്തിന്റെ വിജയത്തിനുവേണ്ടി മറ്റെല്ലാ സുഖസൗകര്യങ്ങളും മാറ്റിവെച്ച് ഞാനന്നെത്തന്നെ അർപ്പിച്ചിരിക്കുകയാണെന്നും അതിൽ നിന്നും ആർജിക്കുന്ന അറിവ് മാനവരാശിയുടെ നന്മയ്ക്കുവേണ്ടിയും അതിന്റെ ശത്രുക്കളുടെ സംഹാരത്തിനുവേണ്ടിയും ഉപയോഗിക്കുമെന്നും അറിയിച്ചപ്പോൾ ആ മനുഷ്യന്റെ മുഖത്ത് ശോകത്തിന്റെ ഇരുളിമ പരക്കുന്നത് ഞാൻ കണ്ടു. അയാൾ കണ്ണുകൾ പൊത്തിയിരുന്നപ്പോൾ തന്റെ വികാരങ്ങളടക്കി നിർത്താൻ പണിപ്പെടുകയാണെന്ന് എനിക്കു തോന്നി. പെട്ടെന്ന് അയാളുടെ ശുഷ്കിച്ച നെഞ്ചിനുള്ളിൽ നിന്നും ഒരു തേങ്ങൽ പുറത്തേക്കുവന്നു. കൈവിരലുകളിലൂടെ കണ്ണുനീർ ഒഴുകിയിറങ്ങി. ഒടുവിൽ എന്റെ നേരെ മുഖമുയർത്തി അയാൾ പറഞ്ഞു.

"നിർഭാഗ്യവാനായ മനുഷ്യാ; എന്റെ ജീവിതത്തെ കശക്കിയെറിഞ്ഞ ഭ്രാന്ത് നിങ്ങളെയും പിടികൂടിയോ? എന്റെ ദുരന്തകഥ ഞാൻ പറഞ്ഞുതരാം. താങ്കൾ ചുണ്ടോടടുപ്പിച്ച വിജ്ഞാന തൃഷ്ണയുടെ ചഷകം അത് കേട്ടുകഴിഞ്ഞാലുടനെ വലിച്ചെറിയുമെന്ന് എനിക്കുറപ്പുണ്ട്."

തീവ്രമായ വികാര വിക്ഷോഭത്താൽ വല്ലാതെ തളർന്നുപോയ അയാൾ ഏറെനേരം കഴിഞ്ഞാണ് ശാന്തനായത്. എന്നെപ്പറ്റിയും എന്റെ പൂർവകാല ചരിത്രത്തെപ്പറ്റിയും മറ്റും അയാൾ ചോദിച്ചു. അതെല്ലാം കേട്ടപ്പോൾ അയാൾ പറഞ്ഞു.

"നിങ്ങളുടെ മനസിൽ പ്രതീക്ഷകളുണ്ട്. മുന്നിൽ വിശാലമായ ലോകവും. പക്ഷേ എന്റെ സ്ഥിതി അതല്ല. എല്ലാം നഷ്ടപ്പെട്ടവനാണ് ഞാൻ. ഇനി ഒരു പുതിയ ജീവിതം എന്നെ സംബന്ധിച്ചിടത്തോളം അസാധ്യമാണ്."

ദുഃഖം ഉള്ളിലൊതുക്കി പരമാവധി ശാന്തഭാവത്തിലാണ് അയാൾ അങ്ങനെ പറഞ്ഞത്. അതെന്റെ ഹൃദയത്തെ ആഴത്തിൽ സ്പർശിച്ചു. കൂടുതലൊന്നും പറയാൻ നിൽക്കാതെ അയാൾ വേഗം മുറിയിലേക്കു പോയി.

കടുത്ത നൈരാശ്യത്താൽ പീഡിതനാണെങ്കിലും അയാളിൽ സവിശേഷമായ എന്തൊക്കെയോ ഗുണങ്ങളുണ്ടെന്ന് എനിക്കു മനസിലായി. അഭൗമമായ ഒരു വ്യക്തിപ്രഭാവം അയാൾക്കു ചുറ്റും പരിലസിക്കുന്നുണ്ട്. അങ്ങേയറ്റം ആകർഷകമാണ് ആ പെരുമാറ്റം. അവബോധജന്യമായ കാര്യബോധവും എന്തിനെക്കുറിച്ചും ആധികാരികമായി അഭിപ്രായം പറയാനുള്ള കഴിവും മനോഹരമായ ശബ്ദവും അയാൾക്കുണ്ട്.

നിനക്കൊരുപക്ഷേ ഇതെല്ലാം വായിച്ചിട്ടു ചിരി വരുന്നുണ്ടാകും, അല്ലേ? എങ്കിൽ ഞാൻ പറയുന്നു, അയാളെ ഒരിക്കലെങ്കിലും കണ്ടാൽ ഞാൻ പറയുന്നത് ശരിയാണെന്ന് നീയും സമ്മതിക്കും.

ആഗസ്റ്റ് 19, 17–

ഇന്നലെ എന്റെ അതിഥി എന്നോടു പറഞ്ഞു. "മിസ്റ്റർ വാൾട്ടൺ, ഞാൻ ഭയങ്കരമായ ക്ലേശങ്ങളും ദൗർഭാഗ്യങ്ങളും അനുഭവിച്ചിട്ടുള്ള ആളാണെന്ന് നിങ്ങൾക്കറിയാമല്ലോ... എന്റെ ദുരന്തകഥകളെല്ലാം തന്നെ എന്നോടൊപ്പം അവസാനിക്കട്ടെയെന്നാണ് ഞാൻ കരുതിയിരുന്നത്. പക്ഷേ ആ തീരുമാനം ഞാൻ മാറ്റുകയാണ്. ഒരിക്കൽ ഞാൻ ചെയ്തതുപോലെ ഇപ്പോൾ നിങ്ങളും പുതിയ അറിവുകൾക്കായി ഇറങ്ങിത്തിരിച്ചിരിക്കുകയാണല്ലോ. എന്നാൽ എനിക്കു സംഭവിച്ചതുപോലെ, നിങ്ങളുടെ ഈ സംരംഭത്തിന്റെ പരിസമാപ്തി നിങ്ങൾക്കു തന്നെ വിനയായിത്തീരാതിരിക്കട്ടെയെന്ന് ഞാൻ ആത്മാർഥമായി ആഗ്രഹിക്കുകയാണ്. എനിക്ക് നേരിട്ട അത്യാഹിതങ്ങളെപ്പറ്റിയുള്ള വിവരണം കൊണ്ട് നിങ്ങൾക്കെന്തെങ്കിലും നേട്ടമുണ്ടാകുമോ എന്നെനിക്കറിയില്ല. എങ്കിലും എന്റേതു പോലെയുള്ള ഒരു സാഹസിക ദൗത്യമാണു നിങ്ങളുടേതുമെന്നതിനാൽ ഈ കഥയിൽ നിന്നും നിങ്ങൾക്കു പലതും പഠിക്കാൻ കഴിഞ്ഞേക്കാം. വിജയത്തിൽ നിങ്ങൾക്ക് ദിശാബോധം നൽകാനും പരാജയത്തിൽ നിങ്ങൾക്ക് ആശ്വാസമേകാനും അതിനു കഴിയുമെന്നാണ് എന്റെ വിശ്വാസം. തികച്ചും വിസ്മയകരമായ ഒരു സംഭവപരമ്പരയാണിത്. ഒരു പക്ഷേ നിങ്ങളിത് വിശ്വസിച്ചില്ലെന്നു വരാം, എന്നെ കളിയാക്കുക പോലും ചെയ്തേക്കാം. എങ്കിലും അവയെല്ലാം യാഥാർഥ്യമാണ്. അവിശ്വസനീയവും സംഭ്രമജനകവുമായ ആ കഥകേൾക്കാൻ തയാറായിക്കോളൂ. നിങ്ങളെന്നോടു കാണിച്ച അനുകമ്പയ്ക്കും സ്നേഹത്തിനും നൂറായിരം നന്ദി. പക്ഷേ എന്റെ വിധി അടുത്തിരിക്കുന്നതിനാൽ എനിക്കവ കൊണ്ട് ഒരു ഉപകാരവുമില്ല. ഞാൻ ഒരേയൊരു സംഭവത്തിനു വേണ്ടി മാത്രമാണ് കാത്തിരിക്കുന്നത്. അതുകഴിഞ്ഞാൽ ഞാൻ നിത്യശാന്തിയിൽ ലയിക്കും. എന്റെ ചരിത്രം ആദ്യന്തം കേട്ടുകഴിഞ്ഞാൽ, എനിക്കുമേൽ പതിച്ച ദുരന്തം ആർക്കും മാറ്റിമറിക്കാനാവാത്ത വിധം തീരുമാനിക്കപ്പെട്ടതാണെന്ന് നിങ്ങൾക്കു മനസിലാവും."

അടുത്തദിവസം മുതൽ തന്റെ കഥ പറയാമെന്ന് അയാൾ സമ്മതിച്ചു. ഞാനയാൾക്ക് നന്ദി പറഞ്ഞു. അയാൾ പറയുന്നതെല്ലാം അയാളുടെ തന്നെ വാക്കുകളിൽ രേഖപ്പെടുത്തി വയ്ക്കണമെന്ന് ഞാൻ തീരുമാനിച്ചു. ആ വിവരണങ്ങൾ നിനക്ക് അങ്ങേയറ്റം രസകരമാവുമെന്നു തന്നെയാണ് ഞാൻ വിശ്വസിക്കുന്നത്. വിചിത്രവും മനോവേദനയുണർത്തുന്നതുമാണ് ആ കഥ. ഭീതിജനകമായ ഒരു കൊടുങ്കാറ്റായി അതയാളുടെ ജീവിതയാനത്തെതന്നെ കശക്കിയെറിഞ്ഞു കളഞ്ഞു.

ഇതാ ആ കഥ കേട്ടുകൊള്ളൂ,

1

ജനീവയിലെ ഒരു പേരുകേട്ട കുടുംബത്തിലാണ് ഞാൻ ജനിച്ചത്. കൗൺസിലർമാരുടെയും മജിസ്ട്രേട്ടുമാരുടെയും പദവികൾ അലങ്കരിച്ചിരുന്നവരായിരുന്നു എന്റെ പിതാമഹന്മാർ. അച്ഛൻ ഒരു പൊതുകാര്യപ്രസക്തനായിരുന്നു. പേരും പെരുമയുമുള്ള ഒട്ടനവധി സ്ഥാനങ്ങൾ വഹിച്ചിരുന്ന ആളായിരുന്നു അദ്ദേഹവും. നാട്ടിലെ എല്ലാ കാര്യങ്ങളിലും ശ്രദ്ധയോടെയും ആത്മാർഥതയോടെയും ഇടപെട്ടിരുന്ന അച്ഛനെ ആളുകൾക്കെല്ലാം ബഹുമാനമായിരുന്നു. പൊതുപ്രവർത്തനങ്ങളിൽ മുഴുകി അച്ഛന്റെ നല്ല പ്രായം കടന്നുപോയി. പല കാരണങ്ങളാൽ അദ്ദേഹത്തിനു നേരത്തെ വിവാഹം കഴിക്കാനായില്ല. വിവാഹിതനായപ്പോഴോ ജീവിതത്തിന്റെ സായാഹ്നവുമെത്തിയിരുന്നു.

അച്ഛന്റെ വിവാഹത്തിലേക്കു നയിച്ച സംഭവങ്ങൾ അദ്ദേഹത്തിന്റെ സ്വഭാവ സവിശേഷതയെ സത്യസന്ധമായി സൂചിപ്പിക്കുന്നതായതിനാൽ ആ കാര്യങ്ങൾ കൂടി പറയുന്നത് നന്നായിരിക്കും. അച്ഛന്റെ അടുത്ത കൂട്ടുകാരിലൊരാൾ ഒരു കച്ചവടക്കാരനായിരുന്നു. വളരെ നല്ല സ്ഥിതിയിൽ നിന്നും ഒട്ടനവധി ദൗർഭാഗ്യങ്ങളിലൂടെ ദാരിദ്ര്യത്തിലേക്ക് കൂപ്പുകുത്തിയ ഒരു മനുഷ്യൻ. ബ്യൂഫോർട്ട് എന്നായിരുന്നു അദ്ദേഹത്തിന്റെ പേര്. വലിയ അഭിമാനിയായിരുന്ന അദ്ദേഹം ആരുടെ മുന്നിലും തലകുനിക്കാൻ ഇഷ്ടപ്പെട്ടിരുന്നില്ല. ഒരുകാലത്ത് എല്ലാവിധ സുഖസൗകര്യങ്ങളോടെ ജീവിതം നയിച്ചിരുന്ന സ്ഥലത്തു തന്നെ ദാരിദ്ര്യത്തിലും കഷ്ടപ്പാടിലും കഴിയുകയെന്നത് അദ്ദേഹത്തിന് ദുസ്സഹമായ കാര്യമായിരുന്നു. അതിനാൽ കൈയിലുള്ള പണം കൊണ്ട് കടങ്ങളൊക്കെ വീട്ടി മകളോടൊപ്പം അദ്ദേഹം ലോറൻസ് എന്ന പട്ടണത്തിലേക്കു പോയി. പഴയ

പരിചയക്കാരുടെയൊന്നും കണ്ണിൽപ്പെടാതെ അവിടെ അദ്ദേഹം ഒതുങ്ങിക്കൂടി.

ബ്യൂഫോർട്ടിനെ ആത്മാർഥമായി സ്നേഹിച്ചിരുന്ന എന്റെ അച്ഛൻ ഈ കാര്യങ്ങളറിഞ്ഞ് വല്ലാതെ വേദനിച്ചു. സ്നേഹിതനെ കണ്ടുപിടിച്ച് പഴയ ജീവിതത്തിലേക്ക് തിരിച്ചുകൊണ്ടുവരാൻ സാധ്യമായതെല്ലാം ചെയ്യണമെന്നുറച്ച് അച്ഛൻ അതിനുള്ള ശ്രമങ്ങളാരംഭിച്ചു. ബ്യൂഫോർട്ടാകട്ടെ അച്ഛന്റെ കണ്ണിൽപ്പെടാതിരിക്കാൻ പരമാവധി ശ്രമിച്ചു. അതുകൊണ്ടുതന്നെ പത്തുമാസത്തോളം നീണ്ട അന്വേഷണങ്ങൾക്കൊടുവിൽ മാത്രമേ അച്ഛന് അദ്ദേഹത്തിന്റെ താമസസ്ഥലം കണ്ടെത്താൻ കഴിഞ്ഞുള്ളൂ. പട്ടണത്തിലെ ഒരു സാധാരണ തെരുവിലാണ് അത് സ്ഥിതി ചെയ്തിരുന്നത്. അവസാനം, സ്നേഹിതനെ കണ്ടെത്താൻ കഴിഞ്ഞെന്ന സന്തോഷത്തോടെയാണ് അച്ഛൻ ആ വീട്ടിലേക്ക് കയറിച്ചെന്നത്. പക്ഷേ അവിടെ അദ്ദേഹത്തിന് കാണേണ്ടി വന്നത് അങ്ങേയറ്റം നിർഭാഗ്യകരമായ ഒരു കാഴ്ചയായിരുന്നു.

സാമ്പത്തിക തകർച്ചയെത്തുടർന്ന് ബ്യൂഫോർട്ടിനു വളരെ കുറച്ചു തുകയേ സമ്പാദിക്കാൻ കഴിഞ്ഞിരുന്നുള്ളൂ. കുറച്ചു മാസത്തേക്ക് ആ തുകകൊണ്ട് അച്ഛനും മകളും കഴിഞ്ഞുകൂടി. പണം തീരുമ്പോഴേക്കും എന്തെങ്കിലും ജോലി സംഘടിപ്പിക്കാമെന്ന പ്രതീക്ഷയിലായിരുന്നു അദ്ദേഹം. പക്ഷേ ഒന്നും ചെയ്യാനാവാതെ ദിവസങ്ങൾ കടന്നുപോയി. ജോലിയൊന്നും ലഭിക്കാതായപ്പോൾ അദ്ദേഹത്തിന്റെ മനസിൽ വിഷാദചിന്തകൾ നിറഞ്ഞു. അതോടെ തീവ്രദുഃഖം അദ്ദേഹത്തെ കാർന്നു തിന്നാൻ തുടങ്ങി. രണ്ടുമൂന്നു മാസമായപ്പോഴേക്കും ബ്യൂഫോർട്ട് ശയ്യാവലംബിയായിക്കഴിഞ്ഞിരുന്നു. മകൾ അദ്ദേഹത്തെ അങ്ങേയറ്റം ശ്രദ്ധയോടെയാണ് പരിചരിച്ചത്. സാമ്പത്തിക ഞെരുക്കം രൂക്ഷമാവുന്നത് അവളെ ശരിക്കും അമ്പരപ്പിച്ചിരുന്നു. എവിടുന്നെങ്കിലും ഒരു താങ്ങു ലഭിക്കുമെന്നുള്ള യാതൊരു പ്രതീക്ഷയും അവൾക്കില്ലായിരുന്നു. പക്ഷേ, കരോളിൻ ബ്യൂഫോർട്ട് അസാധാരണ മനോധൈര്യമുള്ള ഒരു പെൺകുട്ടിയായിരുന്നു. അതവൾക്ക് ആ സമയത്ത് വലിയ തുണയായിത്തീർന്നു. അവൾ ചില ചില്ലറ ജോലികൾ സംഘടിപ്പിച്ചു. വയ്ക്കോൽ മെടച്ചിൽ പോലെ ചെറിയചെറിയ കൂലി ലഭിക്കുന്ന പലതരം ജോലികളും അവൾ ചെയ്യാൻ തുടങ്ങി.

ഇങ്ങനെ കുറേ മാസങ്ങൾ കടന്നുപോയി. ബ്യൂഫോർട്ടിന്റെ ആരോഗ്യസ്ഥിതി മുമ്പത്തെക്കാൾ മോശമായപ്പോൾ മകൾക്ക് കൂടുതൽ നേരം അദ്ദേഹത്തെ പരിചരിക്കേണ്ടി വന്നു. അതോടെ അവൾക്ക് ജോലിക്കു പോകാൻ സമയം കിട്ടാതായി. പത്താമത്തെ മാസം അവളെ തീർത്തും നിരാലംബയാക്കിക്കൊണ്ട് അവളുടെ കൈകളിൽ കിടന്ന് അദ്ദേഹം അന്ത്യശ്വാസം വലിച്ചു. ബ്യൂഫോർട്ടിന്റെ ശവപ്പെട്ടിക്കരികിൽ മുട്ടുകുത്തിയിരുന്ന് കഠിനദുഃഖത്തോടെ ആ പെൺകുട്ടി പൊട്ടിക്കരയുമ്പോഴാണ്

എന്റെ അച്ഛൻ അവിടെയെത്തിയത്. നിസ്സഹായയായ കരോളിന് പിന്നീട് അച്ഛനാണ് തുണയായത്. ബ്യൂഫോർട്ടിന്റെ ശവസംസ്കാരത്തിനു ശേഷം അച്ഛൻ അവളെ ജനീവയിലേക്കു കൂട്ടിക്കൊണ്ടുവന്നു, ഒരു ബന്ധുവിന്റെ സംരക്ഷണയിലാക്കി. രണ്ടുവർഷത്തിനു ശേഷം അച്ഛനവളെ വിവാഹം കഴിച്ചു.

എന്റെ അച്ഛനമ്മമാർക്ക് പ്രായവ്യത്യാസം ഏറെയുണ്ടായിരുന്നു. പക്ഷേ അത് അവരെ കൂടുതൽ അടുപ്പിക്കുകയാണുണ്ടായത്. അച്ഛന്റെ മനസിലെ നീതിബോധവും നന്മയും അമ്മയോടുള്ള സ്നേഹത്തെ കളങ്കരഹിതമാക്കിത്തീർത്തു. കൃതജ്ഞതയുടെയും ആരാധനയുടെയും നിറസാന്നിധ്യമുള്ള സ്നേഹം അച്ഛൻ അമ്മയ്ക്ക് സമൃദ്ധമായിത്തന്നെ നൽകി. സത്യത്തിൽ ആ സ്നേഹം അമ്മയുടെ നന്മയോടെന്നതിനേക്കാളുപരി അവരനുഭവിച്ച യാതനകൾക്കെല്ലാം പകരം നൽകുന്ന വിധത്തിലുള്ളതായിരുന്നു. അതാകട്ടെ അച്ഛന്റെ പെരുമാറ്റത്തെ അവർണനീയമാം വിധം ഹൃദ്യമാക്കുകയും ചെയ്തു.

വീട്ടിൽ അമ്മയുടെ ആഗ്രഹങ്ങൾക്ക് മുൻതൂക്കം നൽകിക്കൊണ്ടാണ് എല്ലാം നിർവഹിക്കപ്പെട്ടത്. കരുണാർദ്രമായ ആ മനസിൽ ആഹ്ലാദം നിറയ്ക്കുവാൻ അച്ഛൻ സാധ്യമായതെല്ലാം ചെയ്തു. കഴിഞ്ഞ കാല അനുഭവങ്ങൾ അമ്മയുടെ ആരോഗ്യത്തെ മാത്രമല്ല മനഃസമാധാനത്തെയും പിടിച്ചുലച്ചിട്ടുണ്ടായിരുന്നു. വിവാഹത്തിനു രണ്ടുവർഷം മുമ്പു തന്നെ അച്ഛൻ പൊതുപ്രവർത്തനങ്ങളിൽ നിന്നെല്ലാം വിട്ടുനിന്നു. വിവാഹം കഴിഞ്ഞയുടനെ അവർ പ്രശാന്തസുന്ദരമായ ഇറ്റലിയിലേക്ക് പോയി. അവിടുത്തെ ഹൃദ്യമായ കാലാവസ്ഥ അമ്മയുടെ ആരോഗ്യം വീണ്ടെടുക്കുവാൻ നല്ലൊരു മരുന്നായിരുന്നു.

ഇറ്റലിയിൽ നിന്നും അവർ ജർമനിയിലേക്കും പിന്നെ ഫ്രാൻസിലേക്കുമാണ് പോയത്. അവരുടെ മൂത്തകുട്ടിയായ ഞാൻ നേപ്പിൾസിൽ വച്ചാണ് ജനിച്ചത്. കുഞ്ഞായിരിക്കുമ്പോൾ തന്നെ അവരുടെ യാത്രകളിൽ ഞാനും പങ്കുകൊണ്ടു. ഏറെക്കാലത്തോളം ഞാനവരുടെ ഏകസന്താനമായിരുന്നു. അച്ഛനുമമ്മയും തമ്മിൽ എത്രമാത്രം ദൃഢമായ സ്നേഹമായിരുന്നുവോ അതേതരത്തിൽ ദൃഢമായ സ്നേഹവാത്സല്യങ്ങൾ അവരെന്റെ മേലും ചൊരിഞ്ഞു. ശൈശവത്തെക്കുറിച്ചുള്ള എന്റെ ആദ്യ സ്മരണകളിൽ അമ്മയുടെ സ്നേഹോഷ്മളമായ തലോടലും അച്ഛന്റെ വാത്സല്യം നിറഞ്ഞൊഴുകുന്ന മന്ദസ്മിതവും നിറഞ്ഞുനിൽക്കുന്നുണ്ട്. ഞാനവരുടെ സർവസ്വവുമായിരുന്നു. ഒരേസമയം കളിപ്പാട്ടവും ആരാധനാ വിഗ്രഹവുമായിരുന്നു. അതിനേക്കാളേറെ, മാതാപിതാക്കളെന്ന നിലയിൽ അവരുടെ കടമകളുടെ ഏറ്റക്കുറച്ചിലുകൾക്കനുസരിച്ച് ഈ ഭൂമിയിൽ സന്തോഷമോ ദുരിതമോ അനുഭവിക്കാൻ വിധിക്കപ്പെട്ട് ദൈവ സമക്ഷത്തിൽ നിന്നും അവർക്കു ലഭിച്ച നിഷ്കളങ്കനും നിസ്സഹായനുമായ ശിശുവായിരുന്നു.

ഈ വസ്തുതകളെല്ലാം എന്റെ മാതാപിതാക്കൾക്ക് നല്ല ബോധ്യമായിരുന്നുവെന്ന് പറയാം. അതിനോടൊപ്പം അവരുടെ മനസിന്റെ സ്വതഃസിദ്ധമായ നന്മയും കൂടി ചേർന്നപ്പോൾ എന്റെ ശൈശവം ധന്യമായി. ക്ഷമയുടെയും മഹാമനസ്കതയുടെയും ആത്മനിയന്ത്രണത്തിന്റെയും മഹത്തായ പാഠങ്ങളാണ് ഞാനവരിൽ നിന്നും പഠിച്ചത്. ആഹ്ലാദഭാവങ്ങളുടെ സുവർണനാരുകളാൽ പൊതിഞ്ഞതായിരുന്നു എന്റെ ശൈശവം.

കുറേക്കാലത്തോളം അച്ഛനമ്മമാരുടെ ശ്രദ്ധയുടെയും പരിചരണത്തിന്റെയും കേന്ദ്രം ഞാൻ മാത്രമായിരുന്നു. ഒരു പുത്രിയെ വേണമെന്ന് അമ്മയ്ക്ക് അദമ്യമായ ആഗ്രഹമുണ്ടായിരുന്നുവെങ്കിലും പിന്നെയും കുറേക്കാലത്തോളം ഞാനവരുടെ ഏകസന്താനമായിത്തന്നെ കഴിഞ്ഞു. എനിക്ക് അഞ്ചുവയസായപ്പോൾ, ഒരിക്കൽ ഇറ്റാലിയൻ അതിർത്തികളിലൂടെയുള്ള ഒരു യാത്രയ്ക്കിടയിൽ കോമോ തടാകത്തിന്റെ കരയിൽ ഒരാഴ്ചയോളം ഞങ്ങൾ ചെലവഴിച്ചു. മനസിലെ ഭൂതദയ പാവപ്പെട്ടവരുടെ കുടിലുകൾ സന്ദർശിക്കാൻ മാതാപിതാക്കളെ പ്രേരിപ്പിക്കുമായിരുന്നു. അമ്മയെ സംബന്ധിച്ചിടത്തോളം അതൊരു കടമയെന്നതിനേക്കാൾ ഒരനിവാര്യതയായിരുന്നു; അഥവാ ഒരു വികാരമായിരുന്നു. പഴയകാല യാതനകളുടെ സ്മരണകൾ ഈ യാത്രകൾ അവരിലുണർത്തിയിരുന്നു. ഒരിക്കൽ ഇത്തരമൊരു യാത്രയ്ക്കിടയിൽ മലഞ്ചെരുവിലെ ഒരു ചെറുകുടിൽ അമ്മയുടെ ശ്രദ്ധയിൽപ്പെടുകയുണ്ടായി. ആ കുടിലും അവിടത്തെ അർധനഗ്നരായ കുട്ടികളും ദാരിദ്ര്യത്തിന്റെ ബീഭത്സമായ ഒരു ചിത്രമാണ് വരച്ചുകാട്ടിയത്. അച്ഛൻ മിലാനിലേക്ക് പോയ ഒരു ദിവസം അമ്മ എന്നെയും കൂട്ടി ആ കുടിലിലേക്ക് ചെന്നു. കഠിനാധ്വാനത്താൽ ആരോഗ്യമെല്ലാം നശിച്ച ഒരു കൃഷിക്കാരനും അയാളുടെ ഭാര്യയും കുട്ടികളോടൊപ്പം ആഹാരം കഴിക്കുകയായിരുന്നു അപ്പോൾ. അഞ്ചു കുട്ടികളായിരുന്നു അവർക്ക്. എല്ലാവർക്കും വയർ നിറയെ ഭക്ഷണം അവിടെ ഉണ്ടായിരുന്നില്ല. കുട്ടികളിലൊരാൾ അമ്മയുടെ ഹൃദയം കവർന്നു. മറ്റുള്ളവരിൽ നിന്നും തീർത്തും വ്യത്യസ്തയായിരുന്നു ആ കുട്ടി. മറ്റുനാലു പേരും ഇരുണ്ടകണ്ണുകളോടു കൂടിയ നാടോടിക്കുട്ടികളായിരുന്നു. എന്നാലിവൾ ഒരു കൊച്ചുസുന്ദരി തന്നെയായിരുന്നു. മെലിഞ്ഞശരീരം, സ്വർണതലമുടി, മനോഹരമായ പുരികക്കൊടികൾ, തെളിമയാർന്ന നീലക്കണ്ണുകൾ... അവളൊരു കൊച്ചുമാലാഖയായിരുന്നു. സ്വർഗീയമായ ഒരു രാജമുദ്ര അവളിൽ പ്രകടമായിരുന്നു.

അവളെത്തന്നെ നോക്കിക്കൊണ്ട് അത്ഭുതാദരങ്ങളോടെയുള്ള അമ്മയുടെ നിൽപ്പ് കണ്ടപ്പോൾ കർഷക സ്ത്രീ ആ കുട്ടിയുടെ ചരിത്രം വിശദീകരിച്ചു. അത് അവരുടെ കുഞ്ഞായിരുന്നില്ല. മിലാൻകാരനായ ഒരു മാന്യന്റെ മകളായിരുന്നു. അവളുടെ അമ്മ ഒരു ജർമൻകാരിയായിരുന്നു. പ്രസവസമയത്ത് അവർ മരിച്ചുപോയി. കൈക്കുഞ്ഞിനെ മിലാൻകാരൻ ഈ ദമ്പതികളെയാണ് ഏൽപ്പിച്ചത്. ഇറ്റലിയുടെ നഷ്ടപ്രതാപങ്ങളെ

ക്കുറിച്ച് സ്വപ്നം കണ്ടിരുന്ന അനേകം പൗരന്മാരിലൊരാളായിരുന്നു അവളുടെ അച്ഛൻ. അതുകൊണ്ടുതന്നെ ജന്മനാടിന്റെ സ്വാതന്ത്ര്യത്തിനുവേണ്ടിയുള്ള പോരാട്ടങ്ങളിൽ സജീവമായാണ് അയാൾ പങ്കെടുത്തത്. അതിന് അയാൾക്ക് വലിയ വിലയും കൊടുക്കേണ്ടിവന്നു. ഇപ്പോൾ അയാൾ ജീവിച്ചിരിപ്പുണ്ടോ, ഏതെങ്കിലും ഇറ്റാലിയൻ ദുർഗത്തിൽ കിടന്ന് നരകയാതന അനുഭവിക്കുകയാണോ എന്നൊന്നും ആർക്കും അറിയില്ല. അയാളുടെ സ്വത്തെല്ലാം സർക്കാർ കണ്ടുകെട്ടിയിരുന്നു. മകൾ അനാഥയുമായിത്തീർന്നു. അതുകൊണ്ടാണിവൾ ഇപ്പോഴും ഇവിടെ, ഈ ദരിദ്രകർഷകരുടെ തണലിൽ കഴിയുന്നത്. ഈ ദരിദ്രഭവനത്തിൽ കറുത്ത കാട്ടുപൂക്കൾക്കിടയിലെ പനിനീർപ്പൂപോലെ അവൾ വളർന്നു.

മിലാനിൽ നിന്നും തിരിച്ചെത്തിയ അച്ഛൻ വീട്ടിൽ എന്നോടൊപ്പം കളിക്കുന്ന ഒരു കുഞ്ഞുമാലാഖയെക്കണ്ട് അമ്പരന്നു. അമ്മ അച്ഛനെ കാര്യങ്ങളെല്ലാം ധരിപ്പിച്ചു. അച്ഛന്റെ സമ്മതത്തോടെ അമ്മ അവളെ കർഷകദമ്പതികളിൽ നിന്നും ഏറ്റുവാങ്ങി. അവർക്ക് അവളെ വലിയ കാര്യമായിരുന്നു. തങ്ങളുടെ മക്കളോടൊപ്പം അവളെയും സംരക്ഷിക്കുവാൻ അവർക്കൊരു മടിയുമില്ലായിരുന്നു. എങ്കിലും കൊടുംദാരിദ്ര്യം അവളെ അമ്മയ്ക്ക് നൽകുവാൻ അവരെ നിർബന്ധിച്ചു. ഗ്രാമത്തിലെ പുരോഹിതനുമായി കൂടിയാലോചിച്ചതിനു ശേഷം അവർ ആ കുഞ്ഞിനെ അമ്മയ്ക്കു കൈമാറി. അങ്ങനെയാണ് എലിസബത്ത് ലാവെൻസ ഞങ്ങളുടെ വീട്ടിലെ അംഗമായിത്തീർന്നത്. അവളെനിക്ക് എല്ലാമായിരുന്നു. ഒരു സഹോദരിയെക്കാളേറെ എന്തൊക്കെയോ ആയിരുന്നു. എന്റെ ആഹ്ലാദങ്ങളിലും ചിന്തകളിലും അവളൊരു സുന്ദരസാന്നിധ്യമായിരുന്നു.

എലിസബത്തിനെ എല്ലാവർക്കും വലിയ ഇഷ്ടമായിരുന്നു. സ്നേഹാർദ്രവും ബഹുമാന്യവുമായ ഒരടുപ്പമായിരുന്നു അവളോടെല്ലാവരും വച്ചുപുലർത്തിയിരുന്നത്. അതെന്നിൽ ആഹ്ലാദവും അഭിമാനവും നിറച്ചു. എലിസബത്ത് വരുന്നതിന്റെ തലേദിവസം അമ്മ എന്നോടുപറഞ്ഞു. "എന്റെ വിക്ടറിനു ഞാനൊരു സമ്മാനം തരുന്നുണ്ടു കേട്ടോ. നാളെയാവട്ടെ..." പിറ്റേന്ന് അമ്മ എലിസബത്തിനെ എനിക്കു സമ്മാനിച്ചുകൊണ്ട് വാക്കുപാലിച്ചു. ഞാനാണെങ്കിൽ ബാലസഹജമായ ഗൗരവത്തോടെ അമ്മയുടെ വാക്കുകളെ അക്ഷരംപ്രതി സ്വീകരിക്കതന്നെ ചെയ്തു. എലിസബത്തിനെ എന്റേതുമാത്രമായിട്ടാണ് ഞാൻ കരുതിയത്. അവളെ സ്നേഹിക്കേണ്ടതും സംരക്ഷിക്കേണ്ടതും ഞാനാണെന്ന് എനിക്ക് തോന്നിയിരുന്നു. അവളെ എന്റെ മാത്രം സ്വന്തമായിട്ടാണ് ഞാൻ കണ്ടത്. ഞങ്ങൾ പരസ്പരം കസിൻ എന്നുവിളിച്ചു. ഞങ്ങളുടെ ബന്ധത്തിന്റെ സ്വഭാവവും തീവ്രതയും വിവരിക്കാൻ വാക്കുകളില്ലായിരുന്നു. അത് എല്ലാ നിർവചനങ്ങൾക്കും അതീതമായിരുന്നു. അവളെനിക്ക് എല്ലാമായിരുന്നു. മരണം വരെ എന്റേതുമാത്രമായിരുന്നു.

2

ഞങ്ങൾ ഒരുമിച്ച് വളർന്നു. ഞങ്ങൾ തമ്മിൽ ഒരു വയസിന്റെ വ്യത്യാസം പോലുമില്ലായിരുന്നു. അനൈക്യവും കലഹവും നിറഞ്ഞ മനസുകൾക്ക് ഞങ്ങൾ ഒരത്ഭുതമായിരുന്നു. മനസിന്റെ യോജിപ്പായിരുന്നു ഞങ്ങളുടെ ബന്ധത്തിന്റെ കാതൽ. അതേസമയം ഞങ്ങളുടെ സ്വഭാവത്തിന്റെ ഭാഗമായിരുന്ന വൈജാത്യവും വൈരുധ്യങ്ങളും ഞങ്ങളെ കൂടുതൽ അടുപ്പിക്കുകയായിരുന്നു. എലിസബത്ത് ശാന്തശീലയും ഏകാഗ്രതയുള്ളവളുമായിരുന്നു. ഞാൻ അങ്ങനെ ആയിരുന്നില്ല. എന്റെ പ്രകൃതം കുറേക്കൂടി തീവ്രമായിരുന്നു. അറിവിനു വേണ്ടിയുള്ള അടങ്ങാത്ത ദാഹമായിരുന്നു എന്റെ മനസിനെ സദാ മഥിച്ചിരുന്നത്. കവിതകളുടെയും മറ്റും സാങ്കൽപ്പിക ലോകത്തിൽ സ്വയം വ്യാപരിച്ചുകൊണ്ടാണ് എലിസബത്ത് സമയം ചെലവഴിച്ചത്. ഞങ്ങളുടെ ഗൃഹാന്തരീക്ഷത്തെ ചൂഴ്ന്നുനിൽക്കുന്ന മനോഹരമായ ഗിരിശൃംഗങ്ങളും ഋതുപ്പകർച്ചകളും ഇടയ്ക്കിടെ വീശിയടിക്കുന്ന പ്രചണ്ഡവാതവും അതിനെത്തുടർന്നുണ്ടാവുന്ന ശാന്തതയും സർവോപരി ആൽപ്പ്സ് മലകളിലെ വേനൽക്കാല ജീവിതത്തിന്റെ പ്രക്ഷുബ്ധതകളുമെല്ലാം അവളുടെ മനസിനെ വല്ലാതെ സ്വാധീനിച്ചിരുന്നു. അവയുടെ ഉജ്വലമായ അവസ്ഥാവിശേഷങ്ങളെപ്പറ്റിയാണ് അവൾ ചിന്തിച്ചിരുന്നത്. അതേസമയം എന്റെ ആഹ്ലാദം അവയുടെ കാരണങ്ങൾ കണ്ടെത്തുന്നതിലായിരുന്നു. ഈ പ്രപഞ്ചം എന്നെ സംബന്ധിച്ചിടത്തോളം വലിയൊരു രഹസ്യമായിരുന്നു. അതിനെ വെളിപ്പെടുത്തുവാൻ ഞാൻ അദമ്യമായി ആഗ്രഹിച്ചു. ഹൃദയം നിറഞ്ഞ ആകാംക്ഷയും പ്രകൃതി നിയമങ്ങളുടെ രഹസ്യങ്ങൾ കണ്ടെത്താനുള്ള തീവ്രവാഞ്ഛയുമായിരുന്നു അക്കാലത്ത് എന്നെ അടക്കിഭരിച്ച വികാരങ്ങൾ.

എന്നെക്കാൾ ഏഴുവയസിന് ഇളയവനായ രണ്ടാമത്തെ കുഞ്ഞിന്റെ ജനനത്തോടെ മാതാപിതാക്കൾ നാടോടികളുടേതു പോലെയുള്ള ജീവിതത്തിന് വിരാമമിട്ടുകൊണ്ട് ജന്മനാട്ടിൽ സ്ഥിരതാമസമാക്കി. ജനീവയിൽ ഞങ്ങളൊരു വീട് സ്വന്തമാക്കിയിരുന്നു. അതുകൂടാതെ നഗരത്തിൽ നിന്നും കുറച്ചു ദൂരെയുള്ള ബെൽ റീവിലെ ഒരു തടാകക്കരയിൽ ഞങ്ങൾ ഒരു വീടുവാങ്ങി. മനോഹരമായ ഈ നാട്ടിൻപുറത്താണ് ഞങ്ങൾ മുഖ്യമായും താമസിച്ചിരുന്നത്. തികച്ചും ഏകാന്തവാസമായിരുന്നു അച്ഛനമ്മമാർ നയിച്ചിരുന്നത് എന്നുപറയാം. എന്റെ സ്വഭാവമായിരുന്നു അതിന്റെ കാരണം. ജനങ്ങളുമായി ഇടപഴകുവാൻ ഞാൻ ഇഷ്ടപ്പെട്ടിരുന്നില്ല. വിരലിലെണ്ണാവുന്നവരോടു മാത്രമേ എനിക്ക് അടുപ്പമുണ്ടായിരുന്നുള്ളൂ. സ്കൂൾ കുട്ടികളോടെല്ലാം ഞാൻ തികഞ്ഞ നിർവികാരതയാണ് പ്രകടിപ്പിച്ചത്, ഒരാളോടൊഴികെ. ഹെൻറി ക്ലെർവെൽ എന്നായിരുന്നു അവന്റെ പേര്. ജനീവയിലെ ഒരു വ്യാപാരിയുടെ മകൻ. സവിശേഷമായ പ്രതിഭയും ഭാവനയുമുള്ള കുട്ടിയായിരുന്നു അവൻ. ധീരകൃത്യങ്ങളിലും വിഷ

മപ്രശ്നങ്ങളിലും ചിലപ്പോൾ അപായകരമായ പ്രവൃത്തികളിൽപ്പോലും അവൻ അങ്ങേയറ്റത്തെ ഔത്സുക്യവും ആവേശവും പ്രകടിപ്പിച്ചിരുന്നു. കാൽപ്പനികതയും ധീരോദാത്തതയും പ്രതിപാദിക്കുന്ന പുസ്തകങ്ങൾ അവനെ വല്ലാതെ ആകർഷിച്ചു. വീരഗാഥകളും അഭൗമികതയുടെയും വീരകൃത്യങ്ങളുടെയും കഥകളും അവൻ എഴുതിയിരുന്നു. കൂടാതെ ഏകാങ്കനാടകങ്ങൾ സ്വയം തയാറാക്കി ഞങ്ങളെ അതിൽ അഭിനയിപ്പിക്കുകയും ചെയ്തു അവൻ.

എന്റേതുപോലെ ആഹ്ലാദകരമായ ഒരു ബാല്യകാലം മറ്റൊരു മനുഷ്യനും അനുഭവിച്ചിട്ടുണ്ടാകുമെന്ന് തോന്നുന്നില്ല. എന്റെ മാതാപിതാക്കളിൽ കരുണയും ലാളനയും വേണ്ടുവോളമുണ്ടായിരുന്നു. മനോവ്യാപാരങ്ങൾക്കനുസരിച്ച് ഭരണം നടത്തുന്ന സ്വേച്ഛാധിപതികളെപ്പോലെ ആയിരുന്നില്ല അവർ. ഞങ്ങൾക്കുവേണ്ടി ആഹ്ലാദത്തിന്റെ അനേകം വേളകൾ അവരൊരുക്കിത്തന്നു. മറ്റു കുടുംബങ്ങളുമായി ഇടപെടുമ്പോഴാണ് ഞങ്ങളെത്രമാത്രം ഭാഗ്യവാന്മാരാണെന്ന സത്യം ഞങ്ങൾക്ക് മനസിലായത്.

ചില സമയങ്ങളിൽ എന്റെ സ്വഭാവം വല്ലാതെ പരുക്കനായിത്തീരാറുണ്ടായിരുന്നു. അപ്പോഴെല്ലാം എന്റെ മനസിൽ തീവ്രമായ വൈകാരിക സംഘർഷങ്ങൾ ഉരുണ്ടുകൂടും. എങ്കിലും അടിസ്ഥാന പ്രകൃതത്തിലെ ചില സവിശേഷതകൾ കൊണ്ടാവാം അവയൊന്നും ബാലിശവും അക്രമാസക്തവുമാകാറില്ല, പകരം പുതിയ അറിവുകൾ നേടാനുള്ള ശക്തമായ ഒരഭിലാഷമായി അവ പരിണമിക്കാറാണുള്ളത്. ഒരു കാര്യം തുറന്നുപറയട്ടെ; ഭാഷാഘടനയോ സർക്കാർ നിയമാവലികളോ വിവിധ രാഷ്ട്രങ്ങളിലെ രാഷ്ട്രീയ വ്യവസ്ഥകളോ എന്നെ ആകർഷിച്ചിരുന്നില്ല. ഈ പ്രപഞ്ചത്തെ ചൂഴ്ന്നു നിൽക്കുന്ന രഹസ്യങ്ങളെയാണ് ഞാൻ അന്വേഷിച്ചത്. വസ്തുതകളുടെ ബാഹ്യസത്തയാണോ പ്രകൃതിയുടെ ആന്തരിക ചേതനയാണോ അതോ എന്റെയുള്ളിലുള്ള ദുരൂഹമായ മനുഷ്യാത്മാവാണോ കാരണമെന്നറിയില്ല, ഇപ്പോഴും എന്റെ അന്വേഷണ പഥങ്ങൾ നീണ്ടുകിടക്കുന്നത് പ്രപഞ്ചാതീതമായ രഹസ്യങ്ങളിലേക്കും ദുരൂഹവിസ്മയങ്ങളിലേക്കുമാണ്.

നേരെ മറിച്ച് വസ്തുക്കളുടെ ധാർമിക ബന്ധങ്ങളിലാണ് എന്റെ സ്നേഹിതനായ ക്ലെർവെൽ താൽപ്പര്യം പ്രകടിപ്പിച്ചിരുന്നത്. തിരക്കേറിയ ജീവിതാവസ്ഥകളും ധീരനായകന്മാരുടെ ധർമബോധവും മനുഷ്യരുടെ സാധാരണ പ്രവൃത്തികളുമെല്ലാം അവന്റെ ചിന്തയ്ക്കും അന്വേഷണത്തിനും പാത്രമായി. ചരിത്രപുസ്തകങ്ങളിലെല്ലാം കാണുന്ന ധീരന്മാരെപ്പോലെ ആവണമെന്നായിരുന്നു അവന്റെ അഭിലാഷം; മാനവരാശിക്ക് ഉപകാരികളായിത്തീർന്ന ശ്രേഷ്ഠവ്യക്തികളിലൊരാൾ. എന്നാൽ എലിസബത്തോ? അവളുടെ വിശുദ്ധാത്മാവ് തിരുവിഗ്രഹത്തിനു മുന്നിലെ ദീപനാളം പോലെ ഞങ്ങളുടെ ഭവനത്തിലാകമാനം പ്രഭചൊരിഞ്ഞു. അവളുടെ ആർദ്രത ഞങ്ങളുടേതുകൂടിയായിരുന്നു. അവളുടെ മന്ദസ്മിതവും മൃദുഭാഷണവും സ്നേഹം തുളുമ്പുന്ന കടാക്ഷവുമെല്ലാം

ഞങ്ങളെ അനുഗ്രഹിക്കുകയും മനസിനെ ജീവസുറ്റതാക്കുകയും ചെയ്തു. ഹൃദയത്തെ അലിയിക്കുന്ന അത്യുന്നതമായ സ്നേഹവാൽസല്യങ്ങളുടെ ഉജ്വലപ്രതീകമായിരുന്നു അവൾ. വിരസമായ പഠനഗവേഷണങ്ങളും സ്വഭാവത്തിലെ പൊതുവെയുള്ള പാരുഷ്യവും എന്നെ ഒരു സ്ഥിരം ദുർമുഖനാക്കാതിരുന്നതിൽ എലിസബത്തിന്റെ, സ്നേഹോഷ്മളമായ പെരുമാറ്റവും പ്രകൃതവും വലിയ പങ്ക് വഹിച്ചിട്ടുണ്ടെന്നുള്ളതാണ് സത്യം.

ദൗർഭാഗ്യങ്ങളുടെ കരാളത എന്റെ മനസിനെ മുഷിപ്പിക്കുകയും അതിന്റെ തെളിച്ചമാർന്ന കാഴ്ചപ്പാടുകളെ ഇടുങ്ങിയ സ്വത്വബോധത്തിലേക്ക് ചുരുക്കുകയും ചെയ്യുന്നതിനു മുമ്പുള്ള എന്റെ ബാല്യകാല സ്മരണകളെല്ലാം അങ്ങേയറ്റം ആഹ്ലാദകരമാണ്. അവ നിങ്ങളുടെ മുന്നിൽ തുറന്നുവെക്കുന്നതോടൊപ്പം എന്റെ ജീവിതത്തിൽ പിന്നീടുണ്ടായ ദുരന്തങ്ങളിലേക്ക് വഴിവെച്ച സംഭവങ്ങളെക്കുറിച്ചും ഞാൻ പറഞ്ഞുതരാം. എന്റെ തുടർന്നുള്ള ജീവിതത്തിന്റെ നിയമശക്തിയായിത്തീർന്ന ആ മാനസികാവസ്ഥയെപ്പറ്റി ഞാനോർക്കുമ്പോഴെല്ലാം നിന്ദ്യവും, മിക്കവാറും വിസ്മൃതിയിലാഴ്ത്തുന്നതുമായ ഏതോ കേന്ദ്രത്തിൽ നിന്നും ഉത്ഭവിച്ച് ക്രമേണ വളർന്നു വികസിച്ച് എന്റെ പ്രതീക്ഷകളെയും ആഹ്ലാദാവസ്ഥകളെയും പിഴുതെറിഞ്ഞ് കുലംകുത്തിയൊഴുകുന്ന ഒരു മഹാപ്രവാഹത്തെപ്പോലെ അതെന്റെ ഉൾക്കണ്ണുകൾക്കു മുന്നിൽ തെളിയുകയാണ്.

എന്റെ ജീവിതത്തെയും നിയതിയെയും നിയന്ത്രിക്കുകയും ക്രമീകരിക്കുകയും ചെയ്തത് പ്രകൃതിശാസ്ത്രമെന്ന വിഷയമായിരുന്നുവെന്ന് പറയാം. അതിനെക്കുറിച്ച് പറയുമ്പോൾ ആ ശാസ്ത്രത്തോട് ആഭിമുഖ്യമുണ്ടാക്കിയ കാര്യങ്ങളെക്കുറിച്ചും പറയുന്നത് നന്നായിരിക്കുമെന്ന് എനിക്കു തോന്നുന്നു. എന്റെ പതിമൂന്നാമത്തെ വയസിൽ ഞങ്ങളെല്ലാവരും തോനോണിനടുത്ത് സമുദ്രസ്നാനത്തിനു പോയി. എന്നാൽ കാറും കോളും നിറഞ്ഞ കാലാവസ്ഥ മൂലം ഞങ്ങൾക്ക് ഒരു ദിവസം മുഴുവനും സത്രത്തിനുള്ളിൽത്തന്നെ കഴിച്ചുകൂട്ടേണ്ടിവന്നു. അവിടെവച്ചു ഞാൻ കോർണീലിയസ് അഗ്രിപ്പയുടെ ഒരു പുസ്തകം കാണാനിടയായി. വലിയ താൽപ്പര്യമൊന്നുമില്ലാതെയാണ് ഞാൻ ആ പുസ്തകം വായിക്കാൻ തുടങ്ങിയത്. എന്നാൽ അതിൽ ഗ്രന്ഥകർത്താവ് അവതരിപ്പിക്കുന്ന സിദ്ധാന്തവും അതിന് ഉപോദ്ബലകമായി അദ്ദേഹം വിവരിക്കുന്ന അത്ഭുതകരമായ വസ്തുതകളും എന്റെ മനസിനെ മാറ്റിമറിച്ചു. മനസിലെ നിർവികാരതയെ അത് ആവേശമാക്കി മാറ്റി. ഒരു പുതിയവെളിച്ചം എന്റെ മനോമുകുരത്തിൽ തെളിഞ്ഞതായി എനിക്കുതോന്നി. അത്യധികമായ ആവേശത്തോടെയാണ് ഞാൻ ഈ പുസ്തകത്തെപ്പറ്റി അച്ഛനോടു പറഞ്ഞത്. എന്നാൽ പുസ്തകത്തിന്റെ തലക്കെട്ടിൽ അലസമായി ഒന്നു കണ്ണോടിച്ച് അച്ഛൻ പറഞ്ഞത് ഇങ്ങനെയായിരുന്നു. "ഓ, കോർണീലിയസ് അഗ്രിപ്പ! എന്റെ മോനേ ഇത്തരം ചവറുകൾ വായിച്ച് നീ സമയം കളയല്ലേ..."

അഗ്രിപ്പയുടെ തത്വങ്ങൾ മുഴുവൻ ഖണ്ഡിക്കപ്പെട്ടിട്ടുണ്ടെന്നും അവയ്ക്ക് പകരമായി കൂടുതൽ ശക്തിവിശേഷങ്ങളുള്ള പുതിയൊരു ശാസ്ത്രശാഖ ഉരുത്തിരിഞ്ഞിട്ടുണ്ടെന്നും, ആദ്യത്തേത് ശുദ്ധ അസംബന്ധവും സാങ്കൽപ്പികവുമാണെങ്കിൽ രണ്ടാമത്തേത് ശാസ്ത്രീയവും പ്രായോഗികവുമാണെന്നും അച്ഛൻ പറഞ്ഞിരുന്നെങ്കിൽ തീർച്ചയായും ഞാൻ ആ പുസ്തകം ആ നിമിഷം വലിച്ചെറിയുമായിരുന്നു; എന്റെ പഴയ പഠന ഗവേഷണങ്ങളിലേക്കു തന്നെ തിരിച്ചു ചെല്ലുമായിരുന്നു. അങ്ങനെയായിരുന്നെങ്കിൽ എന്നെ സർവനാശത്തിലേക്കു നയിച്ച ആ മാരകമായ, ഭ്രാന്തമായ ആശയഗതികൾ എന്റെ മസ്തിഷ്കത്തിൽ രൂപം കൊള്ളുകയുമില്ലായിരുന്നു. പക്ഷേ ആ പുസ്തകത്തോടുള്ള അച്ഛന്റെ വിപ്രതിപത്തി അതിന്റെ ഉള്ളടക്കത്തെപ്പറ്റി എന്തെങ്കിലും അറിവുണ്ടായിട്ടാണെന്ന് എനിക്ക് തോന്നിയതേയില്ല. അതുകൊണ്ടാണ് അച്ഛന്റെ ഒഴുക്കൻ മട്ടിലുള്ള എതിരഭിപ്രായത്തെ മുഖവിലയ്ക്കെടുക്കാതെ ആർത്തി പിടിച്ച മനസുമായി ഞാനതിന്റെ വായന തുടർന്നത്.

വീട്ടിലെത്തിയ ഉടനെ എന്റെ ആദ്യത്തെ ശ്രമം അഗ്രിപ്പയുടെ മുഴുവൻ പുസ്തകങ്ങളും സംഘടിപ്പിക്കുകയെന്നതായിരുന്നു. അതോടൊപ്പം പരാസിൽസസ്, ആൽബർട്ട് മാഗ്നസ് എന്നീ സമാനമനസ്കരായ പ്രതിഭകളുടെയും ഗ്രന്ഥങ്ങൾ ഞാൻ തേടിപ്പിടിച്ചു വായിക്കാൻ തുടങ്ങി. എത്രമാത്രം ആവേശത്തോടും ആഹ്ലാദത്തോടും കൂടിയാണെന്നോ ഞാനിവരുടെയൊക്കെ ഭ്രാന്തൻ കൽപ്പനകളെ മനസിലേക്കാവാഹിച്ചത്. വളരെ കുറച്ചു പേർക്കുമാത്രം വെളിപ്പെട്ടിട്ടുള്ള നിധിപോലെയായിരുന്നു എനിക്ക് ഈ വിവരങ്ങൾ. പ്രകൃതി രഹസ്യങ്ങളിലേക്ക് ആഴ്ന്നിറങ്ങാനുള്ള തീവ്രമായ ത്വര മനസിൽ താലോലിക്കുന്ന ഒരാളായിരുന്നു ഞാൻ. ആധുനിക ശാസ്ത്രകാരന്മാരുടെ കഠിനാധ്വാനവും അത്ഭുതകരമായ കണ്ടുപിടിത്തങ്ങളും എന്തുകൊണ്ടോ എന്നെ തീരെ ആകർഷിച്ചിരുന്നില്ല. സത്യമാകുന്ന മഹാസമുദ്രത്തിന്റെ കരയിൽ കക്കകൾ പെറുക്കുന്ന ഒരു കുട്ടിയാണ് താനെന്ന് ഐസക്ന്യൂട്ടൺ പറഞ്ഞിട്ടുണ്ട്. അദ്ദേഹത്തിന്റെ പിൻഗാമികളായ ശാസ്ത്രകാരന്മാരും എന്നിലെ ബാലസഹജമായ പ്രത്യക്ഷ ജ്ഞാനത്തിനു മുന്നിൽ കക്ക പെറുക്കുന്ന കുട്ടികളായിരുന്നു. പ്രപഞ്ചസത്യത്തിന്റെ അന്വേഷണ പാതയിൽ അൽപ്പംപോലും മുന്നോട്ടു പോകാനാവാതെ നിൽക്കുന്ന തുടക്കക്കാർ.

നിരക്ഷരനായ ഒരു കർഷകൻ തനിക്കു ചുറ്റുമുള്ള പ്രകൃതിശക്തികളെ അറിയുകയും അവയുടെ പ്രായോഗികമായ ഉപയോഗങ്ങളെക്കുറിച്ച് മനസിലാക്കുകയും ചെയ്യുന്നു. എന്നാൽ പണ്ഡിതനായ ഒരു ശാസ്ത്രകാരന് അവയെക്കുറിച്ച് അതിനേക്കാളേറെയൊന്നും അറിവില്ലെന്നതാണ് സത്യം. പ്രകൃതിയുടെ മുഖം ഭാഗികമായി മാത്രമേ അയാൾക്ക് വെളിപ്പെട്ടിട്ടുള്ളൂ. അതിന്റെ അനശ്വരമായ ഒരു ഭാഗം ഇപ്പോഴും ദുരൂഹമായി നിലനിൽക്കുക തന്നെയാണ്. അയാളൊരു പക്ഷേ അവയെ അപഗ്രഥിച്ചിട്ടുണ്ടാകാം. തലനാരിഴ കീറി പഠിച്ചിട്ടുണ്ടാകാം. ഓരോ പേരുകൾ

നൽകിയിട്ടുണ്ടാകാം. എന്നാൽ അവയുടെ കേവല സത്യത്തെക്കുറിച്ച് അയാളിപ്പോഴും അജ്ഞനാണെന്നതാണ് സത്യം.

എന്നാൽ വസ്തുതകളുടെ ആഴങ്ങളിലേക്കിറങ്ങിച്ചെന്ന് വിജ്ഞാനം കൊയ്തെടുത്ത കുറച്ചെങ്കിലും ആളുകളും പുസ്തകങ്ങളും ഇവിടെയുണ്ട്. അവർ പ്രസ്താവിച്ച തത്വങ്ങളിൽ ഞാൻ വിശ്വസിച്ചു. ഞാൻ പോലുമറിയാതെ ഞാനവരുടെ ശിഷ്യനായി മാറി. പതിനെട്ടാം നൂറ്റാണ്ടിൽ അത്തരം കാര്യങ്ങളുണ്ടാകുമെന്നത് വിചിത്രം തന്നെയായിരുന്നു. എന്നാൽ ജനീവയിലെ സ്കൂളുകളിലെ വിദ്യാഭ്യാസ സമ്പ്രദായങ്ങളിലൂടെ കടന്നുപോകവെ വലിയൊരളവിൽ ഞാനെന്റെ ഇഷ്ടവിഷയം സ്വയം പഠിച്ചു. എന്റെ അച്ഛൻ ശാസ്ത്രാവബോധമുള്ള ഒരാളായിരുന്നില്ല. എന്റെ ഉള്ളിലോ അറിവുകൾ നേടാനുള്ള അടങ്ങാത്ത വാഞ്ഛയും. അതുകൊണ്ടുതന്നെ ആചാര്യന്മാരുടെ നിർദേശങ്ങൾ ശുഷ്കാന്തിയോടെ പാലിച്ചുകൊണ്ട് പ്രകൃതിശാസ്ത്ര പഠനങ്ങളിൽ ഞാൻ എന്നെത്തന്നെ അർപ്പിച്ചു. എല്ലാ രോഗങ്ങളിൽ നിന്നും മാനവകുലത്തെ സംരക്ഷിക്കാൻ ശക്തിയുള്ള ഒരു ജീവാമൃതത്തിന്റെ കണ്ടുപിടിത്തം എത്ര മഹത്തരമായിരിക്കുമെന്ന് ഞാൻ ചിന്തിച്ചു.

എന്റെ പതിനഞ്ചാമത്തെ വയസിൽ ബൽറീവ് തടാകക്കരയിലെ വീട്ടിലേക്ക് ഞങ്ങൾ താമസം മാറ്റി. അവിടെവച്ച് ഒരിക്കൽ അതിഭയങ്കരമായ ഒരു ഇടിമുഴക്കത്തിനു ഞങ്ങൾ സാക്ഷികളായി. ജൂറാമലനിരകളിൽ നിന്നുമാണ് അതുത്ഭവിച്ചത്. ആകാശത്തിന്റെ നാനാദിശകളിൽ നിന്നും കാതടപ്പിക്കുന്ന ഗർജനങ്ങളുയർന്നു. ആകാംക്ഷയും ആനന്ദവും നിറഞ്ഞ മനസുമായി ഞാൻ ആ രംഗം വീക്ഷിച്ചുകൊണ്ട് വാതിലിനരികിൽ നിൽക്കുകയായിരുന്നു. പെട്ടെന്നാണ് വിസ്മയകരമായ ആ ദൃശ്യം എന്റെ കണ്ണിൽപ്പെട്ടത്. ഞങ്ങളുടെ വീടിനു മുന്നിൽ ഉണ്ടായിരുന്ന ഓക്കുമരത്തെ അഗ്നിജ്വാലകൾ വിഴുങ്ങുന്നു. നിമിഷനേരം കൊണ്ട് തീ അപ്രത്യക്ഷമായപ്പോൾ മരം നിന്നിടത്ത് അവശേഷിച്ചത് ഒരു കുറ്റിമാത്രം. പിറ്റേന്നു ഞാൻ ആ സ്ഥലത്തു പോയിനോക്കി. മരം ചെറിയ ചെറിയ ചീളുകളായി മുഴുവനായും നശിച്ചിരുന്നു. ഇതുപോലൊരു കാഴ്ച മുമ്പെങ്ങും ഞാൻ കണ്ടിട്ടുണ്ടായിരുന്നില്ല.

വൈദ്യുതിയുടെ അപരിമേയ ശക്തിയെക്കുറിച്ച് അതുവരെ എനിക്കത്ര ബോധ്യമുണ്ടായിരുന്നില്ല. ഈ സംഭവത്തിന്റെ പശ്ചാത്തലത്തിൽ ഞങ്ങളുടെ നാട്ടിലെ ഒരു ശാസ്ത്രജ്ഞൻ വൈദ്യുതിയെയും ഗാൽവനിസത്തെയും കുറിച്ചുള്ള ചില സിദ്ധാന്തങ്ങൾ വിവരിച്ചുതന്നു. അവ എന്റെ മനസിൽ വലിയ വിസ്മയങ്ങളുണ്ടാക്കി. ശാസ്ത്രജ്ഞൻ പറഞ്ഞ സിദ്ധാന്തങ്ങളിൽ എന്റെ സങ്കൽപ്പഗുരുവര്യന്മാരായ അഗ്രിപ്പയുടെയും മാഗ്നസിന്റെയും തത്വങ്ങൾ നിഷ്പ്രഭമായിപ്പോയി. തൽക്കാലത്തേക്കെങ്കിലും അവരെ എന്റെ മനസിൽ നിന്നും മാറ്റിനിർത്തി ആധുനിക ശാസ്ത്രത്തെക്കുറിച്ചു പഠിക്കാൻ ഞാൻ തീരുമാനിച്ചു. അഗ്രിപ്പയുടെ പുസ്തകങ്ങൾ മാറ്റിവച്ചു ഗണിതശാസ്ത്രവും മറ്റു അനുബന്ധ വിഷയങ്ങളും ഞാൻ

പഠിക്കാൻ തുടങ്ങി.

പക്ഷേ എത്രമാത്രം സങ്കീർണവും വിചിത്രവുമാണ് മനുഷ്യമനസ്സ്. അവയെ പൊതിഞ്ഞിരിക്കുന്ന നേർത്തനൂലുകൾ ജീവിത വിജയത്തിന്റെയോ പരാജയത്തിന്റെയോ എന്ന് ആർക്കാണ് പ്രവചിക്കാനാവുക? എത്ര വേഗത്തിലാണ് എന്റെ ചിന്തകളിലേക്ക് വീണ്ടും അഗ്രിപ്പയുടെ ഭ്രാന്തൻ സിദ്ധാന്തങ്ങൾ ഇരച്ചുകയറിവന്നത്. അതോടെ ആധുനിക ശാസ്ത്രപഠനത്തെ ഞാൻ കയ്യൊഴിഞ്ഞു. നിയതി എന്നെയേൽപ്പിച്ച കടമയെന്ന പോലെ ഞാൻ വീണ്ടും വിനാശകാരിയായ പഴയ പഠനങ്ങളിലേക്കു തിരിഞ്ഞു. എന്റെ എല്ലാപരാജയങ്ങളുടെയും തകർച്ചയുടെയും കേന്ദ്രത്തിലേക്ക് ഞാനങ്ങനെ വീണ്ടും കയറിച്ചെന്നു.

3

എനിക്ക് പതിനേഴു വയസായപ്പോൾ ഇൻഗോൾ, സ്റ്റാറ്റ് സർവകലാശാലയിൽ എന്നെ ചേർക്കാൻ അച്ഛൻ തീരുമാനിച്ചു. അതുവരെ ജനീവയിലെ സ്കൂളുകളിലാണ് ഞാൻ പഠിച്ചത്. സ്വന്തം നാട്ടിൽ ഒതുങ്ങിക്കൂടാതെ പുറം ലോകവുമായി പരിചയപ്പെട്ട് പുതിയ ആളുകളുമായി ഇടപഴകിയാൽ മാത്രമേ വിദ്യാഭ്യാസത്തിന് പൂർണ്ണത കൈവരൂ എന്നതായിരുന്നു അച്ഛന്റെ കാഴ്ചപ്പാട്. എന്റെ യാത്രയുടെ തീയതി പോലും തീരുമാനിച്ചിരുന്നു. എന്നാൽ അതിനുമുമ്പ് എന്റെ ജീവിതത്തിലെ ആദ്യദുരന്തം – ഒരു പക്ഷേ എന്റെ ഭാവിജീവിതത്തിലെ അനേകം ദുരന്തങ്ങളുടെയും ദൗർഭാഗ്യങ്ങളുടെയും തുടക്കം – സംഭവിച്ചു.

കഠിനമായ വിഷപ്പനി പിടിപെട്ട് എലിസബത്ത് കിടപ്പിലായി. അവളുടെ സ്ഥിതി അത്യന്തം ആശങ്കാജനകമായിരുന്നു. വളരെ അപകടകരമായ പകർച്ചവ്യാധിയായിരുന്നതിനാൽ അവളെ ശുശ്രൂഷിക്കുന്നതിൽ നിന്നും അമ്മയെ എല്ലാവരും വിലക്കിയിരുന്നു. പക്ഷേ എലിസബത്തിന്റെ സ്ഥിതി പിന്നെയും മോശമായപ്പോൾ, മെല്ലെ മെല്ലെ അവൾ മരണവക്രതത്തിലേക്കടുത്തപ്പോൾ അമ്മയ്ക്കത് കണ്ടുനിൽക്കാനായില്ല. എതിർപ്പുകളൊന്നും വകവെക്കാതെ അമ്മ അവളുടെ പരിചരണം ഏറ്റെടുത്തു. അവരുടെ ശ്രദ്ധാപൂർവമുള്ള ശുശ്രൂഷയാൽ എലിസബത്ത് മരണത്തിന്റെ പിടിയിൽ നിന്നും രക്ഷപ്പെട്ടു. പക്ഷേ അതോടെ അമ്മ രോഗബാധിതയായി. നാളുകൾ കഴിയുന്തോറും അവരുടെ രോഗം മൂർച്ഛിച്ചുവന്നു. അവർ ജീവിതത്തിലേക്കു തിരിച്ചുവരുമെന്ന പ്രതീക്ഷ എല്ലാവർക്കും നഷ്ടപ്പെട്ടു. പക്ഷേ മരണം തന്റെ മുന്നിൽ വന്നു നിൽക്കുമ്പോഴും അമ്മ മനഃസാന്നിധ്യവും കരുണയും കൈവെടിഞ്ഞില്ല. മരണക്കിടക്കയിൽ കിടന്നുകൊണ്ട് എന്റെയും എലിസബത്തിന്റെയും കൈകൾ ചേർത്തുപിടിച്ച് അമ്മ പറഞ്ഞു.

"എന്റെ കുഞ്ഞുങ്ങൾ ഒരുമിച്ച് ജീവിക്കുന്നത് കാണണമെന്നായി

രുന്നു എന്റെ ഏറ്റവും വലിയ ആഗ്രഹം. ഇനി അത് അച്ഛനു സന്തോഷമേകട്ടെ. മോളേ എലിസബത്ത്... എന്റെ ഇളയകുഞ്ഞുങ്ങളെ എന്റെ സ്ഥാനത്തുനിന്ന് നീ നോക്കണം. നിങ്ങളെ ഇത്രവേഗം വിട്ടുപിരിയേണ്ടിവരുമെന്ന് ഞാനൊരിക്കലും കരുതിയിരുന്നില്ല... പക്ഷേ, അത് സാരമില്ല. ഞാൻ സമാധാനത്തോടെ മരിക്കട്ടെ... ഇനി നമുക്ക് സ്വർഗത്തിൽ വെച്ചു കാണാം..."

അമ്മ മരിച്ചു. അപ്പോഴും ആ മുഖംനിറയെ വാത്സല്യമായിരുന്നു. അമ്മയുടെ വേർപാട് സൃഷ്ടിച്ച ആഘാതം ഞങ്ങളെയെല്ലാം എത്രമാത്രം തളർത്തിയെന്ന് വിവരിക്കാനാവില്ല. ഞങ്ങളുടെ എല്ലാമായിരുന്ന, ഞങ്ങളുടെ കൺവെട്ടത്ത് എപ്പോഴുമുണ്ടായിരുന്ന, വീട്ടിലെ നിറസാന്നിധ്യമായിരുന്ന അമ്മയുടെ വേർപാടിന്റെ വേദനയിൽ നിന്നും മുക്തി നേടുവാൻ ദിവസങ്ങളേറെ വേണ്ടിവന്നു. കാരണം സദാ ഞങ്ങളുടെ മേലുണ്ടായിരുന്ന സമൃദ്ധമായ വാത്സല്യമായിരുന്നു അണഞ്ഞുപോയത്. ഞങ്ങളുടെ കാതിനും കരളിനും ആനന്ദവും ശാന്തിയും പകർന്നിരുന്ന ഒരു ശബ്ദമാണ് ഇനിയൊരിക്കലും കേൾക്കാൻ കഴിയാത്തവിധം നിലച്ചുപോയത്. പക്ഷേ യാഥാർഥ്യവുമായി പൊരുത്തപ്പെടാതിരിക്കാൻ കഴിയില്ലല്ലോ... ഞങ്ങൾക്ക് ഇനിയും ജീവിതത്തിൽ ചെയ്തു തീർക്കേണ്ടതായി പലതുമുണ്ട്. അവയെല്ലാം നിർവഹിക്കണം... ജീവിതം തുടരണം.

മാറ്റിവെച്ചിരുന്ന യാത്രയ്ക്കുള്ള ദിവസം വീണ്ടും നിശ്ചയിക്കപ്പെട്ടു. ദുഃഖഭരിതമായ അന്തരീക്ഷത്തിൽനിന്നും കുറച്ചുകാലത്തേക്കുള്ള ഒരു മോചനമായി ഞാനിത് കണ്ടു. അതുകൊണ്ടുതന്നെ അച്ഛന്റെ സമ്മതം ലഭിച്ചാലുടനെ ഇൻഗോൾസ്റ്റാറ്റിലേക്കു തിരിക്കാൻ ഞാൻ തിടുക്കപ്പെട്ടു. ജീവിതത്തിൽ ആദ്യമായിട്ടാണ് കഠിനമായ ദുഃഖം ഞാനനുഭവിച്ചത്. അതെന്നെ അതിശക്തിയായിത്തന്നെ ആക്രമിച്ചുകളഞ്ഞു. അതിൽ നിന്നും പൂർണമായി മോചനം നേടാൻ കഴിയുമെന്ന് ഞാൻ കരുതിയില്ല. എലിസബത്തിനെങ്കിലും അൽപ്പം ആശ്വാസം ലഭിക്കാൻ ഞാൻ കൊതിച്ചു.

എലിസബത്താണെങ്കിൽ തന്റെ ദുഃഖം മറച്ചുവെച്ചുകൊണ്ട് മറ്റുള്ളവരെ ആശ്വസിപ്പിക്കാൻ ശ്രമിക്കുകയായിരുന്നു. ജീവിതത്തെ നിശ്ചയദാർഢ്യത്തോടെ നോക്കിക്കാണുവാൻ അവൾ പഠിച്ചിരുന്നു. തന്നെ വളർത്തി വലുതാക്കിയവരോടുള്ള കൃതജ്ഞത കറകളഞ്ഞ പരിചരണത്തിലൂടെയാണ് അവൾ പ്രകടിപ്പിച്ചത്. നിറഞ്ഞ ആത്മാർഥതയോടെയാണ് എന്റെയും അച്ഛന്റെയും കാര്യങ്ങളെല്ലാം അവൾ നോക്കി നടത്തിയത്.

അങ്ങനെ യാത്രയ്ക്കുള്ള ദിവസം വന്നുചേർന്നു. തലേന്നുമുതൽ ക്ലെർവെൽ എന്റെ കൂടെയുണ്ടായിരുന്നു. എന്നോടൊപ്പം സർവകലാശാലയിൽ പഠിക്കാൻ അനുവദിക്കണമെന്ന് അവൻ തന്റെ അച്ഛനോടാവശ്യപ്പെട്ടിരുന്നു. പക്ഷേ സങ്കുചിത മനസ്കനായ ആ കച്ചവടക്കാരൻ മകന്റെ ആഗ്രഹത്തിനു വഴങ്ങിയില്ല. സർവകലാശാലയിലൊക്കെ പഠി

ക്കുന്നത് വിഡ്ഢിത്തവും പ്രയോജനരഹിതവുമാണെന്നായിരുന്നു അയാളുടെ പക്ഷം. അതെന്നെ വല്ലാതെ വിഷമിപ്പിച്ചു. ഉന്നതവിദ്യാഭ്യാസത്തിനുള്ള അവന്റെ ആഗ്രഹം നിഷേധിക്കപ്പെട്ടതിൽ അവൻ അതിയായി ദുഃഖിച്ചു. അതിനെക്കുറിച്ചൊന്നും അവൻ കൂടുതൽ സംസാരിക്കാൻ തയാറായിരുന്നില്ല. പിന്നീട് സംസാരിച്ചപ്പോഴാകട്ടെ അവന്റെ കണ്ണുകളിൽ ഒരുറച്ച തീരുമാനത്തിന്റെ തിളക്കമുണ്ടായിരുന്നു. അച്ഛന്റെ ഇഷ്ടത്തിനനുസരിച്ച് കച്ചവടത്തിന്റെ ചങ്ങലയ്ക്കുള്ളിൽ തന്നെ തളച്ചിടാനാവില്ലെന്ന ദൃഢനിശ്ചയത്തിന്റെ തിളക്കം.

അന്നുരാത്രി വൈകുവോളം ഞങ്ങൾ സംസാരിച്ചിരുന്നു. വിടപറയുകയെന്നത് ഞങ്ങളെ സംബന്ധിച്ചിടത്തോളം അസഹ്യമായിരുന്നു. എങ്കിലും നേരമേറെയായപ്പോൾ ഒരു വിധത്തിൽ ശുഭരാത്രിയാശംസിച്ചു ഞങ്ങൾ ഉറങ്ങാൻ പോയി. രാവിലെ ഞാൻ വണ്ടിയിൽ കയറുമ്പോൾ എല്ലാവരും അവിടെയുണ്ടായിരുന്നു. അച്ഛൻ ഒരിക്കൽക്കൂടി എന്നെ അനുഗ്രഹിക്കാനും, ക്ലേർവെൽ എന്റെ കൈപിടിച്ചമർത്താനും, എലിസബത്ത് ഇടയ്ക്കിടെ കത്തെഴുതണമെന്ന് ഓർമിപ്പിക്കാനും, തന്റെ കളിക്കൂട്ടുകാരന് എന്തെങ്കിലും വേണ്ടതുണ്ടെങ്കിൽ അതു ചെയ്തു തരുവാനും....

വണ്ടിയിലിരിക്കുമ്പോൾ എന്റെ ഹൃദയം വിഷാദമൂകമായിരുന്നു. ചിന്തകളെ ദുഃഖം പൊതിഞ്ഞിരുന്നു. ഇതുവരെ എനിക്കുചുറ്റും എന്റെ വേണ്ടപ്പെട്ടവരുണ്ടായിരുന്നു. ഇപ്പോഴിതാ ഞാൻ തികച്ചും ഏകാകിയായിരിക്കുന്നു. ഇനി പുതിയ താവളത്തിൽ പുതിയ കൂട്ടുകാരെ കണ്ടെത്തേണ്ടിയിരിക്കുന്നു. ഇതുവരെയുള്ള എന്റെ ജീവിതം ഗൃഹാന്തരീക്ഷത്തിൽ തളച്ചിടപ്പെട്ടതായിരുന്നു. ഞാനൊരളവുവരെ അന്തർമുഖനുമായിരുന്നു. പുതിയ ബന്ധങ്ങൾ സൃഷ്ടിക്കാൻ ഞാനെന്നും വിമുഖനായിരുന്നു. യാത്രയുടെ ആരംഭത്തിൽ എന്നെ മഥിച്ചിരുന്നത് ഇത്തരം ചിന്തകളായിരുന്നെങ്കിലും ക്രമേണ എന്റെ പ്രതീക്ഷകളുണർന്നു. പുതിയ പുതിയ അറിവുകളുടെ മേഖലയിലേക്ക് പ്രവേശിക്കുവാൻ ഞാൻ ഉൽക്കടമായി ആഗ്രഹിച്ചു. വിശാലമായ ഈ ലോകത്തിന്റെ വൈവിധ്യങ്ങൾ നുകർന്നുകൊണ്ട് പുതിയ അറിവും അനുഭവങ്ങളും നേടി മറ്റുള്ളവർക്കിടയിൽ സ്വന്തമായ ഒരുസ്ഥാനമുറപ്പിക്കണമെന്ന് പലപ്പോഴും ഞാൻ ആഗ്രഹിച്ചിരുന്നു. അതിപ്പോൾ സഫലമാവുകയാണ്. അതുകൊണ്ടുതന്നെ ദുഃഖവും നിരാശതയും മനസിലേറ്റുന്നതിൽ അർഥമില്ലെന്ന് ഞാൻ മനസിലാക്കി.

വിരസവും സുദീർഘവുമായ ഒരുയാത്രയായിരുന്നു അത്. അവസാനം ഇൻഗോൾസ്റ്റാറ്റ് നഗരത്തിന്റെ വെള്ളനിറത്തിലുള്ള ഗോപുരാഗ്രം എന്റെ കണ്ണിൽ തെളിഞ്ഞു. കുറച്ചുസമയത്തിനകം വണ്ടി ഇൻഗോൾസ്റ്റാറ്റിലെത്തി. ഞാൻ നേരെപോയത് എന്റെ താമസസ്ഥലത്തേക്കായിരുന്നു. ഏകാന്തമായിരുന്നു അവിടം. വൈകുന്നേരം ഞാൻ അവിടെയെല്ലാം ചുറ്റിക്കറങ്ങി സമയം ചെലവഴിച്ചു.

പിറ്റേന്നു രാവിലെതന്നെ ഞാൻ ഇൻഗോൾസ്റ്റാറ്റ് സർവകലാശാല

യിലെത്തി. എന്റെ സർട്ടിഫിക്കറ്റുകളും മറ്റു രേഖകളും ഞാൻ അവിടെ അധികൃതർക്ക് സമർപ്പിച്ചു. തുടർന്ന് അവിടുത്തെ പ്രധാനികളായ ചില പ്രൊഫസർമാരെ പരിചയപ്പെടുകയും ചെയ്തു. ഒരു ഭീമാകാരനെപ്പോലെ എന്റെ ജീവിതത്തിലെവിടയോ ഒളിച്ചിരിക്കുകയായിരുന്ന ദുരന്തമൂർത്തിയുടെ പ്രേരണയിലെന്ന പോലെ പ്രകൃതിശാസ്ത്രാധ്യാപകനായ മിസ്റ്റർ ക്രെംപിന്റെ അടുത്താണ് ഞാൻ ആദ്യം ചെന്നത്. അദ്ദേഹത്തിന്റെ രൂപവും പൊതുവെയുള്ള പെരുമാറ്റവും അത്ര ആകർഷകമായിരുന്നില്ല. പക്ഷേ താൻ കൈകാര്യം ചെയ്യുന്ന ശാസ്ത്രത്തിന്റെ നിഗൂഢ രഹസ്യങ്ങളിൽ അദ്ദേഹം അതിയായ താൽപ്പര്യവും ആവേശവും പ്രകടിപ്പിച്ചിരുന്നു. പ്രകൃതിശാസ്ത്രവുമായി ബന്ധപ്പെട്ട മറ്റ് ശാസ്ത്രശാഖകളിലുള്ള എന്റെ അറിവ് മനസിലാക്കുന്നതിനായി അദ്ദേഹം പല ചോദ്യങ്ങളും ചോദിച്ചു. അവയ്ക്ക് മറുപടിയായി ഞാൻ വായിച്ച പുസ്തകങ്ങളുടെ പേരുകളെല്ലാം വലിയ താൽപ്പര്യമോ ആവേശമോ കാണിക്കാതെ ഞാൻ പറഞ്ഞു. എന്നാൽ എന്റെ വാക്കുകൾ ഒരു ഞെട്ടലോടെയാണ് പ്രൊഫസർ ശ്രവിച്ചത്. അവസാനം അദ്ദേഹം പറഞ്ഞു.

“ഈ ചവറുകളെല്ലാം വായിച്ച് നീ നിന്റെ വിലപ്പെട്ട ഒട്ടേറെ സമയമാണ് നഷ്ടപ്പെടുത്തിയത്. ഒരുപകാരവുമില്ലാത്ത എത്രയെത്ര പേരുകളും സിദ്ധാന്തങ്ങളുമാണ് നീ തലയിൽ നിറച്ചു വച്ചിരിക്കുന്നത്! ഏത് ലോകത്താണു നീ ജീവിക്കുന്നത്? ഒരായിരം വർഷം പഴക്കമുള്ള അറുപഴഞ്ചൻ സിദ്ധാന്തങ്ങളാണ് നീ പഠിക്കുന്നത് എന്നുപറഞ്ഞു തരാൻ ആരുമുണ്ടായിരുന്നില്ലേ? എന്റെ ദൈവമേ, ഈ ശാസ്ത്രയുഗത്തിലും ആൽബർട്ട് മാഗ്നസിന്റെയും പരാസിൽസസിന്റെയും ശിഷ്യനോ! എന്റെ സാറേ, താങ്കളുടെ പഠനങ്ങൾ വീണ്ടും ആദ്യംമുതൽ തുടങ്ങേണ്ടിയിരിക്കുന്നല്ലോ....”

പിന്നീടദ്ദേഹം ഞാൻ വായിക്കേണ്ട പുസ്തകങ്ങളുടെ പേരെഴുതിത്തന്നു. എല്ലാം പ്രകൃതിശാസ്ത്ര പുസ്തകങ്ങളായിരുന്നു. അടുത്തയാഴ്ച മുതൽ പ്രകൃതിശാസ്ത്രത്തിന്റെ ക്ലാസ് തുടങ്ങുന്നതാണെന്നും ഒന്നിടവിട്ട ദിവസങ്ങളിൽ തന്റെ സുഹൃത്തായ പ്രൊഫസർ എം വാൾസ്മാൻ രസതന്ത്രത്തിന്റെ ക്ലാസെടുക്കുന്നതാണെന്നും പറഞ്ഞ് മിസ്റ്റർ ക്രംപ് എന്നെ പറഞ്ഞയച്ചു.

ഞാൻ താമസസ്ഥലത്തേക്ക് തിരിച്ചു. പഠിച്ച പുസ്തകങ്ങളും അവയിലെ സിദ്ധാന്തങ്ങളും പ്രയോജനരഹിതമാണെന്ന് ഞാൻ തന്നെ മുൻപേ കരുതിയിരുന്നതിനാൽ എനിക്ക് നിരാശ തോന്നിയില്ല. അത്തരം പഠനങ്ങളിൽ ഇനിയും ചെന്ന് തലയിടില്ലെന്ന് ഞാനുറച്ചു. പ്രൊഫസർ ക്രംപ് തടിച്ച് ഉയരം കുറഞ്ഞ ഒരാളായിരുന്നു. അദ്ദേഹത്തിന്റെ ശബ്ദം രൂക്ഷവും ഭാവഹാവാദികൾ വിരസവും അനാകർഷകവുമായിരുന്നു. അതുകൊണ്ടുതന്നെ അദ്ദേഹം എന്നിൽ ഒരു മതിപ്പുണ്ടാക്കിയിരുന്നില്ല. അദ്ദേഹമുൾപ്പെടെയുള്ള പ്രകൃതിശാസ്ത്രാധ്യാപകർ അവതരിപ്പിച്ച കാര്യങ്ങളും എനിക്ക് അനാകർഷകമായിട്ടാണ് തോന്നിയത്. അവയി

ലെല്ലാം വലിയൊരതൃപ്തി എനിക്കനുഭവപ്പെട്ടിരുന്നു. ആശയക്കുഴപ്പമുണ്ടാക്കുന്ന സിദ്ധാന്തങ്ങളും അവയെക്കുറിച്ച് വിശദീകരിക്കാൻ കഴിയുന്ന ഒരു സഹായിയുടെ അഭാവവും എന്റെ മനോഭാവത്തെ കൂടുതൽ നിഷേധാത്മകമാക്കുകയാണുണ്ടായത്. ആധുനിക ശാസ്ത്രസിദ്ധാന്തങ്ങൾക്കു പകരം പഴയകാല ആൽക്കെമിസ്റ്റുകളുടെ സ്വപ്നങ്ങളായ മൃതസഞ്ജീവനിയും സ്വർണനിർമാണ വിദ്യയുമാണ് എന്നെയും മോഹിപ്പിച്ചിരുന്നത്. പഴയ ആചാര്യന്മാരുടെ അമരത്വത്തിനും അമാനുഷികതയ്ക്കും വേണ്ടിയുള്ള ഈ പ്രയത്നങ്ങൾ വ്യർഥമെങ്കിലും അതിഗംഭീരമായി കരുതിയിരുന്ന എനിക്ക് ആധുനിക ശാസ്ത്രതത്വങ്ങളോട് അൽപ്പം പുച്ഛവുമുണ്ടായിരുന്നു എന്നതാണ് സത്യം. എന്റെ ശാസ്ത്രതാൽപ്പര്യങ്ങളിൽ മുന്നിട്ടു നിന്നിരുന്ന മാസ്മരിക ശക്തിയെ സംബന്ധിച്ച സിദ്ധാന്തങ്ങളെ വേരോടെ പിഴുതെറിയുന്നവയാണ് ആധുനിക ശാസ്ത്രദർശനങ്ങൾ. മറ്റെല്ലാം ഉപേക്ഷിച്ച് ഈ ദർശനങ്ങളെ സ്വീകരിക്കാനാണ് എന്നോടാവശ്യപ്പെട്ടിരിക്കുന്നത്.

ഇൻഗോൾസ്റ്റാറ്റിലെ ആദ്യകാല ദിനങ്ങളിൽ എന്റെ മനസിൽ കുഴഞ്ഞു മറിഞ്ഞത് ഇത്തരം ചിന്തകളായിരുന്നു. ആ ദിവസങ്ങൾ മുഖ്യമായും അവിടുത്തെ സ്ഥലങ്ങൾ കാണാനും സഹപാഠികളെ പരിചയപ്പെടാനുമാണ് ഞാൻ ചെലവഴിച്ചത്. തുടർന്നുള്ള ആഴ്ചകളിൽ ക്ലാസുകളിൽ സംബന്ധിക്കേണ്ടതുണ്ടായിരുന്നു. പ്രൊഫസർ ക്രെംപിന്റെ ക്ലാസ് എന്നെ തീരെ ആകർഷിച്ചില്ല. എന്നാൽ രസതന്ത്രാധ്യാപകനായ പ്രൊഫസർ വാൾഡ്മാനെപ്പറ്റി എനിക്കൊന്നും അറിയില്ലായിരുന്നു. അദ്ദേഹത്തെ ഞാനിതുവരെ കണ്ടിരുന്നില്ല.

പകുതി ആകാംക്ഷയും പകുതി മടുപ്പുമായാണ് ഞാൻ വാൾഡ്മാന്റെ ക്ലാസിലേക്ക് ചെന്നത്. അദ്ദേഹം പ്രൊഫസർ ക്രംപിനെപ്പോലെ ആയിരുന്നില്ല. ഏകദേശം അൻപതുവയസ്സ് പ്രായമുള്ള, കരുണാർദ്രമായ മുഖഭാവങ്ങളുള്ള ഒരാളായിരുന്നു വാൾഡ്മാൻ. തലമുടി പിന്നിൽ കറുപ്പും ചെന്നിക്കിരുവശവും നരച്ചതുമായിരുന്നു. ഞാൻ അതുവരെ കേട്ടതിൽ വെച്ച് ഏറ്റവും മധുരതരമായിരുന്നു അദ്ദേഹത്തിന്റെ ശബ്ദം. രസതന്ത്രത്തിന്റെ ചരിത്രം വിവരിച്ചു കൊണ്ടാണ് വാൾഡ്മാൻ ക്ലാസു തുടങ്ങിയത്. പ്രസിദ്ധരായ രസതന്ത്രജ്ഞരെപ്പറ്റിയും അദ്ദേഹം വിവരിച്ചു. ശാസ്ത്രത്തിന്റെ ഇന്നത്തെ അവസ്ഥയെക്കുറിച്ച് അദ്ദേഹം പറഞ്ഞകാര്യങ്ങൾ എനിക്കൊരിക്കലും മറക്കാൻ പറ്റുന്നവയല്ല.

“ഈ ശാസ്ത്രത്തിന്റെ പഴയകാല ആചാര്യന്മാർ അസാധ്യമായ കാര്യങ്ങളാണ് വാഗ്ദാനം ചെയ്തത്. പക്ഷേ അവർ ഒന്നും പ്രവർത്തിച്ചില്ല. എന്നാൽ ആധുനികശാസ്ത്രജ്ഞന്മാർ വളരെക്കുറച്ചു മാത്രമേ വാഗ്ദാനങ്ങൾ നൽകുന്നുള്ളൂ. മോഹങ്ങളെ സ്വർണമാക്കി മാറ്റാൻ കഴിയില്ലെന്നും മൃതസഞ്ജീവനിയും അമരത്വവുമെല്ലാം ഭാവനാസൃഷ്ടികൾ മാത്രമാണെന്നും അവർക്കറിയാം. എന്നാൽ സൂക്ഷ്മദർശിനികളും തീച്ചൂളകളും കൊണ്ട് അവർ ഒട്ടനവധി വിസ്മയങ്ങൾ സൃഷ്ടിച്ചിട്ടുണ്ട്.

പ്രകൃതി രഹസ്യങ്ങളിലേക്കവർ ഇറങ്ങിച്ചെല്ലുന്നു; ആകാശവിസ്മയങ്ങളിലേക്ക് പറന്നുയരുന്നു. രക്തചംക്രമണത്തെക്കുറിച്ച് അവർ മനസിലാക്കിക്കഴിഞ്ഞു. നാം ശ്വസിക്കുന്ന വായുവിനെക്കുറിച്ചും അവർ നൂതനമായ അറിവുകൾ നേടി. നവീനവും അലംഘനീയവുമായ ശക്തിവിശേഷങ്ങളെ അവർ കണ്ടെത്തിക്കഴിഞ്ഞു. ഇടിമിന്നലിനെ നിയന്ത്രിക്കാനും ഭൂകമ്പങ്ങൾ സൃഷ്ടിക്കാനും അവർക്ക് കഴിവുണ്ട്. അദൃശ്യമായ ലോകത്തിന്റെ നിഴലുകളെ പുനരാവിഷ്കരിക്കാനും അവർക്കാവും.

അതായിരുന്നു പ്രൊഫസർ വാൾഡ്മാന്റെ വാക്കുകൾ. മറ്റൊരു തരത്തിൽ പറഞ്ഞാൽ സർവനാശത്തിലേക്ക് എന്നെ നയിച്ച വിധിയുടെ തന്നെ വാക്കുകളായിരുന്നു അവ. ഒരാവേശമായി അതെന്നെ കീഴ്പ്പെടുത്തിയപ്പോൾ ഒരു ചിന്ത എന്നിലുണർന്നു. ഈ ലോകത്ത് പലതും കണ്ടുപിടിക്കപ്പെട്ടിട്ടുണ്ട്. ഇനിയും പലതും കണ്ടുപിടിക്കാനുമുണ്ട്. മുൻപ് കണ്ടെത്തിയ വഴികളിലൂടെ നടന്ന് പുതിയ കാര്യങ്ങൾ ഞാൻ കണ്ടെത്തും. അദൃശ്യശക്തികളെ ലോകത്തിനു മുന്നിൽ വെളിപ്പെടുത്തും. സൃഷ്ടിയുടെ അത്യന്തം ദുരൂഹമായ സത്യങ്ങൾ കണ്ടെത്തി ഞാൻ ലോകത്തോട് വിളിച്ചുപറയും....

അന്നുരാത്രി എനിക്കുറക്കം വന്നില്ല. എന്റെയുള്ളിൽ എന്തൊക്കെയോ സംഘർഷങ്ങൾ നടക്കുകയായിരുന്നു. പുലർച്ചെയാണ് അൽപ്പമൊന്നു മയങ്ങാൻ പറ്റിയത്. ഉണർന്നെഴുന്നേറ്റപ്പോൾ കഴിഞ്ഞ രാത്രിയിൽ എന്നെ മഥിച്ചിരുന്ന ചിന്തകൾ വെറും സ്വപ്നങ്ങളായിരുന്നോ എന്ന് ഞാൻ സംശയിച്ചു. എന്തായാലും എന്റെ പഴയപഠനങ്ങൾ പുനരാരംഭിക്കണമെന്ന് ഞാൻ നിശ്ചയിച്ചു. ആ ദിവസം തന്നെ ഞാൻ പ്രൊഫസർ വാൾഡ്മാനെ സന്ദർശിച്ചു. ക്ലാസിൽ കണ്ടതിനേക്കാൾ കൂടുതൽ കരുണാർദ്രവും സ്നേഹോഷ്മളവുമായിരുന്നു അദ്ദേഹത്തിന്റെ പെരുമാറ്റം. പ്രൊഫസർ ക്രെംപിനോടു പറഞ്ഞതുപോലെതന്നെ ഞാനെന്റെ പഴയകാല പഠനങ്ങളെപ്പറ്റി അദ്ദേഹത്തോടും പറഞ്ഞു. കോർണീലിയസ് അഗ്രിപ്പയുടെയും പരാസിൽസിന്റെയും പേരുകൾ കേട്ട് അദ്ദേഹം പുഞ്ചിരിച്ചെങ്കിലും ക്രെംപിനെപ്പോലെ അദ്ദേഹം പുച്ഛമോ അവജ്ഞയോ പ്രകടിപ്പിച്ചില്ല.

"ആ ശാസ്ത്രജ്ഞന്മാരോടൊക്കെ ആധുനികശാസ്ത്രം അങ്ങേയറ്റം കടപ്പെട്ടിരിക്കുന്നു. ചില വസ്തുതകൾ കണ്ടെത്തുവാൻ അവർ പരിശ്രമിച്ചു. അവയിൽ ചിലത് അബദ്ധമാണെങ്കിലും മാനവരാശിക്ക് ആത്യന്തികമായി അവ ഗുണപ്രദമായിരുന്നുവെന്നതിൽ സംശയമില്ല."

അദ്ദേഹത്തിന്റെ വാക്കുകൾ പഴയ പഠനഗവേഷണങ്ങളെക്കുറിച്ചുള്ള ആവേശം എന്നിൽ വീണ്ടും ജ്വലിപ്പിച്ചു. തുടർന്നുള്ള എന്റെ പഠനങ്ങളിൽ ആത്മാർഥമായ സഹായങ്ങളും ഉപദേശങ്ങളും നൽകണമെന്ന് ഞാൻ അദ്ദേഹത്തോടപേക്ഷിച്ചു.

"താങ്കളെപ്പോലെ ഒരാളെ ശിഷ്യനായി ലഭിച്ചതിൽ എനിക്കതിയായ സന്തോഷമുണ്ട്. താങ്കളുടെ പ്രവർത്തനശേഷിയും കഴിവും യോജിക്കു

ന്നപക്ഷം താങ്കൾ വിജയിക്കുമെന്ന കാര്യത്തിൽ എനിക്ക് സംശയമില്ല. മികച്ച പുരോഗതി നേടിയിട്ടുള്ളതും, എന്നാൽ ഇനിയും പലതും നേടാനുള്ളതുമായ ഒരു ശാസ്ത്രശാഖയാണ് രസതന്ത്രം. അക്കാരണം കൊണ്ടാണ് ഞാൻ ഈ വിഷയം തന്നെ തെരഞ്ഞെടുത്തത്. നല്ലൊരു ശാസ്ത്രജ്ഞനാകാൻ താങ്കൾ ആഗ്രഹിക്കുന്നുവെങ്കിൽ ഗണിതശാസ്ത്രമടക്കമുള്ള മറ്റു ശാസ്ത്രശാഖകളിലും താങ്കൾ അറിവുനേടേണ്ടതുണ്ട്."

പിന്നീടദ്ദേഹം എന്നെ പരീക്ഷണശാലയിലേക്ക് കൊണ്ടുപോയി, അവിടുത്തെ പല ഉപകരണങ്ങളെപ്പറ്റിയും വിശദീകരിച്ചു തന്നു. ആവശ്യം വന്നാൽ അവ ഉപയോഗിക്കുന്നതിനുള്ള അനുവാദവും അദ്ദേഹം നൽകി. വായിക്കേണ്ട പുസ്തകങ്ങളുടെ ഒരു കുറിപ്പുകൂടി നൽകിയതിനുശേഷമാണ് പ്രൊഫസർ എന്നെ പറഞ്ഞയച്ചത്. എന്റെ ജീവിതത്തിലെ അവിസ്മരണീയമായ, എന്റെ വിധി നിർണയിച്ച ഒരു ദിവസമായിരുന്നു അത്.

4

അന്നുമുതൽ പ്രകൃതിശാസ്ത്രം, പ്രത്യേകിച്ചും രസതന്ത്രം എന്റെ മുഴുവൻ സമയ പഠനവിഷയമായിത്തീർന്നു. ഈ ശാസ്ത്രശാഖയെപ്പറ്റി ആധുനിക ആചാര്യന്മാരെഴുതിയ സിദ്ധാന്തങ്ങളും കണ്ടെത്തലുകളും ഞാൻ ആവേശത്തോടെ വായിച്ചുപഠിച്ചു. നിരവധി പ്രഭാഷണങ്ങളിൽ പങ്കെടുത്തു. സർവകലാശാലയിലെ ശാസ്ത്രഗവേഷകരെ പരിചയപ്പെടുകയും അവരുമായി സംവാദങ്ങളിലേർപ്പെടുകയും ചെയ്തു. ഈ വിഷയത്തിൽ ആഭിമുഖ്യമില്ലായിരുന്ന പ്രൊഫസർ ക്രെംപിൽ നിന്നുപോലും ചില അറിവുകൾ നേടാൻ എനിക്കു കഴിഞ്ഞു. പ്രൊഫസർ വാൾഡ്മാനായിരുന്നു എന്റെ യഥാർഥ സുഹൃത്ത്. അദ്ദേഹത്തിന്റെ മഹാമനസ്കതയും നിഷ്പക്ഷതയും എനിക്ക് തുണയായിത്തീർന്നു. പല രീതിയിൽ അദ്ദേഹം എനിക്ക് അറിവിന്റെ പാതയൊരുക്കിത്തന്നു. ദുർഗ്രഹമായ കാര്യങ്ങളെല്ലാം അദ്ദേഹം എനിക്ക് വ്യക്തമാക്കിത്തന്നു. എന്റെ ആദ്യപരീക്ഷണങ്ങൾ വ്യർഥമോ നിരാശാജനകമോ ഒക്കെയായിരുന്നു. പക്ഷേ ക്രമേണ അവയ്ക്ക് ദിശാബോധം കൈവരാൻ തുടങ്ങി. അവ ആവേശഭരിതവും ആകാംക്ഷാജനകവുമായിത്തീർന്നു. പല ദിവസങ്ങളിലും പുലരുവോളം പരീക്ഷണ നിരീക്ഷണങ്ങളിൽ മുഴുകി ഞാൻ സമയം ചെലവഴിച്ചു. മറ്റു വിദ്യാർഥികൾക്കും അധ്യാപകർക്കും ഞാനൊരു വിസ്മയമായി മാറാൻ അധികകാലം വേണ്ടിവന്നില്ല. ഇടയ്ക്കിടെ ഒരു മന്ദസ്മിതത്തോടെ ക്രെംപ് അന്വേഷിക്കുമായിരുന്നു. "അല്ലാ, കോർണീലിയസ് അഗ്രിപ്പ എവിടെ വരെയെത്തി?" എന്റെ പുരോഗതിയിൽ പ്രൊഫസർ വാൾഡ്മാൻ അങ്ങേയറ്റം സംതൃപ്തിയും സന്തോഷവും പ്രകടിപ്പിച്ചു. ഇങ്ങനെ രണ്ടുവർഷം കടന്നുപോയി. ഈ കാലയളവിൽ ഞാൻ ജനീവയിലേക്ക് പോയതേയില്ല. മുഴുവൻ സമയവും പരീക്ഷണങ്ങളിൽ

മുഴുകിക്കഴിയുകയായിരുന്നു. ശാസ്ത്രപരീക്ഷണങ്ങൾ നടത്തിയവർക്കു മാത്രമേ അവ നൽകുന്ന അനുഭൂതി എത്രയാണെന്ന് സങ്കൽപ്പിക്കാൻ കഴിയൂ. മറ്റേതൊരു വിഷയത്തിലും മറ്റുള്ളവർ നടന്ന വഴിയിലൂടെ മാത്രമേ നമുക്കും പോകാനാവൂ. കൂടുതലായി അറിയാൻ ഒന്നുമില്ല. എന്നാൽ ശാസ്ത്രവിഷയങ്ങളങ്ങനെയല്ല. നൂതനവും മൗലികവുമായ അന്വേഷണപഥങ്ങളിലൂടെയാണ് അവ ഓരോ ഗവേഷകനെയും നയിക്കുന്നത്. രണ്ടുവർഷമായപ്പോഴേക്കും എന്റെ പരീക്ഷണങ്ങൾ കൂടുതൽ അർഥപൂർണമായി മാറി. ചില രസതന്ത്രോപകരണങ്ങൾ ആവിഷ്കരിച്ചതിലൂടെ സർവകലാശാലയിൽ പരക്കെ അംഗീകാരം നേടാൻ എനിക്കു കഴിഞ്ഞു. ഈ നിലയിലെത്തിയപ്പോഴേക്കും ശാസ്ത്രസിദ്ധാന്തങ്ങളും അവയുടെ പ്രായോഗികതയും എനിക്കു ശരിക്കും വഴങ്ങിത്തുടങ്ങിയിരുന്നു. സർവകലാശാലയിൽ നിന്നും ഇനിയും പഠിക്കാൻ ഏറെയൊന്നുമില്ലെന്ന് മനസിലായപ്പോൾ നാട്ടിലേക്ക് മടങ്ങി. വീട്ടുകാരെയും സുഹൃത്തുക്കളെയും കാണാൻ ഞാൻ തീരുമാനിച്ചു. പക്ഷേ അപ്രതീക്ഷിതമായ ഒരു സംഭവം എന്റെ ആ തീരുമാനത്തെ മാറ്റിമറിച്ചു കളഞ്ഞു.

ജന്തുക്കളുടെ, പ്രത്യേകിച്ച് മനുഷ്യരുടെ ശരീരഘടനയും ജീവനെന്ന പ്രതിഭാസവും എന്റെ ശ്രദ്ധയെ വളരെയേറെ ആകർഷിച്ചിരുന്നു. എവിടെനിന്നാണ് ജീവൻ ഉത്ഭവിച്ചത്? ഈ ചോദ്യം ഞാൻ ഇടയ്ക്കിടെ എന്നോടുതന്നെ ചോദിച്ചിരുന്നു. ഗൗരവപൂർണമായ ഈ ചോദ്യത്തിന്റെ ഉത്തരം പക്ഷേ ദുരൂഹതയുടെ നൂലാമാലകൾക്കിടയിൽ കുരുങ്ങിക്കിടക്കുകയായിരുന്നു. ഈ ചോദ്യമാകട്ടെ എന്നെ ശരീരശാസ്ത്ര സംബന്ധിയായ പഠനങ്ങളിലേക്കാണ് നയിച്ചത്. ശരീരശാസ്ത്രത്തെ സംബന്ധിച്ച ഒട്ടനവധി ഗ്രന്ഥങ്ങൾ ഞാൻ വായിച്ചു. ജീവന്റെ ഉറവിടത്തെ കണ്ടെത്തണമെങ്കിൽ നാം മരണത്തെക്കുറിച്ചും പഠിക്കണം. അതുകൊണ്ടുതന്നെ ശരീരഘടനാ ശാസ്ത്രത്തെക്കുറിച്ചും ഞാൻ പഠിക്കാൻ തുടങ്ങി. എന്നാൽ ഇവയൊന്നും എന്റെ അന്വേഷണ തൃഷ്ണയെ ശമിപ്പിച്ചില്ല എന്നതാണ് സത്യം. മനുഷ്യശരീരം സ്വാഭാവികമായി അഴുകി നശിക്കുന്നതിനെക്കുറിച്ചാണ് പിന്നീട് ഞാൻ മനസിലാക്കാൻ ശ്രമിച്ചത്. അമാനുഷിക ശക്തികളെക്കുറിച്ചുള്ള ഭയം എന്റെ മനസിലുണ്ടാകാതിരിക്കാൻ അച്ഛൻ ആദ്യം മുതലേ ശ്രദ്ധിച്ചിരുന്നു. ഭൂതപ്രേതകഥകളൊന്നും കുട്ടിക്കാലത്തുപോലും എന്നെ ഭയപ്പെടുത്തിയിരുന്നില്ല. രാത്രിയും ഇരുട്ടും എന്നിൽ യാതൊരു വിധ ഭീതിയും ജനിപ്പിച്ചിരുന്നില്ല. ശവശരീരങ്ങൾ അടക്കംചെയ്യുന്ന സ്ഥലം എന്നതിലുപരി ഒരു ശ്മശാനവും എന്റെ മനസിൽ യാതൊരു വിധ ഭയാശങ്കകളെയും ഉണർത്തിയിരുന്നില്ല. സൗന്ദര്യവും ഓജസും നിറഞ്ഞ ശരീരം എങ്ങനെയാണ് കൃമികളുടെയും അണുക്കളുടെയും ഭക്ഷണമായിത്തീരാൻ വേണ്ടി അഴുകുന്നത് എന്നറിയുന്നതിനായി എനിക്കിപ്പോൾ അവിടെ ദിനരാത്രങ്ങൾ ചെലവഴിക്കേണ്ടിവന്നു. ശരീരം അഴുകി നശിക്കുന്നത് നേരിട്ടു മനസിലാക്കാൻ ശവക്കുഴികൾ ഞാൻ മാന്തിനോക്കി. സുന്ദരമായ മനുഷ്യശരീരം എങ്ങനെയാണ് അറപ്പുളവാ

ക്കുന്ന അഴുകിയ മാംസമായിത്തീരുന്നതെന്ന് ഞാൻ കണ്ടു. ജീവിതത്തിന്റെ തുടുത്ത കവിൾത്തടങ്ങൾ മൃത്യുവിന്റെ കരങ്ങളേറ്റ് അഴുകിയടർന്നത് ഞാൻ നേരിട്ടറിഞ്ഞു. അനേകം വിസ്മയപ്രവർത്തനങ്ങളുടെ കേന്ദ്രമായിരുന്ന മസ്തിഷ്കം കൃമികീടങ്ങളുടെ വിഹാരഭൂമികളായിത്തീർന്നതും ഞാൻ കണ്ടു. ജീവനിൽ നിന്നും മരണത്തിലേക്കും തിരിച്ചുമുള്ള പരിവർത്തന ചക്രത്തിലെ ഓരോ കണികയും ഞാൻ പരിശോധിച്ചു. മരണകാരണം കണ്ടെത്തി അതിനെ അകറ്റി നിർത്തിയാൽ ശരീരത്തിൽ വീണ്ടും ജീവൻ നിറയ്ക്കാമെന്ന് എനിക്കുതോന്നി. അപ്പോൾ പിന്നെ നിർജീവ വസ്തുവിലും ജീവൻ നിറയ്ക്കാൻ കഴിയില്ലേ? ഈ നിഗമനങ്ങൾക്കിടയിൽ പൊടുന്നനെ ഒരു പ്രകാശകിരണം ഞാൻ കണ്ടു. ഉജ്വലവും വിസ്മയാവഹവുമായ ഒരു പ്രകാശകിരണം! അതിന്റെ മാസ്മരിക പ്രഭയിൽ എന്റെ കണ്ണഞ്ചിപ്പോയി. ഈ ശാസ്ത്രത്തിൽ ഗവേഷണം നടത്തുന്ന അനേകായിരം ആളുകളിൽ ഞാൻ മാത്രമാണ് ഈ രഹസ്യം കണ്ടുപിടിക്കാൻ വിധിക്കപ്പെട്ടതെന്ന് എന്റെയുള്ളിൽ നിന്നും ആരോ പറയുന്നതായി എനിക്കുതോന്നി.

ഇതൊരു ഭ്രാന്തന്റെ ജൽപ്പനങ്ങളല്ല. പകൽവെളിച്ചം പോലെയുള്ള സത്യം മാത്രം. രാപ്പകലില്ലാതെയുള്ള നിരന്തര ഗവേഷണ നിരീക്ഷണങ്ങൾക്കൊടുവിൽ ഞാനിതാ ജീവന്റെ ഉത്ഭവം കണ്ടെത്തിയിരിക്കുന്നു. അതിനേക്കാളുപരി നിർജീവ വസ്തുക്കളിൽ ജീവൻ നിറയ്ക്കാനുള്ള കഴിവും ഞാൻ നേടിയിരിക്കുന്നു. ഉൽക്കണ്ഠയും മാനസികവ്യഥയും നിറഞ്ഞ കഠിനപരിശ്രമങ്ങൾക്കു ശേഷം ഞാനെന്റെ അഭിലാഷങ്ങളുടെ ഉച്ചിയിലെത്തിയിരിക്കുകയാണ്. മഹത്തരവും അജയ്യവുമായ ഒരു കണ്ടുപിടുത്തമാണിതെന്ന് എനിക്കറിയാമായിരുന്നു. ലോകാരംഭം മുതൽ ശാസ്ത്രകാരന്മാരെ ഒന്നടങ്കം മോഹിപ്പിച്ചിരുന്ന ഒരു സ്വപ്നമിതാ എന്റെ കൈക്കുള്ളിൽ ഒതുങ്ങിയിരിക്കുന്നു. പരേതാത്മാക്കളോടൊപ്പം അടക്കം ചെയ്യപ്പെട്ടെങ്കിലും തീരെ ചെറിയ ഒരു പ്രകാശധാരയുടെ സഹായത്താൽ ജീവിതത്തിലേക്കുള്ള വഴി കണ്ടെത്തിയ അറബിക്കഥയിലെ സഞ്ചാരിയെപ്പോലെയാണ് ഞാനെന്ന് എനിക്കുതോന്നി. എന്തായാലും ഈ കണ്ടുപിടിത്തം പരസ്യമാക്കാതെ ഒന്നു പ്രയോഗിച്ചു നോക്കാൻ തന്നെ ഞാൻ തീരുമാനിച്ചു.

ഇതു കേൾക്കുമ്പോൾ താങ്കളുടെ കണ്ണിൽ ആകാംക്ഷയുടെയും വിസ്മയത്തിന്റെയും തിളക്കം എനിക്കു കാണാനാകുന്നുണ്ട്. എന്റെ കണ്ടുപിടുത്തത്തിന്റെ രഹസ്യം ഞാൻ താങ്കൾക്കു മുന്നിൽ തുറന്നുവെക്കുമെന്ന് താങ്കൾ കരുതുന്നുണ്ടാകാം. എന്നാൽ തൽക്കാലം അതിനു നിവൃത്തിയില്ലെന്നറിയിക്കട്ടെ. എന്റെ കഥയുടെ അവസാനമെത്തുന്നതുവരെ ക്ഷമിക്കൂ. അപ്പോൾ താങ്കൾക്കു മനസിലാവും ഞാനെന്തുകൊണ്ടാണ് ആ ഭാഗം വിട്ടുകളഞ്ഞതെന്ന്. ഞാനനുഭവിച്ച ദുരന്തവും ദൗർഭാഗ്യങ്ങളും താങ്കളിലേക്കു കൂടി പകരാൻ ഞാൻ ആഗ്രഹിക്കുന്നില്ല.

ഇത്രയേറെ അത്ഭുതകരവും മഹത്തരവുമായ ഒരറിവ് പ്രയോഗ

ത്തിൽ വരുത്തേണ്ടതെങ്ങനെ എന്നതിനെക്കുറിച്ച് കുറേക്കാലം വല്ലാത്തൊരു ആശയക്കുഴപ്പത്തിലായിരുന്നു ഞാൻ. ജീവൻ നൽകാനുള്ള കഴിവ് ലഭിച്ചെങ്കിലും അതിനു പറ്റിയ ഒരു ശരീരം അഥവാ ചട്ടക്കൂട് തയാറാക്കേണ്ടതുണ്ടായിരുന്നു. മജ്ജയും മാംസവും ഞരമ്പുകളുമെല്ലാമുള്ള ഒരു ശരീരം സൃഷ്ടിക്കുവാൻ ചില്ലറ പ്രയാസങ്ങൾ സഹിച്ചാൽ മതിയാവില്ല. എന്നെപ്പോലെയുള്ള ഒരു മനുഷ്യജീവിയെ സൃഷ്ടിക്കണോ അല്ലെങ്കിൽ കുറേക്കൂടി ലളിതമായ ഒരു രൂപത്തെ സൃഷ്ടിക്കണോ എന്ന് ആദ്യം ഞാൻ സംശയിച്ചു. എന്റെ കണ്ടുപിടുത്തം ഒരിക്കലും ലളിതമായിരുന്നില്ല. അത്തരമൊരു സൃഷ്ടിക്കു വേണ്ടിയുള്ള ഉപകരണങ്ങളൊന്നും എന്റെ പക്കലുണ്ടായിരുന്നില്ല. എങ്കിലും അത് തികച്ചും അസാധ്യമായ ഒരു കാര്യമാണെന്നും ഞാൻ കരുതിയിരുന്നില്ല. തിരിച്ചടികളുണ്ടായാൽ അവയെ നേരിടുവാൻ ഞാൻ എന്നെത്തന്നെ തയാറാക്കി. ചിലപ്പോൾ എന്റെ പ്രയത്നം ഒരു വലിയ മണ്ടത്തരമായേക്കാം. അല്ലെങ്കിൽ അപൂർണമായേക്കാം. എങ്കിലും ശാസ്ത്രരംഗത്ത് അനുദിനം ഉണ്ടായിക്കൊണ്ടിരിക്കുന്ന വിസ്മയാവഹമായ പുരോഗതി ഞാനേർപ്പെടാൻ പോകുന്ന സൃഷ്ടി കർമത്തിന്റെ ആത്യന്തിക വിജയത്തെക്കുറിച്ച് എന്നെ ഓർമിപ്പിച്ചു കൊണ്ടിരുന്നു. പക്ഷേ ഒരു ശരാശരി മനുഷ്യശരീരത്തിന്റെ നിർമാണം അത്യന്തം ശ്രമകരമായ ഒരു കാര്യമാണെന്ന് എനിക്കു ബോധ്യമുണ്ടായിരുന്നു. അതിസൂക്ഷ്മമായ ഞരമ്പുകളും മറ്റു സങ്കീർണ ഭാഗങ്ങളും നിർമിക്കുന്നതിന്റെ വൈഷമ്യത്തെക്കുറിച്ച് ഓർത്തപ്പോൾ ഒരു ഭീമാകാരനായ മനുഷ്യനെ സൃഷ്ടിക്കുകയാണ് എളുപ്പമെന്ന് എനിക്കു മനസിലായി. എട്ടടിയോളം ഉയരവും അതിനനുസരിച്ച് വണ്ണവുമുള്ള ഒരു രാക്ഷസരൂപത്തെ സൃഷ്ടിക്കാൻ തന്നെ ഞാൻ തീരുമാനിച്ചു. അതിനു വേണ്ട വസ്തുക്കൾ ശേഖരിക്കുന്നതിന് ചില മാസങ്ങൾ ചെലവഴിച്ചതിനു ശേഷം ഞാനെന്റെ പ്രവൃത്തി തുടങ്ങി.

ആ സമയത്ത് എന്റെ മനസിനെ മഥിച്ചിരുന്ന വികാരങ്ങൾ എന്തൊക്കെയായിരുന്നുവെന്ന് ആർക്കും തന്നെ മനസിലാവില്ല. ജനിമൃതികളുടെ രഹസ്യവാതിൽ ഞാൻ മലർക്കെ തുറന്നിരിക്കുകയാണ്. എന്റെ പ്രയത്നത്താൽ ഒരു പുതിയ ജീവിവർഗം ഭൂമുഖത്തുത്ഭവിക്കും. അവയെന്നെ സ്രഷ്ടാവായി കാണുകയും ആദരിക്കുകയും ചെയ്യും. അവരുടെ ഉൽപ്പത്തിക്കു കാരണമായ എന്നോടവർക്ക് തീരാത്ത കടപ്പാടുണ്ടാകും. നിർജീവ ശരീരത്തിൽ ജീവൻ നിറച്ചാൽ ഭാവിയിൽ ശരീരം നശിച്ചുപോകാൻ അനുവദിക്കാതെ അതിനെ എന്നെന്നും ജീവനോടെതന്നെ നില നിർത്താമെന്ന് എനിക്കുതോന്നി. ഈ ചിന്തകളുടെ പിൻബലത്തിൽ മറ്റെല്ലാം മറന്ന് ഞാനെന്റെ പുതിയ ദൗത്യത്തിൽ പൂർണമായും മുഴുകി. ദിവസങ്ങൾ കൊഴിഞ്ഞുവീഴുന്തോറും എന്റെ കവിളുകളിലെ രക്തച്ഛവി മായാൻ തുടങ്ങി. ശരീരം മെലിഞ്ഞുണങ്ങി. പലപ്പോഴും വിജയത്തിന്റെ വക്കിൽ വെച്ച് പരാജയത്തിലേക്ക് ഞാൻ കൂപ്പുകുത്തി. എങ്കിലും ഇന്നല്ലെങ്കിൽ നാളെ വിജയം സുനിശ്ചിതമാണെന്ന പ്രതീക്ഷയെ മുറുകെപി

ടിച്ച് ഞാൻ പിന്മാറാതെ നിന്നു. അതെന്റെ മനസിന് അപാരമായ ശക്തിയും ധൈര്യവും പകർന്നു. എല്ലാ പ്രതിബന്ധങ്ങളേയും തരണം ചെയ്യാനുള്ള കരുത്ത് അതെനിക്കു നൽകി.

അർധരാത്രികളിൽ പരിസരം മറന്ന്, എന്നെത്തന്നെ മറന്ന് ഞാനെന്റെ പ്രവൃത്തികളിൽ മുഴുകിയത് ആകാശത്തെ ചന്ദ്രനെ സാക്ഷിയാക്കിയായിരുന്നു. ശ്വാസമടക്കിപ്പിടിച്ച്, അത്യധികമായ ആകാംക്ഷയോടെ ഞാൻ പ്രകൃതിയുടെ ഇരുട്ടറകളിലേക്ക് ഊളിയിട്ടിറങ്ങി. ശ്മശാനഭൂമിയിലെ ഉണങ്ങിയിട്ടില്ലാത്ത കുഴിമാടങ്ങളിൽ നിന്നും രാത്രിയിലെ മറവിൽ ഞാൻ ശവങ്ങൾ മാന്തിയെടുത്തു. നിരവധി ജീവികളെ ക്രൂരമായി പീഡിപ്പിച്ചു. അവയെക്കുറിച്ചുള്ള കിടിലം കൊള്ളിക്കുന്ന സ്മരണകൾ ഇപ്പോഴെനിക്ക് സങ്കൽപ്പിക്കാൻ പോലും വയ്യ. അവയെക്കുറിച്ചോർക്കുമ്പോൾ ഇപ്പോഴും എന്റെ കൈകാലുകൾ വിറയ്ക്കുകയാണ്. പക്ഷേ അപ്രതിരോധ്യവും ഭ്രാന്തവുമായ ഒരാവേശമായിരുന്നു അന്നെന്നെ മുന്നോട്ടു നയിച്ചത്. എന്റെ എല്ലാ ശ്രദ്ധയും കഴിവും ഊർജവും ഞാനീയൊരു പ്രവൃത്തിക്കുവേണ്ടി മാത്രം വിനിയോഗിച്ചു. മറ്റൊന്നും ഞാൻ കണ്ടില്ല, ശ്രദ്ധിച്ചില്ല, പരിഗണിച്ചതേയില്ല. മനുഷ്യശരീരത്തിന്റെ ആശ്ചര്യജനകവും അതിസങ്കീർണവുമായ ചട്ടക്കൂട് രൂപപ്പെടുത്താൻ വേണ്ടി ഞാൻ കഠിനമായി അധ്വാനിച്ചു. മുകളിലത്തെ നിലയിൽ ഒറ്റപ്പെട്ടു നിന്നിരുന്ന ചെറിയ ഒരറയായിരുന്നു എന്റെ പരീക്ഷണശാല. അവിടെ ഞാനെന്റെ വൃത്തികെട്ട പ്രവൃത്തിയിൽ സ്വയമർപ്പിച്ചു കൊണ്ട് ദിവസങ്ങൾ ചെലവഴിച്ചു. അറുത്തുമുറിച്ചും തുന്നിച്ചേർത്തും ഞാൻ മുന്നേറിക്കൊണ്ടിരുന്നു. പലപ്പോഴും എന്റെയുള്ളിലെ മനുഷ്യത്വം ഈ പ്രവൃത്തിയിൽ വെറുപ്പ് പ്രകടിപ്പിക്കുകയും ഇതിൽ നിന്നു പിന്മാറുവാൻ എന്നെ പ്രേരിപ്പിക്കുകയും ചെയ്തു. അതേസമയം മനസിനുള്ളിലെ ഏതോ അദൃശ്യശക്തി ഇതുമായി മുന്നോട്ടു പോകുവാൻ എന്നെ നിർബന്ധിച്ചു കൊണ്ടുമിരുന്നു.

ഒരേയൊരു ലക്ഷ്യം മാത്രം മനസിൽ കണ്ട് കൈയും മെയ്യും മറന്ന് അത്യധ്വാനം നടത്തി ഞാനും വേനൽക്കാലം ചെലവഴിച്ചു. മനോഹരമായ ഒരു കാലമായിരുന്നു അത്. അനുഗ്രഹീതമായ വിളവെടുപ്പും മറ്റു പ്രകൃതി വിസ്മയങ്ങളും പക്ഷേ എന്റെ ശ്രദ്ധയിൽപ്പെട്ടതേയില്ല. വർഷങ്ങളായി എന്നിൽനിന്നും അകന്നു കഴിയുന്ന എന്റെ പ്രിയപ്പെട്ടവരെ ഒരു നിമിഷത്തേക്കെങ്കിലും ഓർമിക്കുവാൻ എനിക്കായില്ല. എന്റെ മൗനം അവരെ വല്ലാതെ അസ്വസ്ഥരാക്കിയിട്ടുണ്ടാകുമെന്ന് എനിക്കറിയാം. അച്ഛന്റെ വാക്കുകൾ എപ്പോഴും എന്റെ ഓർമയിൽ തെളിയാറുണ്ട്. "നീ സന്തോഷത്തോടെ കഴിയുമ്പോൾ ഞങ്ങളെയും സ്നേഹത്തോടെ ഓർമിക്കും. നീ ഞങ്ങൾക്കു സ്ഥിരമായി എഴുതുകയും ചെയ്യും. നിന്റെ എഴുത്ത് കിട്ടാതിരിക്കുമ്പോൾ നീ സ്വന്തം പ്രവൃത്തികളെയും അവഗണിക്കുകയാണെന്നാണ് ഞാൻ കരുതുക...."

അച്ഛന്റെ മനോഭാവമെന്തായിരിക്കുമെന്ന് അതിൽനിന്നും എനിക്ക്

മനസിലായിരുന്നു. പക്ഷേ എന്റെ ഉദ്യമത്തിൽ നിന്നും ഒരു അണുവിട പോലും ശ്രദ്ധതിരിക്കുവാൻ എനിക്കു കഴിയുമായിരുന്നില്ല. അറപ്പുളവാക്കുന്നതെങ്കിലും അതെന്റെ ചിന്തയെയും ഭാവനയെയും ശക്തമായി സ്വാധീനിച്ചിരുന്നു. എന്റെ സ്വഭാവത്തെയും പ്രകൃതത്തെയും സ്വത്വത്തെ തന്നെയും ഗ്രസിച്ചിരുന്ന ആ ലക്ഷ്യം പൂർത്തിയാക്കുന്നതുവരെ മറ്റെല്ലാം അവഗണിക്കാൻ തന്നെ ഞാൻ തീരുമാനിച്ചു.

ഞാൻ കത്തെഴുതാത്തതിന്റെ കാരണം എന്റെ സ്വഭാവത്തിൽ വന്നു ചേർന്ന അലസതയും അലംഭാവവുമാണെന്നു ധരിച്ച അച്ഛനോട് അന്നെനിക്ക് വല്ലാത്ത നീരസം തോന്നിയിരുന്നു. പക്ഷേ ഇന്നു ഞാൻ അത് തിരുത്തിയിരിക്കുന്നു. ഞാനന്ന് തികച്ചും നിരപരാധിയായിരുന്നുവെന്ന് പറയാനാവില്ലല്ലോ. ഉത്തമനായ മനുഷ്യൻ ശാന്തനും സ്വസ്ഥമാനസനുമായിരിക്കണം. ദുർബലവും ക്ഷണികവുമായ വികാര വിചാരങ്ങൾ അവന്റെ മനസിനെ പ്രക്ഷുബ്ധമാക്കരുത്. പുതിയ അറിവുകൾ കണ്ടെത്തുന്ന കാര്യത്തിലും ഈ തത്വം ബാധകമാണ്. ഏത് പ്രവൃത്തിയിലാണോ നിങ്ങൾ സ്വയം സമർപ്പിക്കുന്നത് അത് നിങ്ങളുടെ മനസിനെ ഒരിക്കലും അശാന്തമാക്കരുത്. ക്ഷണിക വികാരങ്ങൾക്കായി അത് നിങ്ങളുടെ സ്വസ്ഥതയെയും അഭിരുചികളെയും തകർക്കുകയുമരുത്. അല്ലാത്തപക്ഷം ആ പ്രവൃത്തി നീതിയുക്തമോ മാനുഷികമോ ആവില്ല. ഈ തത്വം ഉൾക്കൊണ്ടിരുന്നുവെങ്കിൽ ഗ്രീസ് ഒരിക്കലും അടിമത്തത്തിന്റെ കയ്പുനീർ കുടിക്കില്ലായിരുന്നു. അമേരിക്ക കണ്ടെത്താൻ താമസം വരില്ലായിരുന്നു. മെക്സിക്കോയിലെയും പെറുവിലെയും സാമ്രാജ്യങ്ങൾ തകർന്നടിയില്ലായിരുന്നു.

കഥയുടെ പ്രധാനഭാഗത്തെത്തിയപ്പോഴുള്ള എന്റെ സാരോപദേശങ്ങൾ താങ്കളെ മുഷിപ്പിച്ചെങ്കിൽ ക്ഷമിക്കുക. ഞാൻ കഥ തുടരാം.

അച്ഛന്റെ കത്തിൽ എന്നെ കുറ്റപ്പെടുത്തി ഒന്നും തന്നെ ഉണ്ടായിരുന്നില്ല. എന്റെ ദീർഘമായ മൗനം ശ്രദ്ധിക്കുകയും ആ സമയത്തെ എന്റെ പ്രവൃത്തികളെപ്പറ്റി അന്വേഷിക്കുകയും മാത്രമാണ് അദ്ദേഹം ചെയ്തത്. എങ്കിലും ഞാനെന്റെ ജോലിയിൽ വ്യാപൃതനായിത്തന്നെ കഴിഞ്ഞു. ഋതുക്കൾ ഓരോന്നായി കടന്നുപോയി. മുമ്പൊക്കെ എന്നെ ഏറെ ആഹ്ലാദിപ്പിച്ചിരുന്ന വസന്തകാലം എന്റെ ശ്രദ്ധയെ ആകർഷിച്ചതേയില്ല. അത്രമാത്രം അഗാധമായാണ് ഞാനെന്റെ ജോലിയിൽ മുഴുകിയിരുന്നത്. ഇലപൊഴിയുന്ന കാലംവന്നു. അപ്പോഴും ഞാൻ ജോലി തുടരുകയായിരുന്നു. കഠിനമായ അധ്വാനം തന്നെയായിരുന്നു അത്. ഖനികളിലെ അടിമത്തൊഴിലാളികളെ പോലെ രാപകൽ വിയർപ്പു ചിന്തുകയായിരുന്നു. രാത്രികളിൽ പലപ്പോഴും കൊടും ജ്വരത്തിന്റെ ആക്രമണത്താൽ ഞാൻ പരിസരബോധമില്ലാതെ പിച്ചും പേയും പറഞ്ഞുകൊണ്ടിരുന്നു. എന്റെ നാഡീഞരമ്പുകൾ അപകടകരമാം വിധം തളർന്നു. ഒരു ഇലയനക്കം പോലും എന്നെ ഞെട്ടിച്ചു. ഒരു കുറ്റവാളിയെപ്പോലെ എല്ലാവരിൽനിന്നും അകന്ന് ഞാൻ കഴിഞ്ഞു. എന്റെ ആരോഗ്യം അങ്ങേയറ്റം തകർന്നിരിക്കുന്നുവെന്ന

ഞെട്ടിപ്പിക്കുന്ന സത്യം ഞാൻ മനസിലാക്കി. എന്നാൽ എന്റെയുള്ളിലെ ഇച്ഛാശക്തി മാത്രം എല്ലാത്തിനും മേലെ തിളങ്ങിക്കൊണ്ടു നിന്നു. അതെന്നെ മുന്നോട്ടു നയിച്ചുകൊണ്ടേയിരുന്നു. ഈ ദൗത്യം ഉടനെ പൂർത്തിയാകുമെന്നും അതിനുശേഷം നഷ്ടപ്പെട്ട സന്തോഷവും സമാധാനവും ആരോഗ്യവും വീണ്ടെടുക്കാമെന്നും ഞാൻ വിശ്വസിച്ചു.

5

നവംബറിലെ തികച്ചും വിരസമായ ഒരു രാത്രിയിലാണ് ഞാനെന്റെ കഠിനയത്നത്തിന്റെ വിജയകരമായ പരിസമാപ്തിക്ക് സാക്ഷ്യം വഹിച്ചത്. കാൽക്കീഴിൽ കിടക്കുന്ന നിർജീവ ശരീരത്തിൽ ജീവസ്ഫുരണമുണ്ടാക്കുന്നതിനായി ചുറ്റും ചിതറിക്കിടന്ന ഉപകരണങ്ങളൊക്കെ ദുരിതത്തിന്റെ വക്കോളമെത്തി നിൽക്കുന്ന ഉൽക്കണ്ഠയോടെ ശ്രമപ്പെടുത്തിയെടുത്തു വയ്ക്കുകയായിരുന്നു ഞാൻ. അപ്പോൾ പുലർച്ചെ ഒരുമണിയായിരുന്നു. കൊട്ടിയടച്ചിരുന്ന ജനൽപ്പാളികളിൽ മഴത്തുള്ളികൾ വിഷാദഭാവത്തിലെന്നവണ്ണം പതിക്കുന്നുണ്ടായിരുന്നു. മുറിക്കുള്ളിലെ മെഴുകുതിരി മിക്കവാറും അണയാറായിരുന്നു. അപ്പോഴാണ് അതുണ്ടായത്. മുറിയിലെ അരണ്ടവെളിച്ചത്തിൽ എന്റെ കാൽച്ചുവട്ടിൽ കിടക്കുന്ന ആ നിർജീവ രൂപത്തിന്റെ മഞ്ഞക്കണ്ണുകൾ മെല്ലെ തുറക്കുന്നത് വർധിച്ച ഹൃദയമിടിപ്പോടെ ഞാൻ കണ്ടു. അതിനെത്തുടർന്ന് അത് ദീർഘമായി ഒന്നു ശ്വസിക്കുകയും കൈകാലുകൾ ഇളക്കുകയും ചെയ്തു.

ഈയൊരു ബീഭത്സദൃശ്യം എന്റെ മനസിലുണ്ടാക്കിയ വികാരവിചാരങ്ങളെ ഞാനെങ്ങനെ വിവരിക്കും. അഥവാ കഠിനയാതനകളും ദുരിതങ്ങളും സഹിച്ച് ഞാൻ രൂപപ്പെടുത്തിയ ആ ഭീകരജീവിയെ ഞാനെങ്ങനെ വർണിക്കും! അതിന്റെ കൈകാലുകൾക്കെല്ലാം പരസ്പരബന്ധമുണ്ടായിരുന്നു. അതിന്റെ ശരീരഘടന കഴിയുന്നത്ര സുന്ദരമാക്കുവാൻ ഞാൻ പരമാവധി ശ്രദ്ധിച്ചിരുന്നു. സുന്ദരമെന്നാണോ ഞാൻ പറഞ്ഞത്! എന്റെ ദൈവമേ, ഇതു സുന്ദരമെന്നോ! അതിന്റെ മഞ്ഞനിറത്തിലുള്ള തൊലി, അടിയിലുള്ള മാംസത്തെയും പേശികളെയും ഞരമ്പുകളെയും ഭാഗികമായി മാത്രമേ മൂടിയിരുന്നുള്ളൂ. അതിന്റെ തലമുടി കറുത്തു തിളങ്ങുന്നതും നീണ്ടതുമായിരുന്നു. അതിന്റെ പല്ലുകൾ മുത്തുകൾ പോലെ തിളങ്ങിയിരുന്നു. പക്ഷേ വെള്ളം നിറഞ്ഞു നിൽക്കുന്ന അതിന്റെ മഞ്ഞക്കണ്ണുകളും ചുളിഞ്ഞതൊലിയും നേർരേഖ പോലെയുള്ള ചുണ്ടുകളും അതിനെ ഭയങ്കരനായ ഒരു സത്വമാക്കിത്തീർത്തിരുന്നു.

മനുഷ്യമനസിലുത്ഭവിക്കുന്ന വികാരങ്ങളെപ്പോലെ വലിയ മാറ്റങ്ങൾക്കു വിധേയമാവുന്നവയല്ല ജീവിതത്തിലെ വ്യത്യസ്തമായ സംഭവഗതികളൊന്നും. ഒരു നിർജീവ ശരീരത്തിൽ ജീവൻ നിറയ്ക്കുകയെന്ന ഏക ലക്ഷ്യത്തോടെ രണ്ടുവർഷത്തോളം ഞാൻ കഠിനാധ്വാനം ചെയ്തു.

അതിനുവേണ്ടി ഞാനെന്റെ ആരോഗ്യവും വിശ്രമവും ഉപേക്ഷിച്ചു. വല്ലാത്തൊരു ആവേശത്തോടെയാണ് ഞാൻ ആ പ്രവൃത്തിയിൽ മുഴുകിയിരുന്നത്. എന്നാലിപ്പോൾ, അത് സാക്ഷാൽക്കരിക്കപ്പെട്ടപ്പോൾ ആ പ്രതീക്ഷയും ആവേശവും തണുത്തുറഞ്ഞു പോയിരിക്കുന്നു. ശ്വാസം പിടിച്ചുനിർത്തുന്ന ഭീതിയും കഠിനമായ വെറുപ്പും മാത്രം ബാക്കിയായിരിക്കുന്നു. ആ ഭീകരജന്തുവിനെ ഏറെനേരം കണ്ടുനിൽക്കാനുള്ള മനോധൈര്യമില്ലാതെ ഞാൻ മുറിയിൽ നിന്നും പുറത്തേക്കോടി. കിടപ്പുമുറിയിൽ എത്തിയെങ്കിലും ഒരുപോള കണ്ണടയ്ക്കാനാവാതെ ഞാനവിടെ അങ്ങോട്ടുമിങ്ങോട്ടും നടന്നു. അവസാനം എല്ലാം മറക്കാൻ വേണ്ടി ഞാൻ കിടക്കയിലേക്ക് വീണ് ഒന്നുറങ്ങാൻ ശ്രമിച്ചു. പക്ഷേ എനിക്കതിനു കഴിഞ്ഞില്ല. ഞാൻ ഉറങ്ങിയെന്നത് നേര്. പക്ഷേ, നിറയെ ദുഃസ്വപ്നങ്ങളുള്ള അങ്ങേയറ്റം അസ്വസ്ഥമായ ഒരു ഉറക്കമായിരുന്നു അത്. ഇൻഗോൾസ്റ്റാറ്റിലെ തെരുവീഥിയിലൂടെ എലിസബത്ത് നടക്കുന്നതാണ് സ്വപ്നത്തിൽ ഞാൻ ആദ്യം കണ്ടത്. ആഹ്ലാദത്തോടെ ഞാനോടിച്ചെന്ന് അവളെ കെട്ടിപ്പുണർന്നു. പക്ഷേ ഞാനൊന്ന് ചുംബിക്കാൻ തുനിഞ്ഞപ്പോഴേക്കും അവളുടെ അധരങ്ങൾ ഒരു മൃതശരീരത്തിന്റേതെന്നപോലെ വിളറിവെളുത്തു പോയി. എന്റെ കൈകളിലായിരുന്ന ആ ശരീരം ക്രമേണ എന്റെ അമ്മയുടെ മൃതശരീരമായി മാറി. ഒരു ശവക്കോടി ആ ശരീരത്തിൽ പുതപ്പിച്ചിട്ടുണ്ടായിരുന്നു. ചീഞ്ഞളിഞ്ഞ ശവശരീരത്തിൽ ഉണ്ടാവാറുള്ള പുഴുക്കൾ പലയിടത്തും അരിച്ചുനടക്കുന്നുണ്ടായിരുന്നു. അപ്പോഴേക്കും ഞാൻ ഞെട്ടിയുണർന്നു പോയി. തണുത്തുറഞ്ഞ വിയർപ്പുമണികളായിരുന്നു എന്റെ നെറ്റിയിൽ നിറയെ. പല്ലുകൾ കൂട്ടിയിടിക്കുന്നുണ്ടായിരുന്നു. കൈകാലുകളെല്ലാം വലിഞ്ഞു മുറുകുന്നതുപോലെ. പെട്ടെന്നാണ് ഞാൻ സൃഷ്ടിച്ച ആ ഭീകരൻ എന്റെ മുറിയിൽ, എന്റെ തൊട്ടടുത്തു നിൽക്കുന്നത് മങ്ങിയ നിലാവെളിച്ചത്തിൽ ഞാൻ കണ്ടത്. കട്ടിലിന്റെ തിരശീലയുയർത്തി ഭീകരമായ കണ്ണുകൾ കൊണ്ട്– കണ്ണുകളെന്ന് അവയെ വിളിക്കാമെങ്കിൽ– അവനെന്നെ നോക്കുകയായിരുന്നു. വലിയ ചാലുകൾ പോലെയുള്ള ചുളിവുകൾ നിറഞ്ഞ ആ മുഖത്ത് ഒരു വികൃതമായ ചിരി പ്രകടമായിരുന്നു. വൃത്തികെട്ട വായ തുറന്ന് അവനെന്തോ പറയാൻ ശ്രമിച്ചെങ്കിലും അതു കേൾക്കാൻ നിൽക്കാതെ ഞാൻ കട്ടിലിൽ നിന്നു ചാടിയെണീറ്റു. ഭീമാകാരമായ കൈനീട്ടി അവനെന്നെ തടയാൻ നോക്കിയെങ്കിലും ഒരു വിധത്തിൽ ഞാനവന്റെ പിടിയിൽ നിന്നും രക്ഷപ്പെട്ട് താഴേക്കോടി. തൽക്കാലം വീട്ടുമുറ്റത്ത്, അഭയം തേടാനാണ് ഞാൻ തീരുമാനിച്ചത്. കത്തിപ്പടരുന്ന മനസുമായി ഞാനവിടെ അങ്ങോട്ടുമിങ്ങോട്ടും നടന്നു. കഷ്ടപ്പാടുകൾ സഹിച്ച് ഞാൻ സൃഷ്ടിച്ച ആ സത്വം എന്നെത്തേടി വരുമോ എന്ന ചിന്തയിൽ ഒരില അനങ്ങുന്നതുപോലും ഭയാശങ്കകളോടെ ചെവിയോർത്തു കൊണ്ട് നേരം പുലരുവോളം ഞാനവിടെ കഴിച്ചുകൂട്ടി. സാധാരണക്കാരനായ ഒരു മനുഷ്യനും കൂടുതൽ നേരം കണ്ടുനിൽക്കാൻ പറ്റുന്ന രൂപ

മായിരുന്നില്ല അവന്റേത്. ഈജിപ്ഷ്യൻ ശവകുടീരങ്ങളിലെ ഒരു മമ്മിക്ക് വീണ്ടും ജീവൻ വച്ചെന്നിരിക്കട്ടെ, എങ്കിൽപോലും അത് ഈ രാക്ഷസന്റെയത്ര ഭയാനകമായിരിക്കില്ല. അത്രമാത്രം ബീഭത്സവും ഭീതിജനകവുമായിരുന്നു അവന്റെ ശരീരഘടന.

ആ രാത്രി എനിക്കൊരിക്കലും മറക്കാനാവില്ല. കടുത്ത ഭീതിയുടെ നിലയില്ലാക്കയങ്ങളിൽ മുങ്ങിത്താഴുകയായിരുന്നു ഞാൻ. ശരീരത്തിലെ ഓരോ ധമനിയും വലിഞ്ഞുമുറുകുകയായിരുന്നു. പലപ്പോഴും കഠിനമായ പാരവശ്യത്താൽ ഞാൻ തളർന്നുവീണു. നിരാശയും ഭീതിയും എന്റെ ഹൃദയത്തെ ഞെരിച്ചുടയ്ക്കുകയായിരുന്നു. കഴിഞ്ഞ കുറേ വർഷങ്ങളായി എന്റെ മനസിനെ മുന്നോട്ടു നയിച്ചിരുന്ന പ്രതീക്ഷകളും സ്വപ്നങ്ങളും ഇപ്പോഴിതാ ഒരു നരകാഗ്നിയായി എന്നെത്തന്നെ ദഹിപ്പിച്ചുകൊണ്ടിരിക്കുന്നു. എത്ര പെട്ടെന്നാണ് എല്ലാം മാറിമറിഞ്ഞത്. ശുഭപ്രതീക്ഷകളും വിജയാവേശങ്ങളും മരണഭീതിയായി മാറിയത് എത്ര വേഗമാണ്!

അവസാനം വിഷാദമൂകമായ നനഞ്ഞപ്രഭാതം വന്നണഞ്ഞു. ആറുമണിയായെന്ന് അറിയിച്ചുകൊണ്ട് ഇൻഗോൾസ്റ്റാറ്റിലെ പള്ളിമണി മുഴങ്ങി. കാവൽക്കാരൻ വന്നു ഗെയിറ്റ് തുറന്നു. ഞാൻ തെരുവിലേക്കിറങ്ങി ധൃതിയിൽ നടന്നു. പാതയുടെ ഓരോ വളവിലും ആ ഭീകരനെ കണ്ടുമുട്ടുമോ എന്ന ഭയത്തോടെയായിരുന്നു എന്റെ നടത്തം. ഞാൻ താമസിച്ചിരുന്ന കെട്ടിടത്തിലേക്ക് തിരിച്ചുപോകാനുള്ള ധൈര്യം എനിക്കുണ്ടായിരുന്നില്ല. മഴ പെയ്യുന്നുണ്ടെങ്കിലും അതൊന്നും ശ്രദ്ധിക്കാതെ ഞാൻ നടക്കുകയായിരുന്നു.

എത്രയോ നേരം ഞാനങ്ങനെ നടന്നു. എന്റെ മനസിൽ ഭാരം തൂങ്ങിനിൽക്കുന്ന അശുഭചിന്തകളെ ശാരീരികായാസത്തിലൂടെ പുറത്തുകളയാൻ ഞാൻ ആവുന്നതും ശ്രമിച്ചു. എങ്ങോട്ടാണു പോകേണ്ടതെന്നോ എന്താണ് ചെയ്യേണ്ടതെന്നോ ശ്രദ്ധിക്കാതെ നടന്ന വഴിയിലൂടെ തന്നെ ഞാൻ വീണ്ടും വീണ്ടും നടന്നു. ഭീതിയുടെ കാഠിന്യത്താൽ എന്റെ ഹൃദയം വല്ലാതെ മിടിക്കുന്നുണ്ടായിരുന്നു. ചുറ്റും നോക്കാനുള്ള ധൈര്യം പോലുമില്ലാതെ ഇടറുന്ന കാലടികളോടെ ഞാൻ ധൃതിയിൽ നടന്നു.

അവസാനം ഞാനൊരു സത്രത്തിനു മുമ്പിലെത്തി. തെരുവിന്റെ മറ്റേയറ്റത്തുനിന്നും എന്റെനേരെ പാഞ്ഞുവന്ന ഒരു കുതിരവണ്ടിയിൽ കണ്ണുകളുറപ്പിച്ച് ഞാനൽപ്പനേരം അവിടെ നിന്നു. അത് എന്റെ തൊട്ടരികിൽ വന്നുനിന്നു. വാതിൽ തുറന്ന് ഹെൻറി ക്ലെർവെൽ പുറത്തിറങ്ങുന്നത് ഞാൻ കണ്ടു. എന്നെ കണ്ടതിലുള്ള അതിയായ സന്തോഷത്താൽ അവൻ ഉറക്കെ വിളിച്ചു പറഞ്ഞു.

"ഓ, എന്റെ ഫ്രാങ്കെൻസ്റ്റീൻ, നിന്നെ കണ്ടതിൽ എനിക്കെത്ര സന്തോഷമുണ്ടെന്നോ. വണ്ടിയിൽ നിന്നും ഇറങ്ങിയ ഉടൻ തന്നെ നിന്നെ കാണാൻ കഴിഞ്ഞത് എന്റെ ഭാഗ്യം.

ആ സമയത്ത് ക്ലെർവലിനെ കണ്ടുമുട്ടിയതിൽ ഞാനും അതിയായി

സന്തോഷിച്ചു. അച്ഛനെയും എലിസബത്തിനെയും ഞങ്ങളുടെ വീടിനെയും കുറിച്ചുള്ള ചിന്തകൾ അവന്റെ സാന്നിധ്യം എന്റെ മനസിലുണർത്തി. ഞാനവന്റെ കൈ പിടിച്ചമർത്തി. ആ സമയം എന്റെ ദുരിതവും ഭീതിയുമെല്ലാം എവിടെയോ പോയ്മറഞ്ഞു.എത്രയോ കാലങ്ങൾക്കു ശേഷം എന്റെ മനസിൽ വീണ്ടും സന്തോഷവും സമാധാനവും നിറഞ്ഞു. നിറഞ്ഞ സൗഹൃദത്തോടെയാണ് ഞാനവനെ സ്വാഗതം ചെയ്തത്. ഞങ്ങൾ എന്റെ കോളേജിലേക്കു പോയി. പല വിഷയത്തെപ്പറ്റിയും ഞങ്ങൾ സംസാരിച്ചു. ഞങ്ങളുടെ സ്നേഹബന്ധത്തെക്കുറിച്ചും, ഉപരി പഠനത്തിന് അവന്റെ അച്ഛൻ അനുമതി നൽകിയതിനെക്കുറിച്ചുമെല്ലാം അവൻ നിർത്താതെ സംസാരിച്ചുകൊണ്ടിരുന്നു.

"നിനക്കറിയാലോ, ഞാനെന്റെ അച്ഛനെ പറഞ്ഞു സമ്മതിപ്പിക്കാൻ പെട്ട ഒരു പാട്. ലോകത്തുള്ള അറിവുകളെല്ലാം വ്യാപാരശാസ്ത്രത്തിലുണ്ടെന്നാണ് മൂപ്പരുടെ പക്ഷം. അവസാനം ഒരുവിധത്തിൽ അച്ഛന്റെ സമ്മതം നേടിയെടുത്തു. എന്നോടുള്ള സ്നേഹാധിക്യത്താൽ വിശാലമായ വിജ്ഞാന സാഗരത്തിലൂടെ സഞ്ചരിക്കാൻ അവസാനം അച്ഛൻ എനിക്ക് അനുമതി നൽകിയിരിക്കുന്നു.

"നിന്നെ കണ്ടതിൽ ഞാനും അതിയായി സന്തോഷിക്കുന്നു, അച്ഛനും എലിസബത്തിനും സഹോദരങ്ങൾക്കും സുഖം തന്നെയല്ലേ?" ഞാൻ ചോദിച്ചു.

"എല്ലാവർക്കും സുഖം. നിന്റെ വിവരങ്ങളൊന്നും സമയത്തിന് അറിയുന്നില്ലെന്നതു മാത്രമാണ് ചെറിയൊരു ദുഃഖം." കുറച്ചുനേരത്തെ മൗനത്തിനുശേഷം എന്റെമുഖത്തേക്കു തന്നെ സൂക്ഷിച്ചു നോക്കിക്കൊണ്ട് ക്ലെർവെൽ തുടർന്നു.

"ഫ്രാങ്കെൻസ്റ്റീൻ; നിനക്കെന്തു പറ്റിയെടോ? നീ ആകെ മെലിഞ്ഞുണങ്ങിപ്പോയല്ലോ.... മുഖമാണെങ്കിൽ വിളറിവെളുത്ത്... നീ ഉറങ്ങിയിട്ട് കാലങ്ങളായെന്നു തോന്നുന്നല്ലോ... എന്താ കാര്യം?"

"നിന്റെ സംശയം ശരിയാണ് സ്നേഹിതാ. വിശ്രമം എന്തെന്നറിഞ്ഞിട്ട് ഏറെ നാളുകളായി. ഒരു പ്രത്യേക ജോലിയിൽ മുഴുകി ഊണും ഉറക്കവും ഉപേക്ഷിച്ചിരിക്കുകയായിരുന്നു ഞാൻ. ഇപ്പോൾ അതെല്ലാം കഴിഞ്ഞിരിക്കുന്നു. ഞാൻ സ്വതന്ത്രനായിരിക്കുന്നു..."

അപ്പോഴേക്കും ഞാൻ വിറച്ചുപോയി. കഴിഞ്ഞരാത്രിയിലെ ഭീകര സംഭവങ്ങളെക്കുറിച്ച് സൂചിപ്പിക്കുവാനോ ചിന്തിക്കാൻ പോലുമോ ഞാൻ അശക്തനായിരുന്നു. കൂടുതലൊന്നും പറയാതെ ഞാൻ അവനെയും കൂട്ടി ധൃതിയിൽ നടന്നു. അൽപ്പസമയത്തിനുള്ളിൽ ഞങ്ങൾ കോളേജിലെത്തി. ഞാൻ സൃഷ്ടിച്ച ഭീകരസത്വത്തെ ഇനിയും കാണാനിടയുണ്ടെന്ന ചിന്ത എന്റെ ഹൃദയത്തെ പിളർക്കുന്നതായി എനിക്കുതോന്നി. ഒരു പ്രാവശ്യം കൂടി എനിക്കതിനെ കാണാനുള്ള ധൈര്യമില്ലായിരുന്നു. പക്ഷേ ഹെൻറിയെങ്ങാനും ആ സത്വത്തെ കണ്ടുമുട്ടുമോ എന്നോർത്തപ്പോൾ എനിക്കതിലേറെ പേടിയായി. അതുകൊണ്ടു തന്നെ അവനോടു

കുറച്ചുനേരം താഴെ നിൽക്കാൻ പറഞ്ഞിട്ട് ഞാൻ മുകളിലെ എന്റെ മുറിയിലേക്കു ചെന്നു. വാതിലിനു മുന്നിൽ ഞാൻ കുറച്ചുനേരം നിന്നു. ഒരു തണുത്ത വിറയൽ എന്റെയുള്ളിലൂടെ കടന്നുപോയി. പിന്നെ, കുട്ടികൾ ചെയ്യാറുള്ളതുപോലെ ഒറ്റത്തള്ളിനു ഞാൻ വാതിൽ തുറന്നു, പക്ഷേ, മുറിയിൽ ഞാൻ ഭയപ്പെട്ടതൊന്നും ഉണ്ടായിരുന്നില്ല. എന്റെ കിടപ്പുമുറിയിലും ആ ഭീകരനുണ്ടായിരുന്നില്ല. എന്റെ ജീവിതത്തിൽ ഇനിയൊരിക്കലും സന്തോഷവും സമാധാനവും ഉണ്ടാകുമെന്ന് ഞാൻ വിചാരിച്ചിരുന്നില്ല. പക്ഷേ, ഇപ്പോൾ എന്റെ ശത്രു എന്നെവിട്ടു പോയിരിക്കുന്നു എന്നറിഞ്ഞപ്പോൾ സന്തോഷത്താൽ കൈകൾകൊട്ടി ആർത്തുവിളിച്ചുകൊണ്ടു ഞാൻ താഴേക്കോടി. പിന്നെ, ക്ലേർവലിനേയും കൂട്ടി ഞാൻ വീണ്ടും മുകളിലെത്തി.

പരിചാരകൻ പ്രാതൽ കൊണ്ടുവന്നു. അപ്പോഴും എന്റെയുള്ളിലെ ആഹ്ലാദാവസ്ഥയ്ക്ക് ഒരുകുറവും സംഭവിച്ചിരുന്നില്ല. സ്വയം നിയന്ത്രിക്കാൻ എനിക്കു കഴിഞ്ഞതേയില്ല. ഏതോ ഒരു ഉന്മാദാവസ്ഥയിലെന്നപോലെ ഞാൻ കൈകൊട്ടുകയും ആർത്തുവിളിക്കുകയും കസേരകളിൽ ചാടി മറിയുകയും ചെയ്തു. ക്ലേർവെൽ ആദ്യം കരുതിയത് ഇതെല്ലാം അവൻ വന്നതിന്റെ സന്തോഷപ്രകടനമാണെന്നായിരുന്നു. പക്ഷേ സൂക്ഷിച്ചു നോക്കിയപ്പോഴാണ് എന്റെ കണ്ണുകളിലെ വന്യമായ തിളക്കം അവൻ കണ്ടെത്തിയത്. അതൊരിക്കലും തന്റെ വരവുമായി ബന്ധപ്പെട്ടതല്ലെന്ന് അവനറിയാമായിരുന്നു. എന്നാൽ അതിന്റെ കാരണം മനസിലായതേയില്ല. ഇടയ്ക്കിടെയുള്ള എന്റെ പൊട്ടിച്ചിരി അവനെ അൽപ്പമൊന്നു ഭയപ്പെടുത്തുകപോലും ചെയ്തു.

"പ്രിയപ്പെട്ട വിക്ടർ, എന്താണിതൊക്കെ? നീയിങ്ങനെ ചിരിക്കാതെ... എന്താണിതിന്റെയെല്ലാം അർഥം? ദൈവത്തെയോർത്ത് എന്നോടു പറയൂ..."

അവന്റെ വാക്കുകളിൽ ഉൽക്കണ്ഠയും പരിഭ്രമവും പ്രകടമായിരുന്നു. പൊടുന്നനെയാണ് എന്റെ ഭാവം മാറിയത്. അതിനെത്തുടർന്ന് കണ്ണുകൾക്കു മീതെ കൈകൾ വച്ചുകൊണ്ട് ഞാൻ അലറിക്കരഞ്ഞു. "ഇല്ല.... എന്നോടൊന്നും ചോദിക്കരുതേ..." ആ ഭീകരസത്വം മുറിയിലേക്കു കടന്നു വന്നതായി എനിക്കുതോന്നിയിരുന്നു. "അവൻ പറഞ്ഞുതരും എല്ലാം... അയ്യോ, എന്നെ രക്ഷിക്കൂ... എന്നെ രക്ഷിക്കൂ..." അവനെന്നെ പിടികൂടിയതായി ഞാൻ സങ്കൽപ്പിച്ചു. ഞാൻ ശക്തിയായി കുതറിപ്പിടഞ്ഞുകൊണ്ടിരുന്നു. പിന്നെ ബോധരഹിതനായി നിലംപതിച്ചു.

പാവം ക്ലേർവെൽ! അവന്റെ സ്ഥിതി എന്തായിരിക്കും. ആഹ്ലാദകരമാവുമെന്നു കരുതിയിരുന്ന ഒരു സമാഗമം എത്ര പെട്ടെന്നാണ് ദുഃഖപര്യവസായിയായി മാറിയത്. പക്ഷേ അവന്റെ അപ്പോഴത്തെ മാനസികാവസ്ഥയ്ക്ക് ദൃക്സാക്ഷിയാവാൻ എനിക്കു കഴിഞ്ഞില്ല. ഞാനപ്പോൾ ബോധമറ്റു കിടക്കുകയായിരുന്നല്ലോ.. ഏറെനേരം ഞാനങ്ങനെ കിടന്നു.

മാസങ്ങളോളം എന്നെ കടന്നാക്രമിച്ച നാഡീക്ഷീണത്തിന്റെയും

കഠിനജ്വരത്തിന്റെയും ആരംഭം അതായിരുന്നു. അക്കാലമത്രയും ഹെൻറി ക്ലെർവെൽ എന്നെ പരിചരിക്കുകയും ചെയ്തു. എന്റെ രോഗവിവരം അവൻ വീട്ടുകാരെ അറിയിച്ചില്ല. അച്ഛന്റെ അനാരോഗ്യവും ഈ വാർത്ത കേൾക്കുമ്പോഴുള്ള എലിസബത്തിന്റെ മനോവേദനയുമാണ് അവനെ അതിനു പ്രേരിപ്പിച്ചത്. ഇത്രമാത്രം ശ്രദ്ധയോടെ തനിക്കല്ലാതെ മറ്റാർക്കും എന്നെ ശുശ്രൂഷിക്കാനാവില്ലെന്നും അവൻ വിചാരിച്ചിട്ടുണ്ടാകും. എനിക്കു വേഗം സുഖം പ്രാപിക്കാൻ അവൻ ആത്മാർഥമായി തന്നെ ആഗ്രഹിക്കുകയും പ്രാർഥിക്കുകയും ചെയ്തു.

പക്ഷേ സത്യത്തിൽ എന്റെ അവസ്ഥ വളരെ മോശമായിരുന്നു. എന്റെ സുഹൃത്തിന്റെ ആത്മാർഥമായ ശുശ്രൂഷ ഒന്നുകൊണ്ടു മാത്രമാണ് എന്റെ ജീവനെങ്കിലും നിലനിൽക്കുന്നതെന്നു എനിക്കറിയാമായിരുന്നു. ഞാൻ സൃഷ്ടിച്ച ആ ഭീകരസത്വമായിരുന്നു എപ്പോഴും എന്റെ കണ്ണുകൾക്കു മുന്നിൽ തെളിഞ്ഞു നിന്നിരുന്നത്. അർധബോധാവസ്ഥയിൽ ഞാനെന്തൊക്കെയോ പുലമ്പി. അവ ക്ലെർവലിനെ അമ്പരപ്പിക്കുകയും ചെയ്തു. എന്റെ ക്ഷീണിച്ച മനസിന്റെ ഭാവനാചിത്രങ്ങളാണവയെന്നാണ് ആദ്യം അവൻ കരുതിയത്. പക്ഷേ ഒരു കാര്യത്തെക്കുറിച്ചു തന്നെയുള്ള എന്റെ നിരന്തരമായ പരാമർശം ശ്രദ്ധിച്ചപ്പോൾ എന്റെ മാനസികാവസ്ഥയുടെ മൂലകാരണം എന്തോ ഭീകരമായ സംഭവം തന്നെയാണെന്ന് അവനു മനസിലായി.

വളരെ സാവധാനമാണ് ഞാൻ രോഗമുക്തി നേടിയത്. അപ്പോഴേക്കും ഋതുക്കൾ പലതും മാറിമറിഞ്ഞിരുന്നു. ഇലകൊഴിഞ്ഞ മരച്ചില്ലകളിൽ പുതിയ ഇലകളും മൊട്ടുകളും നിറഞ്ഞിരുന്നു. മനോഹരമായ വസന്തകാലമായിരുന്നു അത്. എന്റെ രോഗശമനത്തിന് അതേറെ സഹായകമായി. ഹൃദയത്തിൽ വീണ്ടും ആഹ്ലാദവും സ്വസ്ഥതയും നിറയുന്നതായി എനിക്കുതോന്നി. മനസിലെ ഭയാശങ്കകളും വിഷാദവും അപ്രത്യക്ഷമായി. കുറച്ചുദിവസങ്ങൾക്കുള്ളിൽ ഞാൻ പഴയപോലെ ഉത്സാഹിയും ആവേശഭരിതനുമായി മാറി.

"എന്റെ ഏറ്റവും പ്രിയപ്പെട്ട ഹെൻറീ, എത്ര സ്നേഹത്തോടെയാണ് നീയെന്നെ പരിചരിച്ചത്. ഇക്കഴിഞ്ഞ ശിശിരം മുഴുവൻ പഠനം പോലും മാറ്റിവച്ചു നീയെന്റെ അരികിലുണ്ടായിരുന്നല്ലോ. ഇതിന് എങ്ങനെയാണ് നിന്നോടു നന്ദി പറയേണ്ടതെന്ന് എനിക്കറിയില്ല" കൃതാർഥത നിറഞ്ഞൊഴുകുന്ന മനസോടെയാണ് ഞാനത് പറഞ്ഞത്.

"ഓ; നന്ദിയൊക്കെ നിന്റെ ആരോഗ്യം തിരിച്ചു കിട്ടിയിട്ടു മതി. ഇപ്പോൾ നിന്റെ മനസ് സ്വസ്ഥമാണല്ലോ. അതുകൊണ്ട് ഒരു കാര്യം ഞാൻ ചോദിക്കട്ടെ."

ഞാൻ ഭയന്നുപോയി. എന്തുകാര്യമാണവൻ ചോദിക്കാൻ പോകുന്നത്, ഞാൻ ചിന്തിക്കാൻ പോലും ഇഷ്ടപ്പെടാത്ത ആ സംഭവത്തെക്കുറിച്ച് ആയിരിക്കുമോ?

എന്റെ മുഖത്തെ ഭാവവ്യത്യാസം ശ്രദ്ധിച്ചുകൊണ്ട് ക്ലെർവെൽ പറ

ഞ്ഞു. "നിനക്കു വിഷമമാണെങ്കിൽ ഞാനൊന്നും ചോദിക്കുന്നില്ല. പക്ഷേ, ഒരു കാര്യം, നിന്റെ സ്വന്തം കൈപ്പടയിലുള്ള ഒരുകത്ത് കിട്ടുകയാണെങ്കിൽ നിന്റെ അച്ഛനും എലിസബത്തിനും വലിയ സന്തോഷമായിരിക്കും. നിന്റെ അസുഖം അതീവഗുരുതരമാണെന്നൊന്നും അവരറിഞ്ഞിട്ടില്ലല്ലോ. ഇത്രയും കാലം നിന്റെ കത്ത് കാണാതെ അവർ വിഷമിച്ചിരിക്കുകയായിരിക്കും."

"പ്രിയപ്പെട്ട ഹെൻറീ, ഇതാണോ കാര്യം? അവരെക്കുറിച്ച് അറിയാൻ ഞാനെത്രമാത്രം ആഗ്രഹിക്കുന്നുണ്ടെന്നോ...."

"അങ്ങനെയാണെങ്കിൽ ഇതാ നിന്നെ സന്തോഷിപ്പിക്കുന്ന ഒരു കത്ത്. കുറച്ചുദിവസമായി ഇതു വന്നിട്ട്. നിന്റെ എലിസബത്തിന്റേതാണെന്ന് തോന്നുന്നു." ക്ലെർവെൽ ഒരു കത്തെടുത്ത് എന്റെ നേരെ നീട്ടി.

6

എലിസബത്തിന്റെ കത്തായിരുന്നു അത്.

എന്റെ ഏറ്റവും പ്രിയപ്പെട്ട വിക്ടറിന്,

നിങ്ങൾക്ക് അസുഖം ആയിരുന്നു അല്ലേ? ഇടയ്ക്കിടയ്ക്ക് ഹെൻറിയുടെ കത്തുകൾ കിട്ടിയിരുന്നെങ്കിലും അവയൊന്നും എനിക്കു തീരെ സമാധാനം നൽകിയിരുന്നില്ല. കത്തെഴുതാനുള്ള ആരോഗ്യം നിങ്ങൾക്കു കിട്ടിക്കാണില്ല എന്നെനിക്കറിയാം. എങ്കിലും ഒരൊറ്റ വാക്കു മാത്രം മതി വിക്ടർ. ഞങ്ങളുടെ ഭയാശങ്കകൾ അകറ്റാൻ അത് അത്യാവശ്യമാണ്. പോസ്റ്റുമാൻ വരുമ്പോഴൊക്കെ നിങ്ങളുടെ കത്തായിരിക്കുമെന്നു കരുതി എത്രകാലമാണെന്നോ ഞാനിരുന്നത്! അമ്മാവൻ അങ്ങോട്ടു വരാൻ പലതവണ തുനിഞ്ഞതാണ്. പക്ഷേ ഒരു ദീർഘയാത്രയ്ക്കു വേണ്ട ആരോഗ്യം അദ്ദേഹത്തിന് ഇല്ലാതിരുന്നതിനാൽ ഞാൻ സമ്മതിച്ചില്ല. ഒരിക്കൽ ഞാൻ തന്നെ അങ്ങോട്ടു വന്നാലോ എന്നു വിചാരിച്ചിരുന്നു. അവിടെ നിങ്ങളെ പരിചരിക്കുന്നത് ഏതെങ്കിലും വൃദ്ധയായ പരിചാരികയായിരിക്കും. അവർക്കാർക്കും എന്നെപ്പോലെ നിങ്ങളുടെ ഇഷ്ടാനിഷ്ടങ്ങൾ മനസിലാക്കി പെരുമാറാൻ കഴിയില്ലല്ലോ. ഇനിയിപ്പോൾ അതൊക്കെ കഴിഞ്ഞില്ലേ. നിങ്ങൾ സുഖംപ്രാപിച്ചു വരുന്ന വിവരം ക്ലെർവെൽ എഴുതിയിരുന്നു. നിങ്ങളുടെ സ്വന്തം കൈപ്പടയിൽ ഒരു മറുപടി ലഭിച്ചാലേ ഞങ്ങൾക്കു മനഃസമാധാനമുണ്ടാകൂ.

അസുഖം മാറിയാലുടനെ ഇങ്ങോട്ടു വരണം. ഇവിടെ നിങ്ങൾക്ക് ആഹ്ലാദവും മനഃശാന്തിയും ലഭിക്കും. ഇവിടെയെല്ലാവരും നിങ്ങളെ സ്നേഹിക്കുന്നവരാണ്. അമ്മാവന് അസുഖമൊന്നുമില്ല. നിങ്ങളുടെ വരവും പ്രതീക്ഷിച്ച് ഇരിക്കുകയാണ് അദ്ദേഹം. നമ്മുടെ ഏണസ്റ്റിനെ

ഇപ്പോൾ നിങ്ങളൊന്നു കാണണം. അവൻ വളർന്നു വലിയൊരാളായിട്ടുണ്ട്. ഇപ്പോഴവനു പതിനാറു വയസായി. നല്ല ചുറുചുറുക്കുള്ള പയ്യൻ. വിദേശകാര്യ വകുപ്പിൽ ചേരാനാണ് അവനു താൽപ്പര്യം. നിങ്ങൾ വരുന്നതുവരെയെങ്കിലും ഞങ്ങൾ അവനെ വിടില്ല. വിദൂരസ്ഥമായ ഏതെങ്കിലുമൊരു രാജ്യത്ത് അവൻ പട്ടാളസേവനമനുഷ്ഠിക്കുന്നതിനോട് അമ്മാവന് തീരെ താൽപ്പര്യമില്ല. പക്ഷേ നിങ്ങളെപ്പോലെയല്ല ഏണസ്റ്റ്. പഠനത്തിൽ അവൻ അത്ര മിടുക്കനല്ല. പഠനം ഒരു ബോറൻ പണിയാണെന്നാണ് മൂപ്പരുടെ പക്ഷം. കായലിൽ തോണിതുഴഞ്ഞും കുന്നുകൾ കയറിയും സമയം ചെലവഴിക്കുകയാണിപ്പോൾ. അവന്റെ ഇഷ്ടം അനുവദിക്കാതിരുന്നാൽ അവനൊരു അലസനായിപ്പോകുമോ എന്നാണെന്റെ ഭയം.

കുട്ടികളുടെ വളർച്ചയൊഴികെ മറ്റൊന്നിനും നിങ്ങളിവിടുന്നു പോയതിനുശേഷം വലിയ മാറ്റമൊന്നും വന്നിട്ടില്ല. നീലത്തടാകവും, മഞ്ഞുപുതച്ച മലകളും പഴയതുപോലെ തന്നെ ആകർഷകമായി നിലകൊള്ളുന്നു. നമ്മുടെ ഭവനവും അതുപോലെ തന്നെ പ്രശാന്തസുന്ദരമായി നിൽക്കുകയാണ്. ചില ചില്ലറ കാര്യങ്ങളിൽ വ്യാപൃതയായി ഞാനും സമയം ചെലവഴിക്കുന്നു. നിങ്ങളിവിടുന്നു പോയതിൽപ്പിന്നെ നമ്മുടെ വീട്ടിൽ ഒരു കാര്യമുണ്ടായിട്ടുണ്ട് വിക്ടർ. ജസ്റ്റിൻ മോറിസ് നമ്മുടെ വീട്ടിൽ വന്നതു നിങ്ങൾ ഓർക്കുന്നില്ലേ? ഒരുപക്ഷേ നിങ്ങൾക്കോർമയുണ്ടാവില്ല. അവളുടെ അമ്മ മാഡം മോറിസ് ഒരു വിധവയാണ്. നാലുകുട്ടികൾ ഉണ്ടവർക്ക്. മൂന്നാമത്തേതാണ് ജസ്റ്റിൻ. അവളുടെ അച്ഛന് അവളെ വലിയ കാര്യമായിരുന്നു. അമ്മയ്ക്കാണെങ്കിൽ നേരെമറിച്ചും. അതുകൊണ്ടുതന്നെ മിസ്റ്റർ മോറിസിന്റെ മരണശേഷം ജസ്റ്റിന്റെ സ്ഥിതി വളരെയേറെ കഷ്ടമായി. മാഡം മോറിസ് അവളെ വല്ലാതെ ഉപദ്രവിച്ചു. അമ്മായിക്ക് ഇതെല്ലാം കണ്ടിട്ടു സഹിച്ചില്ല. അങ്ങനെയാണ് ജസ്റ്റിനു പന്ത്രണ്ടു വയസായപ്പോൾ അവളെ നമ്മുടെ വീട്ടിലേക്കു പറഞ്ഞയയ്ക്കാൻ അമ്മായി ആ സ്ത്രീയോടു ആവശ്യപ്പെട്ടത്. നമ്മുടെ നാട്ടിലെ ഭരണവ്യവസ്ഥ മറ്റു രാജ്യങ്ങളുടേതിനേക്കാൾ എത്രയോ മെച്ചമാണ്. ഇവിടെ ആളുകൾ തമ്മിൽ അവരുടെ പദവിയുടെ പേരിൽ വലിയ അകൽച്ച പാലിക്കാറില്ല. വേലക്കാരിയുടെ കാര്യവും അങ്ങനെതന്നെയാണ്. ഫ്രാൻസിലേയോ ഇംഗ്ലണ്ടിലേയോ പോലെയല്ല ജനീവയിലെ വേലക്കാരുടെ സ്ഥിതി. ജസ്റ്റിൻ നമ്മുടെ കുടുംബത്തിൽ വന്നു. ഒരു വേലക്കാരിയുടെ ചുമതലകളെല്ലാം പഠിച്ചു. പക്ഷേ അവൾ ഇവിടെ വെറുമൊരു വേലക്കാരിയായിരുന്നില്ല. ഞങ്ങളിൽ ഒരാളായി തികഞ്ഞ അന്തസോടെയാണ് അവളിവിടെ കഴിയുന്നത്.

ജസ്റ്റിനെ നിങ്ങൾക്ക് വലിയ ഇഷ്ടമായിരുന്നില്ലേ? അവളുടെ ഒരു നോട്ടത്തിനു മുന്നിൽ എത്ര വലിയ ദുഃഖവും അലിഞ്ഞു പോകുമെന്ന് നിങ്ങളൊരിക്കൽ പറഞ്ഞിരുന്നതോർക്കുന്നില്ലേ? അമ്മായിക്കും അവളെ വലിയ ഇഷ്ടമായിരുന്നു. അവൾക്കു നല്ല വിദ്യാഭ്യാസം നൽകാൻ അവർ

അതിയായി ആഗ്രഹിച്ചിരുന്നു. ജസ്റ്റിനാണെങ്കിൽ ഈ സ്നേഹത്തിനെല്ലാം അവളാൽ കഴിയുന്ന രീതിയിൽ പ്രത്യുപകാരവും ചെയ്തിരുന്നു. അമ്മായിയെ അവൾ കഴിവിന്റെ പരമാവധി പരിചരിച്ചു. അവരുടെ ഓരോ കാര്യവും അവൾ ആത്മാർഥമായി ശ്രദ്ധിച്ചു.

അമ്മായി മരിച്ചതോടെ എല്ലാവരും അവരുടേതായ ദുഃഖത്തിൽ മുഴുകിയപ്പോൾ ജസ്റ്റിന്റെ കാര്യം ശ്രദ്ധിക്കാനായില്ല. അമ്മായി രോഗശയ്യയിലായിരുന്നപ്പോൾ ജസ്റ്റിൻ ഉറക്കമിളച്ച് അവരെ പരിചരിച്ചിരുന്നു. പക്ഷേ വിധി അവൾക്കെതിരായിരുന്നു. അവൾക്ക് അസുഖം ബാധിച്ചു. അവളുടെ സഹോദരന്മാരും സഹോദരിയും മരണമടഞ്ഞു. അതോടെ അതുവരെ അവളെ അവഗണിച്ചിരുന്ന അമ്മ ഒറ്റപ്പെട്ടു. ജസ്റ്റിനോടു താൻ കടുംകൈ ചെയ്യുകയായിരുന്നുവെന്ന് അപ്പോൾ മാത്രമേ ആ സ്ത്രീക്കു മനസിലായുള്ളൂ. അതിനെത്തുടർന്ന് നിങ്ങൾ ഇവിടുന്നു പോയി ഏതാനും മാസങ്ങൾ കഴിഞ്ഞപ്പോൾ ജസ്റ്റിനെ അവർ കൂട്ടിക്കൊണ്ടുപോയി. പാവം പെൺകുട്ടി. നമ്മുടെ വീട്ടിൽ നിന്നും കരഞ്ഞുകൊണ്ടാണ് അവൾ ഇറങ്ങിപ്പോയത്. എങ്കിലും ആരോരുമില്ലാതായ അമ്മ മനഃസ്താപത്തോടെ വന്നു വിളിച്ചപ്പോൾ അവൾക്കു പോകാതിരിക്കാനാവില്ലല്ലോ. മക്കളുടെ മരണത്തിനു കാരണം ജസ്റ്റിനോടു താൻ കാണിച്ച ക്രൂരതയാണെന്ന് അവർ ശക്തമായിത്തന്നെ വിശ്വസിച്ചു. അതോടെ അവരുടെ മനസ്സ് തകർന്നു. ആ തകർച്ച അവരുടെ ആരോഗ്യത്തെയും ബാധിച്ചു. ഏറെത്താമസിയാതെ ആ സ്ത്രീ മരണമടഞ്ഞു. ജസ്റ്റിൻ നമ്മുടെ വീട്ടിലേക്കു തന്നെ തിരിച്ചുപോന്നു. അവളെത്രമാത്രം പാവമാണെന്നോ. ലോലമാണവളുടെ മനസ്സ്. ഒരു ശാലീനസുന്ദരി. മാന്യമായ പെരുമാറ്റം. സത്യത്തിൽ അവളുടെ ഭാവവും പെരുമാറ്റവുമെല്ലാം മരിച്ചുപോയ അമ്മായിയുടെ ഓർമകളാണ് എന്നിലുണർത്തുന്നത്.

നമ്മുടെ വില്യമിനെക്കുറിച്ചും രണ്ടുവാക്കു പറയട്ടെ. അവനെ ഇപ്പോൾ നിങ്ങളൊന്നു കാണേണ്ടതാണ്. നല്ല ഉയരം വച്ചിട്ടുണ്ട്. കുസൃതിനിറഞ്ഞ നീലക്കണ്ണുകളും ഇരുണ്ട പീലികളും ചുരുണ്ടമുടിയുമുള്ള ഒരു കൊച്ചുസുന്ദരൻ. അവൻ ചിരിക്കുമ്പോൾ കവിളുകളിൽ നുണക്കുഴികൾ തെളിയും. ഇപ്പോൾത്തന്നെ അവനു രണ്ടു ഭാര്യമാരുണ്ടത്രെ. അഞ്ചുവയസുകാരി ലൂയിസാ ബൈറനെന്ന കൊച്ചുസുന്ദരിയെയാണ് അവന് ഏറെയിഷ്ടം.

നിറഞ്ഞ ആഹ്ലാദത്തോടെയാണ് ഞാൻ ഇതുവരെ എഴുതിയത്. പക്ഷേ വിക്ടർ, കത്ത് അവസാനിപ്പിക്കാറായപ്പോഴേക്കും എന്റെ മനസിൽ വീണ്ടും നിങ്ങളെക്കുറിച്ചുള്ള വേവലാതി നിറയുകയാണ്. എന്റെ പ്രിയപ്പെട്ട വിക്ടർ, ഒരു വരിയെങ്കിലും മറുപടി എഴുതണേ. ഒരു വരി മാത്രം. അതുപോലും ഞങ്ങളെ അങ്ങേയറ്റം ആനന്ദിപ്പിക്കും. ഹെൻറിയുടെ കാരുണ്യത്തിനും അവൻ അയച്ച കത്തുകൾക്കും ഒരായിരം നന്ദി അറിയിക്കണേ... വിക്ടർ, കത്തു ചുരുക്കട്ടെ. എപ്പോഴും ശ്രദ്ധിക്കണം. മറുപടി എഴുതാൻ ഒരിക്കൽകൂടി അപേക്ഷിച്ചുകൊണ്ട്,

നിങ്ങളുടെ
എലിസബത്ത് ലാവെൻസാ.

“ഓ, എന്റെ പ്രിയപ്പെട്ട എലിസബത്ത്....” കത്തു വായിച്ചു കഴിഞ്ഞപ്പോൾ വികാരവിക്ഷോഭം കൊണ്ടു പിടയുന്ന മനസോടെ ഞാൻ പറഞ്ഞു. “ഇതാ, ഞാനിപ്പോൾത്തന്നെ എഴുതാം. അങ്ങനെയെങ്കിലും നിന്റെ വേവലാതി മാറട്ടെ.”

ഞാനെഴുതി. ആ ശ്രമം എന്നെ വല്ലാതെ തളർത്തുകയും ചെയ്തു. എങ്കിലും ക്രമേണ രോഗത്തിൽ നിന്നും ഞാൻ മുക്തി നേടിക്കൊണ്ടിരുന്നു. രണ്ടാഴ്ച കൂടി കഴിഞ്ഞപ്പോൾ എനിക്ക് പുറത്തിറങ്ങി നടക്കാമെന്നായി.

അസുഖം മാറിയതിനു ശേഷമുള്ള എന്റെ ആദ്യത്തെ ജോലി ക്ലെർവലിനെ എന്റെ പ്രൊഫസർമാർക്കെല്ലാം പരിചയപ്പെടുത്തിക്കൊടുക്കുകയായിരുന്നു. ആ ഭീകരസത്വത്തെ കണ്ടതിൽപ്പിന്നെ പ്രകൃതിശാസ്ത്രമെന്ന പേരുകേൾക്കുന്നതു പോലും എനിക്കു വെറുപ്പായിരുന്നു. രസതന്ത്ര പരീക്ഷണങ്ങൾക്കുള്ള ഉപകരണങ്ങൾ കാണുമ്പോഴേക്കും ഞാൻ അസ്വസ്ഥനാവുകയും ഒരുതരം മനോവിഭ്രാന്തിക്കടിമപ്പെടുകയും ചെയ്യുമായിരുന്നു. ഇതു മനസിലാക്കി ഹെൻറി ആ ഉപകരണങ്ങളെല്ലാം മുറിയിൽ നിന്നും എടുത്തുമാറ്റി. മുമ്പത്തെ എന്റെ പരീക്ഷണശാലയായിരുന്ന ആ മുറി കാണുന്നതുപോലും എനിക്കസഹ്യമായപ്പോൾ ക്ലെർവെൽ അതിനു പരിഹാരം കണ്ടെത്തി. അവിടെനിന്നും താമസം മാറുന്നതിനുള്ള എല്ലാ ഒരുക്കങ്ങളും അവൻ തന്നെ ചെയ്തു. പക്ഷേ എന്റെ പ്രൊഫസർമാരെ ഞാൻ വീണ്ടും കണ്ടതിൽപ്പിന്നെ ക്ലെർവെലിന്റെ ശ്രദ്ധയും മുൻകരുതലുകളും പ്രയോജനരഹിതമായി മാറി എന്നതാണു സത്യം. പ്രൊഫസർ വാൾഡ്മാൻ എന്നെ അഭിനന്ദിച്ചു. ശാസ്ത്രലോകത്ത് ഞാൻ കൈവരിച്ച നേട്ടം വിസ്മയാവഹമാണെന്നു പറഞ്ഞ് അദ്ദേഹം എന്നെ വാനോളം പുകഴ്ത്തി. പക്ഷേ ഞാനതിൽ വലിയ താൽപ്പര്യമൊന്നും കാണിച്ചില്ല. പ്രൊഫസർ വിചാരിച്ചത് അതെന്റെ വിനയം കൊണ്ടാണെന്നായിരുന്നു. സത്യത്തിൽ എന്റെ പ്രശ്നങ്ങളെക്കുറിച്ചൊന്നും അദ്ദേഹത്തിന് അറിയില്ലല്ലോ. എന്നെ സന്തോഷിപ്പിക്കാനാണ് അദ്ദേഹം ശ്രമിച്ചത്. പക്ഷേ അതെനിക്കൊരു പീഡനമായിത്തീരുകയാണ് ചെയ്തത്. എന്റെ പുരോഗതിയെക്കുറിച്ചുള്ള അദ്ദേഹത്തിന്റെ ഓരോ വാക്കും ഓരോ അസ്ത്രമായി എന്റെ ഹൃദയത്തിൽ തറച്ചു. പക്ഷേ എന്നിട്ടും എന്റെ അവസ്ഥയെപ്പറ്റി പ്രൊഫസറോടു പറയാൻ എനിക്കു ധൈര്യം വന്നില്ല. അത്തരം സമയങ്ങളിലെല്ലാം എന്റെ സഹായത്തിനെത്തിയത് സ്നേഹിതൻ ക്ലെർവെൽ ആയിരുന്നു. സംഭാഷണത്തിന്റെ വിഷയം മാറ്റിക്കൊണ്ട് അവൻ എന്നെ ആ ദുരിതക്കയത്തിൽ നിന്ന് രക്ഷിക്കാൻ ശ്രമിച്ചിരുന്നു. എന്റെ അസാധാരണമായ മാനസികാവസ്ഥയിൽ അവനും അമ്പരന്നിരുന്നുവെന്നത് സത്യമാണ്. പക്ഷേ, എന്നെ ചൂഴ്ന്നു നിൽക്കുന്ന രഹസ്യം

വെളിപ്പെടുത്താൻ അവനൊരിക്കലും എന്നെ നിർബന്ധിച്ചിരുന്നില്ല. അവനോട് അങ്ങേയറ്റം സ്നേഹവും ആദരവും ഉണ്ടായിരുന്നെങ്കിലും എന്റെ മനസ്സ് അവനുമുന്നിൽ മലർക്കെ തുറന്നുവയ്ക്കാൻ എനിക്കും കഴിഞ്ഞില്ല. പ്രൊഫസർ ക്രെംപിന്റെ വാക്കുകളും എന്നെ കൂടുതൽ വേദനിപ്പിക്കുകയുണ്ടായി. വാൾഡ്മാന്റെ സ്നേഹമസൃണത ക്രെംപിനുണ്ടായിരുന്നില്ല. തന്റെ സ്വതഃസിദ്ധമായ പരുഷസ്വരത്തിൽ അദ്ദേഹം എന്നെ വിമർശിച്ചുകൊണ്ട് ക്ലെർവെലിനോടു പറയുന്നതു കേട്ടപ്പോൾ എന്റെ മനസ്സ് കൂടുതൽ തകർന്നു.

പ്രകൃതിശാസ്ത്രത്തോടുള്ള എന്റെ ആഭിമുഖ്യം പക്ഷേ ഹെൻറിക്കുണ്ടായിരുന്നില്ല. സാഹിത്യത്തിലായിരുന്നു അവനു താൽപ്പര്യം. പൗരസ്ത്യഭാഷകളിൽ പ്രാവീണ്യം നേടുകയെന്ന ലക്ഷ്യവുമായാണ് അവൻ സർവകലാശാലയിൽ ചേർന്നത്. പേർഷ്യനും, അറബിയും സംസ്കൃതവുമായിരുന്നു അവൻ തെരഞ്ഞെടുത്തത്. കുറച്ചുദിവസങ്ങൾക്കുള്ളിൽ ഞാനും അവന്റെ ഭാഷാപഠനത്തിൽ പങ്കാളിയായി. അലസത എനിക്കെന്നും അസഹ്യതയുണ്ടാക്കുന്ന ഒന്നായിരുന്നു. ഇപ്പോൾ പഴയ പഠനങ്ങളെക്കുറിച്ചുള്ള ഓർമകളിൽ നിന്നുപോലും ഞാനൊരു മോചനം ആഗ്രഹിച്ചിരുന്നു. അതുകൊണ്ടാണ് ഞാനും ഹെൻറിയുടെ വിഷയങ്ങൾ പഠിക്കാൻ തുനിഞ്ഞത്. ഹെൻറിയെപ്പോലെ ആ ഭാഷകളെ ഗൗരവത്തിലും വിമർശനാത്മകവുമായി പഠിക്കാൻ എനിക്കായില്ല. താൽക്കാലികമായ ഒരു മാനസികോല്ലാസത്തിനു വേണ്ടിയാണ് ഞാനവ തെരഞ്ഞെടുത്തത്. എങ്കിൽപ്പോലും അവയെനിക്ക് അത്ഭുതാവഹമായ ഫലങ്ങൾ നൽകി. ആ ഭാഷകൾ മനോഹരങ്ങളായിരുന്നു. എന്നിൽ അവ പുതിയൊരു ആനന്ദം നിറച്ചു. ജീവിതത്തിന്റെ തെളിമയും ഗരിമയും ആ ഭാഷകളിൽ ഉണ്ടായിരുന്നു. ഗ്രീസിലെയും റോമിലെയും ഭാഷകളെക്കാൾ കൂടുതൽ ഓജസും സൗന്ദര്യവുമുണ്ടായിരുന്നു അവയ്ക്ക്.

അങ്ങനെ വേനൽക്കാലം കടന്നുപോയി. ശരത്കാലത്തിന്റെ അവസാനത്തോടെ ജനീവയിലേക്ക് തിരിക്കാൻ ഞാൻ തീരുമാനിച്ചു. എന്നാൽ പല കാരണങ്ങൾകൊണ്ടും ആ യാത്ര വൈകിപ്പോയി. പിന്നെ മഞ്ഞുകാലത്തിന്റെ ആഗമനമായി. അതോടെ പാതകൾ സഞ്ചാരയോഗ്യമല്ലാതായി. അതിനെത്തുടർന്ന് യാത്ര വസന്തകാലം വരുന്നതുവരെ മാറ്റിവെക്കാൻ തീരുമാനിച്ചു. ഈ വിളംബം എനിക്കസഹനീയമായിരുന്നു. ഏറെ പ്രിയപ്പെട്ടവരെ കാണാൻ ഞാനത്രയേറെ മോഹിച്ചിരുന്നു. ക്ലെർവെൽ ഇവിടെ വന്നിട്ട് അധികമായിട്ടില്ല. അവനിവിടെ പറയത്തക്ക കൂട്ടുകാരുമായിട്ടില്ല. ആ അവസ്ഥയിൽ അവനെ ഇവിടെ തനിച്ചാക്കി പോകുന്നതു ശരിയല്ലെന്നും എനിക്കു തോന്നിയിരുന്നു.

മെയ്മാസമായി. എന്റെ യാത്ര നിശ്ചയിച്ചുകൊണ്ടുള്ള അച്ഛന്റെ കത്ത് പ്രതീക്ഷിച്ചിരിക്കുന്നത് ഞാൻ പതിവാക്കി. ഇൻഗോൾസ്റ്റാറ്റിലെ പ്രാന്തപ്രദേശങ്ങളിലൂടെ ഒരു കാൽനടയാത്ര നടത്തുന്നതിന് ഞാനും ക്ലെർവെലും പദ്ധതിയിട്ടു. രണ്ടാഴ്ച ഞങ്ങളീ യാത്രയിൽ പങ്കുകൊണ്ടു.

ശുദ്ധവായുവും വ്യായാമവും ഹെൻറിയുടെ സ്നേഹസാമീപ്യവും എന്റെ ആരോഗ്യത്തെ കൂടുതൽ പരിപോഷിപ്പിച്ചു. കഴിഞ്ഞകാല പഠനഗവേഷണങ്ങൾ എന്നെ സമൂഹത്തിൽ നിന്നും കൂട്ടുകാരിൽ നിന്നും വേർപെട്ട് തനിച്ചു കഴിയാൻ പ്രേരിപ്പിച്ചിരുന്നെങ്കിൽ ഇപ്പോൾ ക്ലേർവെൽ സഹജീവികളെ സ്നേഹിക്കാനും അവരോടെല്ലാം അടുത്തിടപഴകാനും എന്നെ പ്രാപ്തനാക്കുകയായിരുന്നു. പ്രിയപ്പെട്ട ഹെൻറീ, എത്ര ആത്മാർഥമായാണ് നീയെന്നെ സ്നേഹിക്കുന്നതും എന്റെ മനസിനെ നിന്റെ മനോനിലയിലേക്കുയർത്താൻ ശ്രമിക്കുന്നതും! നിന്റെ സൗഹൃദത്തിന്റെ വെളിച്ചം ലഭിക്കുന്നതുവരെ എന്റെ മനസ്സ് സ്വാർഥവും സങ്കുചിതവുമായ ഏതൊക്കെയോ വഴികളിലൂടെ ഓടുകയായിരുന്നു. മുമ്പത്തെപ്പോലെ എല്ലാവരേയും സ്നേഹിക്കുന്ന, എല്ലാവരാലും സ്നേഹിക്കപ്പെടുന്ന ആളായിത്തീർന്നിരിക്കുകയാണ് ഞാനിപ്പോൾ. പ്രശാന്തമായ ആകാശവും ഹരിതാഭയാർന്ന വയലുകളും എന്നെ ഉദാത്തമായ ഒരു നിർവൃതിയിലേക്കുയർത്തുന്നു. മികച്ചതും ആഹ്ലാദകരവുമായിരുന്നു കാലാവസ്ഥ. വേലിപ്പടർപ്പുകളിൽ പലതരം പൂക്കൾ നിറഞ്ഞുനിന്നിരുന്നു. കഴിഞ്ഞവർഷം എന്റെ മനസിനെ അസ്വസ്ഥമാക്കിയ, വലിച്ചെറിയാൻ ശ്രമിക്കുന്തോറും കൂടുതൽ ഭാരമായി മനസിൽ തിങ്ങിയമർന്ന അശുഭചിന്തകളെല്ലാം എവിടെയോ പോയ്മറഞ്ഞിരിക്കുന്നു.

എന്റെ ഉല്ലാസഭാവം ഹെൻറിയെയും സന്തോഷിപ്പിച്ചു. കഥകൾ പറഞ്ഞും, പാട്ടുപാടിയും, വാദപ്രതിവാദങ്ങൾ നടത്തിയും ഞങ്ങൾ ഇരുവരും ആ യാത്ര അവിസ്മരണീയമാക്കി.

ഒരു ഞായറാഴ്ച വൈകുന്നേരം ഞങ്ങൾ കോളേജിൽ തിരിച്ചെത്തി. എല്ലാവർക്കും സന്തോഷമായിരുന്നു. എന്റെ മനസിലെ ഭയാശങ്കകളും അശുഭചിന്തകളുമെല്ലാം എങ്ങോ പോയ്മറഞ്ഞിരുന്നു. അതിരില്ലാത്ത ആഹ്ലാദാവേശങ്ങളിൽ തുടിക്കുകയായിരുന്നു എന്റെ മനസ്സ്.

7

തിരിച്ചെത്തിയപ്പോൾ അച്ഛന്റെ കത്ത് എന്നെ കാത്തു കിടപ്പുണ്ടായിരുന്നു.

എന്റെ പ്രിയപ്പെട്ട വിക്ടർ,

നിന്റെ മടക്കയാത്രയുടെ തീയതി നിശ്ചയിച്ചുകൊണ്ടുള്ള എന്റെ കത്ത് പ്രതീക്ഷിച്ച് നിനക്ക് മടുത്തിട്ടുണ്ടാകും. യാത്രാതീയതി മാത്രം കാണിച്ച് ചെറിയ ഒരു കുറിപ്പെഴുതി അയയ്ക്കാമെന്നാണ് ഞാനാദ്യം വിചാരിച്ചിരുന്നത്. പക്ഷേ അതു നിന്നോടു ചെയ്യുന്ന ഒരു ക്രൂരതയായിരിക്കുമെന്ന് എനിക്കു തോന്നി. വീട്ടിൽ വന്നു കയറുമ്പോൾ നീ പ്രതീക്ഷിക്കുന്ന ഊഷ്മളവും ആഹ്ലാദഭരിതവുമായ ഒരു സ്വീകരണത്തിനുപകരം കണ്ണീരും കരച്ചിലുമാണ് കാണുന്നതെങ്കിൽ നിന്റെ മാനസികാവസ്ഥ എന്തായിരിക്കും? പക്ഷേ വിക്ടർ, ഞാനീ ദുരന്തത്തെപ്പറ്റി എങ്ങ

നെയാണ് നിന്നോടു പറയുക. ദീർഘകാലത്തിനുശേഷം വീട്ടിലെത്തുന്ന നിന്നെ ഞാനെങ്ങനെയാണ് വേദനിപ്പിക്കുക? ഞാൻ പറയാൻ പോകുന്ന ദുരന്തവാർത്ത കേൾക്കാനുള്ള മനക്കരുത്ത് നിനക്കുണ്ടാവണേ എന്നാണെന്റെ പ്രാർഥന.

വിക്ടർ, നമ്മുടെ വില്യം മരിച്ചുപോയി. നിഷ്കളങ്കമായ പുഞ്ചിരി കൊണ്ട് എന്റെ മനസിനെ ആഹ്ലാദിപ്പിച്ചിരുന്ന നമ്മുടെ ആ കൊച്ചുസുന്ദരൻ നമ്മെ വിട്ടുപോയി. അവനെ ആരോ കൊന്നതാണ് മോനേ. നിന്നെ സമാധാനിപ്പിക്കാൻ ഞാൻ വൃഥാ ഒരുമ്പെടുന്നില്ല. ആ സംഭവം ഞാൻ ചുരുക്കിയെഴുതാം.

കഴിഞ്ഞ വ്യാഴാഴ്ച, അതായത് മെയ് ഏഴിന് ഞാനും എലിസബത്തും നിന്റെ രണ്ടനുജന്മാരും കൂടി നടക്കാൻപോയി. തെളിഞ്ഞ, ശാന്തമായ ഒരു സായാഹ്നമായിരുന്നു അത്. അന്നു ഞങ്ങൾ പതിവിലും കൂടുതൽ നേരം നടന്നു. തിരിച്ചുപോകാനൊരുങ്ങുമ്പോൾ സന്ധ്യയായിരുന്നു. അപ്പോഴാണ് വില്യമും ഏണസ്റ്റും കൂടെയില്ലെന്നു കണ്ടത്. അവർ ഞങ്ങളുടെ മുന്നിലായാണ് നടന്നത്. അവർ വരുന്നതുവരെ ഞങ്ങൾ അവിടെ ഇരുന്നു. കുറച്ചുനേരം കഴിഞ്ഞപ്പോൾ ഏണസ്റ്റ് തിരിച്ചെത്തി. വില്യം ഞങ്ങളുടെ അരികിലുണ്ടോ എന്നവൻ തിരക്കി. അവർ രണ്ടുപേരും കളിച്ചുകൊണ്ടിരിക്കുകയായിരുന്നത്രെ. കളിക്കിടയിൽ വില്യം ഒളിച്ചിരിക്കാൻ എവിടേക്കോ ഓടിപ്പോയി. ഏണസ്റ്റ് അവനേയും കാത്തിരുന്നെങ്കിലും നേരം ഏറെ വൈകിയിട്ടും വില്യം തിരിച്ചുവന്നില്ല.

ഏണസ്റ്റിന്റെ ഈ വിവരണം ഞങ്ങളെ ഭയപ്പെടുത്തി. രാത്രി ഏറെ വൈകുന്നതുവരെ ഞങ്ങളവനെ തിരഞ്ഞു. ചിലപ്പോൾ അവൻ വീട്ടിലെത്തിയിട്ടുണ്ടാകുമെന്ന്എലിസബത്ത് പറഞ്ഞു. പക്ഷേ, വില്യം വീട്ടിലുമില്ലായിരുന്നു. പാവം കുഞ്ഞ് വഴിയറിയാതെ മഞ്ഞിലും ഇരുട്ടിലും വിഷമിച്ചിരിക്കുകയായിരിക്കുമല്ലോ എന്നാലോചിക്കുമ്പോൾ എനിക്കു വീട്ടിലിരിക്കാനായില്ല. വിളക്കുമെടുത്ത് ഞങ്ങൾ വീണ്ടും അവനെ അന്വേഷിച്ചിറങ്ങി. പുലർച്ചെ അഞ്ചുമണിയോടടുപ്പിച്ച് ഞാനെന്റെ കുഞ്ഞിനെ കണ്ടെത്തി. ചുറുചുറുക്കാർന്ന ആ പിഞ്ചുശരീരം ജീവനറ്റ് പുൽച്ചെടികൾക്കിടയിൽ കിടക്കുകയായിരുന്നു. കഴുത്തിനുചുറ്റും കൊലയാളിയുടെ കൈവിരൽപ്പാടുകൾ പതിഞ്ഞുകിടക്കുന്നുണ്ടായിരുന്നു.

വില്യമിന്റെ ശരീരം വീട്ടിലെത്തിച്ചു. എന്റെ മുഖത്തെ പ്രകടമായ വേദനയും ദുഃഖവും കണ്ടപ്പോൾ എലിസബത്തിനു കാര്യം മനസിലായി. ശവശരീരം കാണാൻ അവൾ നിർബന്ധം പിടിച്ചു. ഞാനവളെ തടയാൻ ശ്രമിച്ചെങ്കിലും അവൾ വഴങ്ങിയില്ല. വില്യമിന്റെ മൃതദേഹം കിടത്തിയ മുറിയിലേക്കു ചെന്നു.

"ഓ; എന്റെ പൊന്നോമനയെ ഞാൻ കുരുതി കൊടുത്തല്ലോ..." അവൾ ഉറക്കെ കരഞ്ഞു. അതോടെ അവൾ ബോധരഹിതയായി.

ഏറെ പാടുപെട്ടിട്ടാണ് അവളെ പഴയ സ്ഥിതിയിലേക്കു കൊണ്ടുവരാനായത്. എന്നിട്ടും കരഞ്ഞും നെടുവീർപ്പിട്ടുമാണ് അവൾ ദിവസങ്ങൾ

കഴിച്ചുകൂട്ടുന്നത്. നിന്റെ അമ്മയുടെ ചിത്രമുള്ള ഒരു ലോക്കറ്റ് എലിസബത്തിന്റെ കൈയിലുണ്ടായിരുന്നു. വില്യം അതു നിർബന്ധം പിടിച്ചു വാങ്ങിയിരുന്നത്രെ. അത് കൈവശപ്പെടുത്താനായിരിക്കണം ഘാതകൻ ആ കുഞ്ഞിനെ കൊലപ്പെടുത്തിയത്. കാരണം ആ ലോക്കറ്റ് ഇപ്പോൾ കാണാനില്ല. ഈ സമയം വരെ കൊലയാളിയെക്കുറിച്ച് യാതൊരു വിവരവും ലഭിച്ചിട്ടില്ല. ഇനിയിപ്പോൾ കണ്ടെത്തിയിട്ടും ഫലമൊന്നുമില്ലല്ലോ. നമ്മുടെ കുഞ്ഞിന്റെ ജീവൻ തിരിച്ചുനൽകാൻ ഇനി ആർക്കുകഴിയും.

എന്റെ പ്രിയപ്പെട്ട വിക്ടർ, വേഗം വരൂ... നിനക്കു മാത്രമേ എലിസബത്തിനെ ആശ്വസിപ്പിക്കാനാകൂ. അവൾ കരച്ചിൽ തന്നെയാണ്. വില്യം കൊല്ലപ്പെട്ടത് താൻ കാരണമാണെന്നാണ് അവൾ പറയുന്നത്. അവളുടെ കരച്ചിൽ കാണുമ്പോൾ എന്റെ ഹൃദയം പൊട്ടുകയാണ് മോനേ... ഞങ്ങളിവിടെ വല്ലാത്ത സങ്കടത്തിലാണ്. ഒരു തരത്തിൽ നോക്കിയാൽ നിന്റെ അമ്മ മുമ്പേ പോയത് നന്നായെന്നു തോന്നുന്നു. സ്വന്തം കുഞ്ഞിന്റെ ചേതനയറ്റ ശരീരം കാണാനുള്ള ദുർവിധി അവൾക്ക് ഉണ്ടായില്ലല്ലോ.

മോനേ, വേഗംവരൂ... ഘാതകനോട് പ്രതികാരം ചെയ്യുന്നതിനെക്കുറിച്ചൊന്നും ചിന്തിക്കണ്ട. സമാധാനവും സൗമ്യതയുമാണ് നമുക്ക് വേണ്ടത്. അത് നമ്മുടെ എല്ലാ വേദനകളുമകറ്റും. അതുകൊണ്ട്, പ്രതികാര വാഞ്ഛ കൈവെടിഞ്ഞ് സ്നേഹം നിറഞ്ഞ മനസോടെ വേഗം വരൂ. നിനക്കായി ഞങ്ങളെല്ലാം കാത്തിരിക്കുന്നു.

സ്നേഹപൂർവം നിന്റെ അച്ഛൻ
അൽഫോൺസ് ഫ്രാങ്കെൻസ്റ്റീൻ,
ജനീവ, മേയ് 12.

കത്തുവായിച്ചപ്പോൾ എന്റെ മുഖത്തുണ്ടായ തീവ്രവേദനയും ദുഃഖവും കണ്ട് ക്ലെർവെൽ അമ്പരന്നു. ഞാൻ കത്തു മേശപ്പുറത്തേക്കിട്ടു മുഖം പൊത്തിക്കരഞ്ഞു.

“ഫ്രാങ്കെൻസ്റ്റീൻ...” എന്റെ സങ്കടവും കരച്ചിലും കണ്ട് ഹെൻറി അമ്പരപ്പോടെ ചോദിച്ചു.. “എന്താണിത്? നിനക്കെന്തു പറ്റി?”

ഞാനവനോട് മേശപ്പുറത്തുള്ള കത്തെടുത്തു വായിക്കുവാൻ ആംഗ്യം കാണിച്ചു. തകർന്നുടഞ്ഞ മനസുമായി ഞാൻ മുറിക്കുള്ളിൽ അങ്ങോട്ടുമിങ്ങോട്ടും നടന്നു. കത്തു വായിച്ചുകൊണ്ടിരിക്കെ ക്ലെർവെലിന്റെ കണ്ണുകളും നിറഞ്ഞുതുളുമ്പി.

“ഈ കൊടും ദുഃഖത്തിൽ ഞാനെങ്ങനെ നിന്നെ ആശ്വസിപ്പിക്കും! ഒരിക്കലും പരിഹരിക്കാനാവാത്ത ദുർവിധി തന്നെയാണ് നിന്റെ മേൽ പതിച്ചിരിക്കുന്നത്. നീ എന്താണിനി ചെയ്യാൻ പോകുന്നത്?”

“എനിക്കുടനെ ജനീവയ്ക്ക് പോകണം. ഹെൻറീ, എന്റെ കൂടെ വരൂ. ഒരു വണ്ടി ഏർപ്പാടാക്കണം.”

നടക്കുന്നതിനിടയിൽ എന്നെ ആശ്വസിപ്പിക്കാൻ ക്ലെർവെൽ എന്തൊ

ക്കെയോ പറഞ്ഞു. അവന്റെ വാക്കുകൾ എന്നെ അൽപ്പമൊന്നു ആശ്വസിപ്പിക്കാതിരുന്നില്ല.

കുതിരവണ്ടി എത്തിയ ഉടനെ ഞാൻ ക്ലെർവെലിനോടു യാത്രപറഞ്ഞ് അതിൽ കയറിയിരുന്നു.

വിഷാദമൂകമായ ഒരു യാത്രയായിരുന്നു അത്. ആരംഭത്തിൽ ഒന്നു വേഗംവീട്ടിലെത്താൻ ഞാനാഗ്രഹിച്ചു. എന്റെ പ്രിയപ്പെട്ടവരെ എന്നാലാവും വിധം ആശ്വസിപ്പിക്കാൻ എന്റെ ഹൃദയം തുടിച്ചു. എന്നാൽ ജന്മനഗരത്തിലേക്കടുക്കുന്തോറും ഞാനെന്റെ യാത്ര മന്ദഗതിയിലാക്കി. പലതരം വികാരങ്ങളുടെ വേലിയേറ്റമായിരുന്നു അപ്പോഴെന്റെയുള്ളിൽ നടന്നത്. ആറുവർഷങ്ങൾക്കു മുമ്പുള്ള പല സ്മരണകളും എന്റെ മനസിലേക്കെത്തി. ഇക്കാലത്തിനിടയ്ക്ക് അവയ്ക്കെന്തെല്ലാം മാറ്റങ്ങളാണ് സംഭവിച്ചിട്ടുണ്ടാവുക! അജ്ഞാതമായ ഭയാശങ്കകൾ എന്നെ ഗ്രസിച്ചിരുന്നു. മുന്നോട്ടുപോകാൻ എനിക്കു തീരെ മനസുണ്ടായിരുന്നില്ല.

രണ്ടുദിവസം ഞാൻ ലൂസന്നാ പട്ടണത്തിൽ തങ്ങി. ശാന്തമായ തടാകവും മഞ്ഞണിഞ്ഞ മലകളുമുള്ള മനോഹരമായ ആ സ്ഥലത്തിനു മാറ്റമൊന്നും സംഭവിച്ചിട്ടുണ്ടായിരുന്നില്ല. ആ ഹൃദ്യമായ കാലാവസ്ഥ എന്റെ മനസിനെ അൽപ്പം ശാന്തമാക്കി.

തടാകക്കരയിലൂടെയുള്ള പാതയ്ക്ക് എന്റെ നഗരത്തിലെത്തിയപ്പോഴേക്കും വീതി കുറഞ്ഞിരുന്നു. ജൂറായുടെ ഇരുണ്ടവശങ്ങളും മോൺട്ബ്ലാങ്കിന്റെ തിളങ്ങുന്ന ശൃംഗവും വ്യക്തമായി കാണാമായിരുന്നു. അതു കണ്ടപ്പോഴേക്കും ഒരു കുഞ്ഞിനെപ്പോലെ ഞാൻ വിതുമ്പിപ്പോയി. തീവ്രമായ ഗൃഹാതുരസ്മരണകളായിരുന്നു അതിനു കാരണം.

പക്ഷേ, വീടിനോടടുക്കുന്തോറും എന്റെ മനസിൽ വീണ്ടും ഭീതിയും വേദനയും നിറയാൻ തുടങ്ങി. ഇരുട്ടുപരന്നതോടെ മനസ്സ് കൂടുതൽ സങ്കീർണവും വ്യഥിതവുമായി. ഇരുണ്ട മലനിരകളുടെ അവ്യക്തദൃശ്യങ്ങൾ അശുഭചിന്തകളുടെ സൂചകങ്ങളായി മാറി. മനുഷ്യർക്കിടയിലെ ഏറ്റവും നിഷ്കളങ്കനും വെറുക്കപ്പെട്ടവനുമായിത്തീരാനാണ് എന്റെ വിധിയെന്ന് ഞാൻ ദീർഘദൃഷ്ടിയിൽ കണ്ടു.

ജനീവയുടെ അതിർത്തിയിലെത്തിയപ്പോഴേക്കും നേരം നന്നേ ഇരുട്ടിയിരുന്നു. നഗരകവാടങ്ങൾ അടച്ചിരുന്നു. അതിനാൽ നഗരത്തിൽ നിന്നും കുറച്ചകലെയുള്ള സെക്കറോൺ എന്ന ഗ്രാമത്തിൽ രാത്രി ചെലവഴിക്കാൻ ഞാൻ നിർബന്ധിതനായി. ആകാശം സ്വച്ഛന്ദമായിരുന്നു. പക്ഷേ എനിക്കു ശാന്തമായി വിശ്രമിക്കാൻ സാധിച്ചതേയില്ല. എന്റെ പാവം വില്യം കൊല്ലപ്പെട്ട ആ സ്ഥലമൊന്നു സന്ദർശിക്കാൻ ഞാൻ തീരുമാനിച്ചു. നഗരത്തിലൂടെ പോകാൻ കഴിയാത്തതിനെത്തുടർന്ന് ഒരു ബോട്ടിൽ കയറി തടാകത്തിന്റെ മറുകരെ ചെല്ലാൻ ഞാനുറച്ചു. വളരെ ഹ്രസ്വമെങ്കിലും മനോഹരമായ ഒരു യാത്രയായിരുന്നു അത്. മോൺട്ബ്ലാങ്ക് പർവത നിരകളുടെ ഉച്ചിയിൽ മിന്നൽപ്പിണരുകൾ മദിച്ചു പുളയുന്നത് വിസ്മയകരമായ കാഴ്ചയായിരുന്നു. പൊടുന്നനെ കാറ്റും മഴയും തുടങ്ങി.

കനത്ത മഴത്തുള്ളികൾ എന്റെമേൽ ചറപറാ പതിച്ചുകൊണ്ടിരുന്നു. നിമിഷംപ്രതി അതിന്റെ ശക്തിയും ഭാരവും വർധിച്ചു. പെരുമഴയിൽ നനഞ്ഞൊലിച്ച്, ചുറ്റുമുള്ള പർവതങ്ങളിൽ നിന്നുയർന്നു പൊങ്ങിയ മേഘഗർജനങ്ങൾക്കിടയിലൂടെ ഞാൻ മുന്നോട്ടു നടന്നു. സ്വിറ്റ്സർലന്റിലെ കാലാവസ്ഥാ വ്യതിയാനം പ്രവചിക്കാനാവാത്തതാണല്ലോ. ആകാശത്തിന്റെ സമസ്ത ദിക്കുകളിൽ നിന്നും ഇടിമുഴക്കങ്ങളുയർന്നു പൊങ്ങും. ഒരേസമയം വശ്യവും ഭീതിദവുമായ മഹാമാരിയിലൂടെ തിടുക്കത്തിൽ നടക്കുമ്പോൾ ആകാശത്തിലെ യുദ്ധപ്രകടനങ്ങൾ എന്നെ ഉത്തേജിതനാക്കുന്നതുപോലെ എനിക്കുതോന്നി. കൈകൾ കൊട്ടി ഞാനുറക്കെ വിളിച്ചു പറഞ്ഞു. “ഓ, പ്രിയപ്പെട്ട കൊച്ചുവില്യം, ഇതാ നിനക്കുള്ള വിലാപഗീതം...”

പെട്ടെന്നാണ് കുറച്ചപ്പുറത്തെ മരങ്ങൾക്കിടയിൽ ഒരുരൂപം നിൽക്കുന്നത് അവ്യക്തമായി ഞാൻ കണ്ടത്. ഞാൻ അവിടേക്കു തന്നെ തുറിച്ചു നോക്കിക്കൊണ്ടു നിശ്ചലനായി നിന്നു. എനിക്കു തെറ്റിയില്ല. പൊടുന്നനെയുണ്ടായ ഒരു മിന്നലിന്റെ തീക്ഷ്ണജ്വാലയിൽ ആ രൂപത്തെ ഞാൻ വ്യക്തമായിക്കണ്ടു. രാക്ഷസീയമായ ആകാരവും, വൈരൂപ്യമുള്ള അംഗങ്ങളും പേടിപ്പെടുത്തുന്ന മുഖഭാവവും അതു ഞാൻ സൃഷ്ടിച്ച നികൃഷ്ടനായ സത്വം തന്നെയാണെന്ന് വിളിച്ചുപറയുന്നുണ്ടായിരുന്നു. എന്താണ് അവനവിടെ ചെയ്യുന്നത്? ഇനി ഒരുപക്ഷേ അവനായിരിക്കുമോ (എന്റെ ശരീരത്തിലൂടെ ഒരു വിറയൽ കടന്നുപോയി) എന്റെ വില്യമിന്റെ ഘാതകൻ! അവൻതന്നെയാണെന്ന് എന്റെ മനസ്സ് നിരന്തരം മന്ത്രിച്ചുകൊണ്ടിരുന്നു. അതിനെത്തുടർന്ന് എന്റെ പല്ലുകൾ കൂട്ടിയിടിച്ചു. വീഴാതിരിക്കാൻ എനിക്കൊരു മരത്തിൽ ചാരി നിൽക്കേണ്ടിവന്നു. അതിനിടയിൽ ആ രൂപം തിടുക്കപ്പെട്ട് എന്നെ കടന്നുപോയി. നിമിഷങ്ങൾക്കുള്ളിൽ ഇരുളിൽ അപ്രത്യക്ഷമാവുകയും ചെയ്തു. മനുഷ്യകുലത്തിൽ പിറന്ന ആർക്കും ആ കുഞ്ഞിനെ കൊല്ലാൻ കഴിയില്ല. ഈ സത്വം തന്നെയാണ് കൊലയാളി. സംശയമില്ല. അവനെ പിന്തുടരാൻ ശ്രമിച്ചെങ്കിലും എനിക്കതിനായില്ല. മറ്റൊരു മിന്നൽ വെളിച്ചത്തിൽ ആ ഭീകരൻ ദൂരെ ഉയർന്നു നിൽക്കുന്ന ഒരു പാറപ്പുറത്ത് അള്ളിപ്പിടിച്ചു കയറി മറയുന്നതാണ് ഞാൻ കണ്ടത്.

എന്റെ സപ്തനാഡികളും തളർന്നുപോയി. ഇടിമുഴക്കങ്ങൾ എപ്പോഴോ നിലച്ചിരുന്നെങ്കിലും മഴ പെയ്യുന്നുണ്ടായിരുന്നു. അന്ധകാരത്തിന്റെ കട്ടിയുള്ള ആവരണത്തിനുള്ളിൽ ആ രംഗം മറഞ്ഞുകഴിഞ്ഞു. അപ്പോഴേക്കും, മറക്കാനാഗ്രഹിച്ച കാര്യങ്ങൾ മനസിലേക്കു വീണ്ടും കടന്നുവരാൻ തുടങ്ങി. പുതിയൊരു സൃഷ്ടിക്കുവേണ്ടി ഞാൻ രാപ്പകൽ കഠിനാധ്വാനം ചെയ്തതും അതിന്റെ ദുരന്തപര്യവസാനവുമെല്ലാം ഓരോന്നായി എന്റെ മനസിലൂടെ കടന്നുപോയി. ആ രാക്ഷസൻ ജന്മംകൊണ്ടിട്ടു രണ്ടുവർഷമായിരിക്കുന്നു. ഇതായിരിക്കുമോ അവൻ ചെയ്ത ആദ്യപാതകം? എന്റീശ്വരാ! കൊല്ലും കൊലയുമായി നടക്കുന്നതിൽ രസം

കണ്ടെത്തുന്ന ഒരു ദുർഭൂതത്തിനാണല്ലോ ഞാൻ ജീവൻ കൊടുത്തിരിക്കുന്നത്! അവൻ തന്നെയായിരിക്കില്ലേ എന്റെ വില്യമിനെ കൊന്നത്....

ആ രാത്രിയുടെ ശേഷിച്ച സമയം മുഴുവനും ഞാൻ സഹിച്ച മനോവ്യഥയുടെ തീവ്രത ആർക്കും മനസിലാവില്ല. വെളിമ്പ്രദേശത്ത് കൊടും തണുപ്പിലും മഴയിലും ഞാൻ കഴിച്ചുകൂട്ടി. പക്ഷേ കാലാവസ്ഥയുടെ രൂക്ഷത എനിക്കനുഭവപ്പെട്ടതേയില്ല. യാതനയുടെയും നിരാശയുടെയും ചിന്തകളായിരുന്നു എന്റെ മനസുനിറയെ. ഞാനൊരു സൃഷ്ടി നടത്തി. അതാണെങ്കിൽ മനുഷ്യവർഗത്തെ മുഴുവൻ ഭയപ്പെടുത്തുന്ന ഒരു ഭീകരസത്വവും! ലോകത്ത് അശാന്തിയും വേദനയും വിതയ്ക്കുന്ന അവൻ എന്റെ പ്രിയപ്പെട്ടവരെക്കൂടി നശിപ്പിക്കുകയാണല്ലോ...

പ്രഭാതമായി. ഞാൻ പട്ടണത്തിലേക്കുനടന്നു. നഗരകവാടങ്ങൾ തുറന്നിരുന്നു. അവ കടന്ന് ഞാൻ വീട്ടിലേക്കു നടന്നു. കൊലയാളിയെ സംബന്ധിച്ച് ഞാൻ മനസിലാക്കിയ കാര്യം വീട്ടിൽ പറയാമെന്നായിരുന്നു ഞാനാദ്യം വിചാരിച്ചത്. എന്നിട്ടവനെ പിന്തുടർന്നു നശിപ്പിക്കുവാനുള്ള വഴിയും നോക്കാം. പക്ഷേ അപ്പോൾ ഞാൻ കഥമുഴുവനും പറയേണ്ടിവരും. ദീർഘകാലത്തെ പഠനഗവേഷണങ്ങൾക്കൊടുവിൽ ഞാനൊരു ജീവിയെ സൃഷ്ടിച്ചു. പക്ഷേ അതെന്നെത്തന്നെ ഭയപ്പെടുത്തിക്കൊണ്ടു മദിച്ചു നടക്കുകയാണ്. എന്റെ പാവം വില്യമിനെ അവൻ കൊലചെയ്തു. ഇടിയും മഴയും നിറഞ്ഞ ഒരു രാത്രിയിൽ അവനെ കണ്ടെങ്കിലും പിടിതരാതെ വലിയ പാറക്കെട്ടുകളിൽ അള്ളിപ്പിടിച്ചു കയറി അവൻ എവിടെയോ മറഞ്ഞു... കൊള്ളാം ഈ കഥ കേൾക്കുന്നവരാരെങ്കിലും ഇതു വിശ്വസിക്കുമോ? കഠിനമായ രോഗം സൃഷ്ടിച്ച മാനസികവിഭ്രാന്തിയിൽ നിന്നും ഞാൻ ഇനിയും മോചനം നേടിയിട്ടില്ലെന്നേ എല്ലാവരും കരുതൂ. അവരുടെ സ്ഥാനത്ത് ഞാനാണെങ്കിലും അങ്ങനെയല്ലേ ധരിക്കൂ. ഇനി അഥവാ വിശ്വസിച്ചാൽത്തന്നെ മിന്നൽ വേഗത്തിൽ വലിയ പാറക്കെട്ടുകളിൽ പിടിച്ചുകയറി അപ്രത്യക്ഷമാകുന്ന വിചിത്രാകൃതിയും ഭീകരമായ മുഖഭാവങ്ങളുമുള്ള ആ സത്വത്തെ ആർക്കു പിന്തുടർന്നു പിടികൂടാനാവും? ഈ ചിന്തകൾ എന്നെ നിശ്ശബ്ദനായിരിക്കാൻ നിർബന്ധിച്ചു.

വീട്ടിലെത്തിയപ്പോൾ പുലർച്ചെ അഞ്ചുമണിയായിരുന്നു. വീട്ടുകാരെ ഉണർത്തേണ്ട എന്നു ജോലിക്കാരോടു പറഞ്ഞു ഞാൻ പഠനമുറിയിൽ പോയിരുന്നു. അവർ ഉണർന്നെഴുന്നേൽക്കുന്നതുവരെ അവിടെയിരിക്കാൻ ഞാൻ തീരുമാനിച്ചു.

ആറുവർഷം മുമ്പാണ് ഞാൻ ഇവിടെനിന്നും നഗരത്തിലേക്കു തിരിച്ചത്. എല്ലാം ഇപ്പോൾ ഒരു സ്വപ്നം പോലെ തോന്നുന്നു. യാത്രപുറപ്പെടുന്നതിനു മുമ്പ് അച്ഛനെ ആലിംഗനം ചെയ്തത് ഇവിടെ വച്ചായിരുന്നു. ചുമരിൽ തൂക്കിയിട്ടിരുന്ന അമ്മയുടെ ചിത്രത്തിലേക്കു ഞാൻ നോക്കി. തന്റെ അച്ഛന്റെ ശവപ്പെട്ടിക്കരികിൽ മുട്ടുകുത്തി നിൽക്കുന്ന കരോളിൻ ബ്യൂഫോർട്ടിന്റെ ചിത്രം – അച്ഛന്റെ ആഗ്രഹപ്രകാരം വരച്ചതായിരുന്നു അത് – അതിനുതാഴെ വില്യമിന്റെ ചെറിയൊരു ചിത്രവും ഉണ്ടായിരുന്നു.

അതിലേക്കു നോക്കിയപ്പോഴേക്കും എന്റെ കണ്ണുകൾ നിറഞ്ഞൊഴുകി. അപ്പോഴേക്കും ഏണസ്റ്റ് അവിടേക്കുവന്നു. ഞാൻ വന്നകാര്യം അവനറിഞ്ഞിട്ടുണ്ടായിരുന്നു. ദുഃഖം പടർന്ന പുഞ്ചിരിയോടെ അവനെന്നെ സ്വാഗതം ചെയ്തു. "പ്രിയപ്പെട്ട വിക്ടർ, നിങ്ങൾക്കു സ്വാഗതം. മൂന്നു മാസം മുമ്പാണു നിങ്ങൾ വന്നിരുന്നതെങ്കിൽ ഞങ്ങളുടെ ആഹ്ലാദിക്കുന്ന മുഖങ്ങൾ നിങ്ങൾക്കു കാണാമായിരുന്നു. എങ്കിലും, ആകെ തകർന്നിരിക്കുന്ന അച്ഛനു നിങ്ങളുടെ സാന്നിധ്യം വലിയൊരാശ്വാസമായിരിക്കും. പക്ഷേ എലിസബത്തിനെ ആശ്വസിപ്പിക്കാനാണ് വിഷമം. വില്യം മരിച്ചത് താൻ മൂലമാണെന്നു പറഞ്ഞു കരയുകയാണവൾ. പാവം വില്യം... നമ്മുടെ ഓമനയായ"...

സഹോദരന്റെ കണ്ണുകൾ നിറഞ്ഞു. കണ്ണുനീർ ധാരധാരയായി ഒഴുകാൻ തുടങ്ങി. ഞാനവനെ ആശ്വസിപ്പിക്കാൻ ശ്രമിച്ചു. അച്ഛന്റെയും എലിസബത്തിന്റെയും വിവരങ്ങൾ തിരക്കി.

"എലിസബത്തിന്റെ കാര്യം വലിയ കഷ്ടമാണ്. ഏതുസമയവും സ്വയം കുറ്റപ്പെടുത്തി കരച്ചിലോടു കരച്ചിൽ തന്നെ. ഏതായാലും കൊലപാതകിയെ കണ്ടെത്തിയ സ്ഥിതിക്ക്..."

"എന്ത്; കൊലപാതകിയെ കണ്ടെത്തിയെന്നോ... എന്റെ ദൈവമേ, അതെങ്ങനെ കഴിയും? ആർക്കാണവനെ പിടിക്കാനാവുക? അതു തീർത്തും അസാധ്യമാണ്. അതിനേക്കാൾ എളുപ്പം കാറ്റിനെ മറികടക്കുകയോ, ഒരു കച്ചിത്തുമ്പുകൊണ്ടു മലവെള്ളപ്പാച്ചിൽ തടഞ്ഞുനിർത്തുകയോ ആണ്. ഞാൻ അവനെ ഇന്നലെക്കൂടി കണ്ടതാണല്ലോ..."

"ചേട്ടനെന്തൊക്കെയാണീ പറയുന്നത്? എനിക്കൊന്നും മനസിലാവുന്നില്ലല്ലോ..." ഏണസ്റ്റ് അമ്പരപ്പോടെ പറഞ്ഞു. "പക്ഷേ ഞങ്ങൾ കണ്ടെത്തിയ സത്യം ഞങ്ങളെ വല്ലാതെ വിഷമിപ്പിക്കുന്നതാണ്. ആർക്കും അത് വിശ്വസിക്കാനായില്ല. എലിസബത്തിനാകട്ടെ ഇപ്പോഴും വിശ്വാസമായിട്ടില്ല, തെളിവുകളുണ്ടായിട്ടു കൂടി... എല്ലാവരുടെയും പ്രിയപ്പെട്ട ജസ്റ്റിൻ മോർട്ടിസ് ഇത്ര ദാരുണമായ ഒരു കൊലപാതകം ചെയ്യുമെന്ന് ആർക്കാണ് വിശ്വസിക്കാനാവുക?"

"നീയെന്താണീപ്പറയുന്നത്? നമ്മുടെ ജസ്റ്റിനോ...!! പാവം പെൺകുട്ടി. അവളെ നിങ്ങളെല്ലാംകൂടി കൊലപാതകിയാക്കുകയാണോ? എന്നാലത് തികച്ചും തെറ്റാണ്. അവൾക്കത് ചെയ്യാനാകില്ലെന്ന് ആർക്കാണറിഞ്ഞു കൂടാത്തത്. ആരാണിത് വിശ്വസിക്കുക ഏണസ്റ്റ്?"

"ആദ്യം ആരും വിശ്വസിച്ചിരുന്നില്ല. പക്ഷേ ഒട്ടനവധി സംഗതികൾ അതു വിശ്വസിക്കാൻ ഞങ്ങളെ നിർബന്ധിച്ചു. ഇന്നു കേസിന്റെ വിചാരണ നടക്കും. ചേട്ടന് അപ്പോൾ എല്ലാം മനസിലാക്കാം..."

ഏണസ്റ്റ് പിന്നെ കഥ ചുരുക്കിപ്പറഞ്ഞു.

"വില്യം കൊല്ലപ്പെട്ടു എന്നു കണ്ടെത്തിയ ദിവസം രാവിലെ ജസ്റ്റിനു അസുഖമായിരുന്നു. കുറച്ചു ദിവസങ്ങളോളം അവൾ കിടപ്പിലായിപ്പോയി. അതിനിടെ വേലക്കാരി അവളുടെ വസ്ത്രങ്ങൾ അലക്കാനായെടുത്ത

പ്പോൾ അതിന്റെ കീശയിൽ നിന്നും വില്യമിന്റെ കഴുത്തിലുണ്ടായിരുന്ന ലോക്കറ്റ് കണ്ടെടുത്തു. കൊല നടന്ന രാത്രിയിൽ അവൾ ആ വസ്ത്ര മാണ് ധരിച്ചിരുന്നത്. കൊലയ്ക്ക് പ്രേരിപ്പിച്ചത് ആ ലോക്കറ്റായിരിക്കണം. വേലക്കാരി അത് എല്ലാവരേയും കാണിച്ചു. മജിസ്ട്രേട്ടിന്റെ മുമ്പിൽ ച്ചെന്നു മൊഴി നൽകുകയും ചെയ്തു. അതിനെത്തുടർന്ന് ജസ്റ്റിനെ അറസ്റ്റ് ചെയ്തു. അസ്വാഭാവികവും വിചിത്രവുമായ പെരുമാറ്റമായിരുന്നു പിന്നീടവളുടേത്. അത് സംശയത്തെ കൂടുതൽ ഉറപ്പിക്കുകയും ചെയ്തു."

വിചിത്രമായ ഈ കഥ പക്ഷേ എനിക്കു വിശ്വസിക്കാനായില്ല. അതു കൊണ്ടുതന്നെ ഗൗരവഭാവത്തിൽ ഞാൻ പറഞ്ഞു.

"നിങ്ങൾക്ക് തെറ്റുപറ്റിയിരിക്കുകയാണ്. കൊലപാതകിയെ എനി ക്കറിയാം. പാവം ജസ്റ്റിൻ. അവൾക്കിതിൽ യാതൊരു പങ്കുമില്ല. തീർത്തും നിരപരാധിയാണവൾ."

അപ്പോഴേക്കും അച്ഛൻ അവിടേക്കുവന്നു. തീവ്രമായ ദുഃഖവും നിരാ ശയും ആ മുഖത്ത് പ്രകടമായിരുന്നു. എങ്കിലും പ്രസന്നതയോടെ എനിക്കു സ്വാഗതമോതുവാൻ അദ്ദേഹം ശ്രദ്ധിച്ചു. കുശലപ്രശ്നങ്ങൾക്കു ശേഷം മറ്റു വിഷയങ്ങളിലേക്കു കടക്കുന്നതിനു മുമ്പ് ഏണസ്റ്റ് പറഞ്ഞു.

"അച്ഛാ; വില്യമിന്റെ കൊലയാളി ആരാണെന്ന് ചേട്ടനറിയാമെന്നു പറയുന്നു."

"അത് ഞങ്ങൾക്കുമറിയാം മോനേ. നിർഭാഗ്യമെന്നല്ലാതെ മറ്റെന്തു പറയാനാണ്! ഞാൻ അതിയായി സ്നേഹിക്കുകയും പരിഗണിക്കുകയും ചെയ്തിരുന്ന ഒരാളിൽ നിന്നും ഇത്തരം ക്രൂരമായ ഒരു പെരുമാറ്റമുണ്ടാ കുമെന്ന് ഒരിക്കലും കരുതിയിരുന്നില്ല..."

"അല്ലച്ഛാ... നമുക്ക് തെറ്റുപറ്റിയിരിക്കുന്നു. ജസ്റ്റിൻ നിരപരാധി യാണ്.."

"എങ്കിൽ അവൾക്കു ശിക്ഷ ലഭിക്കാതിരിക്കട്ടെ. ഇന്നവളെ വിസ്ത രിക്കുന്ന ദിവസമാണ്. അവളെ വെറുതെ വിടുമെന്നു തന്നെയാണ് ഞാൻ പ്രതീക്ഷിക്കുന്നത്."

അച്ഛന്റെ വാക്കുകൾ എന്റെ മനസിന് അൽപ്പം കുളിർമ നൽകി. ജസ്റ്റിനെന്നല്ല, മനുഷ്യവർഗത്തിൽപ്പെട്ട ഒരാൾക്കു പോലും ഇത്തരമൊരു കൃത്യം നടത്താനാവില്ലെന്ന് എനിക്കുറപ്പുണ്ടായിരുന്നു. അതുകൊണ്ടു തന്നെ ജസ്റ്റിനെതിരെ ശക്തമായ തെളിവുകളൊന്നും കണ്ടെത്താൻ കഴി യില്ലെന്ന് ഞാൻ വിശ്വസിച്ചു. എന്റെ കഥ പക്ഷേ, ആരോടും തുറന്നുപറ യാൻ പറ്റുന്ന ഒന്നായിരുന്നില്ല. എല്ലാവരും എനിക്കു ഭ്രാന്താണെന്നേ കരു തൂ. ഞാനാകെ ധർമസങ്കടത്തിലായി.

അപ്പോഴേക്കും എലിസബത്തും അവിടെയെത്തി. കാലം അവളിൽ വലിയ മാറ്റമാണുണ്ടാക്കിയിരുന്നത്. ശിശുസഹജമായ ഓമനത്തത്തിൽ നിന്നും യുവത്വത്തിന്റെ സ്ത്രൈണ സൗന്ദര്യത്തിലേക്ക് അവളെത്തിയി രുന്നു. അങ്ങേയറ്റത്തെ സ്നേഹോഷ്മളതയോടെയാണ് അവളെന്നെ സ്വാഗതം ചെയ്തത്. "പ്രിയപ്പെട്ട വിക്ടർ, നിങ്ങളുടെ ഈ വരവ് എനിക്കു

പ്രതീക്ഷയ്ക്ക് വകനൽകുന്നു. നമ്മുടെ പാവം ജസ്റ്റിനെ രക്ഷിക്കാൻ നിങ്ങളെന്തെങ്കിലും മാർഗം കണ്ടുപിടിക്കുമെന്ന് ഞാൻ കരുതുന്നു. ഞാനവളെ എന്നെപ്പോലെതന്നെ നിരപരാധിയായിട്ടാണ് കാണുന്നത്. നമ്മുടെ ദുരന്തം ഇരട്ടിയായിരിക്കുകയാണല്ലോ ദൈവമേ... പാവം വില്യമിനെ നഷ്ടപ്പെട്ടുവെന്നു മാത്രമല്ല, ഞാനത്രയധികം സ്നേഹിച്ചിരുന്ന ഈ പാവം പെൺകുട്ടി ഏതോ ദുർവിധി നിമിത്തം നരകയാതന അനുഭവിക്കുകയും ചെയ്യുന്നു. അവൾ ശിക്ഷിക്കപ്പെട്ടാൽ പിന്നെ ജീവിതത്തിലൊരിക്കലും സന്തോഷം ലഭിക്കില്ല. പക്ഷേ, അവൾ ശിക്ഷിക്കപ്പെടില്ലെന്ന് എനിക്കുറപ്പുണ്ട്."

"അവൾ നിരപരാധിയാണെന്ന് എനിക്കറിയാം എലിസബത്ത്." ഞാൻ പറഞ്ഞു. "എനിക്കത് തെളിയിക്കാനാവും. ഭയപ്പെടേണ്ട കാര്യമില്ല. അവളെ വെറുതെ വിടുമെന്ന ഉറച്ചപ്രതീക്ഷയിൽ നിന്റെ മനസ്സ് സന്തോഷഭരിതമാകട്ടെ."

"ഓ, വിക്ടർ; നിങ്ങൾ എത്ര നല്ലവനും മഹാമനസ്കനുമാണ്. മറ്റെല്ലാവരും വിശ്വസിക്കുന്നത് അവൾ കുറ്റക്കാരിയാണെന്നാണ്. അതെന്നെ വല്ലാതെ വേദനിപ്പിക്കുകയും ചെയ്യുന്നു. എല്ലാവരുടെയും മുൻവിധിയും പ്രതികൂലാഭിപ്രായവും എന്റെ പ്രതീക്ഷ നശിപ്പിച്ചിരിക്കുകയായിരുന്നു..."

അവൾ തേങ്ങിക്കരഞ്ഞുകൊണ്ടാണ് അതു പറഞ്ഞത്.

"മോളേ, കരയാതിരിക്കൂ..." അച്ഛൻ അവളെ ആശ്വസിപ്പിച്ചുകൊണ്ടു പറഞ്ഞു. "നീ വിശ്വസിക്കുന്നതു പോലെ ജസ്റ്റിൻ നിരപരാധിയാണെങ്കിൽ നിയമത്തിന്റെ നീതി അവൾക്കു തുണയായിത്തീരട്ടെ. അവളെ വെറുതെ വിടുമെന്നു നമുക്കു പ്രത്യാശിക്കാം."

8

പതിനൊന്നു മണിക്കാണ് വിചാരണ തുടങ്ങിയത്. അതുവരെ ഞങ്ങൾ കഴിച്ചുകൂട്ടിയതെങ്ങനെയാണെന്ന് ദൈവത്തിനേ അറിയൂ. അച്ഛനും മറ്റുള്ളവരും സാക്ഷികളായിട്ടാണ് കോടതിയിലെത്തിയത്. അവരോടൊപ്പം ഞാനുമുണ്ടായിരുന്നു. വിചാരണയുടെ ഓരോ ഘട്ടത്തിലും ഞാനനുഭവിച്ച മനോവേദന പറഞ്ഞറിയിക്കാനാവില്ല. എന്റെ ജിജ്ഞാസയുടെയും തലതിരിഞ്ഞ പ്രവൃത്തികളുടെയും ഫലങ്ങൾ എന്റെ സഹജീവികളുടെ തന്നെ മരണഹേതുവായിത്തീരുമോ എന്നു നിശ്ചയിക്കപ്പെടുന്ന വേളയായിരുന്നു അത്.

ജസ്റ്റിൻ സൽസ്വഭാവിയായ പെൺകുട്ടിയായിരുന്നു. സദ്ഗുണ സമ്പന്നയായിരുന്നു. അതെല്ലാം ഇതാ ഒരു വലിയ മാനഹാനിയിൽ തകർന്നു വീഴുന്നു. എല്ലാം ഞാൻ കാരണം. ആ പാവം പെൺകുട്ടിയുടെ മേൽ ആരോപിക്കപ്പെട്ട കുറ്റം ഏറ്റെടുക്കാൻ ഞാൻ ആയിരം തവണ തയാറായിരുന്നു. പക്ഷേ സംഭവദിവസം ഞാനവിടെയില്ലായിരുന്നതിനാൽ ആരാ

ണെന്റെ വാക്കുകൾ ചെവിക്കൊള്ളുക. എല്ലാം ഒരു ഭ്രാന്തന്റെ പുലമ്പലുകളായി മാത്രമേ കാണൂ.

ജസ്റ്റിന്റെ മുഖം ശാന്തമായിരുന്നു. ദുഃഖം സൂചിപ്പിക്കുന്ന വസ്ത്രങ്ങളാണ് ധരിച്ചിരുന്നതെങ്കിലും അവളുടെ രൂപം അത്യധികം ആകർഷകമായിരുന്നു. കോടതിയിലേക്കു കയറിയപ്പോൾ അവൾ ചുറ്റുപാടും ഒന്നു കണ്ണോടിച്ചു. ഞങ്ങളെ കണ്ടയുടനെ അവളുടെ കണ്ണുകൾ ഈറനണിഞ്ഞു. എങ്കിലും അപ്പോൾത്തന്നെ അവൾ ആത്മനിയന്ത്രണം വീണ്ടെടുത്തു. ദുഃഖാർദ്രമായ സ്നേഹഭാവത്തിൽ അവൾ ഞങ്ങളെ നോക്കി. അവളുടെ നിരപരാധിത്വം ആ നോട്ടത്തിൽതന്നെ പ്രകടമായിരുന്നു.

വിചാരണ തുടങ്ങി. വക്കീൽ അവൾക്കെതിരെ പല കുറ്റങ്ങളും നിരത്തി; കുറേ സാക്ഷികളെ വിളിപ്പിച്ചു. ജസ്റ്റിനെതിരെ വിചിത്രമായ പലകുറ്റങ്ങളും ആരോപിച്ചിരുന്നു. അവളുടെ നിരപരാധിത്വത്തെപ്പറ്റി എന്നെപ്പോലെ അത്ര ഉറപ്പില്ലാത്ത ഏതൊരാളും അവയെല്ലാം സത്യമാണെന്നു ധരിക്കുമായിരുന്നു. കൊലനടന്ന രാത്രിമുഴുവൻ അവൾ വീടിനു വെളിയിലായിരുന്നുവെന്നു മൊഴി നൽകപ്പെട്ടിരുന്നു. പിറ്റേന്നു വില്യമിന്റെ ശവശരീരം കിടന്നിരുന്ന സ്ഥലത്തിനടുത്ത് അവളെ ഒരു സ്ത്രീ കണ്ടിരുന്നത്രെ. അവളാകെ പരിഭ്രമിച്ചിരുന്നെന്നും, അവിടെ എന്തുചെയ്യുകയായിരുന്നുവെന്ന ചോദ്യത്തിനു കൃത്യമായ മറുപടി നൽകാൻ അവൾക്കു കഴിഞ്ഞില്ലെന്നും ആ സ്ത്രീ മൊഴിനൽകി. രാവിലെ എട്ടുമണിയോടടുപ്പിച്ചാണ് അവൾ വീട്ടിൽ തിരിച്ചെത്തിയത്. കഴിഞ്ഞ രാത്രിയെവിടെയായിരുന്നു എന്ന ചോദ്യത്തിനു കുട്ടിയെ അന്വേഷിക്കുകയായിരുന്നു എന്നാണവൾ മറുപടി പറഞ്ഞത്. അവന്റെ വിവരമെന്തെങ്കിലും കിട്ടിയോ എന്നും അവൾ അന്വേഷിക്കുകയുണ്ടായി. പിന്നീട് കുട്ടിയുടെ മൃതദേഹം കണ്ടപ്പോൾ അവൾ അപസ്മാരബാധിതയെപ്പോലെയാണ് പെരുമാറിയത്. കുറേദിവസം കിടപ്പിലാവുകയും ചെയ്തു. തുടർന്നു ആ ലോക്കറ്റ് കോടതിയിൽ ഹാജരാക്കി. എലിസബത്ത് അതു തിരിച്ചറിഞ്ഞു. വില്യമിനെ കാണാതാവുന്നതിനു കുറച്ചുമുമ്പ് എലിസബത്ത് തന്നെയായിരുന്നു അത് അവന്റെ കഴുത്തിലണിയിച്ചിരുന്നത്. കോടതിമുറിയിൽ കാണികളിൽ നിന്നും ഭീതിയുടെയും ധാർമിക രോഷത്തിന്റെയും മുറുമുറുപ്പുയർന്നു. വിചാരണ തുടരുന്തോറും ജസ്റ്റിന്റെ ശാന്തഭാവത്തിനു മാറ്റംവന്നു. അമ്പരപ്പും ഭീതിയും നിസ്സഹായതയും അവളെ ഗ്രസിച്ചു. ചില സമയങ്ങളിൽ കരച്ചിൽ കൊണ്ടാണ് പല പ്രസ്താവനകളെയും അവൾ ഖണ്ഡിക്കാൻ ശ്രമിച്ചത്. എങ്കിലും മൊഴി നൽകേണ്ടി വന്നപ്പോൾ ആത്മനിയന്ത്രണം പാലിച്ച് അവൾ ഇങ്ങനെ പറഞ്ഞു.

"ഞാനീ കാര്യത്തിൽ തികഞ്ഞ നിരപരാധിയാണെന്ന് ദൈവത്തിനറിയാം. എങ്കിലും കുറ്റം നിഷേധിക്കുന്നതു കൊണ്ട് എന്നെ ശിക്ഷിക്കാതിരിക്കില്ലെന്നും എനിക്കറിയാം. എനിക്കെതിരെ നിരത്തിയിരിക്കുന്ന കുറ്റാരോപണത്തിന്റെ യാഥാർഥ്യത്തെക്കുറിച്ച് ഞാൻ ചുരുക്കിപ്പറയാം. ബഹുമാനപ്പെട്ട കോടതി അതുകേട്ട് എനിക്കനുകൂലമായി തീർപ്പുകൽപ്പി

ക്കുമെന്ന് ഞാനാശിക്കുന്നു."

അവൾ വിശദീകരിച്ചു. സംഭവദിവസത്തെ സായാഹ്നം അവൾ ചെലവഴിച്ചത് ജനീവയിൽ നിന്നും കുറച്ചകലെയുള്ള ഒരമ്മായിയുടെ വീട്ടിലായിരുന്നു. എലിസബത്തിനോട് പറഞ്ഞിട്ടായിരുന്നു അവളവിടെ പോയത്. തിരിച്ചുവരുമ്പോൾ ഏകദേശം ഒമ്പതുമണിയായിരുന്നു. കാണാതായ കുട്ടിയെക്കുറിച്ച് എന്തെങ്കിലും വിവരം കിട്ടിയോ എന്ന് ഒരാൾ തിരക്കുകയുണ്ടായി. അതുകേട്ടപ്പോൾ അവളാകെ പേടിച്ചു. കുറേനേരത്തോളം അവളവനെ തിരഞ്ഞു നടക്കുകയും ചെയ്തു. നഗരകവാടങ്ങളടച്ചിരുന്നതിനാൽ പിന്നീടവൾക്ക് വീട്ടിലേക്കു പോകാനായില്ല. അതിനാൽ ഒരു വീടിന്റെ കളപ്പുരയിലാണ് അവൾ ആ രാത്രി കഴിച്ചുകൂട്ടിയത്. ആ വീട്ടുകാരെ അവൾക്കു നല്ല പരിചയമുണ്ടായിരുന്നെങ്കിലും രാത്രി ഏറെ വൈകിയതിനാൽ അവരെ വിളിച്ചുണർത്താൻ അവൾ തയാറായില്ല. മനസ്സ് അസ്വസ്ഥമായിരുന്നതിനാൽ ഉറക്കം വന്നേതേയില്ല. വെളുപ്പിനു മാത്രമാണ് ഒന്നു കണ്ണടയ്ക്കാനായത്. ഏതോ കാൽപ്പെരുമാറ്റം കേട്ട് ഉണർന്നപ്പോൾ നേരം വെളുത്തു തുടങ്ങിയിരുന്നു. വേഗം അവിടം വിട്ടു പോന്നു. പിന്നെയും അവൾ കുറേനേരം കുട്ടിയെ അന്വേഷിച്ചുനടന്നു. അവന്റെ മൃതശരീരം കിടന്ന സ്ഥലത്ത് പോയിട്ടുണ്ടെങ്കിൽ അത് മനഃപൂർവമായിരുന്നില്ല. അറിയാതെ സംഭവിച്ചതു മാത്രമാണ് വഴിയിൽ വെച്ചു കണ്ട ആ സ്ത്രീയുടെ ചോദ്യത്തിനു മുന്നിൽ പരിഭ്രമിച്ചതിൽ യാതൊരു അസ്വാഭാവികതയും ഇല്ലായിരുന്നു. ഉറക്കച്ചടവും കുട്ടിയുടെ അവസ്ഥയെക്കുറിച്ചുള്ള അനിശ്ചിതത്വവും അവളെ വല്ലാതെ അസ്വസ്ഥയാക്കിയിരുന്നു. ലോക്കറ്റിനെക്കുറിച്ച് തനിക്കൊന്നും തന്നെ അറിയില്ലെന്നും അവൾ പറഞ്ഞു.

"എത്ര ശക്തമായിട്ടാണ് ഈയൊരു തെളിവ് എനിക്കെതിരെ നിൽക്കുന്നതെന്ന് എനിക്ക് നന്നായറിയാം." ആ സാധുപെൺകുട്ടി തുടർന്നു. "പക്ഷേ, അതെങ്ങനെ എന്റെ കുപ്പായക്കീശയിൽ വന്നു എന്നെനിക്കറിഞ്ഞുകൂടാ. അതെന്റെ കീശയിലെത്തിയതിനെക്കുറിച്ച് എന്തെങ്കിലും ഊഹിച്ചു പറയാനും എനിക്കാവില്ല. കാരണം എനിക്കീ ഭൂമിയിൽ ശത്രുക്കളാരുമില്ല. അതെന്റെ കീശയിൽ നിക്ഷേപിച്ച് എനിക്കു കുഴപ്പമുണ്ടാക്കാൻ ആഗ്രഹിക്കുന്ന ആരും എന്റെ അറിവിലില്ല. അതേസമയം ആ ലോക്കറ്റ് മോഷ്ടിച്ചിട്ട് എനിക്കൊരു കാര്യവുമില്ലതാനും."

എനിക്കീ കേസിൽ പ്രതീക്ഷയ്ക്കു വകയില്ലെന്നു നന്നായറിയാം. അത്രയേറെ ശക്തമാണല്ലോ എനിക്കെതിരെയുള്ള തെളിവുകൾ. എങ്കിലും എന്റെ സ്വഭാവശുദ്ധിയെപ്പറ്റി ബഹുമാനപ്പെട്ട കോടതി മുമ്പാകെ തെളിവു നൽകാൻ ചില സാക്ഷികളെ വിസ്തരിക്കണമെന്നു ഞാനപേക്ഷിക്കുകയാണ്."

അതിനെത്തുടർന്നു കുറേപേരെ വിസ്തരിച്ചു. അവരെല്ലാം ജസ്റ്റിൻ സൽസ്വഭാവിയും നിഷ്കളങ്കയും ആണെന്നു മൊഴി നൽകുകയും ചെയ്തു. പക്ഷേ ജസ്റ്റിൻ ചെയ്തെന്നു പറയപ്പെടുന്ന നീചവും പ്രാകൃ

തവുമായ അപരാധത്തോടുള്ള വെറുപ്പും ഭയവും കാരണം അവരെല്ലാം അവൾക്കുവേണ്ടി ശക്തമായി വാദിക്കാൻ തയാറായില്ല. ജസ്റ്റിനെ രക്ഷിക്കാനുള്ള അവസാന അവസരമാണിതെന്നു മനസിലായതിനാൽ അവൾക്കുവേണ്ടി സംസാരിക്കാൻ എലിസബത്ത് കോടതിയുടെ അനുമതി തേടി. എന്നിട്ട് അങ്ങേയറ്റത്തെ ആത്മാർഥതയോടെ ഇങ്ങനെ പറഞ്ഞു

"കൊല്ലപ്പെട്ട നിർഭാഗ്യവാനായ ആ കുഞ്ഞിന്റെ കസിനാണു ഞാൻ; അല്ലെങ്കിൽ ചേച്ചി തന്നെ. അവന്റെ ജനനം മുതൽ, അല്ലെങ്കിൽ അതിലുമെത്രയോ മുമ്പുമുതൽ ഞാനവരുടെ വീട്ടിൽ ഒരംഗത്തെപ്പോലെ കഴിയുകയാണ്. അങ്ങനെയുള്ള ഞാൻ ഇപ്പോൾ ഇവിടെ പ്രതിക്കുവേണ്ടി സംസാരിക്കുന്നതു അന്യായമായി കരുതപ്പെട്ടേക്കാം. എന്നാൽ സുഹൃത്തുക്കളുടെ ഭീരുത്വം കൊണ്ടുമാത്രം ഒരു പെൺകുട്ടിയുടെ ഭാവി ഇരുളടയാൻ പോകുന്നത് കാണുമ്പോൾ എനിക്കവളെപ്പറ്റി, അവളുടെ പെരുമാറ്റത്തെയും സ്വഭാവത്തെയും പറ്റി സംസാരിക്കാതിരിക്കാനാവില്ല. പ്രതിയെന്നു മുദ്രകുത്തപ്പെട്ട ഈ പെൺകുട്ടിയെ നന്നായറിയാം. കുറേ വർഷങ്ങളായി ഇവൾ ഞങ്ങളോടൊപ്പമാണ് താമസിക്കുന്നത്. ഈ കാലമത്രയും ഇവളുടെ സ്വഭാവത്തിൽ ഒരു തരത്തിലുള്ള പ്രശ്നവും ഞാൻ കണ്ടിട്ടില്ല. എന്റെ അമ്മായിയെ അവരുടെ അന്ത്യനാളുകളിൽ എത്ര ശ്രദ്ധയോടും സ്നേഹത്തോടും കൂടിയാണെന്നോ ഈ ജസ്റ്റിൻ പരിചരിച്ചത്. ഇവളുടെ അമ്മയ്ക്കു അസുഖമായപ്പോഴും നല്ല രീതിയിൽ തന്നെയാണ് ഇവൾ അവരെയും നോക്കിയത്. ആ കാരണത്താൽ ആളുകളെല്ലാം ഇവളെ അഭിനന്ദിക്കുകയും പുകഴ്ത്തുകയും ചെയ്തിരുന്നു. വീട്ടിൽ എല്ലാവരുടെയും പ്രിയപ്പെട്ടവളായിരുന്നു ഇവൾ. കൊല്ലപ്പെട്ട വില്യമിനോട് ഇവൾക്കു വലിയ സ്നേഹവും വാത്സല്യവുമായിരുന്നു. അവനോട് ഒരു അമ്മയെപോലെയാണ് ഇവൾ പെരുമാറിയിരുന്നത്. എന്നെ സംബന്ധിച്ചിടത്തോളം ഒരു കാര്യം എനിക്കു തീർച്ചയാണ്. ഇവൾക്കെതിരെ എന്തെല്ലാം തെളിവുകൾ ഉണ്ടെങ്കിലും ഇവൾ നിരപരാധിയാണെന്നു ഞാനുറച്ചു വിശ്വസിക്കുന്നു. അത്തരമൊരു പാതകം ചെയ്യേണ്ട ഒരു കാര്യവും ഇവൾക്കില്ല. ഒരു നിസ്സാരമായ ലോക്കറ്റാണ് ആകെയുള്ള പ്രധാന തെളിവ്. അതിവൾക്കു വേണമെങ്കിൽ എന്നോടു ചോദിക്കാനേയുള്ളൂ. ഞാനത് നൽകുകയും ചെയ്യും. ജസ്റ്റിനെ ഞാൻ അത്രയധികം വിശ്വസിക്കുകയും കണക്കിലെടുക്കുകയും ചെയ്യുന്നു.

എലിസബത്തിന്റെ വാക്കുകൾ പക്ഷേ പാവം ജസ്റ്റിന് ഒരു ഗുണവും ചെയ്തില്ല. എലിസബത്തിന്റെ വാക്കുകൾ കേട്ട് ആ പെൺകുട്ടി വിതുമ്പി. പക്ഷേ, അവളൊന്നും പറഞ്ഞില്ല. ആ സമയമത്രയും ഞാനനുഭവിച്ച ഹൃദയവേദന പറഞ്ഞറിയിക്കാനാവില്ല. ജസ്റ്റിൻ തികച്ചും നിരപരാധിയാണെന്ന് എനിക്കറിയാം. വില്യമിനെ കൊലപ്പെടുത്തിയ ആ രാക്ഷസൻ തന്നെയല്ലേ ജസ്റ്റിനേയും മരണത്തിന്റെയും മാനഹാനിയുടെയും ഇരയാക്കുന്നത്?

എനിക്കവിടെ കൂടുതൽ നേരം നിൽക്കാനായില്ല. ന്യായാധിപന്മാരുടെ വാക്കുകൾ ജസ്റ്റിനെതിരാണെന്ന് മനസിലായപ്പോൾ ഞാൻ ദുഃഖഭാരത്തോടെ കോടതിയിൽ നിന്നും പുറത്തേക്കിറങ്ങി. എന്റെയും ജസ്റ്റിന്റെയും മനോവ്യഥ പക്ഷേ വ്യത്യസ്തമായിരുന്നു. അവൾക്ക് നിരപരാധിയാണെന്ന വിശ്വാസമുണ്ട്. എന്നാലെന്റെ സ്ഥിതിയോ? കുറ്റബോധത്തിന്റെ കൂർത്ത വിഷപ്പല്ലുകൾ എന്റെ ഹൃദയത്തിലേക്കാഴ്ന്നിറങ്ങുന്നത് ഞാനനുഭവിച്ചറിഞ്ഞു.

അന്നത്തെ രാത്രി എന്നെ സംബന്ധിച്ചിടത്തോളം കരാളവും ഭീകരവുമായിരുന്നു. ഉറക്കം എന്റെ ഏഴയലത്തേക്കു പോലും എത്തിനോക്കിയില്ല. തകർന്ന മനസുമായി സമയം തള്ളിനീക്കുന്നത് അങ്ങേയറ്റം ദുസ്സഹമായിരുന്നു. രാവിലെ ഞാൻ വീണ്ടും കോടതിയിലേക്കു പോയി. എന്റെ ചുണ്ടുകളും തൊണ്ടയും വരണ്ടുണങ്ങിയിരുന്നു. ഭയപ്പെടുത്തുന്ന ആ ചോദ്യം ചോദിക്കുവാൻ എനിക്കശേഷം ധൈര്യമുണ്ടായിരുന്നില്ലെങ്കിലും അധികം താമസിയാതെ ഞാനെല്ലാം അറിഞ്ഞു. ജസ്റ്റിനെ കോടതി കുറ്റക്കാരിയെന്നു വിധിച്ചിരിക്കുന്നു!

എത്രമാത്രം ഭയാനകവും ദയനീയവുമായിരുന്നു അപ്പോഴെന്റെ മാനസികാവസ്ഥയെന്നു വിവരിക്കാൻ വയ്യ. മുമ്പു പലപ്പോഴും ഭീകരവും ഭീതിജനകവുമായ പല സംഭവങ്ങളും എന്റെ ഹൃദയത്തെ മഥിച്ചിട്ടുണ്ടായിരുന്നു. പക്ഷേ ഇപ്പോഴത്തെപ്പോലെ ഒരിക്കലുമുണ്ടായിട്ടില്ല. ജസ്റ്റിൻ കുറ്റം സമ്മതിച്ചെന്ന് ഞാനറിഞ്ഞു. എനിക്കതു വിശ്വസിക്കാനായില്ല. എന്റെ സംശയം പുറത്തുപറഞ്ഞാൽ എനിക്കു ഭ്രാന്താണെന്നു പറഞ്ഞ് ആളുകൾ കളിയാക്കുകയേയുള്ളൂ. ഞാൻ ധൃതിയിൽ വീട്ടിലേക്കു ചെന്നു. എലിസബത്തിനെ കാര്യം ഗ്രഹിപ്പിച്ചു. ജസ്റ്റിൻ കുറ്റം സമ്മതിച്ചെന്ന വാർത്ത എലിസബത്തിന് ഒരു പ്രഹരമായിരുന്നു. അവൾ ആ പാവം പെൺകുട്ടിയുടെ നിരപരാധിത്വത്തിൽ ഉറച്ചു വിശ്വസിച്ചിരുന്നല്ലോ.

"കഷ്ടം." അവൾ പറഞ്ഞു. "മനുഷ്യരുടെ നന്മയിൽ ഞാനിനിയെങ്ങനെ വിശ്വസിക്കും? ജസ്റ്റിന്റെ സ്ഥിതി തന്നെ കണ്ടില്ലേ. ഞാനവളെ എന്റെ സ്വന്തം അനിയത്തിയെപ്പോലെ സ്നേഹിച്ചു. പക്ഷേ... നിഷ്കളങ്കതയോടെ പുഞ്ചിരിച്ചുകൊണ്ട് ഇങ്ങനെയൊരു വഞ്ചന ചെയ്യാൻ അവൾക്കെങ്ങനെ കഴിഞ്ഞു!"

ജസ്റ്റിന് എലിസബത്തിനെ കാണാൻ ആഗ്രഹമുണ്ടെന്ന വാർത്ത അധികം താമസിയാതെ ഞങ്ങൾക്കു കിട്ടി. എലിസബത്ത് അവളെ കാണാൻ പോകുന്നതിൽ അച്ഛനു വലിയ താൽപ്പര്യം ഇല്ലായിരുന്നെങ്കിലും ഒടുവിൽ അവളുടെ ഇഷ്ടത്തിനു വിട്ടു.

"ഞാൻ പോകണം." എലിസബത്ത് പറഞ്ഞു. "അവൾ കുറ്റക്കാരിയാണെങ്കിലും അവളെ പോയി കാണണം." പിന്നെ അവൾ എന്റെ നേരെ നോക്കി തുടർന്നു.

"വിക്ടർ, എന്നോടൊപ്പം നിങ്ങളും വരണം. എനിക്കു തനിച്ചു പോകാൻ വയ്യ."

ഈ സന്ദർശനത്തെക്കുറിച്ചുള്ള ചിന്തകൾ പോലും എനിക്കു വേദനാജനകമായിരുന്നെങ്കിലും എലിസബത്തിന്റെ അഭ്യർഥന തള്ളിക്കളയാൻ എനിക്കു കഴിയുമായിരുന്നില്ല.

വിഷാദമൂകത നിറഞ്ഞു നിൽക്കുന്ന ജയിൽ. ഞങ്ങൾ ചെന്നപ്പോൾ ജയിലറയുടെ അങ്ങേയറ്റത്ത് ചെറിയൊരു വയ്ക്കോൽ കൂനയുടെ മുകളിൽ കാൽമുട്ടിൽ മുഖം താങ്ങി ജസ്റ്റിൻ ഇരിക്കുന്നതു കണ്ടു. അവളുടെ കൈകളിൽ വിലങ്ങുണ്ടായിരുന്നു. ഞങ്ങളെ കണ്ടപ്പോൾ അവൾ എഴുന്നേറ്റുവന്നു. കരഞ്ഞുകൊണ്ട് അവൾ എലിസബത്തിന്റെ കാൽക്കൽ വീണു. എലിസബത്തും തേങ്ങിപ്പോയി.

ജസ്റ്റിൻ നീ നിരപരാധിയാണെന്നുള്ള എന്റെ ഉറച്ച വിശ്വാസത്തെ നീ നശിപ്പിച്ചു കളഞ്ഞല്ലോ. ഞാനിപ്പോൾ എത്രമാത്രം ദുഃഖിക്കുന്നുണ്ടെന്നോ..." തൊണ്ടയിടറിക്കൊണ്ട് എലിസബത്ത് പറഞ്ഞു.

"അപ്പോൾ നിങ്ങളും ഞാൻ കുറ്റക്കാരിയാണെന്നു വിശ്വസിക്കുകയാണോ? ഞാനാണു കൊലയാളിയെന്ന് കരുതുന്നവരുടെ കൂട്ടത്തിൽ നിങ്ങളും ചേരുകയാണോ?" തേങ്ങലുകൾക്കിടയിൽ ജസ്റ്റിൻ ചോദിച്ചു.

"എഴുന്നേൽക്കൂ മോളേ..." എലിസബത്ത് കരുണാർദ്രതയോടെ പറഞ്ഞു. "നീ നിരപരാധിയാണെങ്കിൽ ഇങ്ങനെ മുട്ടിന്മേൽ നിന്നു കേഴുന്നതെന്തിനാണ്? തെളിവുകളെല്ലാം എതിരായിട്ടുകൂടി നീ നിരപരാധിയാണെന്നു തന്നെയാണ് ഞാൻ വിശ്വസിച്ചിരുന്നത്. പക്ഷേ നീ കുറ്റം സമ്മതിച്ചതോടെ എന്റെ എല്ലാ വിശ്വാസവും തകർന്നു."

"ശരിയാണ്; ഞാൻ കുറ്റം സമ്മതിച്ചു. പക്ഷേ അത് സത്യമല്ലായിരുന്നു. മറ്റെല്ലാ പാപബോധത്തെക്കാളും കളവുപറഞ്ഞല്ലോ എന്ന ചിന്തയാണ് ഇപ്പോഴെന്റെ മനസിനെ തളർത്തുന്നത്. ഞാൻ കുറ്റാരോപിതയായതു മുതൽ കുമ്പസാരിപ്പിക്കുവാൻ വന്നയാൾ എന്നെ ഭീഷണിപ്പെടുത്തിയിരുന്നു. കുറ്റസമ്മതം നടത്തിയില്ലെങ്കിൽ എന്നെ മതഭ്രഷ്ടയാക്കുമെന്ന് അയാൾ പറഞ്ഞു. മാത്രമല്ല എന്റെ അന്ത്യനിമിഷങ്ങളിൽ ഞാൻ നരകാഗ്നിയിൽ ദഹിക്കുമെന്നും പറഞ്ഞ് അയാളെന്നെ ഭയപ്പെടുത്തി. എന്റെ ചേച്ചീ, എന്നെ തുണയ്ക്കാൻ ആരുമുണ്ടായിരുന്നില്ല. എല്ലാവരും എന്നെ ഒരു നീചയെപ്പോലെകണ്ടുവെറുത്തു. തീരെ നിവൃത്തിയില്ലാത്ത ഒരു ഘട്ടത്തിൽ ഞാൻ കള്ളം പറയുകയായിരുന്നു.

അവളൊന്നു നിർത്തി. പിന്നെ തേങ്ങിക്കരഞ്ഞുകൊണ്ടു വീണ്ടും തുടർന്നു

"പ്രിയപ്പെട്ട ചേച്ചീ; എത്രയോകാലം നിങ്ങളെയെല്ലാം സ്നേഹിച്ചുകൊണ്ട് നിങ്ങളോടൊപ്പം കഴിഞ്ഞ എന്നെ നിങ്ങളും ഒരു കുറ്റവാളിയായി കാണുമോ എന്ന ചിന്ത എന്നെ വല്ലാതെ വേദനിപ്പിക്കുകയാണ്... ഓ, വില്യം.. എന്റെ പ്രിയപ്പെട്ട കുഞ്ഞനുജാ, സ്വർഗത്തിൽ വെച്ച് നമുക്ക് വേഗം കണ്ടുമുട്ടാം. നമുക്കവിടെ സന്തോഷമായി കഴിയാം. മരണശിക്ഷ കാത്തിരിക്കുന്ന എനിക്ക് അതുമാത്രമാണ് ഒരാശ്വാസം...."

"എന്റെ പ്രിയപ്പെട്ട ജസ്റ്റിൻ, ഒരു നിമിഷത്തേക്കെങ്കിലും നിന്നെ

സംശയിച്ചതിനു മാപ്പുതരൂ കുട്ടീ, നീയെന്തിനാണ് ഇങ്ങനെയൊരു കുറ്റസമ്മതം നടത്തിയത്? ഇനിയും ഇങ്ങനെ ദുഃഖിക്കരുതേ... ഭയപ്പെടുകയും വേണ്ട. നിന്റെ നിരപരാധിത്വം ഞാൻ തെളിയിക്കുകതന്നെ ചെയ്യും. നിന്റെ എതിരാളികളുടെ കരിങ്കൽ ഹൃദയങ്ങൾ ഞാനെന്റെ കണ്ണീരുകൊണ്ടും പ്രാർഥന കൊണ്ടും അലിയിച്ചെടുക്കും. നീ മരിക്കില്ല മോളേ... എന്റെ കൂട്ടുകാരിയും സഹോദരിയുമായ നീ കഴുമരത്തിലേറാനോ? ഇല്ല; അത്തരമൊരു ദൗർഭാഗ്യത്തെ എനിക്കതിജീവിക്കാനാവില്ല"

ജസ്റ്റിൻ ദുഃഖഭാരത്തോടെ തലകുലുക്കി. "മരിക്കാൻ എനിക്കു ഭയമില്ല." അവൾ പറഞ്ഞു. "ആ വേദനയൊന്നും ഇന്നില്ല. എന്തും സഹിക്കാനുള്ള കഴിവ് ദൈവം ഇപ്പോൾ എനിക്കു നൽകിയിട്ടുണ്ട്. ക്രൂരത നിറഞ്ഞ ഈ നശിച്ച ലോകത്തു നിന്ന് പോകുന്നതാണ് നല്ലത്. നിങ്ങളെന്നെ ഓർമിക്കുകയാണെങ്കിൽ, അന്യായമായ വധശിക്ഷയുടെ ഒരിരയായി കരുതുകയാണെങ്കിൽ എന്നെ കാത്തിരിക്കുന്ന വിധിക്കു ഞാൻ സമാധാനത്തോടെ കീഴടങ്ങാം..."

ഈ സമയമെല്ലാം ജയിലിന്റെ ഒരു മൂലയിൽ വല്ലാത്ത ഒരു ഹൃദയഭാരവുമായി നിൽക്കുകയായിരുന്നു ഞാൻ. തീവ്രമായ നിരാശാബോധം എന്റെ മനസിനെ പിടിച്ചുലച്ചിരുന്നു. ജീവിതത്തിന്റെയും മരണത്തിന്റെയും ഇടയിലുള്ള നൂൽപ്പാലത്തിലൂടെ കടന്നുപോകാൻ വിധിക്കപ്പെട്ട ജസ്റ്റിനെന്ന ആ പാവം പെണ്ണുപോലും എന്റെയത്ര ഹൃദയവ്യഥ അനുഭവിക്കുന്നില്ല. അപ്പോഴേക്കും എനിക്കു നിയന്ത്രിക്കാനായില്ല. ഞാൻ ശക്തിയായി പല്ലിറുമ്മി. അതുകേട്ടു ജസ്റ്റിൻ ഞെട്ടി. അവൾ വേഗം എന്റെ അരികിലേക്കു വന്നു.

"പ്രിയപ്പെട്ട സാർ, അങ്ങേക്ക് എന്നെ വന്നു കാണാനുള്ള ദയവുണ്ടായല്ലോ.. ഞാൻ കുറ്റക്കാരിയാണെന്ന് അങ്ങു വിശ്വസിക്കില്ലെന്ന് എനിക്കുറപ്പുണ്ട്..."

ഞാനൊന്നും മിണ്ടിയില്ല. "ഇല്ല ജസ്റ്റിൻ, നീ നിരപരാധിയാണെന്ന് എന്നേക്കാളധികം അദ്ദേഹം വിശ്വസിക്കുന്നുണ്ട്. നീ കുറ്റം സമ്മതിച്ചെന്നു കേട്ടിട്ടുപോലും അദ്ദേഹം അതു വിശ്വസിച്ചിരുന്നില്ല..." എലിസബത്ത് അവളെ അറിയിച്ചു.

"എനിക്കദ്ദേഹത്തോടു നന്ദിയുണ്ട് ചേച്ചീ.. എന്റെ ജീവിതത്തിന്റെ അവസാന നിമിഷങ്ങളിൽ എന്നോടു കരുണ കാണിക്കുന്ന എല്ലാവരോടും എനിക്ക് അങ്ങേയറ്റം കടപ്പാടുണ്ട്. എന്നെപ്പോലെ നികൃഷ്ടയായ ഒരുവളോട് എത്ര സ്നേഹത്തോടെയാണ് എല്ലാവരും പെരുമാറുന്നത്. ഇതെന്റെ വേദനയെ പകുതി കുറച്ചിരിക്കുന്നു. എന്റെ നിരപരാധിത്വം മനസിലാക്കുന്ന കുറച്ചെങ്കിലും പേർ ഇവിടെയുണ്ടല്ലോ... എനിക്കിനി സമാധാനത്തോടെ മരിക്കാം..."

ആ പാവം അങ്ങനെ സ്വയം ആശ്വസിക്കാനും മറ്റുള്ളവരെ ആശ്വസിപ്പിക്കാനും ശ്രമിച്ചുകൊണ്ടിരുന്നു. അത് അവൾക്കൽപ്പം ശാന്തത നൽകുകയും ചെയ്തു. എന്നാൽ യഥാർഥ കൊലയാളിയായ എന്റെ മന

സിനുള്ളിലെ അടങ്ങാത്ത സന്ത്രാസവും ദുഃഖാഗ്നിയും എന്റെ ഹൃദയത്തെ വെട്ടിപ്പിളർത്തുകയായിരുന്നു.

എലിസബത്തും ആകെ തകർന്നതുപോലെയായിരുന്നു. ഇടയ്ക്കിടെ അവൾ വിതുമ്പിക്കൊണ്ടിരുന്നു. എങ്കിലും അവളുടെ ദുഃഖവും നിഷ്കളങ്കതയിൽ നിന്നു ഉറവെടുത്തതായിരുന്നു. എന്നാൽ എന്റെയുള്ളിലെ യാതന അതുപോലെയായിരുന്നില്ല. കുറ്റബോധത്തിന്റെ ആരാലും കെടുത്താനാവാത്ത നരകാഗ്നിയിൽ സ്വയം എരിഞ്ഞടങ്ങുകയായിരുന്നു ഞാൻ.

ഏറെനേരം ഞങ്ങൾ ജസ്റ്റിന്റെ കൂടെ ചെലവഴിച്ചു. പിരിയാൻ നേരം എലിസബത്തിന് ദുഃഖം സഹിക്കാനായില്ല. ഏങ്ങലടികളോടെ അവൾ പറഞ്ഞു.

"ജസ്റ്റിൻ.. നിന്നോടൊപ്പം മരിക്കാൻ പോലും ഞാൻ തയാറാണ്. കൊടും യാതനകൾ മാത്രം നിറഞ്ഞ ഈ ലോകത്ത് ജീവിക്കാൻ വയ്യ..."

കൊടിയ ഹൃദയവേദന കടിച്ചമർത്തി ജസ്റ്റിൻ ആ സമയം സന്തോഷം അഭിനയിക്കുകയായിരുന്നു. എലിസബത്തിനെ ആലിംഗനം ചെയ്തുകൊണ്ടു അവൾ പറഞ്ഞു.

"വിടതരൂ പ്രിയപ്പെട്ടവളേ.... എന്റെ പ്രിയപ്പെട്ട സഹോദരീ... ദൈവം നിങ്ങളെ കാത്തുരക്ഷിക്കട്ടെ. നിങ്ങളുടെ അവസാനത്തെ ദുരിതം ഇതായിരിക്കട്ടെ. ദീർഘകാലം സന്തോഷത്തോടെ കഴിയാൻ ദൈവം നിങ്ങളെ അനുഗ്രഹിക്കട്ടെ..."

ജസ്റ്റിന്റെ വധശിക്ഷ പിറ്റേന്ന് നടപ്പിലാക്കി. എലിസബത്തിന്റെ ആത്മാർഥവും ഹൃദയഭേദകവുമായ വാദഗതികൾക്കൊന്നും ജസ്റ്റിൻ അപരാധിയാണെന്ന് തീരുമാനിച്ചിരുന്ന ന്യായാധിപന്മാരെ തെല്ലും സ്പർശിക്കാൻ കഴിഞ്ഞില്ല. എന്റെ അപേക്ഷകളും നിരാകരിക്കപ്പെടുകയായിരുന്നു. ഞാനൊരു ഭ്രാന്തനെപ്പോലെ പുലമ്പിക്കൊണ്ടിരുന്നെങ്കിലും അതൊന്നും ആ പെൺകുട്ടിയുടെ ശിക്ഷ ലഘൂകരിക്കാൻ പര്യാപ്തമായില്ല. ഒരു കൊലയാളിയെപ്പോലെ അവളുടെ ജീവിതം കഴുമരത്തിലൊടുങ്ങി.

എന്റെ ഹൃദയത്തിലെ സ്വയം പീഡകളിൽ നിന്നും ഞാൻ പിന്നെ ശ്രദ്ധതിരിച്ചത് എലിസബത്തിന്റെ ദുഃഖത്തിലേക്കും വേദനയിലേക്കും ആയിരുന്നു. അതും എന്റെ ചെയ്തികളുടെ ഫലംകൊണ്ടാണെന്ന് എനിക്കു നന്നായറിയാമായിരുന്നു. അച്ഛന്റെ ദുഃഖത്തിന്റെയും, ഒരുകാലത്ത് സന്തോഷം നിറഞ്ഞുനിന്നിരുന്ന ഞങ്ങളുടെ വീടിന്റെ മൂകതയുടെയും കാരണം ഞാൻ തന്നെയായിരുന്നു. എന്റെ പ്രിയപ്പെട്ടവരേ; ഇത് നിങ്ങളുടെ അവസാനത്തെ ദുഃഖവും കണ്ണീരുമായിരിക്കില്ല. ഉറ്റവരുടെ ചിതകൾ ഇനിയും നിങ്ങൾക്കൊരുക്കേണ്ടി വരും. ഹൃദയഭേദകമായ നിങ്ങളുടെ വിലാപങ്ങൾ ഇനിയും ഉയർന്നുകൊണ്ടിരിക്കും.

വില്യമിന്റെയും ജസ്റ്റിന്റെയും ശവകുടീരങ്ങൾക്കരികിൽ നിന്നുകൊണ്ട് കണ്ണീർ വാർക്കുന്ന എന്റെ പ്രിയപ്പെട്ടവരെ തപിക്കുന്ന ഹൃദയത്തോടെ ഞാൻ കണ്ടു. എന്റെ അവിശുദ്ധ ചെയ്തികളുടെ ആദ്യത്തെ ഇരകളായിത്തീർന്ന വില്യമിനെയും ജസ്റ്റിനെയും കുറിച്ചോർക്കവെ

ഭീതിയും കുറ്റബോധവും കടുത്ത നിരാശയും എന്റെ മനസിനെ വരിഞ്ഞു മുറുക്കിക്കൊണ്ടിരുന്നു.

9

സംഭവപരമ്പരകൾ സൃഷ്ടിക്കുന്ന വികാരവിക്ഷോഭങ്ങൾക്കു ശേഷമുള്ള നിഷ്ക്രിയത്വത്തിന്റെ ശാന്തതയെക്കാൾ മനുഷ്യമനസിനെ വേദനിപ്പിക്കുന്ന മറ്റൊന്നുമില്ല. ജസ്റ്റിൻ മരിച്ചു. അവൾ നിത്യതയിൽ ലയിച്ചു. ഞാൻ ജീവിച്ചിരിക്കുന്നു. എന്റെ സിരകളിലൂടെ തടസമില്ലാതെ രക്തമൊഴുകുന്നുമുണ്ട്. എങ്കിലും എന്റെ ഹൃദയം തീവ്രമായ നിരാശയുടെയും കുറ്റബോധത്തിന്റെയും മഹാഭാരത്തിനിടയിൽ ചതഞ്ഞുകിടക്കുകയായിരുന്നു. ഉറക്കം എന്നിൽ നിന്നും ഓടിയൊളിച്ചിരുന്നു. അതുകൊണ്ടുതന്നെ ഒരു ദുരാത്മാവിനെപ്പോലെ ഞാൻ പലയിടത്തും അലഞ്ഞുനടന്നു. ഞാൻ ചെയ്ത ദുഷ്പ്രവൃത്തിയുടെ ഭീകരത വാക്കുകളിലൊതുക്കാൻ പറ്റാത്തതായിരുന്നു. അതിന്റെ പ്രത്യാഘാതങ്ങൾ വരാനിരിക്കുന്നതേയുള്ളൂ. എന്നിട്ടും എന്റെ ഹൃദയത്തിൽ കരുണയും നന്മ ചെയ്യാനുള്ള അടങ്ങാത്ത വാഞ്ഛയും നിറഞ്ഞിരുന്നു. സഹജീവികൾക്കു നന്മചെയ്യുകയെന്ന സദുദ്ദേശ്യത്തോടെയായിരുന്നു ഞാനെന്റെ ജീവിതം ആരംഭിച്ചത്. പക്ഷേ അതെല്ലാം ഇപ്പോൾ തകർന്നു തരിപ്പണമായിരിക്കുന്നു. കഴിഞ്ഞകാലത്തെപ്പറ്റി ഓർമിക്കുമ്പോൾ ലഭിക്കേണ്ട മനഃശാന്തിയും ആത്മസംതൃപ്തിക്കും പകരം, ചെയ്തുപോയ മഹാപരാധത്തെക്കുറിച്ചുള്ള കുറ്റബോധത്തിന്റെ ഉമിത്തീയിൽ ഞാൻ നീറിക്കൊണ്ടിരുന്നു.

ഈ വല്ലാത്ത മാനസികാവസ്ഥ, മുമ്പത്തെ ദുരന്തത്തിന്റെ തകർച്ചയിൽനിന്നും മുഴുവനായും വിമുക്തി നേടിയിട്ടില്ലാത്ത എന്റെ ആരോഗ്യത്തെ കാർന്നുതിന്നുകൊണ്ടിരുന്നു. ജനങ്ങളിൽ നിന്നും ഞാൻ ഒറ്റപ്പെട്ടു കഴിഞ്ഞു. ആഹ്ലാദത്തിന്റെയും സംതൃപ്തിയുടെയും സ്വരങ്ങളെല്ലാം എനിക്കു പീഢനമായിത്തീർന്നിരുന്നു. ഏകാന്തത-തീക്ഷ്ണവും ഇരുണ്ടതും മരണതുല്യവുമായ ഏകാന്തത-എന്റെ ഏക ആശ്വാസമായിത്തീർന്നു.

എന്റെ സ്വഭാവത്തിലും പ്രവൃത്തിയിലും കണ്ട പ്രകടമായ മാറ്റം അച്ഛൻ സസൂക്ഷ്മം ശ്രദ്ധിക്കുന്നുണ്ടായിരുന്നു. അത് അദ്ദേഹത്തെ കുറച്ചൊന്നുമല്ല വേദനിപ്പിച്ചത്. ശോഭനവും പ്രസാദാത്മകവുമായ കാഴ്ചപ്പാടുകളുള്ള അദ്ദേഹം തന്റെ വാദഗതികൾ കൊണ്ട് എന്നെ സന്തോഷിപ്പിക്കാനും അതുവഴി പഴയ ജീവിതത്തിന്റെ പ്രസന്നതയിലേക്ക് എന്നെ തിരിച്ചുകൊണ്ടുപോകാനും അങ്ങേയറ്റം പരിശ്രമിച്ചു.

"വിക്ടർ, നിനക്കു മാത്രമാണോ ദുഃഖം? എനിക്കെന്താ ദുഃഖമില്ലേ? ഞാൻ വില്യമിനെ സ്നേഹിച്ചതുപോലെ മറ്റൊരച്ഛനും തന്റെ കുഞ്ഞിനെ സ്നേഹിച്ചിട്ടുണ്ടാവില്ല." അപ്പോഴേക്കും അച്ഛന്റെ കണ്ണുകൾ നിറഞ്ഞൊഴുകി. "പക്ഷേ അതുമാത്രം ചിന്തിച്ചിരുന്നാൽ മതിയോ? ഏതു ദുഃഖ

ത്തെയും കാലത്തിന്റെ സഹായത്താൽ മറക്കാൻ ശ്രമിക്കേണ്ടത് നമ്മുടെ കടമയാണ്. അത്യധികമായ ദുഃഖം എല്ലാവർക്കും ദോഷമേ ചെയ്യൂ മോനേ.. നമ്മുടെ കടമകൾ നമ്മൾ മറന്നുകൂടാ... പോയവർ ഇനി തിരിച്ചു വരില്ല. എപ്പോഴും അതിനെക്കുറിച്ചോർത്തു വിഷമിച്ചിരിക്കാതെ നമ്മൾ നമ്മുടെ പ്രവൃത്തികളിലേർപ്പെടണം. നമ്മൾ ജീവിക്കുന്ന സമൂഹത്തോട് ഉത്തരവാദിത്തങ്ങളുണ്ട് മോനേ... അതിൽനിന്നും ഒഴിഞ്ഞു നിൽക്കാൻ നമുക്ക് കഴിയില്ല.."

അച്ഛന്റെ ഈ ഉപദേശം അങ്ങേയറ്റം വിലയേറിയതായിരുന്നെങ്കിലും എന്റെ കാര്യത്തിൽ അതൊരു പ്രയോജനവും ചെയ്തില്ല. എന്റെ ദുഃഖവും വേദനയും ഞാൻ എല്ലാവരിൽ നിന്നും മറച്ചുവയ്ക്കേണ്ടതായിരുന്നു. പക്ഷേ അതിന്റെ തീവ്രതയും കാഠിന്യവും കാരണം എനിക്കതിനായില്ല. അതാകട്ടെ അച്ഛനുൾപ്പെടെ എല്ലാവർക്കും കൂടുതൽ വിഷമമുണ്ടാക്കുകയും ചെയ്തിരിക്കുന്നു.

ഇതിനിടെ ഞങ്ങൾ ബെൽറീവിലേക്കു താമസം മാറ്റിയിരുന്നു. അതെനിക്ക് കുറേയേറെ ആശ്വാസം പകരുകയും ചെയ്തു. ജനീവയിലായിരുന്നപ്പോൾ രാത്രി പത്തുമണിക്ക് നഗരകവാടങ്ങൾ അടച്ചുകഴിഞ്ഞാൽ പുറത്തിറങ്ങാനോ കായൽക്കരയിൽ കാറ്റുകൊണ്ടിരിക്കാനോ കഴിയുമായിരുന്നില്ല. ഇപ്പോൾ അത്തരം കെട്ടിയിടലുകളൊന്നും ഇല്ലായിരുന്നു. ഞാൻ പൂർണസ്വതന്ത്രനായിരുന്നു. പലപ്പോഴും അത്താഴം കഴിഞ്ഞ് കുടുംബാംഗങ്ങൾ ഉറക്കറയിലേക്കു പോയാൽ ഞാനൊരു തോണിയിൽ കായലിലൂടെ സവാരി ചെയ്യുമായിരുന്നു. മണിക്കൂറുകളോളം ഞാനങ്ങനെ കായൽപ്പരപ്പിൽ കഴിയും. ചിലപ്പോൾ പായ നിവർത്തി കാറ്റിന്റെ ഗതിക്കനുസരിച്ച് യാത്രചെയ്യും. മറ്റുചിലപ്പോൾ തടാകമധ്യം വരെ തോണി തുഴഞ്ഞതിനുശേഷം ചിന്തകളുടെ ലോകത്ത് സ്വയം മറന്നിരുന്ന് തോണിയെ അതിന്റെ പാട്ടിനുവിടും. സ്വർഗീയ സൗന്ദര്യം വഴിഞ്ഞൊഴുകുന്ന ആ അന്തരീക്ഷത്തിൽ ചുറ്റുമുള്ള എല്ലാ ജീവജാലങ്ങളും ആഹ്ലാദിക്കുമ്പോൾ ഞാൻ മാത്രം അശാന്തിയും അസംതൃപ്തിയും ഭീതിയും നിറഞ്ഞ മനസുമായി അലയുകയായിരിക്കും. കടവാവലുകളുടെയും തവളകളുടെയും ശബ്ദമാണ് അപ്പോഴെന്നിൽ പരിസരബോധം ഉണർത്തുക. ചിലപ്പോഴൊക്കെ കായൽപ്പരപ്പിന്റെ അഗാധതയിലേക്കെടുത്തു ചാടി എല്ലാം അവസാനിപ്പിച്ചാലോ എന്നും ഞാൻ ചിന്തിച്ചിരുന്നു. പക്ഷേ എലിസബത്തിനെക്കുറിച്ചുള്ള ചിന്തകൾ എന്നെ അതിൽനിന്നും തടഞ്ഞു. ആ പാവം പെണ്ണിനെ ഞാൻ അത്രയധികം സ്നേഹിക്കുന്നുണ്ട്. അവളുടെ നിലനിൽപ്പുതന്നെ എന്നെ ആശ്രയിച്ചാണല്ലോ. അച്ഛനെയും സഹോദരനെയും കുറിച്ചും ഞാനപ്പോൾ ഓർമിച്ചു. എന്നെ സ്നേഹിക്കുന്ന അവരെല്ലാം ഞാൻ തന്നെ സൃഷ്ടിച്ചു വിട്ട ആ ഭീകരസത്വത്തിന് ഇരയായിത്തീരുന്നത് എനിക്കനുവദിക്കാനാവുമോ?

ആ സമയത്തെല്ലാം എന്റെ ജീവിതത്തിൽ വീണ്ടും സന്തോഷവും സമാധാനവും കടന്നുവരണേയെന്ന് ഞാൻ കരഞ്ഞു പ്രാർഥിക്കുകയാ

യിരുന്നു. പക്ഷേ അതൊന്നുമുണ്ടായില്ല. തീവ്രമായ പശ്ചാത്താപവും കുറ്റബോധവും പ്രതീക്ഷയുടെ നാളങ്ങളെയെല്ലാം ഊതിക്കെടുത്തി. അപരിഹാര്യമായ അത്യാഹിതങ്ങളുടെ സ്രഷ്ടാവാണ് ഞാൻ. പുതിയ ക്രൂരകൃത്യങ്ങളുമായി ആ ഭീകരസത്വം രംഗപ്രവേശം ചെയ്യുമെന്നുതന്നെ ഞാൻ വിശ്വസിച്ചിരുന്നു. ഒന്നും അവസാനിച്ചിട്ടില്ലെന്നും ആ ജന്തു ഇനിയും പാപങ്ങൾ ചെയ്തു കൂട്ടുമെന്നും എനിക്കറിയാമായിരുന്നു. അങ്ങനെ ഭയപ്പെടാൻ കാരണവും ഉണ്ടായിരുന്നു. എന്റെ പ്രിയപ്പെട്ടവർ ഇനിയും അവശേഷിക്കുന്നുണ്ട്. ആ നരകപിശാചിനെ കുറിച്ചോർത്തപ്പോൾ കോപം കൊണ്ട് ഞാൻ പല്ലിറുമ്മി. എന്റെ കണ്ണുകൾ ജ്വലിച്ചു. ചിന്താശൂന്യനായി ഞാൻ സൃഷ്ടിച്ച ആ സത്വത്തെ കഴിയുന്നതും വേഗം വകവരുത്താൻ ഞാൻ അദമ്യമായി ആഗ്രഹിച്ചു. അവന്റെ ക്രൂര ചെയ്തികളെക്കുറിച്ചോർക്കുമ്പോഴെല്ലാം എന്റെ മനസിൽ പ്രതികാരവാഞ്ഛ സ്ഫോടനാത്മകമാം വിധം വളർന്നു. ആൻഡീസ് മലമുകളിലേക്കു ചെന്ന് അവനെ തിരഞ്ഞുപിടിച്ച് ജസ്റ്റിന്റെയും വില്യമിന്റേയും ദാരുണാന്ത്യത്തിനു പ്രതികാരം ചെയ്യാൻ എന്റെ ഹൃദയം തുടിച്ചു.

ഞങ്ങളുടെ വീട് ശ്മശാനതുല്യമായിക്കഴിഞ്ഞിരുന്നു. അച്ഛന്റെ ആരോഗ്യം അമ്പേ തകർന്നിരുന്നു. എലിസബത്തിന്റെ മുഖം ദുഃഖവും നിരാശയും കൈയടക്കി. അവൾക്കൊന്നിലും സന്തോഷമില്ലാതായി.

“വിക്ടർ; മുമ്പൊന്നും ദുഃഖമെന്തെന്നും ദുരന്തമെന്തെന്നും എനിക്കറിയില്ലായിരുന്നു. വായിച്ചും പറഞ്ഞും കേട്ട അറിവുകൾ മാത്രമേ എനിക്കവയെക്കുറിച്ച് ഉണ്ടായിരുന്നുള്ളൂ. പക്ഷേ ഇപ്പോഴിതാ അവ നമ്മെത്തേടിയും എത്തിയിരിക്കുന്നു. പരസ്പരം കടിച്ചുകീറി ചോരകുടിക്കാൻ വെമ്പി നിൽക്കുന്ന രാക്ഷസന്മാരാണ് ആളുകളെന്ന് എനിക്കു തോന്നുന്നു. പാവം ജസ്റ്റിൻ. അവളാണ് വില്യമിനെ കൊന്നതെന്ന് എല്ലാവരും വിശ്വസിക്കുന്നു. ഒരു ചെറിയ ആഭരണത്തിനു വേണ്ടി തന്റെ രക്ഷകന്റെ മകനെ കൊല്ലുക. അത് ഭീകരവും പാപവുമാണെന്നത് സത്യമാണ്. പക്ഷേ ജസ്റ്റിൻ അതു ചെയ്യില്ല. അതെനിക്കുറപ്പുണ്ട്. നിങ്ങൾക്കും ഇതേ അഭിപ്രായം തന്നെയല്ലേ വിക്ടർ? അസത്യം സത്യത്തിന്റെ സ്ഥാനമേറ്റെടുത്താൽ പിന്നെ ഈ ഭൂമിയിൽ സന്തോഷം എന്നൊന്നുണ്ടാകുമോ? ജസ്റ്റിനും വില്യമും കൊല്ലപ്പെട്ടു. യഥാർഥ കൊലയാളി പിടിക്കപ്പെടാതെ വിഹരിക്കുന്നു. സ്വതന്ത്രനായി, ചിലപ്പോൾ ബഹുമാനിതനായിപ്പോലും അയാളിപ്പോൾ സ്വൈരവിഹാരം നടത്തുകയായിരിക്കും...”

എലിസബത്തിന്റെ വാക്കുകൾ എന്റെ ഹൃദയം പൊള്ളിച്ചു. പ്രവൃത്തികൊണ്ടല്ലെങ്കിലും ഫലത്തിൽ ഞാനാണ് ആ രണ്ടുമരണത്തിന്റെയും കാരണക്കാരൻ. ഞാനാണ് യഥാർഥ കൊലയാളി. എന്റെ മുഖത്തനിന്നും എന്റെ ഹൃദയവേദന മനസിലാക്കിയിട്ടെന്നവണ്ണം എലിസബത്ത് എന്റെ കൈ പിടിച്ചുകൊണ്ടു പറഞ്ഞു. “പ്രിയപ്പെട്ട വിക്ടർ, ശാന്തനാകൂ... ദൗർഭാഗ്യകരമായ ഈ സംഭവങ്ങൾ എന്നെയും വളരെയേറെ വേദനിപ്പിച്ചിട്ടുണ്ട്. പക്ഷേ, നിങ്ങളെ അവ വല്ലാതെ തകർത്തിരിക്കുകയാണ്. നിങ്ങ

ളുടെ മുഖത്തു കാണുന്ന നിരാശാബോധവും പ്രതികാരവാഞ്ഛയും എന്നെ ഞെട്ടിക്കുന്നു. വിക്ടർ, ഈ വക ദുഷിച്ച ചിന്തകളെ മനസിൽ നിന്നകറ്റൂ. നിങ്ങളുടെ പ്രിയപ്പെട്ടവരെ ഓർമിക്കൂ... അവർക്ക് നിങ്ങൾ മാത്രമേയുള്ളൂ. നമുക്ക് പരസ്പരം സ്നേഹിച്ച്, സന്തോഷത്തോടെ സമാധാനമായി കഴിയാം...."

ജീവിതത്തിൽ തന്നെ എനിക്കേറ്റവും പ്രിയപ്പെട്ട എലിസബത്തിന്റെ ഈ വാക്കുകൾ പക്ഷേ എന്റെ ഹൃദയത്തിനുള്ളിൽ പതുങ്ങി നിന്നിരുന്ന ഭീതിയെയും നിരാശയെയും നശിപ്പിക്കുവാൻ പര്യാപ്തമായിരുന്നില്ല. അവൾ സംസാരിച്ചുകൊണ്ടിരിക്കെ ആ രാക്ഷസൻ അവളിൽനിന്നും എന്നെ തട്ടിയെടുക്കുമോ എന്നു ഭയപ്പെട്ടിട്ടെന്നപോലെ ഞാനവളോടു ചേർന്നുനിന്നു. സ്നേഹത്തിനോ സൗഹൃദത്തിനോ പ്രകൃതിയുടെ മാസ്മരിക സൗന്ദര്യത്തിനോ എന്റെയുള്ളിലെ ദുഃഖത്തെ ശമിപ്പിക്കാനായില്ല. എല്ലാത്തരം അശുഭവിചാരങ്ങളുടെയും മേഘപാളികൾ എന്നെ മൂടിപ്പൊതിഞ്ഞു നിൽക്കുകയായിരുന്നു. ആ പ്രതിരോധത്തെ തകർത്ത് എന്നെ രക്ഷിക്കുവാൻ പ്രിയപ്പെട്ടവരുടെ സ്നേഹപരിചരണങ്ങൾക്കൊന്നിനും കഴിഞ്ഞില്ല. മുറിവേറ്റ ഒരു മാൻപേട തളർന്ന കാലുകളാൽ കുറച്ചുദൂരം ഓടി നിസ്സഹായതയോടെ നോക്കിക്കൊണ്ട് ചത്തുവീഴുന്ന ദയനീയാവസ്ഥയായിരുന്നു അപ്പോൾ എന്നെ സംബന്ധിച്ചുമുണ്ടായിരുന്നത്...

ചിലപ്പോഴൊക്കെ എന്റെയുള്ളിലെ നിരാശാബോധത്തെ എനിക്ക് മെരുക്കി നിർത്താൻ കഴിഞ്ഞിരുന്നു. പക്ഷേ, മറ്റു ചിലപ്പോൾ അത് എല്ലാവിധ നിയന്ത്രണങ്ങൾക്കുമതീതമായി ദുഃസഹമായി മാറുകയും ചെയ്തിരുന്നു. അത്തരം അവസരങ്ങളിൽ യാത്രചെയ്യുകയെന്നതായിരുന്നു എനിക്ക് അഭികാമ്യമായി തോന്നിയിരുന്നത്. പുതിയ സ്ഥലത്തെ പുതിയ കാഴ്ചകൾ പ്രക്ഷുബ്ധമായ എന്റെ മനോനിലയ്ക്ക് വലിയൊരളവിൽ ആശ്വാസമേകിയിരുന്നു. ഒരിക്കൽ അത്തരമൊരു മാനസികാവസ്ഥയിൽ ഞാൻ വീട്ടിൽ നിന്നുമിറങ്ങി. ദുഃഖവും വേദനയും മറ്റ് അശുഭചിന്തകളും മറക്കാൻ, എന്നെത്തന്നെ മറക്കാൻ ഞാനപ്പോൾ തെരഞ്ഞെടുത്തത് ആൽപ്സ് മലഞ്ചെരുവിലൂടെയുള്ള ഒരു പര്യടനമായിരുന്നു. മുമ്പ്, എന്റെ കുട്ടിക്കാലത്ത് ഞാനവിടെ പലതവണ പോയിട്ടുണ്ട്. ആറുവർഷങ്ങൾക്കു മുമ്പാണ് ഞാനവിടെ അവസാനമായി പോയത്. അവിടുത്തെ കാഴ്ചകൾക്കൊന്നും പക്ഷേ ഒരു മാറ്റവും സംഭവിച്ചിട്ടുണ്ടായിരുന്നില്ല.

യാത്രയുടെ ആദ്യഘട്ടം കുതിരപ്പുറത്തായിരുന്നു. പിന്നീട് ഞാനൊരു കോവർകഴുതയെ വാടകയ്ക്കെടുത്തു. പരുക്കൻ പാതകളിലൂടെയുള്ള യാത്രക്ക് കുതിരകളേക്കാൾ നല്ലത് കോവർ കഴുതകളാണ്. കാലാവസ്ഥ ഹൃദ്യമായിരുന്നു. ആഗസ്റ്റ്മാസം പകുതിയായിരുന്നു. ജസ്റ്റിന്റെ മരണത്തിന് രണ്ടുമാസങ്ങൾക്കു ശേഷമായിരുന്നു അത്. പ്രകൃതിരമണീയമായ ആ ഭൂപ്രദേശത്തേക്ക് കടന്നപ്പോൾത്തന്നെ മനസിന്റെ ഭാരം ഏറെ കുറഞ്ഞതായി എനിക്കുതോന്നി. ചുറ്റും ഉയർന്നു നിൽക്കുന്ന ഗിരിശൃംഗങ്ങളും പാറക്കൂട്ടങ്ങൾക്കിടയിലൂടെ കൂലംകുത്തിയൊഴുകുന്ന ആർവ്

നദിയുടെ കളകളാരവവും വെള്ളിത്തിളക്കം ചുറ്റും വിതറുന്ന ജലപാതത്തിന്റെ നിർഝരിയുമെല്ലാം ദൈവികമായ ഒരു സുരക്ഷിതത്വബോധവും ആശ്വാസവും പ്രദാനം ചെയ്യുന്നതായി എനിക്കു തോന്നി. എന്റെയുള്ളിലെ ഭീതി അതോടെ ഉരുകിയില്ലാതായി തുടങ്ങി.

മുകളിലേക്കു കയറുന്തോറും താഴ്വര കൂടുതൽ ഹൃദ്യവും വിസ്മയജനകവുമായി കാണപ്പെട്ടു. പൈൻമരങ്ങൾ നിറഞ്ഞ വൻമലകളുടെ കീഴ്ക്കാംതൂക്കായ ശൃംഗങ്ങളിലെ പഴയകോട്ടകളുടെ നാശാവശിഷ്ടങ്ങളും കൂലം കുത്തിയൊഴുകുന്ന ആർവ് നദിയും മരങ്ങൾക്കിടയിലൂടെ തലനീട്ടി നോക്കുന്ന ചെറിയ ഭവനങ്ങളും അവാച്യമായ ഒരു മനോഹാരിതയാണ് സൃഷ്ടിച്ചത്. കുറച്ചകലെ എല്ലാത്തിനും മേലെ ഉയർന്നു നിൽക്കുന്ന ശുഭ്രവർണ്ണമായ ആൽപ്പ്സിന്റെ കൊടുമുടികൾ ഈ മനോഹാരിതക്ക് മാറ്റുകൂട്ടുകയും അതിനൊരു അഭൗമിക പരിവേഷം നൽകുകയും ചെയ്തിരുന്നു.

ഞാൻ വീണ്ടും മുന്നോട്ടു നടന്നു. കൂടുതൽ പ്രകൃതിദൃശ്യങ്ങളും പുതുമയാർന്ന അന്തരീക്ഷവും എന്റെ ചുറ്റും തെളിഞ്ഞു. അതിനെത്തുടർന്ന് ഉന്മേഷദായകമായ ഒരനുഭൂതി എന്റെയുള്ളിൽ നിറഞ്ഞു. എന്നോ നഷ്ടപ്പെട്ടെന്നു കരുതിയ ഒരാഹ്ലാദഭാവം എന്നിലേക്കു തിരിച്ചുവരുന്നതായി എനിക്കുതോന്നി. പാതയിലെ ഓരോവളവും ചുറ്റുപാടുമുള്ള വസ്തുക്കളും എന്നിൽ പഴയ ഓർമകളുണർത്തി. കുട്ടിക്കാലത്ത് ഞാൻ കണ്ടതും അനുഭവിച്ചതുമായ കാഴ്ചകളും മറ്റും വീണ്ടും എന്നെത്തേടിയെത്തുകയായിരുന്നു. ആശ്വാസദായകമായി വീശുന്ന ഇളംകാറ്റും മാതൃവാത്സല്യം ചൊരിയുന്ന പ്രകൃതിയും എന്റെ മനസിനെ വളരെയേറെ ശാന്തമാക്കി. മനസിൽ ആഹ്ലാദവും ആവേശവും നുരഞ്ഞുപൊന്തിയപ്പോൾ കുതിരപ്പുറത്തു നിന്നിറങ്ങി ഞാനാ പുൽപ്പരപ്പിലിരുന്നു. കുറേനേരം ഞാനവിടെ ഏതോ അലൗകിക സൗന്ദര്യത്തിൽ ലയിച്ച് പരിസരം മറന്നിരുന്നു. പിന്നെ വീണ്ടും യാത്ര തുടർന്നു.

അവസാനം ഞാൻ ഷമൂനിൽസ് ഗ്രാമത്തിലെത്തിച്ചേർന്നു. അപ്പോഴേക്കും കഠിനമായ യാത്രാക്ഷീണം എന്റെ മനസിനെയും ശരീരത്തെയും കീഴടക്കിയിരുന്നു. അങ്ങകലെ മലനിരകൾക്കുമേൽ പടരുന്ന മിന്നലും, ആർവ് നദിയുടെ സീൽക്കാരവും ശ്രദ്ധിച്ചുകൊണ്ട് കുറച്ചുനേരം ഞാൻ ജനലരികിൽ ഇരുന്നു. അതൊരു താരാട്ടുപോലെ എന്റെ ഇന്ദ്രിയങ്ങളിലേക്കു പടർന്നിറങ്ങിയപ്പോൾ ഉറക്കം എന്നെ ആശ്ലേഷിക്കാൻ തുടങ്ങി. കുറേനേരം ഞാൻ സുഖമായി ഉറങ്ങി.

10

പിറ്റേദിവസം പകൽ മുഴുവൻ ഞാൻ താഴ്വരയിൽ ചുറ്റിക്കറങ്ങി. ആർവിറോൺ നദിയുടെ ഉത്ഭവസ്ഥാനത്തുള്ള ഭീമാകാരമായ ഹിമാനിക്കടുത്ത് കുറേനേരം ഞാൻ നിന്നു. മലമുകളിൽ നിന്നും ഒഴുകിയെത്തി

താഴ്വരയിൽ ഒരു ബാരിക്കേഡുയർത്തിയതുപോലെ നിൽക്കുകയായിരുന്നു അത്. എന്റെ മുന്നിൽ വിശാലമായ മലനിരകളായിരുന്നു; ചുറ്റും ഹിമാനിയുടെ തണുത്തുറഞ്ഞ മതിലും. തിരമാലകളുടെ ഇരമ്പലും തകർന്നടിയുന്ന ഹിമപാതത്തിന്റെ ഗർജനവും കൊണ്ടു മുഖരിതമായിരുന്നു അവിടെ. അഭൗമികവും വിസ്മയകരവുമായ ഒരു മായികലോകം തന്നെയായിരുന്നു അത്. അതിന്റെ സാന്നിധ്യം വലിയൊരു സാന്ത്വനമായി എന്നിൽ നിറഞ്ഞു. എല്ലാ നിസ്സാരതകളിൽ നിന്നും അവ എന്നെ ഉയർത്തുന്നതായി എനിക്കു തോന്നി. എന്റെ മനസിലെ ദുഃഖത്തെ പൂർണമായും തുത്തെറിയുവാൻ അവയ്ക്ക് കഴിഞ്ഞില്ലെങ്കിൽക്കൂടി അതിനെ വലിയൊരളവിൽ കുറയ്ക്കുവാൻ അവയ്ക്ക് കഴിഞ്ഞു. രാത്രി ഉറങ്ങാൻ കിടക്കുമ്പോഴും എന്റെ മനസ്സ് പ്രക്ഷുബ്ധതകളടങ്ങി ശാന്തമായിരുന്നു.

എന്നാൽ പിറ്റേന്ന് ഞാൻ ഉണർന്നെഴുന്നേറ്റപ്പോഴേക്കും സ്വസ്ഥത എന്നെ വിട്ടകന്നിരുന്നു. ഓരോ ചിന്തയിലും വിഷാദത്തിന്റെ മൂടലുണ്ടായിരുന്നു. മഴപെയ്യാൻ തുടങ്ങിയിരുന്നു. കനത്ത മൂടൽമഞ്ഞിനുള്ളിൽ ഗിരിശൃംഗങ്ങൾ ഒളിച്ചിരിക്കുകയാണെന്ന് തോന്നി. അതുകൊണ്ടുതന്നെ ആ ഭീമാകാരന്മാരെ എനിക്ക് കാണാനായില്ല. എന്നാലും എല്ലാ പ്രതിബന്ധങ്ങളും അവഗണിച്ച് മുന്നോട്ടു പോകാൻ തന്നെ ഞാൻ തീരുമാനിച്ചു. കാറ്റും പേമാരിയും മൂടൽമഞ്ഞും വകവയ്ക്കാതെ ഞാൻ കഴുതപ്പുറത്തു കയറി മലമുകളിലേക്കു തിരിച്ചു. ഒരു സഹായിപോലുമില്ലാതെ ആയിരുന്നു എന്റെ യാത്ര. കാരണം ആ വഴികളൊക്കെ എനിക്കു സുപരിചിതമായിരുന്നു. സഹായിയുടെ സാന്നിധ്യം കാഴ്ചകളുടെ ഏകാന്തസൗന്ദര്യം നഷ്ടപ്പെടുത്തിയാലോ എന്നു ഞാൻ വിചാരിച്ചിരുന്നു....

ചെങ്കുത്തായ കയറ്റമായിരുന്നു അത്. പക്ഷേ പാത ചുറ്റിത്തിരിഞ്ഞു പോയിരുന്നതിനാൽ മല കയറാൻ വലിയ വിഷമം തോന്നിയില്ല. ഭീതിജനകമാംവിധം വിജനമായ ഒരന്തരീക്ഷമായിരുന്നു അവിടെ. പലയിടത്തും ഹിമാനികളുണ്ടായിരുന്നു. ചിലയിടത്തു മരങ്ങൾ വീണുകിടന്നിരുന്നു. ചില മരങ്ങൾ അമ്പേ തകർന്നതായിരുന്നു. മറ്റുചിലത് നിലംപൊത്താറായതുമായിരുന്നു... മുകളിലേക്കു കയറുന്തോറും പാത കൂടുതൽ ദുർഘടമായി. മുകളിൽനിന്നും മഞ്ഞുകട്ടകളും ഉരുണ്ടപാറക്കഷ്ണങ്ങളും താഴേക്കു വീഴുന്നുണ്ടായിരുന്നു. എങ്കിലും തടസങ്ങളെല്ലാം മാറ്റിക്കൊണ്ട് ഞാൻ മുകളിലേക്കു കയറിക്കൊണ്ടിരുന്നു. താഴെ, താഴ്വാരങ്ങളെ തഴുകിക്കൊണ്ട് വളഞ്ഞുപുളഞ്ഞൊഴുകുന്ന നദിയിൽ നിന്നും കനത്തമൂടൽ മഞ്ഞ് ഉയർന്നുപൊങ്ങുന്നുണ്ടായിരുന്നു. ചുറ്റുപാടുകളെ കൂടുതൽ വിഷാദമൂകമാക്കിക്കൊണ്ട് മഴ പെയ്തുകൊണ്ടേയിരുന്നു.

മലയുടെ ഉച്ചിയിലെത്തിയപ്പോഴേക്കും നേരം ഉച്ചയായിരുന്നു. കുറേനേരം ഞാനവിടെ ഒരു പാറപ്പുറത്ത് തളർന്നിരുന്നു. കനത്തമൂടൽമഞ്ഞായിരുന്നു ചുറ്റിലും. പ്രകൃതിയുടെ വിസ്മയക്കാഴ്ചകളിലേക്ക് കണ്ണുകളെറിഞ്ഞ് ഞാനവിടെയിരുന്നു. സർവ്വത്ര മഞ്ഞായിരുന്നു. അതൊരു മഹാ

സാഗരം പോലെ മലകളെയെല്ലാം ചുറ്റിപ്പൊതിഞ്ഞു നിൽക്കുകയായിരുന്നു. സൂര്യരശ്മികളേറ്റ് അവ ജ്വലിക്കുന്നുണ്ടായിരുന്നു. കുറച്ചുമുമ്പു വരെ വിഷാദമൂകമായിരുന്ന എന്റെ മനസ് ഇപ്പോൾ ആഹ്ലാദഭരിതമായിത്തീർന്നു. ഞാൻ അപ്പോൾ ആരോടെന്നില്ലാതെ ഉറക്കെ വിളിച്ചുപറഞ്ഞു.

“മലമുകളിൽ വിഹരിക്കുന്ന അദൃശ്യശക്തികളേ, ഈ ആഹ്ലാദാവസ്ഥയിൽ പങ്കുചേരാൻ എന്നെ അനുവദിക്കൂ... അല്ലെങ്കിൽ നിങ്ങളോടൊപ്പം എന്നേയും ഈ ജീവിതത്തിന്റെ ആനന്ദത്തിൽ നിന്നും കൂട്ടിക്കൊണ്ടുപോകൂ...”

ഇതു പറഞ്ഞു തീർന്നയുടനെ കുറച്ചകലെയായി ഞാനൊരു മനുഷ്യരൂപത്തെക്കണ്ടു. അമാനുഷികമായ വേഗതയിൽ അതെന്റെ നേരെ കുതിച്ചു വരുകയായിരുന്നു. വളരെയേറെ ക്ലേശം സഹിച്ച് ഞാൻ കടന്നുവന്ന വഴികളിലൂടെയെല്ലാം ആ രൂപം അനായാസമായി ചാടിക്കടന്നു വരികയായിരുന്നു. ഒരു ശരാശരി മനുഷ്യനേക്കാൾ വലുതായിരുന്നു അത്. ആ കാര്യം ശ്രദ്ധയിൽപ്പെട്ടപ്പോൾ ഞാനൊന്നു ഞെട്ടി. എന്റെ കണ്ണുകൾക്കു മുന്നിൽ മൂടൽമഞ്ഞ് പടർന്നതുപോലെ കാഴ്ചകൾ അവ്യക്തമായി. ഞാൻ ബോധരഹിതനാവുകയാണെന്ന് എനിക്കുതോന്നി. പക്ഷേ, വീശിയടിച്ച തണുത്ത കാറ്റിൽ എന്റെ പ്രജ്ഞ നശിച്ചില്ല. ആ രൂപം എന്റെ അരികിലേക്കു വരികതന്നെയായിരുന്നു. അത് ഞാൻ സൃഷ്ടിച്ച സത്വം തന്നെയാണെന്നു മനസിലാക്കാൻ അധികസമയമൊന്നും വേണ്ടിവന്നില്ല. അപ്പോൾ കോപവും ഭീതിയും കൊണ്ട് ഞാൻ അടിമുടി വിറച്ചു. അടുത്തുവരുന്ന ക്ഷണം അവനുമായി യുദ്ധംചെയ്യാൻ ഞാനുറച്ചു. അവനെന്റെ അടുത്തെത്തി. ആ മുഖത്ത് കഠിനമായ അവജ്ഞയും വിദ്വേഷവും കൂടിക്കലർന്ന യാതന പ്രകടമായിരുന്നു. കാണുന്നവരിലെല്ലാം ഭീതി ജനിപ്പിക്കും വിധം അങ്ങേയറ്റം വിരൂപമായിരുന്നു അവന്റെ മുഖം. പക്ഷേ അതൊന്നും കൂടുതലായി നിരീക്ഷിക്കാനോ ശ്രദ്ധിക്കാനോ എനിക്കായില്ല. അവൻ വന്നയുടനെ അങ്ങേയറ്റത്തെ ക്രോധത്തോടെ ഞാൻ അവന്റെ നേരെ പൊട്ടിത്തെറിച്ചു.

“എടാ പിശാചേ, എന്റെയടുത്തു വരാൻ നിനക്കെങ്ങനെ ധൈര്യം വന്നു? എന്റെ കൈകൾ നിന്നോടു പ്രതികാരം ചെയ്യുമെന്നു നീ ഭയപ്പെടുന്നില്ലേ? വേഗം ഇവിടുന്നു പോ, നാശമേ... അല്ലെങ്കിൽ ഇവിടെ നിൽക്ക്; ഞാൻ നിന്നെ ചവിട്ടിയരയ്ക്കട്ടെ. അങ്ങനെയെങ്കിലും നിന്റെ പൈശാചികതയ്ക്ക് ഇരയായിത്തീരുന്നവരുടെ ആത്മാക്കൾക്കു ശാന്തി ലഭിക്കട്ടെ...”

“ഈ സ്വീകരണം ഞാൻ പ്രതീക്ഷിച്ചതുതന്നെയാണ്...” പരുക്കൻ ശബ്ദത്തിൽ ആ സത്വം പറഞ്ഞു.

“വിരൂപികളെ എല്ലാവർക്കും വെറുപ്പാണ്. അപ്പോൾപിന്നെ ലോകത്തിലെ ഏറ്റവും വിരൂപനായ എന്റെ കാര്യമോ? എന്റെ സ്രഷ്ടാവായ നിങ്ങൾ പോലും എന്നെ വെറുക്കുകയും എന്നെ നശിപ്പിക്കാൻ ശ്രമിക്കുകയും ചെയ്യുന്നു. ജീവിതംകൊണ്ടു കളിക്കാൻ നിങ്ങൾക്കിത്ര ധൈര്യമോ? എന്റെ സ്രഷ്ടാവായ നിങ്ങൾക്ക് എന്നോടു ചില കടമകളില്ലേ?

ആദ്യം അവ നിറവേറ്റൂ. എങ്കിൽ ഞാനും നിങ്ങളോടുള്ള എന്റെ കടമകൾ നിറവേറ്റും. അതുവഴി മാനവരാശിയോടുള്ള കടമകളും... എന്റെ നിബന്ധനകൾ നിങ്ങൾ സ്വീകരിച്ചാൽ ഞാൻ നിങ്ങൾക്കും നിങ്ങളുടെ വേണ്ടപ്പെട്ടവർക്കും ശാന്തിയും സമാധാനവും നൽകും. അതല്ല, എന്നെ അവഗണിക്കുകയാണെങ്കിൽ എല്ലാവരേയും ഞാൻ വകവരുത്തും. എല്ലായിടത്തും സർവനാശം വിതയ്ക്കും... നിങ്ങളുടെ വേണ്ടപ്പെട്ടവരെയെല്ലാം ഞാൻ കാലപുരിക്കയയ്ക്കും..."

"എടാ വൃത്തികെട്ട സത്വമേ; നരകത്തിലെ ക്രൂരമായ പീഡകൾ പോലും നിന്റെ ദുഷ്കൃത്യങ്ങൾക്കുള്ള മതിയായ പ്രതികാരമാവില്ല. ദുഷ്ട രാക്ഷസാ, നീയെന്നെ അധിക്ഷേപിച്ചു, അല്ലേ... ഇനി ഒരു നിമിഷനേരത്തേക്കു പോലും നിന്നെ ഞാൻ വിടില്ല. അശ്രദ്ധമായി ഞാൻ നിനക്കു നൽകിയ ജീവന്റെ സ്ഫുരണം ഞാൻ തന്നെ കെടുത്തിയേക്കാം"

എന്റെ ക്രോധത്തിനതിരില്ലായിരുന്നു. ഞാൻ അവന്റെ മേൽ ചാടി വീണു. പക്ഷേ വളരെ അനായാസമായി ഒഴിഞ്ഞുമാറിക്കൊണ്ട് അവൻ പറഞ്ഞു.

"ശാന്തനാകൂ... എന്നോടുള്ള ക്രോധമഴിച്ചു വിടുന്നതിനു മുമ്പ് ദയവായി ഞാൻ പറയുന്നതൊന്നു കേൾക്കൂ. ഞാനിത്രയും കാലം അനുഭവിച്ച യാതനകൾ മതിയായില്ലെന്നുണ്ടോ? ഇനിയും നിങ്ങളെന്നെ കഷ്ടപ്പെടുത്താൻ തന്നെയാണ് തീരുമാനിച്ചിരിക്കുന്നത്, അല്ലേ? എന്റെ ജീവിതം നിറയെ യാതനകളും വേദനകളുമാണ്. എങ്കിലും എനിക്കതു പ്രിയപ്പെട്ടതു തന്നെയാണ്. എനിക്കതു സംരക്ഷിച്ചേ പറ്റൂ. നിങ്ങളേക്കാൾ ശക്തിയും വേഗതയും വലുപ്പവും നിങ്ങളെനിക്കു നൽകിയിട്ടുണ്ടെന്ന കാര്യം എപ്പോഴും ഓർമിക്കുന്നതു കൊള്ളാം. പക്ഷേ, നിങ്ങളോടെതിരിടാൻ എനിക്കു തീരെ താൽപ്പര്യമില്ല. ഞാൻ നിങ്ങളുടെ സൃഷ്ടിയാണ്. ഞാനെന്റെ സ്രഷ്ടാവിനോട് എന്നെന്നും അനുസരണയും കൂറും കാണിക്കും. ഫ്രാങ്കെൻസ്റ്റീൻ, ഞാനൊരു കാര്യം ചോദിക്കട്ടെ. മറ്റെല്ലാവരോടും നിങ്ങൾ നീതി കാണിക്കുകയും എനിക്കുമാത്രം അതു നിഷേധിക്കുകയും ചെയ്യുന്നത് ധർമമാണോ? സത്യത്തിൽ നിങ്ങളുടെ നീതിക്കും, സ്നേഹവാത്സല്യങ്ങൾക്കു പോലും ഏറ്റവും അർഹൻ ഞാനല്ലേ? ഞാൻ നിങ്ങളുടെ സൃഷ്ടിയല്ലേ? എന്നോട് നിങ്ങൾ അൽപ്പവും കരുണ കാണിക്കാത്തതെന്താണ്? എനിക്കു ചുറ്റും ഞാൻ ആനന്ദം കാണുന്നു. പക്ഷേ എനിക്കുമാത്രം അതു നിഷേധിക്കപ്പെടുകയും ചെയ്യുന്നു. ഞാൻ മാത്രം ഒറ്റപ്പെട്ടവനായി കഴിയുന്നു. ഫ്രാങ്കെൻസ്റ്റീൻ, ഞാൻ നല്ലവനാണ്, ദയാലുവും. കഠിനമായ ജീവിതാനുഭവങ്ങളാണ് എന്നെ ഒരു ഭയങ്കരനാക്കിയത്. എന്നെ സന്തോഷിപ്പിക്കൂ. എന്നോട് നീതി കാണിക്കൂ.. എങ്കിൽ ഞാൻ വീണ്ടും നല്ലവനായിത്തീരും.

"എന്റെ മുന്നിൽ നിന്നും വേഗം പോകുന്നുണ്ടോ?" അവന്റെ വാക്കുകൾക്കൊന്നും ചെവികൊടുക്കാതെ പരുഷമായിത്തന്നെ ഞാൻ പറഞ്ഞു. "നിന്റെ വാദങ്ങളൊന്നും എനിക്കു കേൾക്കണ്ട. ഞാനും നീയും തമ്മിൽ

യാതൊരു ബന്ധവുമില്ല. വേഗംപോ.. അല്ലെങ്കിൽ രണ്ടിലൊരാൾ മരിക്കുന്നതുവരെ നമുക്ക് പൊരുതാം...”

“ഞാനിത്രയും പറഞ്ഞിട്ടും നിങ്ങളുടെ മനസ്സ് അലിയുന്നില്ലേ? നിങ്ങളുടെ ദയാവായ്പിനായി കേഴുന്ന നിങ്ങളുടെ തന്നെ സൃഷ്ടിയെ ഇങ്ങനെ അവഗണിക്കാമോ? ഫ്രാങ്കെൻസ്റ്റീൻ എന്നെ വിശ്വസിക്കൂ... ഞാൻ കരുണാമയനാണ് എന്റെ ആത്മാവിൽ സ്നേഹവും മനുഷ്യത്വവുമുണ്ട്. പക്ഷേ ഞാൻ ഏകനാണ്. കൊടിയ ഏകാന്തത എന്നെ വീർപ്പുമുട്ടിക്കുകയാണ്. എന്റെ സ്രഷ്ടാവായ നിങ്ങൾ പോലും എന്നെ വെറുക്കുകയും ആട്ടിയോടിക്കുകയും ചെയ്യുമ്പോൾ ഈ ലോകത്തിൽ മറ്റാരിൽ നിന്നുമാണ് എനിക്കു നീതി ലഭിക്കുക? വിജനമായ കാടുകളും മലമ്പ്രദേശങ്ങളുമാണ് ഇന്നെന്റെ അഭയകേന്ദ്രം. കുറേ ദിവസങ്ങളായി ഞാനവിടെയെല്ലാം അലഞ്ഞു തിരിയുകയായിരുന്നു. മഞ്ഞുഗുഹകളാണ് ഇന്നെനിക്കു നിർഭയമായി കഴിയാൻ പറ്റുന്നയിടം. നിങ്ങളുടെ മനുഷ്യവർഗത്തേക്കാൾ എത്രയോ നല്ലവരാണ് ഈ കാടും മലകളും ആകാശവുമെല്ലാം. അവർക്കത്രമാത്രം എന്നോടു പകയും വെറുപ്പുമുണ്ട്. കടുത്തഭയവും. അങ്ങനെയുള്ളവരെ പിന്നെ ഞാനെന്തിനു സ്നേഹിക്കണം? എന്റെ ശത്രുക്കളുമായി ഞാൻ യാതൊരു ധാരണയും ഉണ്ടാക്കില്ല. ഞാൻ ദുരിതമനുഭവിക്കുന്നുവെങ്കിൽ എല്ലാവരും അതനുഭവിക്കുക തന്നെ വേണം. എങ്കിലും അതെല്ലാം നിങ്ങളുടെ തീരുമാനത്തെ ആശ്രയിച്ചാണിരിക്കുന്നത്. നിങ്ങളുടെ കാരുണ്യം എന്റെ മേൽ ചൊരിയൂ. ആദ്യം എന്റെ കഥ കേൾക്കൂ. എന്നിട്ടു തീരുമാനിക്കൂ എന്നെ എന്തുചെയ്യണമെന്ന്. ഏതു കുറ്റം ചെയ്തവനും ശിക്ഷാവിധിക്കു മുമ്പ് അവന്റെ ഭാഗം കേൾക്കാനുള്ള അവസരം നൽകാറുണ്ട്. നിങ്ങൾ മനുഷ്യരുടെ നിയമം അങ്ങനെയല്ലേ... ഫ്രാങ്കെൻസ്റ്റീൻ, ആദ്യം ഞാൻ പറയുന്നതു കേൾക്കൂ... ദയവായി അതിനുള്ള സന്മനസു കാണിക്കൂ...”

പക്ഷേ അതൊന്നും ഞാൻ ശ്രദ്ധിച്ചില്ല. മനസിൽ നിറഞ്ഞ അവജ്ഞയോടെ ഞാൻ പറഞ്ഞു.

“നിന്നെക്കുറിച്ചുള്ള ചിന്തകൾ പോലും ഞാനിപ്പോൾ വെറുക്കുകയാണ്. ഏതു നശിച്ച സമയത്താണ് നിന്നെ സൃഷ്ടിക്കാനെനിക്ക് തോന്നിയത്? നീ ആദ്യമായി ഈ ലോകം കണ്ട ആ ദിവസം എത്രമാത്രം ശപിക്കപ്പെട്ടതാണ്! പിശാചേ, നിന്നെ സൃഷ്ടിച്ച എന്റെ ഈ കൈകൾ എത്ര നീചവും നികൃഷ്ടവുമാണ്. നിന്നെ സൃഷ്ടിച്ചതുവഴി ഞാനും കൊള്ളരുതാത്തവനായി; പാതകിയും അധർമിയുമായി... ഇനിയും ഞാൻ നിന്നോടു നീതി ചെയ്യണമെന്നോ... വേഗം പോ ദുഷ്ട സത്വമേ.. അറപ്പുളവാക്കുന്ന നിന്റെ രൂപവുമായി ഇനിയും എന്റെ കൺവെട്ടത്തു വന്നു പോകരുത്...”

“അങ്ങനെയാണ് നിങ്ങൾ പറയുന്നതെങ്കിൽ ഞാൻ പോകാൻ തയാറാണ്...” ആ സത്വം അങ്ങനെ പറഞ്ഞുകൊണ്ട് അതിന്റെ വൃത്തികെട്ട കൈകൾ എന്റെ കണ്ണുകൾക്കുനേരെ കൊണ്ടുവന്നു. ദേഷ്യം സഹിക്കാ

നാവാതെ ഞാനാ കൈകൾ ശക്തിയായി പിടിച്ചുമാറ്റി.. "നിങ്ങളുടെ ആഗ്രഹം അതാണെങ്കിൽ ഞാനിനി നിങ്ങളുടെ കൺവെട്ടത്തു വരില്ല. പക്ഷേ അതിനുമുമ്പ് എന്റെ കഥ കേൾക്കണം. അതെനിക്ക് നിർബന്ധമാണ്. എനിക്കു കുറച്ചധികം പറയാനുണ്ട്. ഇവിടുത്തെ അന്തരീക്ഷം അതിനു പറ്റിയതല്ല. അതുകൊണ്ടുവരൂ. ഞാൻ താമസിക്കുന്നിടത്തേക്കു പോകാം. അവിടെവച്ച് എന്റെ കഥ വിശദമായി പറയാം. അതുകേട്ട് നിങ്ങൾക്കു തീരുമാനിക്കാം, ഞാൻ മനുഷ്യരിൽ നിന്നെല്ലാം അകന്നുമാറി സന്തോഷഭരിതമായ ഒരു ജീവിതം നയിക്കണോ, അതല്ല നിങ്ങളുടെ വേണ്ടപ്പെട്ടവരുടേയും നിങ്ങളുടെ തന്നെയും അന്ത്യത്തിനു കാരണമാവണോ എന്ന്... വരൂ..."

അത്രയും പറഞ്ഞു അവൻ മുന്നോട്ടുനടന്നു. ഞാനവനെ പിന്തുടർന്നു, അവൻ പറഞ്ഞതിനു ഞാനൊന്നും മറുപടി പറഞ്ഞില്ല. എങ്കിലും അവന്റെ പിന്നാലെ നടക്കുമ്പോൾ അവൻ പറഞ്ഞതിനെക്കുറിച്ച് ഞാൻ മനസിൽ ഒരു വിശകലനം നടത്തിനോക്കി. അവന്റെ ഭാഗത്താണ് ന്യായമെന്നും അതിനാൽ അവന്റെ കഥ കേൾക്കാമെന്നും ഞാൻ കരുതി. എന്റെ സഹോദരന്റെ കൊലയാളിയായിക്കരുതി ഞാനവനെ ശപിക്കുകയും ഭർത്സിക്കുകയുമായിരുന്നു. എന്നാലിപ്പോൾ ആദ്യമായി ഒരു സ്രഷ്ടാവിനു തന്റെ സൃഷ്ടിയോടുള്ള കടമയെക്കുറിച്ച് ഞാൻ ചിന്തിച്ചു. അവന്റെ ക്രൂരതകളെക്കുറിച്ച് പരാതി പറയും മുമ്പ് ഞാനവനു സന്തോഷം നൽകേണ്ടതാണെന്ന് എനിക്കുതോന്നി. അതിനെത്തുടർന്ന് അവന്റെ ആവശ്യം അംഗീകരിക്കാൻ തന്നെ ഞാൻ തീരുമാനിച്ചു. പരന്നുകിടക്കുന്ന ഹിമക്കട്ടകൾ കടന്ന് ഞങ്ങൾ മുന്നോട്ടു നടന്നു. നല്ല തണുപ്പുണ്ടായിരുന്നു. മഴ നിന്നിരുന്നു. അവസാനം ഞങ്ങൾ അവന്റെ കുടിലിനടുത്തെത്തി. അവൻ നല്ല സന്തോഷത്തിലായിരുന്നു. ഞാനാണെങ്കിൽ അസ്വസ്ഥനും മൂകനുമായിരുന്നു. എങ്കിലും അവന്റെ കഥ കേൾക്കാൻ ഞാൻ സന്നദ്ധനായി. അവനൊരുക്കിയ നെരിപ്പോടിന് അരികിലിരുന്ന് ഞാനവന്റെ വാക്കുകൾക്ക് ചെവിയോർത്തു. അവൻ പറയാൻ തുടങ്ങി.

11

"**ഞാ**ൻ ഈ ലോകത്തു പിറവിയെടുത്ത സമയത്തെക്കുറിച്ച് അവ്യക്തമായ ഓർമകൾ മാത്രമേ എനിക്കുള്ളൂ. ഒന്നും ശരിക്കു വേർതിരിച്ചറിയാൻ കഴിയാത്ത അവസ്ഥയിലായിരുന്നു ഞാനപ്പോൾ. പഞ്ചേന്ദ്രിയങ്ങളെല്ലാം ഒരുമിച്ചാണ് പ്രവർത്തനക്ഷമമായത്. കാഴ്ചയ്ക്കും, കേൾവിക്കും, സ്പർശനത്തിനും മണക്കുന്നതിനുമുള്ള കഴിവുകൾ ഒരുമിച്ചാണ് കൈവന്നത്. അവ പക്ഷേ വേർതിരിച്ചെടുക്കാൻ ഏറെ നേരമെടുത്തു. പിന്നീട് എന്റെ സിരകളിൽ ശക്തിയേറിയ ഒരു പ്രകാശത്തിന്റെ സമ്മർദമനുഭവപ്പെട്ടു. അതിന്റെ തീക്ഷ്ണതയിൽ എന്റെ കണ്ണുകളടഞ്ഞുപോയി. അതോടെ എനിക്കു ചുറ്റും ഇരുൾ നിറഞ്ഞു. അത് വല്ലാതെ അലോ

സരപ്പെടുത്തിയപ്പോൾ ഞാൻ കണ്ണുതുറന്നു. അപ്പോൾ വെളിച്ചം വീണ്ടും എന്റെ മേൽ പതിച്ചു. ഞാൻ മെല്ലെ എഴുന്നേറ്റു, മുറിയിൽ നിന്നു പുറത്തേക്കിറങ്ങി. എന്റെ ഇന്ദ്രിയബോധത്തിനു പെട്ടെന്ന് ഒരു മാറ്റം വന്നതായി എനിക്കുതോന്നി. മുമ്പു ഇരുണ്ടതും മങ്ങിയതുമായ വസ്തുക്കളാണ് എനിക്കു ചുറ്റുമുണ്ടായിരുന്നത്. അവ എന്റെ കാഴ്ചയ്ക്കും സ്പർശനത്തിനും വലിയ പ്രതികരണമുണ്ടാക്കിയിരുന്നില്ല. എന്നാലിപ്പോൾ തടസ്സങ്ങളൊന്നുമില്ലാതെ, എന്റെ ഇഷ്ടത്തിനനുസരിച്ച് എനിക്കു നടക്കാൻ കഴിഞ്ഞിരുന്നു. വെയിലിനു ചൂട് ക്രമേണ വർധിക്കുകയും, കുറേ നടന്നപ്പോഴേക്കും അതിന്റെ തീക്ഷ്ണതയിൽ ഞാൻ തളർന്നു പോവുകയും ചെയ്തു. അപ്പോൾ ഞാനൊരു തണലിൽ അഭയം തേടി. ഇൻഗോൾസ്റ്റാറ്റിനടുത്തുള്ള ഒരു വനപ്രദേശമായിരുന്നു അത്. ക്ഷീണം മാറ്റാനായി ഞാനവിടെ ഒരരുവിയുടെ തീരത്ത് ഏറെനേരം കിടന്നു. വിശപ്പും ദാഹവും അസഹ്യമായപ്പോൾ ഞാനെഴുന്നേറ്റു. അവിടത്തെ മരങ്ങളിൽ നിറയെ ബെറിപ്പഴങ്ങളുണ്ടായിരുന്നു. അവയിൽ കുറേയെണ്ണം നിലത്തു വീണു കിടന്നിരുന്നു. ഞാൻ അവ തിന്നു. അരുവിയിൽ നിന്നു വെള്ളം കുടിച്ചു. വയറു നിറഞ്ഞപ്പോൾ എനിക്കുറക്കം വന്നു. ഞാനവിടെത്തന്നെ കിടന്നുറങ്ങി.

പിന്നീട് എഴുന്നേറ്റപ്പോൾ ചുറ്റും ഇരുട്ടുപരന്നിരുന്നു. നല്ല തണുപ്പും. ഞാനാകെ പരിഭ്രമിച്ചുപോയി. നിങ്ങളുടെ മുറിയിൽ നിന്നു പോരുമ്പോൾ ഞാൻ കുറച്ചുവസ്ത്രങ്ങളെടുത്തിരുന്നു. പക്ഷേ ആ രാത്രിയിലെ കൊടുംതണുപ്പിനെ നേരിടാൻ അത് പര്യാപ്തമായില്ല. ഞാൻ ഏകനും നിസ്സഹായനുമായിരുന്നു. പക്ഷേ കാര്യങ്ങളൊന്നും മനസിലാക്കാൻ കഴിഞ്ഞിരുന്നില്ല. ശരീരമാസകലം വേദന അനുഭവപ്പെട്ടപ്പോൾ ഞാനിരുന്നു കരഞ്ഞു.

പൊടുന്നനെ ഒരു ചെറിയ വെളിച്ചം ആകാശത്തുയർന്നു. അതെന്നെ സന്തോഷിപ്പിച്ചു. ഞാൻ തലയുയർത്തി നോക്കിയപ്പോൾ അങ്ങകലെ മരങ്ങൾക്കിടയിൽ നിന്നും പ്രകാശം പൊഴിക്കുന്ന ഒരു വസ്തു ഉയർന്നു വരുന്നതു കണ്ടു. അത്ഭുതാഹ്ലാദത്തോടെ ഞാനതു നോക്കിനിന്നു. അത് സാവധാനമാണ് ചലിച്ചത്. അതെന്റെ വഴിയിൽ വെളിച്ചം വിതറിക്കൊണ്ടിരുന്നു. വീണ്ടും ബെറിപ്പഴങ്ങൾ തിരഞ്ഞു ഞാൻ നടന്നു. അതിനിടെ വീണ്ടും തണുപ്പ് കഠിനമായി ആക്രമിക്കാൻ തുടങ്ങി. അപ്പോഴാണ് ഒരു മരത്തിന്റെ ചുവട്ടിൽ വലിയൊരു കുപ്പായം കിടക്കുന്നതു കണ്ടത്. ഞാനതെടുത്തണിഞ്ഞു. ആകപ്പാടെ കുഴഞ്ഞുമറിഞ്ഞ അവസ്ഥയിലായിരുന്നു എന്റെ മനസ്സ്. വിശപ്പും ദാഹവും ഇരുട്ടും വെളിച്ചവുമെല്ലാം എനിക്കനുഭവപ്പെടാൻ തുടങ്ങി. ഒരായിരം ശബ്ദങ്ങൾ എന്റെ കാതുകളിൽ മുഴങ്ങുന്നതായും പലതരം മണം എന്റെ മൂക്കിലേക്കടിച്ചു കയറുന്നതായും എനിക്കുതോന്നി. പക്ഷേ, എനിക്കു ശരിക്കും തിരിച്ചറിയാനായ ഒരേയൊരു വസ്തു ചന്ദ്രനായിരുന്നു. അതിനെത്തന്നെ ആഹ്ലാദത്തോടെ നോക്കിക്കൊണ്ടു ഞാനവിടെയിരുന്നു.

ദിവസങ്ങൾ കടന്നുപോകുന്തോറും കാര്യങ്ങളെ വിവേചിച്ചറിയാനുള്ള കഴിവ് ഞാനാർജിച്ചു കൊണ്ടിരുന്നു. എനിക്കു കുടിക്കാനുള്ള വെള്ളം നൽകുന്ന അരുവിയും തണലേകുന്ന മരങ്ങളും ഞാൻ മനസിലാക്കി. വസ്തുക്കളെ നിരീക്ഷിക്കാനും അവയുടെ വ്യത്യാസം മനസിലാക്കാനും ഞാൻ പഠിച്ചു. പക്ഷിമൃഗാദികളുടെ വിവിധതരം ശബ്ദങ്ങളെ വേർതിരിച്ചറിയാനും എനിക്കു കഴിഞ്ഞു. ചിലപ്പോഴൊക്കെ പക്ഷികൾ പാട്ടുപാടുന്നതു കേൾക്കുമ്പോൾ അവയെ അനുകരിക്കാൻ ഞാൻ വൃഥാ ശ്രമിച്ചു. എന്നാൽ എന്റെ വായിൽ നിന്നു പുറത്തേക്കുവന്ന പരുക്കനും രാക്ഷസീയവുമായ ശബ്ദംകേട്ടു ഞാൻ പോലും നടുങ്ങിപ്പോയി. പിന്നീട് വായ തുറക്കാൻ എനിക്കു ധൈര്യമുണ്ടായിരുന്നില്ല.

ദിവസങ്ങൾ പിന്നെയും കഴിഞ്ഞു. ഞാനപ്പോഴും കാട്ടിൽ അലഞ്ഞു തിരിയുകയായിരുന്നു. കാര്യങ്ങൾ കുറേക്കൂടി വ്യക്തമായി ഞാൻ മനസിലാക്കിത്തുടങ്ങിയിരുന്നു. ഓരോ ദിവസവും പുതിയ പുതിയ അറിവുകളും അനുഭവങ്ങളും ഞാൻ നേടിക്കൊണ്ടിരുന്നു. എന്റെ കണ്ണുകൾ പകൽ വെളിച്ചവുമായി പൊരുത്തപ്പെട്ടു. ശബ്ദം, രൂപം എന്നിവയുടെ അടിസ്ഥാനത്തിൽ എനിക്കൊന്നിനെ മറ്റൊന്നിൽ നിന്നു വേർതിരിച്ചറിയാനായി.

ഒരുദിവസം പതിവുപോലെ ചുറ്റിനടക്കുമ്പോൾ ഒരിടത്തു തീയെരിയുന്നത് എന്റെ കണ്ണിൽപ്പെട്ടു. നാടോടികളായ ചിലർ ഉപേക്ഷിച്ചുപോയ അടുപ്പായിരുന്നു അത്. അതിൽനിന്നുയർന്ന ചൂട് തണുപ്പേറ്റു വിറച്ചിരുന്ന എനിക്കു പറഞ്ഞറിയിക്കാനാവാത്ത സുഖമാണു നൽകിയത്. സന്തോഷാധിക്യത്താൽ ഞാൻ കത്തിയെരിയുന്ന ഒരു കനൽക്കട്ട കൈയിലെടുക്കാൻ ശ്രമിച്ചു. പെട്ടെന്ന് വേദനകൊണ്ടു കരഞ്ഞു ഞാൻ കൈ പിൻവലിച്ചു. ഒരേവസ്തു തന്നെ സുഖവും വേദനയും നൽകുന്നതു അത്ഭുതത്തോടെയാണ് ഞാൻ മനസിലാക്കിയത്. കത്തിയെരിയുന്ന സാധനങ്ങൾ ഞാൻ പരിശോധിച്ചു. അവ മരക്കഷ്ണങ്ങളായിരുന്നു. ആഹ്ലാദത്തോടെ ഞാൻ കുറച്ചു മരച്ചില്ലകളൊടിച്ചു തീയിലിട്ടു. പക്ഷേ അവ നനഞ്ഞു കുതിർന്നിരുന്നതിനാൽ കത്തിപ്പിടിച്ചില്ല. വളരെയധികം വിഷമിച്ച് ഞാനവ ഉണക്കിയെടുത്തു. പിന്നീട് കത്തിച്ചപ്പോൾ അവ വേഗം കത്തി. ഞാൻ പിന്നെ കുറേ തടിക്കഷ്ണങ്ങൾ കൂടി ശേഖരിച്ചു. തീ ചൂടും വെളിച്ചവും നൽകുമെന്നും അണഞ്ഞുപോയ തീ കാറ്റുകൊണ്ടു കത്തിക്കാമെന്നും ഞാൻ മനസിലാക്കി. ഈ കണ്ടുപിടുത്തം എനിക്കു ഭക്ഷണകാര്യത്തിലും ഉപയോഗപ്പെടുത്താൻ കഴിഞ്ഞു. മുമ്പ് ആ വഴി കടന്നുപോയ യാത്രക്കാർ ഉപേക്ഷിച്ച വേവിച്ച ഭക്ഷണത്തിന്റെ ചില അവശിഷ്ടങ്ങൾ ഞാൻ രുചിച്ചു നോക്കി. അവയ്ക്ക് ബെറിപ്പഴങ്ങളേക്കാൾ രുചിയുണ്ടെന്ന് മനസിലായപ്പോൾ ഞാനും അതുപോലെ ഭക്ഷണങ്ങൾ തീയിൽ ചുട്ടെടുത്തു തിന്നാൻ ആരംഭിച്ചു.

ദിവസങ്ങൾ കഴിഞ്ഞതോടെ ഭക്ഷണത്തിന്റെ ലഭ്യത കുറഞ്ഞു. അവിടംവിട്ടു പുതിയ സ്ഥലത്തേക്കു പോകാൻ ഞാൻ നിർബന്ധിതനായി. എന്നാൽ തീയുടെ കാര്യം ആലോചിച്ചപ്പോൾ പോകാൻ എനിക്കു

തീരെ മനസുവന്നില്ല. തീ കൂടെ കൊണ്ടുപോകാനുള്ള ഒരു മാർഗം എത്ര ആലോചിച്ചിട്ടും എന്റെ മുന്നിൽ തെളിഞ്ഞില്ല. അവസാനം അതവിടെ ഉപേക്ഷിച്ചു മനസില്ലാ മനസോടെ ഞാൻ യാത്രതുടർന്നു. മൂന്നു ദിവസം തുടർച്ചയായ യാത്ര! ഒടുവിൽ ഞാനൊരു വെളിമ്പ്രദേശത്ത് എത്തിച്ചേർന്നു. കഴിഞ്ഞ രാത്രിയിൽ മഞ്ഞുവീഴ്ചയുണ്ടായിരുന്നു. ആ പ്രദേശം മുഴുവനും വെളുത്ത മഞ്ഞിൽ പൊതിഞ്ഞിരിക്കുകയായിരുന്നു. അതിലൂടെ നടന്നപ്പോൾ എന്റെ കാലുകൾ മരവിച്ചപോലെ എനിക്കുതോന്നി.

അപ്പോൾ സമയം രാവിലെയായിരുന്നു. ഭക്ഷണവും വിശ്രമിക്കാൻ ഒരിടവുമായിരുന്നു അപ്പോൾ എനിക്ക് അത്യാവശ്യമായി വേണ്ടിയിരുന്നത്. ഞാൻ അവ തേടിനടന്നു. അവസാനം ചെറിയ ഒരു കുടിൽ എന്റെ കണ്ണിൽപ്പെട്ടു. ഏതോ ആട്ടിടയന്മാർക്കായി ഉണ്ടാക്കിയതാണതെന്നു സ്പഷ്ടം. അതെനിക്കൊരു പുതിയ കാഴ്ചയായിരുന്നു. അതിന്റെ വാതിൽ തുറന്നുകിടന്നിരുന്നു. ഞാൻ അകത്തുകയറി. അവിടെ ഒരു വൃദ്ധൻ പ്രാതൽ ഒരുക്കുന്നുണ്ടായിരുന്നു. എന്തോ ശബ്ദം കേട്ട് അയാൾ തിരിഞ്ഞുനോക്കിയപ്പോൾ എന്നെക്കണ്ടു. പെട്ടെന്ന് അലറിവിളിച്ചു കൊണ്ട് അയാൾ പുറത്തേക്കിറങ്ങി ഓടി. അസാധാരണ വേഗത്തിലാണ് അയാൾ ഓടിമറഞ്ഞത്. ആ രൂപം മുമ്പുഞാൻ കണ്ട എല്ലാ ജീവികളിൽ നിന്നും വ്യത്യസ്തമായിരുന്നു. അയാളുടെ ഓട്ടം എന്നെ അമ്പരപ്പിക്കാതിരുന്നില്ല. ആ കുടിലിന്റെ ആകൃതി എന്നെ ആകർഷിച്ചു. മഞ്ഞും മഴയും വെയിലുമൊന്നും അതിന്റെ ഉള്ളിലേക്കു കടക്കില്ലെന്നു ഞാൻ മനസിലാക്കി. അതിന്റെ തറ ഉറച്ചതും ഉണങ്ങിയതുമായിരുന്നു.അവിടെ അവശേഷിച്ചിരുന്ന ഭക്ഷണം ഞാൻ ആർത്തിയോടെ കഴിച്ചു. റൊട്ടിയും പാൽക്കട്ടിയും പാലും എനിക്കു നന്നായിഷ്ടപ്പെട്ടു. വീഞ്ഞുമാത്രം എനിക്കത്ര താൽപ്പര്യം തോന്നിയില്ല. പിന്നെ ക്ഷീണം നിമിത്തം ഞാനവിടെ കിടന്നുറങ്ങി.

ഉച്ചയായപ്പോഴാണ് ഞാനുണർന്നത്. പുറത്തു നല്ല വെയിലുണ്ടായിരുന്നു. രാവിലത്തെ ഭക്ഷണത്തിന്റെ ബാക്കി ഒരു സഞ്ചിയിലാക്കി ഞാൻ യാത്രതുടർന്നു. നീണ്ടു പരന്നു കിടക്കുന്ന വയലുകളിലൂടെ മണിക്കൂറുകളോളം. സൂര്യാസ്തമയത്തോടെ മറ്റൊരു ഗ്രാമത്തിലെത്തിച്ചേർന്നു. എത്ര നല്ല സ്ഥലമായിരുന്നു അത്! അവിടുത്തെ കുടിലുകളും ചെറുവീടുകളും മണിമന്ദിരങ്ങളും എന്നെ വല്ലാതെ ആകർഷിച്ചു. പൂന്തോട്ടങ്ങളിൽ വിളഞ്ഞു കിടക്കുന്ന കായ്കനികളും വീടുകളുടെ ജനാലയ്ക്കരികിൽ വച്ചിരുന്ന പാലും പാൽക്കട്ടിയും മറ്റും എന്റെയുള്ളിലെ വിശപ്പിനെ ആളിക്കത്തിച്ചു. അവിടത്തെ ഭേദപ്പെട്ട ഒരു ഭവനത്തിലേക്ക് ഞാൻ കടന്നുചെന്നു. പക്ഷേ വീട്ടിനുള്ളിലേക്ക് കാലെടുത്തു വയ്ക്കുമ്പോഴേക്കും അവിടെയുണ്ടായിരുന്ന കുട്ടികൾ എന്നെക്കണ്ട് അലറിക്കരഞ്ഞു. അവിടുത്തെ സ്ത്രീ ബോധം കെട്ടുവീണു. അതോടെ ഗ്രാമം മുഴുവനും ഇളകി. ചിലർ പേടിച്ച് അവിടം വിട്ട് ഓടി. മറ്റു ചിലർ എന്നെ ആക്രമിച്ചു. കല്ലുകളും വടികളുമായി അവരെന്നെ നേരിട്ടു.

അവസാനം അവരുടെ ആക്രമണം സഹിക്കാൻ വയ്യാതായപ്പോൾ ഞാൻ പ്രാണനും കൊണ്ടോടി ദൂരെയുള്ള ഒരു ചെറുകുടിലിൽ അഭയം തേടി. ആ കുടിലിനരികിൽ വൃത്തിയും വെടിപ്പുമുള്ള ഒരു വീടുണ്ടായിരുന്നു. എങ്കിലും മുമ്പത്തെ അനുഭവം വച്ചുകൊണ്ട് അങ്ങോട്ടു കടന്നു ചെല്ലുവാൻ ഞാൻ ധൈര്യപ്പെട്ടില്ല. ഞാനഭയം തേടിയ കുടിൽ മരം കൊണ്ടുണ്ടാക്കിയതും നിവർന്നിരിക്കാൻ പോലും പറ്റാത്തവിധം ചെറുതുമായിരുന്നു. മണ്ണുകൊണ്ടുണ്ടാക്കിയതായിരുന്നു അതിന്റെ തറ. വിടവുകളിൽ കൂടി കാറ്റു കടക്കുന്നുണ്ടായിരുന്നെങ്കിലും മഞ്ഞിൽനിന്നും മഴയിൽ നിന്നും എന്നെ രക്ഷിക്കുവാൻ അതിനു കഴിയുമെന്ന് എനിക്കു തോന്നി. എന്തായാലും അവിടെ ഞാൻ ആ രാത്രി ചെലവഴിച്ചു. പിറ്റേന്നു നേരം പരപരാ വെളുത്തപ്പോൾ ഞാനെന്റെ അറയിൽ നിന്നും ഇഴഞ്ഞിറങ്ങി. നേരത്തെ പറഞ്ഞ ആ വീടിന്റെ പിന്നിലായിരുന്നു എന്റെ കുടിൽ. അതിനുള്ളിൽ ഞാൻ കിടക്കുന്നത് ആരുടെയും കണ്ണിൽപ്പെടാതിരിക്കാൻ തടിക്കഷ്ണങ്ങളും കല്ലുകളും കൊണ്ട് ഞാനത് മറച്ചുവെച്ചു. നിലത്തു കുറേ വയ്ക്കോൽ വിരിക്കുകയും ചെയ്തു. അതിനുശേഷം ഞാൻ കുടിലിനുള്ളിലേക്കു തന്നെ ഇഴഞ്ഞു കയറി. കാരണം കുറേയകലെയായി ഒരാൾ നിൽക്കുന്നത് എന്റെ കണ്ണിൽപ്പെട്ടിരുന്നു. കഴിഞ്ഞ ദിവസം ഉണ്ടായ ദുരനുഭവം എനിക്കു മറക്കാൻ കഴിഞ്ഞിരുന്നില്ലല്ലോ.

എന്തെങ്കിലും പ്രശ്നമുണ്ടാകുന്നതുവരെ ഇവിടെ കഴിയുന്നതാണു നല്ലതെന്നു ഞാൻ തീരുമാനിച്ചു. എന്റെ പഴയ സങ്കേതങ്ങളുമായി താരതമ്യം ചെയ്യുമ്പോൾ ഇതൊരു സ്വർഗമായിരുന്നു. മഞ്ഞും മഴയും വകവെക്കാതെ സുഖമായി കിടന്നുറങ്ങാമല്ലോ... സംതൃപ്തിയോടെ ഞാൻ പ്രാതൽ കഴിച്ചുകൊണ്ടിരിക്കുമ്പോൾ ആരോ നടക്കുന്ന ശബ്ദം എന്റെ കാതുകളിലെത്തി. ഒരുചെറിയ വിടവിലൂടെ ഞാൻ പുറത്തേക്കു നോക്കിയപ്പോൾ തലയിൽ കുടവുമായി കുടിലിനു മുന്നിലൂടെ ഒരു സ്ത്രീ നടന്നു നീങ്ങുന്നതാണു കണ്ടത്. സുന്ദരിയായിരുന്നെങ്കിലും ദാരിദ്ര്യം വിളിച്ചറിയിക്കുന്ന വസ്ത്രങ്ങളാണ് അവൾ ധരിച്ചിരുന്നത്. നീലനിറത്തിലുള്ള പരുക്കൻ തുണികൊണ്ടുള്ള പെറ്റിക്കോട്ടും ചണം കൊണ്ടുള്ള മേൽക്കുപ്പായവുമായിരുന്നു അവളുടെ വേഷം. മുടി പിന്നിയിട്ടിരുന്നെങ്കിലും അലങ്കാരങ്ങളൊന്നുമുണ്ടായിരുന്നില്ല അവളുടെ മുഖത്ത് തീവ്രമായ വിഷാദം നിഴലിച്ചിരുന്നു. കുറച്ചുനേരത്തിനു ശേഷം കുടത്തിൽ പാലുമായി അവൾ തിരിച്ചുപോകുന്നതും ഞാൻ കണ്ടു. അപ്പോൾ എതിരെ ഒരു യുവാവ് വന്നു; അവളോടെന്തോ പറഞ്ഞുകൊണ്ട് കുടം വാങ്ങി വീട്ടിലേക്കു കൊണ്ടുപോയി. അവളും അയാളുടെ പിന്നാലെ പോയി. പിന്നീടയാൾ എന്തൊക്കെയോ ഉപകരണങ്ങളുമായി വീടിനു പിന്നിലെ വയലിലൂടെ പോകുന്നതാണ് കണ്ടത്. അവളാണെങ്കിൽ അകത്ത് ഏതോ ജോലിയിൽ വ്യാപൃതയായിരുന്നു.

കുടിലിനുള്ളിലെ ഒരു വിടവിലൂടെ നോക്കിയപ്പോൾ ആ വീടിന്റെ ഒരു മുറിയുടെ ഭാഗം എന്റെ കാഴ്ചയിൽ തെളിഞ്ഞു. വെള്ളപൂശിയ

വൃത്തിയുള്ള ഒരു മുറിയായിരുന്നു അത്. പക്ഷേ ഫർണിച്ചറുകളൊന്നും അധികമുണ്ടായിരുന്നില്ല. ഒരു മൂലയിൽ നെരിപ്പോടിനരികിൽ ഒരു വൃദ്ധൻ ഇരിക്കുന്നുണ്ടായിരുന്നു. മുഖം കൈകളിൽ താങ്ങി വിഷാദഭാവത്തിലായിരുന്നു അയാളുടെ ഇരിപ്പ്. പെൺകുട്ടി വീടൊരുക്കുന്നതിൽ വ്യാപൃതയായിരുന്നു. അതിനിടയിൽ അവൾ ഒരു വലിപ്പിൽ നിന്ന് എന്തോ എടുത്തു വൃദ്ധന്റെ അരികിൽ പോയിരുന്നു. അപ്പോൾ അയാൾ എന്തോ ഒരു ഉപകരണം കൈയിലെടുത്തു വായിക്കാൻ തുടങ്ങി. അതിമനോഹരമായ ഒരു ശബ്ദമാണ് അതിൽ നിന്നുയർന്നത്. മനോഹരമായ യാതൊന്നും മുമ്പു കണ്ടിട്ടില്ലാത്ത എനിക്ക് ആ കാഴ്ച വളരെ സന്തോഷം നൽകുകയുണ്ടായി. ആ വൃദ്ധന്റെ വെള്ളിത്തലമുടിയും കാരുണ്യം തുടിക്കുന്ന മുഖവും എന്റെ മനസിൽ സ്നേഹവും ആദരവുമുണർത്തി. ആ പെൺകുട്ടിയുടെ ലാളിത്യവും എന്നെ വല്ലാതെ ആകർഷിച്ചു. അങ്ങേയറ്റം വിഷാദമയമായ ഒരു രീതിയിലാണ് അയാളാ സംഗീതോപകരണം വായിച്ചത്. അതുകേട്ടു കൊണ്ടിരിക്കെ അവളുടെ കണ്ണുകൾ നിറയുന്നതും, ഇടയ്ക്കിടെ അവൾ വിതുമ്പിക്കരഞ്ഞുകൊണ്ട് അയാളുടെ കാൽക്കൽ മുട്ടുകുത്തുന്നതും ഞാൻ കണ്ടു. അങ്ങേയറ്റത്തെ സ്നേഹവാത്സല്യത്തോടെ അയാളവളെ ആശ്വസിപ്പിച്ചുകൊണ്ട് എഴുന്നേൽപ്പിച്ചു. വേദനയുടെയും ആഹ്ലാദത്തിന്റെയും സമ്മിശ്രപ്രതീകങ്ങളായിരുന്നു അവർ. അത്തരമൊരവസ്ഥ മുമ്പൊരിക്കലും എനിക്കനുഭവപ്പെട്ടിരുന്നില്ല. കൂടുതൽ നേരം ആ രംഗം കാണാനുള്ള ശക്തിയില്ലാതെ ഞാൻ കണ്ണുകൾ പിൻവലിച്ചു.

കുറച്ചുകഴിഞ്ഞപ്പോൾ ചെറുപ്പക്കാരൻ കുറേ വിറകുകൾ ചുമലിലേറ്റിക്കൊണ്ട് അവിടെയെത്തി. പെൺകുട്ടി അത് ഇറക്കിവെക്കാൻ അവനെ സഹായിച്ചു. അവൻ വലിയൊരു കഷ്ണം റൊട്ടിയും പാൽക്കട്ടിയും കൊണ്ടുവന്നിരുന്നു. അതുകണ്ടപ്പോൾ അവളുടെ കണ്ണുകൾ വികസിച്ചു.

അവൾ പിന്നെ തോട്ടത്തിലേക്കു പോയി ചില ചെടികളും കിഴങ്ങുകളും പറിച്ചുകൊണ്ടുവന്നു. അത് അവൾ പാകം ചെയ്യാൻ തുടങ്ങി. ഭക്ഷണത്തിനു ശേഷം പെൺകുട്ടി വീണ്ടും വീട്ടുപണികളിൽ മുഴുകി. വൃദ്ധൻ ചെറുപ്പക്കാരന്റെ കൈ പിടിച്ചുകൊണ്ട് മുറ്റത്തേക്കിറങ്ങി കുറച്ചുനേരം വെയിലു കാഞ്ഞുകൊണ്ടു നിന്നു. കുറേനേരം കഴിഞ്ഞ് അയാൾ വീണ്ടും വീടിനുള്ളിലേക്കു കയറിപ്പോയി. ചെറുപ്പക്കാരൻ ആയുധങ്ങളുമായി വയലിലേക്കും യാത്രയായി.

നേരം കടന്നുപോയി. രാത്രിയായി. എങ്കിലും ആ വീട്ടിനുള്ളിൽ വെളിച്ചമുണ്ടായിരുന്നു. പെൺകുട്ടിയും ചെറുപ്പക്കാരനും എന്തൊക്കെയോ ജോലികളിൽ മുഴുകി. അതൊന്നും പക്ഷേ എനിക്കു മനസിലായില്ല. വൃദ്ധൻ വീണ്ടും ആ ഉപകരണമെടുത്ത് വായിച്ചു. രാവിലത്തെപ്പോലെ മധുരതരമായ ശബ്ദം എന്റെ ചെവിയിലേക്കെത്തി. വൃദ്ധൻ വായന നിർത്തിയയുടനെ ചെറുപ്പക്കാരൻ തുടങ്ങി. അവൻ എന്തൊക്കെയോ പിറുപിറുക്കുകയായിരുന്നു. തികച്ചും വിരസമായിരുന്നു അത്. അവൻ

പുസ്തകം വായിക്കുകയായിരുന്നു എന്ന് പിന്നീടാണെനിക്കു മനസിലായത്. പക്ഷേ, ആ സമയത്ത് വാക്കുകളുടെയും അക്ഷരങ്ങളുടെയും ശാസ്ത്രത്തെക്കുറിച്ച് എനിക്കൊന്നും അറിയില്ലായിരുന്നു.

12

ഞാനെന്റെ കുടിലിൽ നിലത്തു വിരിച്ച വയ്ക്കോലിൽ കിടക്കുകയായിരുന്നു. ഉറങ്ങാൻ കഴിഞ്ഞിരുന്നില്ല. ചിന്തകളിൽ മുഴുവനും ആ വീട്ടുകാരായിരുന്നു. അവരുടെ കൂടെ കഴിയുവാൻ ഞാൻ അദമ്യമായി ആഗ്രഹിച്ചെങ്കിലും എനിക്കതിനുള്ള ധൈര്യമുണ്ടായിരുന്നില്ല. ക്രൂരന്മാരായ ഗ്രാമീണരിൽ നിന്നും ഞാനനുഭവിച്ച പീഡനങ്ങൾ മനസിലേക്കു തികട്ടിയെത്തിയപ്പോൾ ഒരു പരീക്ഷണത്തിനു തുനിയാൻ ഞാൻ തയാറായില്ല. തൽക്കാലം ആ കുടിലിൽ ഒതുങ്ങിക്കഴിയാമെന്നു ഞാൻ വിചാരിച്ചു.

പിറ്റേദിവസം സൂര്യോദയത്തിനു മുമ്പുതന്നെ വീട്ടുകാർ ഉണർന്നു. പെൺകുട്ടി വീടു വൃത്തിയാക്കി ഭക്ഷണം പാകം ചെയ്തു. ഭക്ഷണം കഴിച്ചയുടനെ ചെറുപ്പക്കാരൻ പുറത്തേക്കിറങ്ങി. വൃദ്ധൻ അന്ധനായിരുന്നു. പകൽ ചെറുപ്പക്കാരൻ ജോലിക്കുപോയാൽ പെൺകുട്ടി വീട്ടുജോലികളിൽ മുഴുകും. ആ സമയം വൃദ്ധൻ ഒന്നുകിൽ തന്റെ വാദ്യോപകരണം വായിക്കുകയോ അല്ലെങ്കിൽ ചിന്താമഗ്നനായി ഇരിക്കുകയോ ചെയ്യും. ചെറുപ്പക്കാരനും പെൺകുട്ടിയും അയാളോടു കാണിച്ചിരുന്ന സ്നേഹവും ബഹുമാനവും ഹൃദയസ്പർശിയായിരുന്നു.

എന്നിരുന്നാലും അവരുടെ കുടുംബം സന്തുഷ്ടമല്ലെന്ന് ഞാൻ മനസിലാക്കിയിരുന്നു. ചെറുപ്പക്കാരനും പെൺകുട്ടിയും പലപ്പോഴും വിതുമ്പിക്കരയുന്നത് ഞാൻ കണ്ടിരുന്നു. ആദ്യമൊന്നും അതിന്റെ കാരണം എനിക്കു മനസിലായില്ല. അവർക്കു വൃത്തിയുള്ള നല്ലൊരു വീടുണ്ട്, സൗകര്യങ്ങളുണ്ട്. തണുക്കുമ്പോൾ ചൂട് ലഭിക്കാൻ നെരിപ്പോടുണ്ട്. വിശക്കുമ്പോൾ കഴിക്കാൻ ഭക്ഷണവും. കൂടാതെ അവർ പരസ്പരം സ്നേഹിക്കുകയും പരിഗണിക്കുകയും ചെയ്യുന്നുണ്ട്. എന്നിട്ടും അവരുടെ കണ്ണീരിന്റെ അർഥമെന്താണ്? ആദ്യമൊന്നും അതിന്റെ രഹസ്യം കണ്ടുപിടിക്കാൻ എനിക്കായില്ല. പക്ഷേ നിരന്തരമായ ശ്രദ്ധയും നിരീക്ഷണവും കൊണ്ടു ഞാനാ രഹസ്യം കണ്ടെത്തുക തന്നെ ചെയ്തു.

ദാരിദ്ര്യമായിരുന്നു അവരുടെ ദുഃഖഹേതു. കഠിനമായിത്തന്നെ അവരത് അനുഭവിച്ചിരുന്നു. തോട്ടത്തിലെ കായ്കനികളും പാലുംമാത്രമായിരുന്നു ഭക്ഷണമായിട്ടുണ്ടായിരുന്നത്. പാലാണെങ്കിൽ തണുപ്പുകാലത്ത് വളരെ കുറച്ചേ ലഭിച്ചിരുന്നുള്ളൂ. കാരണം, പശുവിനുള്ള ഭക്ഷണവും കമ്മിയായിരുന്നു. പലപ്പോഴും ഉള്ള ഭക്ഷണം വൃദ്ധനു നൽകി ചെറുപ്പക്കാരനും പെൺകുട്ടിയും ഒന്നും കഴിക്കാതെയിരിക്കുന്നതു ഞാൻ കണ്ടിട്ടുണ്ട്.

ഈ കാഴ്ച എന്റെ മനസിനെ വല്ലാതെ പിടിച്ചുലച്ചു. അവരുടെ ഭക്ഷണത്തിൽ നിന്നും കുറച്ച് എല്ലാ രാത്രിയിലും ഞാൻ മോഷ്ടിക്കാറുണ്ടായിരുന്നു. അന്നുമുതൽ ഞാനത് നിർത്തി. അടുത്തകാട്ടിൽ നിന്നും ശേഖരിച്ച ബെറിപ്പഴങ്ങളും കിഴങ്ങുകളും മറ്റും തിന്നു ഞാൻ വിശപ്പടക്കി. ഏതെങ്കിലും തരത്തിൽ അവരെ സഹായിക്കുവാൻ ഞാൻ തീരുമാനിച്ചു. വളരെ കഷ്ടപ്പെട്ടാണ് അവർ വിറകു ശേഖരിക്കുന്നത് എന്നു ഞാൻ കണ്ടെത്തി. അതിനെത്തുടർന്നു ചില രാത്രികളിൽ ചെറുപ്പക്കാരന്റെ മഴുവും മറ്റും എടുത്തുകൊണ്ടുപോയി കുറേ വിറകുകൾ ശേഖരിച്ച് ഞാനവരുടെ മുറ്റത്തു കൊണ്ടുപോയിട്ടു.

ആദ്യമായി ഞാനതു ചെയ്തപ്പോൾ അവർക്കുണ്ടായ പ്രതികരണം ഞാനിപ്പോഴും വ്യക്തമായി ഓർക്കുന്നു. രാവിലെ വാതിൽ തുറന്ന പെൺകുട്ടി പടിക്കൽ കിടക്കുന്ന വിറകുകൂമ്പാരം കണ്ട് അത്ഭുതപ്പെട്ടതും അവൾ എന്തോ ഉറക്കെ പറഞ്ഞപ്പോൾ അകത്തുനിന്നും ചെറുപ്പക്കാരൻ ഓടി വന്നതും അവനും അതുകണ്ട് അമ്പരന്നു നിന്നതുമെല്ലാം ഇന്നലെ കഴിഞ്ഞതുപോലെ എന്റെ ഓർമയിലുണ്ട്. അന്നവനു കാട്ടിൽ പോകേണ്ടി വന്നില്ല. വീടിന്റെ ചില അറ്റകുറ്റപ്പണികൾ ചെയ്തും തോട്ടത്തിൽ കൃഷിപ്പണിയിൽ മുഴുകിയും അവൻ സമയം ചെലവഴിച്ചു.

ക്രമേണ മറ്റൊരു കാര്യവും ഞാൻ കണ്ടെത്തി. ഈ ആളുകൾ ശബ്ദം പുറപ്പെടുവിച്ചാണു ആശയവിനിമയം നടത്തുന്നതെന്ന്. അവർ പറയുന്ന വാക്കുകൾ കേൾവിക്കാരിൽ ആഹ്ലാദവും ദുഃഖവും ചിരിയും വേദനയും സൃഷ്ടിക്കാൻ കഴിയുന്നവയാണെന്നു ഞാൻ മസിലാക്കി. ദൈവീകമായ ശാസ്ത്രമാണതെന്നും എങ്ങനെയെങ്കിലും അത് പഠിക്കണമെന്നും ഞാനുറച്ചു. പക്ഷേ, ആദ്യമാദ്യം എനിക്കത് അസാധ്യമായ കാര്യമായിരുന്നു. വളരെ വേഗത്തിലാണ് അവർ ഓരോ വാക്കും ഉച്ചരിച്ചിരുന്നത്. അതുകൊണ്ടുതന്നെ അവരെന്താണ് പറയുന്നതെന്നു മനസിലാക്കാൻ എനിക്കു കഴിഞ്ഞതേയില്ല. എങ്കിലും ഞാൻ നിരാശനായില്ല. അങ്ങനെ നിരന്തരമായ കഠിനപ്രയത്നത്തിലൂടെ ചില വാക്കുകൾ ഞാൻ പഠിച്ചു. തീ, പാല്, റൊട്ടി, വിറക് എന്നിവയായിരുന്നു അവ. ആ വീട്ടുകാരുടെ പേരുകളും ഞാൻ മനസിലാക്കി. ചെറുപ്പക്കാരനും പെൺകുട്ടിക്കും പല പേരുകളുമുണ്ടായിരുന്നു. എന്നാൽ വൃദ്ധന് ഒരൊറ്റപേരു മാത്രമേ ഉണ്ടായിരുന്നുള്ളൂ. അച്ഛൻ പെൺകുട്ടിയെ അനിയത്തിയെന്നും അഗതയെന്നും വിളിച്ചിരുന്നു. ചെറുപ്പക്കാരന് ഫെലിക്സ് എന്നും, ഏട്ടൻ എന്നും മകൻ എന്നും പേരുകളുണ്ടായിരുന്നു. ഈ വാക്കുകൾ മനസിലാക്കിയപ്പോഴും അവ ഉച്ചരിച്ചപ്പോഴും എനിക്കുണ്ടായ സന്തോഷത്തിന് അതിരില്ലായിരുന്നു. വേറെ ചില വാക്കുകൾ കൂടി ഞാനതിനിടയിൽ പഠിച്ചു. നല്ലത്, പ്രിയപ്പെട്ട, ദുഃഖം എന്നിവയായിരുന്നു അവ.

ആ മഞ്ഞുകാലം മുഴുവനും ഞാനവിടെ കഴിച്ചുകൂട്ടി. ആ വീട്ടുകാരുടെ സന്തോഷത്തിലും ദുഃഖത്തിലും അവരറിയാതെ ഞാനും പങ്കുകൊണ്ടു. കടുത്ത ദാരിദ്ര്യം ഇല്ലായിരുന്നെങ്കിൽ അവരുടെ കുടുംബം

അങ്ങേയറ്റം ആഹ്ലാദഭരിതവും സന്തുഷ്ടവുമായാനേ. കാരണം അവർക്ക് പരസ്പരം അത്രയേറെ സ്നേഹവും ബഹുമാനവുമുണ്ടായിരുന്നു. വൃദ്ധ നാണെങ്കിൽ അവരെ രണ്ടുപേരെയും സദാ സന്തോഷിപ്പിക്കാൻ ശ്രമി ച്ചിരുന്നു. ചെറുപ്പക്കാരന് പെൺകുട്ടിയെ വലിയ സ്നേഹമായിരുന്നു. വീട്ടു ജോലികളിൽ അവനവളെ സഹായിച്ചിരുന്നു. അവൾ ഉണർന്നെഴുന്നേൽ ക്കുന്നതിനു മുൻപുതന്നെ തൊഴുത്തിലേക്കുള്ള വഴിയിൽ നിന്നും അവൻ മഞ്ഞുകട്ടകളെല്ലാം അടിച്ചുവാരും. വിറകുപുരയിൽ നിന്നും വിറകുകൾ കൊണ്ടുവരും. ഒഴിവുവേളകളിൽ വൃദ്ധനും പെൺകുട്ടിക്കും പുസ്തകം വായിച്ചു കൊടുക്കുകയും ചെയ്യും. അവന്റെ വായന ആദ്യമാദ്യം എന്നെ അമ്പരപ്പിച്ചിരുന്നു. അന്നൊന്നും അതെന്താണെന്ന് എനിക്കു മനസിലാ യില്ല. ക്രമേണ ആ വായനയിൽ, അവൻ സംസാരിക്കുമ്പോൾ ഉപയോ ഗിക്കാറുള്ള പല വാക്കുകളുമുണ്ടെന്നു ഞാൻ കണ്ടെത്തി. എങ്ങനെ യെങ്കിലും അവരുടെ ഭാഷ സ്വായത്തമാക്കണമെന്നു തന്നെ ഞാൻ നിശ്ച യിച്ചു. ആദ്യമൊന്നും അതിൽ വിജയിച്ചിരുന്നില്ലെങ്കിലും കൂടുതൽ പരി ശ്രമിക്കാൻ ഞാൻ തീരുമാനിച്ചു. കാരണം ആ വീട്ടുകാരുമായി കൂട്ടുകൂ ടാൻ ഞാൻ അദമ്യമായി ആഗ്രഹിച്ചിരുന്നു. അതിന് അവരുടെ ഭാഷ അറിയേണ്ടത് അത്യാവശ്യം തന്നെയാണല്ലോ.

ആ വീട്ടുകാരുടെ ആകാരവും സൗന്ദര്യവും നിറവും എന്നെ വല്ലാതെ ആകർഷിച്ചിരുന്നു. എന്നാൽ എന്റെ രൂപമോ? ദൈവമേ...! ഒരി ക്കൽ തെളിഞ്ഞ ജലാശയത്തിൽ സ്വന്തം പ്രതിബിംബം കണ്ടപ്പോൾ ഞാനെത്രമാത്രം നടുങ്ങിപ്പോയെന്നോ! എന്റെ രൂപമാണെന്നറിയാതെ ഞെട്ടിത്തെറിച്ചു കൊണ്ടു ഞാൻ പുറകോട്ടുമാറി. എല്ലാവരിലും അറപ്പും വെറുപ്പുമുളവാക്കുന്ന ഭീകരരൂപമാണ് എന്റേതെന്നറിഞ്ഞപ്പോൾ ഞാനാ കെ തകർന്നുപോയി. ധാർമികരോഷവും നൈരാശ്യവും എന്നിൽ നിറ ഞ്ഞു. നിർഭാഗ്യകരമായ ഈ വൈരൂപ്യത്തിന്റെ മാരകമായ അനന്തര ഫലങ്ങളെക്കുറിച്ച് ഞാനപ്പോൾ തികച്ചും അജ്ഞനായിരുന്നു.

ക്രമേണ സൂര്യനു ചൂടുകൂടി. പകലിനു ദൈർഘ്യമേറി. പരന്നുകി ടന്നിരുന്ന മഞ്ഞ് ഉരുകിയൊലിച്ച് അപ്രത്യക്ഷമായി. കാലാവസ്ഥ മെച്ചപ്പെട്ടപ്പോൾ ഫെലിക്സിനു കൂടുതൽ ജോലി ലഭിച്ചു. അവരുടെ ദാരിദ്ര്യത്തിന് അൽപ്പമൊരു ശമനമുണ്ടായി. മഴയില്ലാത്തപ്പോൾ വൃദ്ധൻ ഫെലിക്സിന്റെ ചുമലിൽ ചാരിക്കൊണ്ട് മുറ്റത്തു നടക്കുമായിരുന്നു. ആകാശത്തു നിന്നും കോരിച്ചൊരിയുന്ന വെള്ളമാണ് മഴ എന്നു ഞാൻ മനസിലാക്കിയിരുന്നു. കുറച്ചു ദിവസങ്ങൾ കൂടി കഴിഞ്ഞപ്പോൾ കാലാ വസ്ഥ കൂടുതൽ മെച്ചമായി.

കുടിലിനുള്ളിലെ എന്റെ ജീവിതം ഒരേപോലെതന്നെ തുടരുകയാ യിരുന്നു. രാവിലെ ഞാൻ വീട്ടുകാരുടെ ചലനങ്ങളും വർത്തമാനങ്ങളും നിരീക്ഷിച്ചു കൊണ്ടിരിക്കും. വിവിധ കാര്യങ്ങൾക്കുവേണ്ടി അവർ പിരി ഞ്ഞാൽ ഞാൻ കിടന്നുറങ്ങും. പിന്നീട് വീണ്ടും നിരീക്ഷണം തുടരും. രാത്രി അവർ ഉറങ്ങാൻ പോകുന്നതുവരെ അവരുടെ ചലനങ്ങൾ നോക്കി

യിരിക്കും. നിലാവുണ്ടെങ്കിൽ ഞാൻ കാട്ടിലേക്കു പോകും. എനിക്കുള്ള ഭക്ഷണവും വീട്ടുകാർക്കുള്ള വിറകും ശേഖരിച്ചു കൊണ്ടുവരും. ചില പ്പോൾ ഞാനവരുടെ വീട്ടിലേക്കുള്ള വഴി അടിച്ചുവാരി വൃത്തിയാക്കി വെക്കും. അല്ലെങ്കിൽ അവരെ സഹായിക്കുന്ന മറ്റെന്തെങ്കിലും പ്രവൃത്തി ഞാൻ ചെയ്യും. ഏതോ അദൃശ്യഹസ്തം തങ്ങൾക്കുവേണ്ടി ഈ പ്രവൃത്തികൾ ചെയ്യുന്നതറിഞ്ഞ് അവർ പലപ്പോഴും വിസ്മയാധീനരാ യിട്ടുണ്ട്. പലപ്പോഴും അവരതിനെക്കുറിച്ച് ആശ്ചര്യത്തോടെ സംസാരി ക്കുന്നതും ഞാൻ കേട്ടിട്ടുണ്ട്.

സ്നേഹനിധികളായ അവരോടു ചങ്ങാത്തം കൂടുവാൻ ഞാന തിയായി ആഗ്രഹിച്ചു. അവർക്കു പല സഹായങ്ങളും ചെയ്ത്, അവ രുടെ ദുഃഖവും വേദനയും അകറ്റാൻ പരിശ്രമിച്ച് അവരുടെ സ്നേഹം പിടിച്ചുപറ്റാൻ ഞാൻ കൊതിച്ചു. ആ വീട്ടിലേക്കു ഞാൻ കയറിച്ചെല്ലു ന്നതും സന്തോഷത്തോടെ അവരെന്നെ സ്വീകരിക്കുന്നതും പലപ്പോഴും ഞാൻ ഭാവനയിൽ കണ്ടു. അതുകൊണ്ടുതന്നെ കഴിവതും വേഗം അവ രുടെ ഭാഷ പഠിക്കുവാൻ ഞാൻ ആത്മാർഥമായി ശ്രമം തുടർന്നു. എന്റെ അവയവങ്ങളെല്ലാം പരുപരുത്തതും പൊരുത്തക്കേടുകൾ നിറഞ്ഞതു മായിരുന്നു. എന്റെ ശബ്ദവും പരുക്കനായിരുന്നു. എങ്കിലും കഴിയാവു ന്നിടത്തോളം ശബ്ദം മയപ്പെടുത്തി സംസാരിക്കുവാൻ ഞാൻ യത്നിച്ചു.

മനോഹരവും ഉന്മേഷദായകവുമായ വസന്തകാലം പ്രകൃതിയിലും മനുഷ്യരിലും വരുത്തുന്ന ആഹ്ലാദകരമായ മാറ്റങ്ങൾ ഞാൻ കണ്ടു. അത് എന്റെ മനസിലും പുതിയ പ്രതീക്ഷകളുണർത്തി. കഴിഞ്ഞകാല അശു ഭചിന്തകളും സ്മരണകളും എന്നിൽനിന്നും മാഞ്ഞുപോയി. വർത്തമാ നകാലം സ്വസ്ഥവും പ്രശാന്തവുമായിരുന്നു. ഭാവികാലം പുതിയ പ്രതീ ക്ഷകളുടെയും സ്വപ്നങ്ങളുടെയും ആഹ്ലാദകിരണങ്ങളാൽ തിളങ്ങുന്നു ണ്ടായിരുന്നു.

13

"**എ**ന്റെ കഥയുടെ ഏറ്റവും പ്രധാനപ്പെട്ട ഭാഗമാണ് ഞാനിനി പറ യാൻ പോകുന്നത്. പഴയ എന്നെ പുതിയ ഞാനാക്കിത്തീർത്ത സംഭവ പരമ്പരകളെ കുറിച്ച്.

വസന്തകാലമായിരുന്നു, കാലാവസ്ഥ കൂടുതൽ ഹൃദ്യവും അനു കൂലവുമായിത്തീർന്നിരുന്നു. ആകാശത്തു നിന്നും മഴമേഘങ്ങൾ ഒഴി ഞ്ഞുപോയി. മുമ്പു മരുഭൂമിപോലെ കിടന്നിരുന്ന സ്ഥലങ്ങളിലെല്ലാം പച്ചപ്പും പൂക്കളും നിറഞ്ഞു. അവയുടെ വൈവിധ്യമേറിയ നറുമണവും സൗന്ദര്യവും എന്റെ മനസിനെ ഉന്മേഷഭരിതമാക്കി.

ഒരു ദിവസം ജോലിക്കിടയിൽ നിന്നും വീണുകിട്ടിയ ഇടവേളയിൽ വീട്ടുകാർ ഒരുമിച്ചു കൂടിയിരിക്കുകയായിരുന്നു. വൃദ്ധൻ തന്റെ ഗിറ്റാർ

വായിച്ചു. ചെറുപ്പക്കാരൻ അതു ശ്രദ്ധിച്ചുകൊണ്ടിരുന്നു. അപ്പോഴാണ് ഞാനവന്റെ മുഖം ശ്രദ്ധിച്ചത്. അതു വല്ലാതെ വാടിയിരുന്നു. ഇടയ്ക്കിടെ അവൻ നെടുവീർപ്പിടുന്നുമുണ്ടായിരുന്നു. ആ സമയത്താണ് വാതിലിൽ ആരോ മുട്ടിയത്.

അതൊരു സ്ത്രീയായിരുന്നു. ദൂരെയെവിടെയോ നിന്നും കുതിരപ്പുറത്തായിരുന്നു അവൾ വന്നത്. കൂടെ നാട്ടുകാരനായ ഒരു വഴികാട്ടിയുമുണ്ടായിരുന്നു. കറുത്തവസ്ത്രമാണ് അവൾ ധരിച്ചിരുന്നത്. മൂടുപടവുമുണ്ടായിരുന്നു. അഗത വാതിൽക്കലേക്കു വന്ന് എന്തോ ചോദിച്ചു. അതിന് ആ സ്ത്രീ 'ഫെലിക്സ്' എന്നു മാത്രമേ മറുപടി പറഞ്ഞുള്ളൂ. മനോഹരമായിരുന്നു അവളുടെ ശബ്ദം. എന്നാലത് വീട്ടുകാരുടേതിൽ നിന്നു വ്യത്യസ്തമായിരുന്നു. അപ്പോഴേക്കും ഫെലിക്സ് അവിടേക്കോടി വന്നു. അവനെ കണ്ടപ്പോൾ അവൾ മൂടുപടം മാറ്റി. മനോഹരവും വശ്യവുമായിരുന്നു ആ മുഖം. തിളങ്ങുന്ന മുടി മെടഞ്ഞിട്ടിരുന്നു. ഇരുണ്ട കണ്ണുകളും നല്ലനിറവും അവൾക്കുണ്ടായിരുന്നു.

അവളെ കണ്ടപ്പോൾ ഫെലിക്സിനുണ്ടായ സന്തോഷത്തിനതിരില്ലായിരുന്നു. അതുവരെ അവന്റെ മുഖത്ത് പ്രകടമായിരുന്ന ദുഃഖവും വേദനയും എങ്ങോ പോയ്മറഞ്ഞു. ഫെലിക്സ് അതിസുന്ദരനാണെന്ന് അവന്റെ ആഹ്ലാദഭരിതമായ മുഖം കണ്ടപ്പോഴാണ് ഞാൻ മനസിലാക്കിയത്. ആ സ്ത്രീ അപ്പോൾ കണ്ണു തുടയ്ക്കുന്നതും അവന്റെ നേരെ കൈ നീട്ടുന്നതും ഞാൻ കണ്ടു. ഫെലിക്സ് അത്യാഹ്ലദത്തോടെ ആ കൈയിൽ ചുംബിച്ചുകൊണ്ട് അവളെ അകത്തേക്കു കൂട്ടിക്കൊണ്ടുപോയി. അവൾ ചെന്നു വൃദ്ധന്റെ മുന്നിൽ മുട്ടുകുത്തി. അയാൾ അവളെ സ്നേഹവാത്സല്യങ്ങളോടെ പിടിച്ചെഴുന്നേൽപ്പിച്ച് ആലിംഗനം ചെയ്തു. ഒരുകാര്യം ഞാനപ്പോൾ മനസിലാക്കി. അപരിചിതയായ ആ സ്ത്രീ പറയുന്ന ഭാഷ വേറെയായിരുന്നു. അതുകൊണ്ടുതന്നെ അവൾ പറയുന്നത് വീട്ടുകാർക്കും അവർ പറയുന്നത് അവൾക്കും മനസിലായില്ല. അവർ പിന്നെ പല ആംഗ്യങ്ങളും കാണിച്ചു. അതൊന്നും എനിക്കു മനസിലായതേയില്ല. പക്ഷേ അവളുടെ സാന്നിധ്യം ആ വീട്ടിൽ ആഹ്ലാദം നിറച്ചിരിക്കുന്നുവെന്ന സത്യം ഞാൻ മനസിലാക്കി. ഫെലിക്സിനായിരുന്നു ഏറെ സന്തോഷം. അഗത അവളോട് അങ്ങേയറ്റത്തെ സ്നേഹവും സൗഹൃദവുമാണ് പ്രകടിപ്പിച്ചത്. ഈ സന്തോഷത്തിന്റെ കാരണം എനിക്കൊട്ടും തന്നെ മനസിലാക്കാനായില്ല. കുറേനേരത്തിനു ശേഷം അപരിചിത ചില വാക്കുകൾ തുടർച്ചയായി ഉച്ചരിക്കുന്നതു ഞാൻ ശ്രദ്ധിച്ചു. അവൾ ആ വീട്ടുകാരുടെ ഭാഷ പഠിക്കാനുള്ള ശ്രമമാണെന്ന് എനിക്കു മനസിലായി. അപ്പോഴാണ് എനിക്കൊരാശയം തോന്നിയത്. ഈ അവസരം പ്രയോജനപ്പെടുത്തിയാൽ എനിക്കും അവരുടെ ഭാഷ വേഗത്തിൽ സ്വായത്തമാക്കാം. ആദ്യത്തെ ക്ലാസിൽ അവൾ ഇരുപതു വാക്കുകൾ പഠിച്ചു. അവയിൽ പലതും ഞാൻ മുമ്പു പഠിച്ചതായിരുന്നെങ്കിലും വേറെ ചില വാക്കുകൾ എനിക്കു പുതിയതായി പഠിക്കാൻ കഴിഞ്ഞു.

രാത്രിയായപ്പോൾ അഗത അതിഥിയേയും കൂട്ടി ഉറങ്ങാൻ പോയി. ഫെലിക്സ് അവളുടെ കൈത്തണ്ടയിൽ ചുംബിച്ചുകൊണ്ടു പറഞ്ഞു "മനഃസമാധാനത്തോടെ ഉറങ്ങാൻ കഴിയട്ടെ പ്രിയപ്പെട്ട സാഫി..." അവനും വൃദ്ധനും രാത്രി ഏറെനേരം വരെ എന്തൊക്കെയോ സംസാരിച്ചു കൊണ്ടിരുന്നു. സംസാരത്തിനിടയിൽ പല തവണ അവർ അവളുടെ പേരു പറഞ്ഞിരുന്നതിനാൽ അവർ അവളെപ്പറ്റിയാണ് സംസാരിക്കുന്നതെന്ന് എനിക്കു മനസിലായി.

പിറ്റേന്നു രാവിലെ പതിവുപോലെ ഫെലിക്സ് ജോലിക്കു പോകാനിറങ്ങി. സാഫി വൃദ്ധന്റെ അരികിൽ പോയിരുന്നു ഗിറ്റാർ എടുത്തു വായിക്കാൻ തുടങ്ങി. അതിമനോഹരമായ രീതിയിലാണ് അവൾ വായിച്ചത്. അതു ശ്രവിച്ചുകൊണ്ടിരിക്കെ എന്റെ കണ്ണുകൾ നിറഞ്ഞു. അതിനെത്തുടർന്ന് അവൾ പാടുകയും ചെയ്തു. അതാകട്ടെ ഒരു രാപ്പാടിയുടേതുപോലെ ശ്രുതിമധുരവുമായിരുന്നു. സാഫിയുടെ പാട്ടിനുശേഷം അഗതയും പാടി. അവളുടെ പാട്ട് സാഫിയുടേതിൽ നിന്നും വ്യത്യസ്തമായിരുന്നു. വൃദ്ധൻ അതുകേട്ട് ആഹ്ലാദഭാവത്തിൽ എന്തൊക്കെയോ പറഞ്ഞു. അവ സാഫിക്ക് മനസിലാക്കിക്കൊടുക്കുവാൻ അഗത അങ്ങേയറ്റം പരിശ്രമിച്ചു.

ഈ രീതിയിൽ ദിവസങ്ങൾ കടന്നുപോയി. സാഫിയുടെ ഭാഷാപഠനത്തിൽ നല്ല പുരോഗതിയുണ്ടായി. അതോടൊപ്പം ഞാനും പഠനത്തിൽ മുന്നേറിക്കൊണ്ടിരുന്നു. രണ്ടുമാസമായപ്പോഴേക്കും അവരുടെ സംഭാഷണങ്ങൾ മിക്കതും എനിക്കു ശരിക്കു മനസിലായിത്തുടങ്ങിയിരുന്നു. സത്യത്തിൽ സാഫിയേക്കാൾ വേഗത്തിൽ ഭാഷാപഠനം നടത്താൻ കഴിഞ്ഞത് എനിക്കായിരുന്നു. അവൾ സാവധാനമാണ് വാക്കുകളും വാക്യങ്ങളും മനസിലാക്കിയത്. അവൾ പറയുമ്പോൾ അവയ്ക്ക് ഒഴുക്കോ, വേഗതയോ ഉണ്ടായിരുന്നില്ല. എന്നാൽ ഞാൻ അത്തരം തടസങ്ങളൊക്കെ എപ്പോഴോ മറികടന്നിരുന്നു. അങ്ങനെ സംസാരഭാഷയിൽ പുരോഗതി നേടിയപ്പോൾ ഞാൻ അക്ഷരങ്ങൾ പഠിക്കാൻ തുടങ്ങി. അതും ഫെലിക്സ് സാഫിക്കു പറഞ്ഞു കൊടുക്കുന്നതു കേട്ടിട്ടാണ് ഞാൻ പഠിച്ചത്. അതാകട്ടെ എന്നിൽ വളരെ വലിയ മാറ്റങ്ങളാണുണ്ടാക്കിയത്. അത്ഭുതത്തിന്റെയും ആഹ്ലാദത്തിന്റെയും ഒരു പുതിയലോകമാണ് അക്ഷരപഠനത്തിലൂടെ എന്റെ മുന്നിൽ തെളിഞ്ഞുവന്നത്.

ഫെലിക്സ് സാഫിയെ പഠിപ്പിക്കാനുപയോഗിച്ചത് വോൾനിയുടെ *സാമ്രാജ്യങ്ങളുടെ പതനം* എന്ന പുസ്തകമായിരുന്നു. ഫെലിക്സ് അതു വായിച്ചു വളരെ വിശദമായിത്തന്നെ അതിന്റെ അർഥം പറഞ്ഞിരുന്നതിനാൽ എനിക്കത് വേഗം മനസിലാക്കാൻ കഴിഞ്ഞു. ആ പുസ്തകത്തിലൂടെ ചരിത്രത്തെക്കുറിച്ചും ലോകത്ത് ഇപ്പോൾ നിറഞ്ഞു നിൽക്കുന്ന പല സാമ്രാജ്യങ്ങളെക്കുറിച്ചും എനിക്ക് അറിയാനായി. ലോകത്തിന്റെ വിവിധ ഭാഗങ്ങളിലുള്ള മതങ്ങളെപ്പറ്റിയും ഭരണകൂടങ്ങളെപ്പറ്റിയും ജനജീവിതത്തെപ്പറ്റിയും ഒരു ഉൾക്കാഴ്ച നേടാൻ ആ പുസ്തകം എനിക്ക്

സഹായകമായി. അലസരും നിഷ്ക്രിയരുമായ ഏഷ്യാക്കാരെക്കുറിച്ചും ഗ്രീക്കുകാരുടെ അതിഗംഭീരമായ പ്രതിഭാവിലാസത്തെക്കുറിച്ചും പുരാതന റോമാക്കാരുടെ ധർമനിഷ്ഠ, അവർ ഏർപ്പെട്ട യുദ്ധങ്ങൾ, അവരുടെ സാമ്രാജ്യത്തിന്റെ അധഃപതനം, കൂടാതെ ക്രിസ്തു മതത്തെയും വിവിധ രാഷ്ട്രങ്ങളിലെ ഭരണകർത്താക്കളെക്കുറിച്ചുമെല്ലാം പുതിയ അറിവുകൾ എനിക്ക് ആ പുസ്തകത്തിൽ നിന്നും ലഭിക്കുകയുണ്ടായി.

അതിലെ വിവരണങ്ങൾ എന്റെയുള്ളിൽ വിവിധ വികാരങ്ങളെ ജനിപ്പിക്കുകയും പുതിയ ചിന്താധാരകളെ പരിപോഷിപ്പിക്കുകയും ചെയ്തു. മനുഷ്യൻ ശക്തനും നീതിമാനും ആയിരിക്കുമ്പോൾ തന്നെ അവൻ ദുഷ്ടനും നീചനുമാകുന്നത് എന്തുകൊണ്ടാണ്? ഒരുവനു തന്റെ സഹജീവിയെ എങ്ങനെയാണ് കൊല്ലാനാകുകയെന്നു ഞാൻ അത്ഭുതം കൂറിയിട്ടുണ്ട്. നിയമങ്ങളും ഭരണകൂടങ്ങളും എന്തിനുവേണ്ടിയിട്ടാണെന്നും ഞാൻ സംശയിച്ചിട്ടുണ്ട്. പക്ഷേ ക്രൂരതകളെയും രക്തച്ചൊരിച്ചിലുകളെയും കുറിച്ചുള്ള വിശദമായ വിവരണങ്ങൾ കേട്ടപ്പോൾ എന്റെ അമ്പരപ്പും ആശ്ചര്യവും അപ്രത്യക്ഷമാവുകയും എന്നിൽ അവജ്ഞയും വെറുപ്പും നിറയുകയും ചെയ്തു.

ഫെലിക്സ് സാഫിക്കു പറഞ്ഞുകൊടുത്ത പാഠങ്ങളിൽ നിന്നും പുതിയ പുതിയ അറിവുകൾ എനിക്കു ലഭിച്ചുകൊണ്ടേയിരുന്നു. മനുഷ്യസമുദായം, സമ്പത്തിന്റെ വിഭജനം, സമ്പന്നതയും ദാരിദ്ര്യവും തമ്മിലുള്ള അന്തരം പദവിയും കൂലിയും, പാരമ്പര്യം, കുലീനത്വം എന്നിവയെക്കുറിച്ചെല്ലാം ഞാൻ മനസിലാക്കി.

ഈ പുതിയ അറിവുകൾ എന്നെപ്പറ്റിത്തന്നെ ചിന്തിക്കാൻ എന്നെ പ്രേരിപ്പിച്ചു. സമ്പത്തിനോടൊപ്പം കുലീനമായ പാരമ്പര്യം മനുഷ്യർ മറ്റെല്ലാത്തിനുമുപരിയായി വിലമതിക്കുന്നുവെന്നു ഞാൻ മനസിലാക്കി. ഇവയിലേതെങ്കിലുമൊന്നില്ലാത്ത മനുഷ്യരെ അടിമകളെപ്പോലെയാണ് സാധാരണ കണക്കാക്കുന്നത്. സമ്പന്നർക്കും ഉന്നതകുലജാതർക്കും വേണ്ടി ചോരയും വിയർപ്പും ചിന്താൻ വിധിക്കപ്പെട്ടവരാണവർ. അപ്പോൾ എന്റെ അവസ്ഥയെക്കുറിച്ചു ഞാനോർത്തുപോയി. ഞാനാരാണ്? എന്റെ സ്രഷ്ടാവിനെക്കുറിച്ച് എനിക്കെന്തറിയാം? എനിക്കു സമ്പത്തോ, കുലീനതയോ ഇല്ല. ചങ്ങാതിമാരും ബന്ധുക്കളുമില്ല. ഞാൻ വൃത്തികെട്ടവനാണ്; വിരൂപനും. മനുഷ്യരുടെ അതേപ്രകൃതമല്ല എന്റേത്. എനിക്ക് അവരേക്കാൾ വേഗത്തിൽ സഞ്ചരിക്കാനാകും. അവരുടേതിനേക്കാൾ മോശം ഭക്ഷണം കൊണ്ടു ജീവിക്കാനും കഴിയും. എന്റെ ശരീരം മനുഷ്യശരീരത്തെക്കാൾ എത്രയോ വലുതാണ്. എന്റെ വലുപ്പവും ആകൃതിയുമുള്ള മറ്റൊരാളുമില്ല. ഞാനൊരു രാക്ഷസനാണോ? ഭൂമിയിലെ ഒരു വലിയ കളങ്കം? അതുകൊണ്ടാണോ ആളുകൾ എന്നെ വെറുക്കുന്നതും എന്നിൽ നിന്നും ഓടിയൊളിക്കുന്നതും?

ഈ ചിന്തകൾ എന്നിലുണ്ടാക്കിയ വേദനയുടെ കാഠിന്യമെത്രയാണെന്ന് പറഞ്ഞറിയിക്കാനാവില്ല. ഞാനവയെ മനസിൽനിന്നും ആട്ടിയോ

ടിക്കാൻ ശ്രമിച്ചെങ്കിലും കഴിഞ്ഞില്ല. പുതിയ പുതിയ അറിവുകളോടൊപ്പം ദുഃഖത്തിന്റെ തീക്ഷ്ണതയും വർധിച്ചു കൊണ്ടിരുന്നു. ഇതൊന്നും വേണ്ടായിരുന്നു. ആ പഴയസ്ഥലത്ത്, കൊടുംകാട്ടിൽ ഏകനായി കഴിയുകയായിരുന്നെങ്കിൽ വിശപ്പും ദാഹവുമല്ലാതെ മറ്റൊന്നും അനുഭവിക്കാൻ ഇടവരില്ലായിരുന്നു.

അറിവ് എന്നു പറയുന്നത് എന്തു വിചിത്രമായ പ്രതിഭാസമാണ്! പാറയിൽ പറ്റിപ്പിടിച്ച പായൽ പോലെ അത് മനസിൽ ഉറച്ചുപോകുന്നു. ഇതെല്ലാം പറിച്ചെറിഞ്ഞ് എല്ലാ വ്യഥകളിൽ നിന്നും മോചനം നേടാൻ ചിലപ്പോഴെങ്കിലും ഞാൻ ആഗ്രഹിച്ചു. പക്ഷേ, അതിന് ഒരു വഴിമാത്രമേയുള്ളൂവെന്ന് എനിക്കറിയാമായിരുന്നു. മരണം. മരണത്തിലൂടെ മാത്രമേ എന്നെ ചൂഴ്ന്നു നിൽക്കുന്ന ദുഃഖത്തെയും നിരാശയെയും തീവ്രയാതനകളെയും ഒഴിവാക്കാനാവൂ. പക്ഷേ, മരിക്കാൻ എനിക്ക് ഭയമായിരുന്നു. ആ വീട്ടുകാരുടെ സ്നേഹനിർഭരമായ പെരുമാറ്റത്തെ ഞാൻ മനസാ വന്ദിച്ചു. പക്ഷേ ഞാൻ അവരിലൊരാളല്ല എന്ന ചിന്ത എന്നെ നിരന്തരം വേദനിപ്പിച്ചു. വൃദ്ധന്റെയും ഫെലിക്സിന്റെയും അഗതയുടെയും അവരുടെ പുതിയ അതിഥിയായ സാഫിയുടെയും സ്നേഹമസൃണമായ വാക്കുകളും പ്രവൃത്തികളും എന്നെ ഉദ്ദേശിച്ചായിരുന്നില്ല. ഞാനൊരു ശപിക്കപ്പെട്ടവനാണല്ലോ. ആർക്കും വേണ്ടാത്ത ഒരു നികൃഷ്ടൻ!

എന്നാലും അവരിൽ നിന്നും പൂർണമായും ഒഴിഞ്ഞുനിൽക്കാൻ എനിക്കായില്ല. അവരുടെ സംഭാഷണങ്ങളും ക്ലാസുകളും ഞാൻ മുമ്പത്തെപ്പോലെ രഹസ്യമായി ശ്രദ്ധിച്ചുപോന്നു. സ്ത്രീപുരുഷ ഭേദത്തെപ്പറ്റിയും ശിശുജനനത്തെപ്പറ്റിയും കുടുംബ ബന്ധങ്ങളെപ്പറ്റിയുമുള്ള പുതിയ പുതിയ അറിവുകൾ എന്റെ മനസിൽ സ്ഥാനം പിടിച്ചു,

പക്ഷേ, എന്റെ സുഹൃത്തുക്കളും ബന്ധുജനങ്ങളും എവിടെയാണ്? എനിക്കറിയില്ല. എന്റെ വളർച്ചയുടെ ആനന്ദം നുകരാൻ എനിക്കച്ഛനില്ല. എന്നെ ലാളിക്കാനോ തലോടാനോ അമ്മയുമില്ല. ഞാനൊരു കളങ്കമാണ്. മറ്റുള്ളവരിൽ നിന്നും തീർത്തും വ്യത്യസ്തൻ. രാക്ഷസൻ, വിരൂപൻ, വെറുക്കപ്പെട്ടവൻ. ആരാണ് എന്നോടു കൂട്ടുകൂടുക? ആരാണെന്നെ പരിഗണിക്കുക? ഞാനാരാണ്? ഈ ചോദ്യങ്ങൾ എന്റെ മനസിൽ നിരന്തരം മുഴങ്ങിക്കൊണ്ടിരുന്നു. ഉത്തരം ലഭിക്കാത്ത ചോദ്യങ്ങൾ.

14

ആ വീട്ടുകാരുടെ ചരിത്രം കുറെക്കഴിഞ്ഞാണ് ഞാൻ മനസിലാക്കിയത്. അങ്ങേയറ്റം ദയനീയവും സങ്കടകരവുമായിരുന്നു അത്. ഞാനതു ചുരുക്കിപ്പറയാം.

വൃദ്ധന്റെ പേര് ഡിലേസി എന്നായിരുന്നു. ഫ്രാൻസിലെ ഒരു കുലീന കുടുംബമായിരുന്നു അയാളുടേത്. എല്ലാവരും സ്നേഹിക്കുകയും ബഹു

മാനിക്കുകയും ചെയ്ത ഒരു കുടുംബം. എന്റെ വരവിനു കുറേ മുമ്പുവരെ പാരീസ് എന്നു വിളിക്കുന്ന സുഖസൗകര്യങ്ങളേറെയുള്ള ഒരു പട്ടണത്തിലാണ് അവർ താമസിച്ചിരുന്നത്. സുഹൃത്തുക്കളുടെയും ബന്ധുക്കളുടെയും നടുവിൽ എല്ലാവിധ ആഡംബരങ്ങളോടും കൂടി അവർ കഴിഞ്ഞു.

അവരുടെ ഇപ്പോഴത്തെ തകർച്ചയ്ക്കു കാരണം സാഫിയുടെ പിതാവായിരുന്നു. തുർക്കിക്കാരനായ ഒരു കച്ചവടക്കാരനായിരുന്നു അയാൾ. ഏറെക്കാലമായി അയാൾ പാരീസിലായിരുന്നു താമസം. ഏതോ കാരണം കൊണ്ട് അയാൾ ഗവൺമെന്റിന് അനഭിമതനായിത്തീർന്നു. പിതാവിനോടൊപ്പം താമസിക്കാൻ കോൺസ്റ്റാന്റിനോപ്പിളിൽ നിന്നും സാഫി പാരീസിലെത്തിയ ദിവസം തന്നെയാണ് അയാളെ അറസ്റ്റു ചെയ്തത്. വിചാരണയ്ക്കു ശേഷം അയാൾക്കു വധശിക്ഷ ലഭിച്ചു. ക്രൂരവും അധാർമികവുമായ ഈ വിധി കേട്ടു പാരീസ് നഗരം നടുങ്ങി. വിഭിന്ന മതക്കാരനായതും കണക്കറ്റ സമ്പത്തിനുടമയായതുമാണ് സത്യത്തിൽ അയാൾക്ക് വിനയായിത്തീർന്നത്. മനുഷ്യത്വരഹിതമായ ഈ ശിക്ഷയെക്കുറിച്ചറിഞ്ഞപ്പോൾ ഫെലിക്സിനു ഭരണകൂടത്തോട് കടുത്ത അമർഷമുണ്ടായി. എങ്ങനെയെങ്കിലും ആ കച്ചവടക്കാരനെ തടവറയിൽ നിന്നു മോചിപ്പിക്കുമെന്ന് അവൻ ശപഥം ചെയ്തു. അതിനെത്തുടർന്ന് കടുത്ത ക്ലേശങ്ങൾ സഹിച്ച് അവൻ ജയിലിലെത്തി. കച്ചവടക്കാരനെക്കണ്ടു കാര്യങ്ങൾ ധരിപ്പിച്ചു. അതുകേട്ട് അയാൾ അതിയായി സന്തോഷിച്ചു. തന്നെ മോചിപ്പിച്ചാൽ ഏകമകളായ സാഫിയെ വിവാഹം കഴിപ്പിച്ചു തരാമെന്നും അതോടൊപ്പം തന്റെ എല്ലാ സമ്പത്തും നൽകാമെന്നും അയാൾ വാഗ്ദാനം ചെയ്യുകയുണ്ടായി. ഫെലിക്സ് പക്ഷേ, അതു നിരസിച്ചു. എങ്കിലും സാഫിയുടെ സൗന്ദര്യം അവന്റെ ഹൃദയം കവർന്നപ്പോൾ അവളെ സ്വന്തമാക്കുവാൻ അവൻ ആഗ്രഹിച്ചു. സാഫിക്കും ഫെലിക്സിനെ ഇഷ്ടമായിരുന്നു. അവൾ തന്റെ ഹൃദയാഭിലാഷങ്ങളെല്ലാം കത്തുകളിലാക്കി അവനു കൈമാറിയിരുന്നു. അവളുടെ അച്ഛന് ഫ്രഞ്ചുഭാഷ അറിയാവുന്ന ഒരു ജോലിക്കാരനുണ്ടായിരുന്നു. അയാളുടെ സഹായത്തോടെയാണ് സാഫി ഫെലിക്സിന് കത്തുകൾ കൈമാറിയത്. അതിന്റെ ചില പകർപ്പുകൾ എന്റെ കൈവശമുണ്ട്. ഞാനത് നിങ്ങൾക്കു നൽകാം. ഞാൻ പറഞ്ഞകാര്യങ്ങളെല്ലാം ശരിയാണെന്നു തെളിയിക്കാൻ അവയ്ക്കു കഴിയും.

സാഫിയുടെ അമ്മ ഒരു ക്രിസ്ത്യാനിയായിരുന്നു. അവളെ തുർക്കികൾ പിടിച്ചുകൊണ്ടുപോയി അടിമയാക്കി വച്ചിരിക്കുകയായിരുന്നു. അവളുടെ സൗന്ദര്യത്തിൽ ആകൃഷ്ടനായി തുർക്കിക്കാരനായ പിതാവ് അവളെ വിവാഹം കഴിച്ചു. തന്റെ മതസംഹിതകൾക്കനുസരിച്ചാണ് അമ്മ സാഫിയെ വളർത്തിയത്. ഉന്നതമായ ബുദ്ധിശക്തിയും വിവേകവും ആർജിക്കുവാൻ അവർ മകളെ പഠിപ്പിച്ചു. അമ്മയുടെ മരണത്തെത്തുടർന്ന് സ്വതന്ത്രമായ കാഴ്ചപ്പാടുകളുള്ള ഒരു വനിതയായി പുതിയൊരു ജീവിതത്തിനു തുടക്കം കുറിക്കുവാൻ അവൾ തീരുമാനിച്ചു. അച്ഛന്റെ

മതം അനുശാസിക്കുന്ന നിയന്ത്രണങ്ങൾക്കുള്ളിൽ ജീവിതത്തെ തളച്ചിടുവാൻ അവൾ തയാറായില്ല. ഒരു ക്രിസ്തുമത വിശ്വാസിയെ വിവാഹം ചെയ്ത് സ്ത്രീകൾക്കു തുല്യപ്രാധാന്യം നൽകിയിട്ടുള്ള ഏതെങ്കിലുമൊരു ദേശത്ത് ജീവിക്കാനാണ് അവൾ ആഗ്രഹിച്ചത്.

കച്ചവടക്കാരന്റെ വധശിക്ഷയുടെ ദിവസം ഉറപ്പിച്ചു. എന്നാൽ അതിന്റെ തലേന്നുരാത്രി ഫെലിക്സിന്റെ സഹായത്തോടെ അയാൾ തടവറയിൽ നിന്നും രക്ഷപ്പെട്ടു. പ്രഭാതമായപ്പോഴേക്കും പാരീസിൽ നിന്ന് എത്രയോദൂരം അയാളെത്തിച്ചേർന്നിരുന്നു. ഫെലിക്സ് ഇതിനിടെ തനിക്കും അച്ഛനും സഹോദരിക്കും മൂന്നു പാസ്പോർട്ടുകൾ സംഘടിപ്പിച്ചിരുന്നു. കാര്യങ്ങളെല്ലാം അവൻ അച്ഛനോടു വിശദീകരിക്കുകയും ചെയ്തു.

അതിൻപ്രകാരം ഒരു നീണ്ടയാത്ര പോവുകയാണെന്ന് അയൽക്കാരോടു പറഞ്ഞ് അവർ വീടുവിട്ടിറങ്ങി. അച്ഛനും സഹോദരി അഗതയും പാരീസിലെ ആൾതാമസം തീരെ കുറവായ ഒരു പ്രദേശത്ത് ആരുടെയും ശ്രദ്ധയിൽപ്പെടാതെ ഒളിച്ചു താമസിച്ചു. അതേസമയം അവരുടെ പാസ്പോർട്ടിൽ ഫെലിക്സ് കച്ചവടക്കാരനെയും സാഫിയെയും ലയോൺസിലേക്കും, അവിടെനിന്നും മോങ്ങ്സെനിസ് വഴി ലഗോണിലേക്കും കൊണ്ടുപോയി. തന്റെ മകൾ ഒരു ക്രിസ്ത്യാനിയെ വിവാഹം കഴിക്കുന്നതിൽ കച്ചവടക്കാരനു സത്യത്തിൽ തീരെ താൽപ്പര്യമുണ്ടായിരുന്നില്ല. പക്ഷേ, ആ ഇഷ്ടക്കേട് അയാൾ പുറമേക്കു പ്രകടിപ്പിച്ചില്ല. ഫെലിക്സിന്റെ മനസിൽ സാഫിയെ വിവാഹം കഴിക്കുന്നതു സംബന്ധിച്ച പ്രതീക്ഷകൾ വളർത്തുവാൻ അയാൾ ശ്രമിച്ചുകൊണ്ടിരുന്നു. അതേസമയം മനസിൽ അയാൾ മറ്റുചില പ്ലാനുകൾ തയാറാക്കുകയായിരുന്നു. ഫെലിക്സ് വിചാരിച്ചാൽ തന്നെ വീണ്ടും അകത്താക്കാൻ കഴിയുമെന്നു കച്ചവടക്കാരന് അറിയാമായിരുന്നു. അതുകൊണ്ടുതന്നെ അവനു യാതൊരു സംശയവും ഉണ്ടാകാതിരിക്കാൻ അയാൾ പരമാവധി ശ്രമിച്ചു. അവനറിയാതെ മകളെയും കൂട്ടി മറ്റെവിടേക്കെങ്കിലും പോകാനായിരുന്നു അയാളുടെ ഉദ്ദേശ്യം. പാരീസിൽ നിന്നും വന്ന ഒരു വാർത്ത അതെളുപ്പമാക്കിത്തീർത്തു.

കച്ചവടക്കാരൻ തടവുചാടിയതിനു പിന്നിൽ ഫെലിക്സാണെന്ന് അന്വേഷണത്തിൽ തെളിഞ്ഞിരുന്നു. അവനെ കണ്ടുകിട്ടാത്തതിനാൽ ഒളിവിൽ കഴിയുകയായിരുന്ന അച്ഛനെയും സഹോദരിയെയും അറസ്റ്റ് ചെയ്തു ജയിലിലടയ്ക്കാൻ സർക്കാർ ഉത്തരവിട്ടു. ഈ വാർത്തയറിഞ്ഞ ഫെലിക്സ് തകർന്നുപോയി. അന്ധനും വൃദ്ധനുമായ അച്ഛനും പ്രിയപ്പെട്ട സഹോദരിയും ഇരുട്ടറയിൽ കഴിയുമ്പോൾ താൻ സ്വതന്ത്രനായി സുഖസൗകര്യങ്ങൾക്കു നടുവിൽ കഴിയുന്നത് അവനു ചിന്തിക്കാനേ കഴിഞ്ഞില്ല. പാരീസിൽ തിരിച്ചെത്തി അവൻ അധികാരികളുടെ മുന്നിൽ കീഴടങ്ങി. താൻ കീഴടങ്ങിയാൽ അച്ഛനും സഹോദരിയും രക്ഷപ്പെടുമെന്ന് അവൻ പ്രതീക്ഷിച്ചു.

പക്ഷേ അതുണ്ടായില്ല. വിചാരണ തുടങ്ങുന്നതിനുമുമ്പ് അഞ്ചുമാസത്തോളം അവർക്കു ജയിലിൽ കഴിയേണ്ടിവന്നു. പിന്നീട് അവരുടെ സ്വത്തുക്കളെല്ലാം കണ്ടുകെട്ടുകയും അവരെ നാടുകടത്തുകയും ചെയ്തു.

അങ്ങനെയാണവർ ജർമനിയിലെത്തിയത്. അവിടത്തെ ഒരു നാട്ടിൻപുറത്തെ ചെറിയൊരു വീട്ടിൽ അവർ കഴിയുമ്പോഴാണ് ഞാനവിടെയെത്തുന്നത്. തുർക്കിക്കാരനായ ആ കച്ചവടക്കാരൻ കടുത്ത വഞ്ചനയാണ് അവരോടു ചെയ്തത്. തുച്ഛമായ ഒരു തുക ഫെലിക്സിന് അയച്ചുകൊടുത്ത് അയാൾ മകളെയും കൂട്ടി ഇറ്റലിയിൽ നിന്നും പൊയ്ക്കളഞ്ഞു.

ഇതായിരുന്നു ഫെലിക്സിന്റെ ദുഃഖത്തിന്റെയും നിരാശയുടെയും കാരണം. നിയമത്തിനു മുന്നിൽ അവനും കുടുംബവും രാജ്യദ്രോഹികളായി. പൊതുസമൂഹത്തിൽ അപമാനിതരായി. സ്വത്തും പണവും നഷ്ടപ്പെട്ടു. സർവോപരി വിശ്വസിച്ചവർ ക്രൂരമായി വഞ്ചിക്കുകയും ചെയ്തു. ഫെലിക്സിനെ മറക്കാൻ കച്ചവടക്കാരൻ മകളോട് നിരന്തരം ആവശ്യപ്പെട്ടിരുന്നു. പക്ഷേ അച്ഛനെപ്പോലെ സങ്കുചിത മനസിന്റെ ഉടമയായിരുന്നില്ല അവൾ. അവളുടെ മനസുനിറയെ ഫെലിക്സ് മാത്രമേ ഉണ്ടായിരുന്നുള്ളൂ. അതുകൊണ്ടുതന്നെ അച്ഛന്റെ എതിർപ്പുകൾ വകവെക്കാതെ അവളൊരു ദിവസം ഫെലിക്സിനെ തേടിയിറങ്ങി. ദിവസങ്ങളോളം കടുത്ത വിഷമങ്ങൾ സഹിച്ച് അവസാനം അവൾ ആ വീട്ടിലെത്തുകയും ചെയ്തു. അതോടെ അവിടെ ആഹ്ലാദം നിറഞ്ഞു. എന്നോ നഷ്ടപ്പെട്ട ശാന്തിയും സമാധാനവും അവിടെ വീണ്ടും വന്നുചേർന്നു.

15

ഇതൊക്കെയാണ് എന്റെ സുഹൃത്തുക്കളുടെ ചരിത്രം. അതെന്നെ ആഴത്തിൽ സ്പർശിച്ചു. അവരുടെ നന്മകളെ അംഗീകരിക്കുവാനും മനുഷ്യവർഗത്തിന്റെ തിന്മകളെ കഠിനമായി ആക്ഷേപിക്കാനും ഞാൻ പഠിച്ചു.

അതോടെ ഞാൻ പോലുമറിയാതെ എന്റെയുള്ളിൽ കരുണയും ഹൃദയവിശാലതയും നിറഞ്ഞു. ആ നല്ല ഗുണങ്ങൾ പ്രകടിപ്പിക്കുവാനുള്ള ഒരവസരത്തിനായി ഞാൻ കാത്തിരുന്നു. എന്റെയുള്ളിലെ ബുദ്ധിയും വിവേകവും വികസിച്ചതിൽ ഒരു സംഭവത്തിനു പ്രത്യേകിച്ചും പങ്കുള്ള കാര്യം ഞാൻ പറയാതെ പോകുന്നതു ശരിയല്ല.

ഒരുരാത്രി വിറകും ഭക്ഷണവും ശേഖരിക്കുന്നതിനു പതിവുപോലെ കാട്ടിലേക്കു പോയതായിരുന്നു ഞാൻ. അവിടെയൊരിടത്ത് ഒരു തോൽപ്പെട്ടി കിടക്കുന്നത് യാദൃച്ഛികമായാണ് എന്റെ കണ്ണിൽപ്പെട്ടത്. അതിൽ കുറച്ച് വസ്ത്രങ്ങളും പുസ്തകങ്ങളും മറ്റെന്തൊക്കെയോ വസ്തുക്കളുമുണ്ടായിരുന്നു. ഞാനതെടുത്ത് കുടിലിലേക്കു കൊണ്ടുവന്നു. ഭാഗ്യവശാൽ ഞാൻ പഠിച്ച ഭാഷയിലുള്ളതായിരുന്നു പുസ്തകങ്ങളെല്ലാം. മിൽട്ടന്റെ *പറുദീസാ നഷ്ടം*, പ്ലൂട്ടാർക്കിന്റെ *ജീവിതങ്ങൾ*, വെർത

റുടെ *ദുഃഖം* എന്നിവയായിരുന്നു അവ. ആ വിശിഷ്ട ഗ്രന്ഥങ്ങൾ സ്വന്തമാക്കാൻ കഴിഞ്ഞതിൽ ഞാനതിയായി സന്തോഷിച്ചു. ഞാൻ അവയെല്ലാം തുടർച്ചയായി വായിക്കാനും അവയിലെ ആശയങ്ങളെപ്പറ്റി ഗൗരവമായി ചിന്തിക്കാനും തുടങ്ങി.

എത്ര ഗാഢമായിട്ടാണ് ആ പുസ്തകങ്ങൾ എന്നെ സ്വാധീനിച്ചതെന്നു പറയാൻ വാക്കുകളില്ല. വിസ്മയാവഹമായ പരിവർത്തനങ്ങളാണ് അവ എന്റെ മനസിൽ സൃഷ്ടിച്ചത്. വെർതറുടെ *ദുഃഖം* ഹൃദയസ്പർശിയായ ഒരു കഥയെന്നതിലുപരി ഒട്ടനവധി നൂതനാശയങ്ങളുടെ കലവറ തന്നെയായിരുന്നു. എന്റെയുള്ളിൽ അതുവരെയുണ്ടായിരുന്ന മങ്ങിയതും ഇരുണ്ടതുമായ ചില വിഷയങ്ങളിൽ വെളിച്ചം വീശുവാൻ അവയ്ക്കു കഴിഞ്ഞു. അതിലെ പ്രതിപാദ്യം എന്റെയുള്ളിൽ വിസ്മയത്തോടൊപ്പം വിജ്ഞാനതൃഷ്ണയും വളർത്തി. അതിൽ പരാമർശിച്ചിരുന്ന മനുഷ്യരിൽ പലരുമായും എനിക്കു സാമ്യമുണ്ടായിരുന്നു. അതേസമയം മറ്റു പല കാര്യങ്ങളിലും ഞാനവരിൽ നിന്നു തികച്ചും വ്യത്യസ്തനുമായിരുന്നു. അവയിലെ ഒരു കഥാപാത്രവുമായും എനിക്കു രൂപസാദൃശ്യമുണ്ടായിരുന്നില്ല എന്നതു സത്യമാണ്. ആ വസ്തുത എന്റെയുള്ളിൽ വീണ്ടും ചില ചോദ്യങ്ങളുണർത്തി. ഞാൻ ഏകനാണോ? എന്നെച്ചൊല്ലി ദുഃഖിക്കാനും സഹതപിക്കാനും ആരെങ്കിലുമുണ്ടോ? എന്റെ രൂപം ഇത്രമാത്രം വലുതും ഭയാനകവുമായതെന്തേ? ഞാനാരാണ്? ഞാനെവിടെ നിന്നാണ് വന്നത്? ഈ ചോദ്യങ്ങൾക്കൊന്നും പക്ഷേ എനിക്ക് വ്യക്തമായ മറുപടിയുണ്ടായിരുന്നില്ല.

പ്ലൂട്ടാർക്കിന്റെ പുസ്തകത്തിൽ പ്രാചീനകാലത്തെ ഭരണകൂടങ്ങളെക്കുറിച്ചും അവയുടെ സ്ഥാപകന്മാരെക്കുറിച്ചുമാണ് പ്രതിപാദിച്ചിരുന്നത്. വെർതറുടെ *ദുഃഖത്തിൽ* നിന്നും തികച്ചും ഭിന്നമായ ഒരു പ്രതികരണമാണ് അതെന്നിലുണ്ടാക്കിയത്. വെർതറുടെ സങ്കൽപ്പങ്ങളിൽ ദുഃഖത്തെയും നിരാശതയയും പറ്റിയാണ് ഞാൻ പഠിച്ചത്. എന്നാൽ ഉന്നതമായ ചിന്തകളാണ് പ്ലൂട്ടാർക്ക് എനിക്കു നൽകിയത്. കഴിഞ്ഞകാലഘട്ടങ്ങളിലെ ധീരവ്യക്തിത്വങ്ങളെ സ്നേഹിക്കാനും ആരാധിക്കാനും അതെന്നെ പഠിപ്പിച്ചു. രാജ്യങ്ങളെയും നദികളെയും സമുദ്രങ്ങളെയും കുറിച്ചുണ്ടായിരുന്ന പരിമിതമായ അറിവ് ഈ പുസ്തകത്തിന്റെ വായനയിലൂടെ വികസ്വരമായ നന്മയെ സ്നേഹിക്കാനും തിന്മയെ ചെറുക്കാനുമുള്ള പ്രേരണ എന്നിൽ ദൃഢമാക്കിയത് ഈ പുസ്തകമാണ്.

ഇതിൽ നിന്നും പലതുകൊണ്ടും വ്യത്യസ്തമായ പുസ്തകമായിരുന്നു *പറുദീസാ നഷ്ടം.* അതെന്നിൽ കൂടുതൽ ആഴത്തിലുള്ള വൈകാരികാനുഭവങ്ങൾ സൃഷ്ടിക്കുകയുണ്ടായി. മറ്റുപുസ്തകങ്ങളെപ്പോലെ ഒരു ചരിത്രപുസ്തകമാണെന്നു കരുതിയാണ് ഞാനത് വായിക്കാൻ തുടങ്ങിയത്. അതിൽ പറയുന്ന പല കാര്യങ്ങളുമായും എന്റെ ജീവിതത്തിനു സാമ്യമുണ്ടായിരുന്നു. ആദാമിനെപ്പോലെ ആരോരുമില്ലാത്തവനായിരുന്നു ഞാൻ. പക്ഷേ മറ്റു കാര്യങ്ങളിൽ അയാൾ എന്നെപ്പോലെയായിരുന്നില്ല.

സ്രഷ്ടാവിന്റെ കൈകളിൽ നിന്നും എല്ലാ സുഖസൗകര്യങ്ങളും മനസു നിറയെ ആഹ്ലാദവുമായാണ് ആദം വന്നത്. ദൈവത്തിന്റെ ശ്രദ്ധയും കരുണയും അയാളുടെ മേൽ എപ്പോഴുമുണ്ടായിരുന്നു. ആദത്തിനു പിന്നീട് ഒരു ഇണയെക്കിട്ടി. അതോടെ ക്രൂരമായ ഏകാന്തതയിൽ നിന്നും അയാൾ മോചനം നേടുകയും ചെയ്തു. എന്നാലെന്റെ സ്ഥിതിയോ? ഞാനെപ്പോഴും നികൃഷ്ടനും നിസ്സഹായനും ഏകാകിയുമായിരുന്നു. സത്യത്തിൽ ആദാമിനേക്കാൾ എനിക്കിണങ്ങുന്നത് ചെകുത്താനാണെന്ന് എത്രയോ തവണ ഞാൻ മനസിൽ വിചാരിച്ചിട്ടുണ്ട്.

ഇത്തരം വികാരങ്ങൾ എന്റെയുള്ളിൽ ശക്തമായിത്തീരുവാൻ മറ്റൊരു കാരണവുമുണ്ടായിരുന്നു. യാദൃച്ഛികമായുണ്ടായ ഒരു സംഭവമായിരുന്നു അതും. നിങ്ങളുടെ പരീക്ഷണശാലയിൽ നിന്നും ഞാൻ ചില കുപ്പായങ്ങളെടുത്തിരുന്നല്ലോ. അതിന്റെ കീശയിൽ ചില കടലാസുകളുണ്ടായിരുന്നു. ആദ്യമൊന്നും ഞാനത് ശ്രദ്ധിച്ചിരുന്നില്ലെങ്കിലും അക്ഷരം പഠിച്ചുകഴിഞ്ഞപ്പോൾ ഞാൻ അവയെടുത്ത് വായിക്കാൻ തുടങ്ങി. എന്റെ സൃഷ്ടിക്കു മുമ്പുള്ള നാലുമാസത്തെ നിങ്ങളുടെ പ്രവർത്തനങ്ങളെപ്പറ്റിയും കണ്ടെത്തലുകളെപ്പറ്റിയും മറ്റുമായിരുന്നു അതിലുണ്ടായിരുന്നത്. നിങ്ങളുടെ പ്രവർത്തനത്തിലെ പുരോഗതിയുടെ ഓരോ ഘട്ടവും സൂക്ഷ്മമായിത്തന്നെ അതിൽ രേഖപ്പെടുത്തിയിട്ടുണ്ടായിരുന്നു. ഇടയ്ക്കിടെ ചില വീട്ടുകാര്യങ്ങളും അതിൽ കണ്ടിരുന്നു. എന്റെ ശപിക്കപ്പെട്ട ജന്മത്തെക്കുറിച്ചുള്ള പരാമർശങ്ങളായിരുന്നു അതിലേറെയും ഉണ്ടായിരുന്നത്. എന്റെ സൃഷ്ടിയെച്ചൊല്ലിയുള്ള നിങ്ങളുടെ ഭീതിയും ആശങ്കയുമെല്ലാം അതിൽ വിശദീകരിച്ചത് ഞാൻ വായിച്ചിരുന്നു. അതു വായിച്ചപ്പോൾ സത്യത്തിൽ ഞാൻ തളർന്നുപോയി. "എന്തൊരു ശപിക്കപ്പെട്ട മുഹൂർത്തത്തിലാണ് ഞാൻ പിറന്നത്..." തീവ്രദുഃഖവും നിരാശയും കൊണ്ട് ഞാനലറിക്കരഞ്ഞു. "ദുഷ്ടനും ക്രൂരനുമായ സ്രഷ്ടാവേ, എന്തിനു നിങ്ങളീ കടുംകൈ ചെയ്തു? നിങ്ങൾ പോലും മുഖം തിരിക്കുന്ന വിധം ഭീകരരൂപിയായ ഒരു സത്വത്തെ എന്തിനുവേണ്ടിയാണ് സൃഷ്ടിച്ചത്? ദയാനിധിയായ ദൈവം അവന്റെ സ്വന്തം ഛായയിലാണ് മനുഷ്യരെ സൃഷ്ടിക്കുന്നത്. എന്നാലെന്റെ രൂപം എത്രമാത്രം വെറുക്കപ്പെട്ടതും ഭീകരവുമാണ്! ചെകുത്താനുപോലും ഈ ലോകത്തു കൂട്ടാളികളും ഇണകളുമുണ്ട്. എനിക്കതുമില്ല. ഞാൻ തികച്ചും ഏകാകിയാണ്..." ആ സമയത്തെ എന്റെ അവസ്ഥ എത്രമാത്രം ദയനീയമായിരുന്നെന്നോ? നിസ്സഹായതയും ഏകാന്തതയും എന്നെ ശരിക്കും ഭ്രാന്തനാക്കിയിരുന്നു. പക്ഷേ, ആ വീട്ടുകാരെപ്പറ്റി ചിന്തിക്കവെ, അവരുടെ മനസിലെ നന്മയെക്കുറിച്ചോർക്കവെ എന്റെയുള്ളിൽ പ്രതീക്ഷയുടെ നാളമുയർന്നു. എങ്ങനെയെങ്കിലും അവരുടെ സൗഹൃദം നേടിയെടുക്കണമെന്നു ഞാനാഗ്രഹിച്ചു. അവരുടെ നന്മകളെച്ചൊല്ലി ഞാൻ സന്തോഷിക്കുന്നുവെന്നറിയുമ്പോൾ എന്റെ വൈരൂപ്യത്തെ അവഗണിച്ച് അവരെന്നോടു സഹതാപം കാണിക്കുമെന്നു ഞാൻ കരുതി. കാരുണ്യവും സ്നേഹവും തേടി

അവരുടെ വാതിൽക്കലെത്തുന്ന ഒരുവനെ വൈരൂപ്യത്തിന്റെ പേരിൽ മാത്രം അവർ അവഗണിക്കുമോ? നിരാശനാകാതെ, അവരുമായി എങ്ങനെയെങ്കിലും ഒരു കൂടിക്കാഴ്ച നടത്തുവാനുള്ള അവസരം സൃഷ്ടിക്കാൻ ഞാൻ അതിയായി ആഗ്രഹിച്ചു. ഉടൻതന്നെ ആ വീട്ടിലേക്കു കയറിച്ചെല്ലാനുള്ള ധൈര്യം എനിക്കുണ്ടായിരുന്നില്ല. എന്റെ പരിശ്രമം പരാജയപ്പെടുമോ എന്ന ചിന്ത എന്നെ വല്ലാതെ ഭയപ്പെടുത്തിയിരുന്നു. അതുകൊണ്ടുതന്നെ കുറച്ചുകാലം കൂടി കഴിഞ്ഞിട്ട് പരീക്ഷണത്തിന് ഒരുങ്ങാമെന്നു ഞാൻ തീരുമാനിച്ചു.

ഇതിനിടയിൽ ആ വീട്ടിലും പ്രകടമായ ചില മാറ്റങ്ങൾ സംഭവിച്ചിട്ടുണ്ടായിരുന്നു. സാഫിയുടെ സാന്നിധ്യം അവിടെ ആഹ്ലാദത്തിന്റെ അന്തരീക്ഷമൊരുക്കിയിരുന്നു. സാമ്പത്തികമായും അവർ മുമ്പത്തെക്കാൾ മെച്ചപ്പെട്ടിട്ടുണ്ടെന്നു എനിക്കുതോന്നി. ഫെലിക്സും അഗതയും കൂടുതൽ നേരം വിനോദങ്ങളിലും സൗഹൃദസംഭാഷണങ്ങളിലും ഏർപ്പെടുന്നുണ്ടായിരുന്നു. അവർ സമ്പന്നരായിത്തീർന്നു എന്നല്ല ഞാനുദ്ദേശിച്ചത്. എങ്കിലും മുമ്പത്തെക്കാൾ സന്തോഷവും സമാധാനവും അവർ അനുഭവിച്ചിരുന്നു.

ദിവസങ്ങൾ കൊഴിഞ്ഞുപൊയ്ക്കൊണ്ടിരുന്നു. ശരത്കാലം വന്നുചേർന്നു. ഇലകളെല്ലാം വാടിക്കൊഴിയുന്നതും, അന്തരീക്ഷം ഒരുതരം മടുപ്പിന്റെ മങ്ങിയ ആവരണത്തിനുള്ളിലൊളിക്കുന്നതും അമ്പരപ്പും ദുഃഖവും കലർന്ന മാനസികാവസ്ഥയോടെ ഞാൻ കണ്ടു. പ്രകൃതി വീണ്ടും വിരസവും അനാകർഷകവുമായ ഒരുഭാവം കൈക്കൊള്ളുകയാണ്. ഗ്രീഷ്മത്തിലെ സജീവപ്രതീകങ്ങളായ പൂക്കളും പക്ഷികളും എന്റെ ഇഷ്ടവിഷയങ്ങളായിരുന്നു. ശരത്കാലത്തിന്റെ വരവോടെ അവയെല്ലാം പോയ്മറഞ്ഞപ്പോൾ വീട്ടുകാരിലേക്കും അവരുടെ പ്രവൃത്തികളിലേക്കും എന്റെ ശ്രദ്ധ വീണ്ടും തിരിഞ്ഞു. ശരത്കാലം അവരുടെ ആഹ്ലാദം അൽപ്പം പോലും കവർന്നിട്ടില്ലെന്ന് എനിക്കു മനസിലായി. അവർ മുമ്പത്തെപ്പോലെതന്നെ അന്യോന്യം സ്നേഹിക്കുകയും സഹതപിക്കുകയും ചെയ്തു. അവരെ കൂടുതൽ ശ്രദ്ധിക്കുന്തോറും അവരുടെ കാരുണ്യകടാക്ഷങ്ങൾ എത്രയും വേഗം നേടുവാൻ ഞാനാഗ്രഹിച്ചു. അവരുടെ സ്നേഹവും സഹതാപവും കരസ്ഥമാക്കുവാൻ എന്റെ ഹൃദയം തുടിച്ചു. എന്നെ കാണുന്ന മാത്രയിൽ ഭയംകൊണ്ടും വെറുപ്പുകൊണ്ടും അവർ മുഖം തിരിക്കുമോ എന്ന് ചിന്തിക്കുവാൻ പോലും ഞാനപ്പോൾ ധൈര്യപ്പെട്ടില്ല.

ആ വീട്ടിലേക്കു കയറിച്ചെന്ന് അവരുടെ സൗഹൃദം നേടിയെടുക്കുന്നതിനുള്ള വിവിധ മാർഗങ്ങളെക്കുറിച്ചാണു പിന്നീടുള്ള ദിവസങ്ങളിൽ ഞാൻ പ്രധാനമായും ചിന്തിച്ചത്. വീട്ടിൽ വൃദ്ധൻ മാത്രമുള്ളപ്പോൾ അവിടേക്കു ചെന്ന് അയാളുമായി ചങ്ങാത്തം സ്ഥാപിക്കാമെന്നു അവസാനം ഞാൻ തീരുമാനിച്ചു. അന്ധനായതിനാൽ എന്റെ വൈരൂപ്യം അയാൾക്കു കാണാനാവില്ല. എന്റെ ശബ്ദം പരുക്കനാണെങ്കിലും അതെന്റെ രൂപം

പോലെ പേടിപ്പെടുത്തുന്നതല്ല. അതുകൊണ്ടുതന്നെ വൃദ്ധന്റെ വിശ്വാസം നേടിയെടുത്താൽ മറ്റുള്ളവരുടെ മുന്നിൽ പ്രത്യക്ഷപ്പെടാനാവുമെന്നു ഞാൻ കരുതി.

ഒരുദിവസം എനിക്കതിനുള്ള അവസരം കൈവന്നു. അന്നു ഫെലിക്സും അഗതയും സാഫിയും നടക്കാനിറങ്ങിയിരുന്നു. വീട്ടിൽ വൃദ്ധൻ മാത്രമേ ഉണ്ടായിരുന്നുള്ളൂ. അയാൾ ഗിറ്റാറെടുത്തു കുറേനേരം മനോഹരമായി വായിച്ചു. അതിനുശേഷം ചിന്താമഗ്നനായി അവിടെ കിടന്നു.

എന്റെ ഹൃദയം ശക്തിയായി മിടിച്ചു. ഇതാ എന്റെ ജീവിതത്തിലെ ഏറ്റവും വലിയ പരീക്ഷണത്തിന്റെ സമയം. എന്റെ ഭാവിജീവിതത്തെ ആഹ്ലാദമാണോ നൈരാശ്യമാണോ നയിക്കുകയെന്നു തീരുമാനിക്കപ്പെടുന്ന നിമിഷം. ചുറ്റുപാടും നിശബ്ദമായിരുന്നു. ഞാനാ കുടിലിനെ ലക്ഷ്യമാക്കി നടന്നു. കൈകാലുകൾ കുഴയുന്നതുപോലെ തോന്നിയെങ്കിലും ഒരുവിധം ധൈര്യം സംഭരിച്ച് ഞാൻ വാതിലിൽ മുട്ടി.

"ആരാണത്? അകത്തേക്കു വരൂ..." അകത്തുനിന്നും വൃദ്ധന്റെ ശബ്ദമുയർന്നു.

ഞാൻ കുടിലിനുള്ളിലേക്കു കടന്നു. "അതിക്രമിച്ചു കടന്നതിനു മാപ്പ്.." ഞാൻ പറഞ്ഞു.

"ഞാനൊരു യാത്രക്കാരനാണ്. അൽപ്പം വിശ്രമിച്ചാൽ നന്നായിരുന്നു. അൽപ്പനേരം ഈ നെരിപ്പോടിനരികിൽ ഇരിക്കാനനുവദിച്ചാൽ ഉപകാരമായി."

"പിന്നെന്താ..." വൃദ്ധൻ പറഞ്ഞു. "എന്നെക്കൊണ്ടു കഴിയുന്ന രീതിയിൽ ഞാൻ നിങ്ങളെ സഹായിക്കാം. പക്ഷേ എന്റെ കുട്ടികൾ പുറത്തു പോയിരിക്കുകയാണ്. എനിക്കാണെങ്കിൽ കണ്ണുകാണാനും കഴിയില്ല. നിങ്ങൾക്കു ഭക്ഷണമെന്തെങ്കിലും നൽകാൻ എനിക്കു കഴിയുമോ എന്ന കാര്യം സംശയമാണ്..."

"താങ്കൾ ബുദ്ധിമുട്ടേണ്ടതില്ല. ഭക്ഷണം ഞാൻ കരുതിയിട്ടുണ്ട്. എനിക്കുവേണ്ടത് കുറച്ചുനേരത്തെ വിശ്രമവും ചൂടുമാണ്..."

ഞാനവിടെ ഇരുന്നു. ഞങ്ങൾക്കിടയിൽ മൗനം വന്നുറഞ്ഞു. ഓരോ നിമിഷവും വിലയേറിയതാണെന്ന് എനിക്കു ബോധ്യമുണ്ടായിരുന്നു. പക്ഷേ എങ്ങനെയാണ് സംഭാഷണം തുടങ്ങേണ്ടതെന്ന് എനിക്കറിയില്ലായിരുന്നു. അപ്പോൾ വൃദ്ധൻ ചോദിച്ചു.

"ഭാഷ കേട്ടിട്ട് നിങ്ങൾ എന്റെ നാട്ടുകാരനാണെന്നു തോന്നുന്നു. ഫ്രഞ്ചുകാരനാണോ?"

"അല്ല.." എന്നാൽ ഒരു ഫ്രഞ്ച് കുടുംബമാണ് എന്നെ പഠിപ്പിച്ചത്. ആ ഭാഷ മാത്രമേ എനിക്കറിയൂ. ഞാൻ ആത്മാർഥമായി സ്നേഹിക്കുന്ന ചില സുഹൃത്തുക്കളുണ്ട്. അവരുടെ സംരക്ഷണം തേടിയിറങ്ങിയതാണു ഞാൻ..."

"അവർ ജർമൻകാരാണോ?"

"അല്ല. ഫ്രഞ്ചുകാരാണ്. തൽക്കാലം ആ വിഷയം നമുക്കുവിടാം.

എന്റെ അവസ്ഥ വളരെ ദയനീയമാണ്. ഞാൻ ഭാഗ്യഹീനനും ഏകാകിയുമാണ്. ഭൂമിയിൽ എനിക്കു ബന്ധുവായോ സുഹൃത്തായോ ഒരാൾ പോലുമില്ല. എന്നെപ്പറ്റി അവർക്കൊന്നും അറിഞ്ഞുകൂടാ. എനിക്കു വല്ലാത്ത ഭയമാണ്. അവരുടെ സ്നേഹം നേടുന്നതിൽ ഞാൻ പരാജയപ്പെട്ടാൽ ഈ ലോകത്തു പിന്നെ എനിക്കാരും തുണയുണ്ടാവില്ല.

"നിരാശനാകാതിരിക്കൂ. സ്നേഹിതന്മാരില്ലാതിരിക്കുന്നതു തീർച്ചയായും നിർഭാഗ്യകരമായ കാര്യമാണ്. പക്ഷേ, സ്വാർഥത ബാധിക്കാത്ത മനുഷ്യഹൃദയം സ്നേഹവും, കാരുണ്യവും നിറഞ്ഞതായിരിക്കും. പ്രതീക്ഷ കൈവിടാതിരിക്കൂ. നിങ്ങൾ പറഞ്ഞ സുഹൃത്തുക്കൾ നല്ലവരും ദയാലുക്കളുമാണെങ്കിൽ നിങ്ങൾക്കു നിരാശപ്പെടേണ്ടി വരില്ല."

"അവർ നല്ലവരാണ്. ലോകത്തിലെ ഏറ്റവും നല്ലവർ, പക്ഷേ, നിർഭാഗ്യമെന്നു പറയട്ടെ, അവരെന്നെ തെറ്റിദ്ധരിച്ചിരിക്കുകയാണ്. ഞാനൊരു പാവമാണ്. ഞാനിതുവരെ ആർക്കും ഒരു ദോഷവും ചെയ്തിട്ടില്ല. സഹായങ്ങൾ ചെയ്തിട്ടുമുണ്ട്. പക്ഷേ എന്നെക്കുറിച്ചുള്ള തെറ്റിധാരണയുടെ ഇരുട്ടിലാണവർ. ഒരു സുഹൃത്തെന്നതിനു പകരം ഒരു രാക്ഷസനായിട്ടാണ് എല്ലാവരും എന്നെ കാണുന്നത്."

"അതു തികച്ചും നിർഭാഗ്യം തന്നെയാണ്. എങ്കിലും നിങ്ങൾ നിരപരാധിയാണെങ്കിൽ അവരുടെ തെറ്റിദ്ധാരണ മാറ്റാൻ നിങ്ങൾക്കു കഴിയില്ലേ?"

"ഞാനത് ചെയ്യാൻ തന്നെയാണു പോകുന്നത്. അതേക്കുറിച്ചോർക്കുമ്പോഴാണ് സത്യത്തിൽ എനിക്കു ഭയാശങ്കകളുള്ളത്. ഞാനെന്റെ സുഹൃത്തുക്കളെ വളരെയേറെ ഇഷ്ടപ്പെടുന്നുണ്ട്. അവരറിയാതെ ഞാനവർക്കു പല സഹായങ്ങളും ചെയ്തിട്ടുമുണ്ട്. പക്ഷേ ഞാൻ ഉപദ്രവിക്കുമെന്നാണ് അവർ ഭയപ്പെടുന്നത്. ആ തെറ്റിധാരണ തിരുത്താനാണ് ഞാൻ ശ്രമിക്കുന്നത്."

"നിങ്ങൾ പറഞ്ഞ ഈ സുഹൃത്തുക്കൾ എവിടെയാണ് താമസിക്കുന്നത്?"

"ഇവിടെയടുത്തു തന്നെ..."

അൽപ്പനേരം നിശബ്ദനായി ഇരുന്നതിനുശേഷം വൃദ്ധൻ പറഞ്ഞു.

"നിങ്ങളുടെ കഥ തുറന്നു പറയുകയാണെങ്കിൽ എന്നെക്കൊണ്ടെന്തെങ്കിലും സഹായം ഇക്കാര്യത്തിൽ ചെയ്യാനാകുമോ എന്നുനോക്കാം. ഞാൻ അന്ധനാണ്. അതുകൊണ്ടു തന്നെ നിങ്ങളുടെ മുഖവും രൂപവും എനിക്കു കാണാൻ കഴിയില്ല. എന്നാൽ നിങ്ങളുടെ ശബ്ദത്തിലെ ആത്മാർഥത എനിക്കു മനസിലാക്കാൻ കഴിയുന്നുണ്ട്. ഞാൻ ദരിദ്രനും രാജ്യഭ്രഷ്ടനുമാണ്. എങ്കിലും ഒരു മനുഷ്യജീവിയെ സഹായിക്കാൻ കഴിയുകയെന്നത് എനിക്കു സന്തോഷം നൽകുന്ന കാര്യമാണ്.

"താങ്കൾ നല്ലവനാണ്. ഈ സഹായവാഗ്ദാനങ്ങൾ അത്യധികമായ കൃതജ്ഞതയോടെ ഞാൻ സ്വീകരിക്കുന്നു. താങ്കളുടെ സഹായമുണ്ടെങ്കിൽ ആളുകളെന്നെ ആട്ടിയോടിക്കുകയില്ലെന്നു എനിക്കുറപ്പുണ്ട്..."

"നിങ്ങളെ ദൈവം രക്ഷിക്കട്ടെ. യഥാർഥത്തിൽ നിങ്ങൾ കുറ്റവാളിയാണെങ്കിൽ അതു നിങ്ങളെ നിരാശതയിലേക്കാണു നയിക്കുക; നന്മയിലേക്കാവില്ല. ഞാനും ഭാഗ്യഹീനനാണ്. നിരപരാധികളായിട്ടുപോലും ഞാനും എന്റെ കുട്ടികളും ശിക്ഷ അനുഭവിച്ചു. അപ്പോൾപിന്നെ നിങ്ങളുടെ ദൗർഭാഗ്യത്തിൽ എനിക്കു ദുഃഖമുണ്ടാവില്ലേ?"

"എന്റെ ഏറ്റവും നല്ല സ്നേഹിതാ... ഞാനെങ്ങനെയാണ് താങ്കളോടു നന്ദി പറയേണ്ടത്? കരുണയുടെയും സ്നേഹത്തിന്റെയും വാക്കുകൾ ആദ്യമായി താങ്കളിൽ നിന്നുമാണ് ഞാൻ കേൾക്കുന്നത്. ഞാനെന്നും താങ്കളോടു നന്ദിയുള്ളവനായിരിക്കും. താങ്കൾ എന്നോടു കാട്ടിയ മനുഷ്യത്വം ഞാനിനി കാണാൻ പോകുന്ന സുഹൃത്തുക്കളിൽ നിന്നും എനിക്ക് ലഭിക്കുക തന്നെ ചെയ്യുമെന്ന് ഞാനുറച്ചു വിശ്വസിക്കുന്നു."

"ആ സുഹൃത്തുക്കളുടെ പേരും താമസസ്ഥലവും പറഞ്ഞുതരുമോ?"

കുറച്ചുനേരം ഞാൻ നിശബ്ദനായിരുന്നു. നിർണായകമായ ആ മുഹൂർത്തം ഇതാണെന്ന് എനിക്കു മനസിലായി. എന്റെ ഭാവി തീരുമാനിക്കപ്പെടുന്ന നിമിഷമാണിത്. ഉറച്ചശബ്ദത്തോടെ വൃദ്ധന്റെ ചോദ്യത്തിനു മറുപടി പറയാൻ ഞാൻ ശ്രമിച്ചു. എന്നാൽ ആ ശ്രമം എന്നിൽ അവശേഷിച്ചിരുന്ന ശക്തിയേയും ചോർത്തിക്കളയുകയാണുണ്ടായത്. കസേരയിലേക്കു വീണു ഞാൻ തേങ്ങിക്കരഞ്ഞു... ആ സമയത്താണ് പുറത്തു കാൽപ്പെരുമാറ്റം കേട്ടത്. നഷ്ടപ്പെടുത്താൻ ഒട്ടും സമയമില്ലെന്നു മനസിലായപ്പോൾ വൃദ്ധന്റെ കൈകൾ കൂട്ടിപ്പിടിച്ചു കൊണ്ടു യാചനാസ്വരത്തിൽ ഞാൻ പറഞ്ഞു.

"ഇതാ സമയമായിരിക്കുന്നു. എന്നെ സഹായിക്കൂ.. എന്നെ രക്ഷിക്കൂ... ഞാൻ തിരക്കുന്ന സ്നേഹിതന്മാർ താങ്കളും താങ്കളുടെ കുടുംബവുമാണ്. ഈ പരീക്ഷണഘട്ടത്തിൽ എന്നെ കൈവെടിയരുതേ..."

"എന്റെ ദൈവമേ... അപ്പോൾ നിങ്ങൾ.. നിങ്ങളാരാണ്?"

ആ നിമിഷം തന്നെ വാതിൽ തുറന്നു ഫെലിക്സും അഗതയും സാഫിയും കടന്നുവന്നു. എന്നെ കണ്ടപ്പോഴുള്ള അവരുടെ ഭീതിയും വെറുപ്പും പറയാൻ വാക്കുകളില്ല. അഗത മോഹാലസ്യപ്പെട്ടുവീണു. സാഫി പുറത്തേക്കോടി. ഫെലിക്സ് മുന്നോട്ടു കുതിച്ചു, അമാനുഷിക ശക്തിയോടെ എന്നെ വൃദ്ധന്റെ അരികിൽ നിന്നും തള്ളിമാറ്റി. അത്യധികമായ കോപാവേശത്തോടെ അവനെന്നെ തള്ളിയിട്ട് ഒരു വടികൊണ്ടു ക്രൂരമായി മർദിക്കാൻ തുടങ്ങി. ഒരു സിംഹം കൃഷ്ണമൃഗത്തെയെന്നപോലെ വളരെ നിസ്സാരമായി എനിക്കവനെ പിച്ചിക്കീറാമായിരുന്നു. പക്ഷേ തീവ്രമായ നിരാശയിലും ഹൃദയവേദനയിലും മുങ്ങിപ്പിടയുകയായിരുന്നു ഞാൻ. അവനെന്നെ വീണ്ടും മർദിക്കാനൊരുമ്പെടുന്നതു കണ്ടപ്പോൾ ഞാനവിടെ നിന്നും ഇറങ്ങിയോടി എന്റെ കുടിലിൽ കയറി ഒളിച്ചിരുന്നു.

16

"ശപിക്കപ്പെട്ട സ്രഷ്ടാവേ; ഞാനെന്തിനു ജീവിച്ചു? നിങ്ങളെന്നിൽ വിവേകശൂന്യമായി നിക്ഷേപിച്ച ജീവസ്ഫുരണം ആ നിമിഷം തന്നെ ഞാനെന്തുകൊണ്ടു കെടുത്തിക്കളഞ്ഞില്ല? എനിക്കറിയില്ല. അപ്പോഴെന്നെ നിരാശ പിടികൂടിയിരുന്നില്ല. ക്രോധവും പ്രതികാരചിന്തയുമായിരുന്നു അപ്പോഴെന്നെ മഥിച്ചിരുന്നത്. ആ വീടും അതിലെ താമസക്കാരെയും എന്നെന്നേക്കുമായി നശിപ്പിച്ച് അവരുടെ കരച്ചിലും ആക്രന്ദനങ്ങളും കണ്ട് സന്തോഷിക്കാൻ ഞാനാഗ്രഹിച്ചു.

രാത്രിയായപ്പോൾ ഞാനെന്റെ കുടിലിൽ നിന്നും പുറത്തിറങ്ങി. കാട്ടിലൂടെ അലഞ്ഞുനടന്നു. മനസിൽ വിങ്ങിപ്പൊട്ടി നിന്നിരുന്ന തീവ്രവേദന ഭയങ്കരമായ കൂവലുകളിലൂടെയും ഓലിയിടലുകളിലൂടെയുമാണ് ഞാൻ പുറത്തുവിട്ടത്. സർവതും നശിപ്പിച്ചു മദിച്ചു നടക്കുന്ന ഒരു കാട്ടുമൃഗത്തിന്റെ അവസ്ഥയായിരുന്നു അപ്പോഴെനിക്ക്. ഓ; എന്തൊരു നശിച്ച രാത്രിയായിരുന്നു അത്! ആകാശത്ത് നക്ഷത്രങ്ങൾ എന്നെ കളിയാക്കിക്കൊണ്ടിരുന്നു. ഇലകൊഴിഞ്ഞ മരങ്ങളുടെ ചില്ലകൾ എന്റെ തലയ്ക്കു മുകളിലായി ആടുന്നുണ്ടായിരുന്നു. ഇടയ്ക്കിടെ ഏതോ പക്ഷിയുടെ കൂജനങ്ങൾ നിശ്ശബ്ദതയെ ഭജ്ഞിച്ചുകൊണ്ട് ഉയർന്നുകൊണ്ടിരുന്നു. ഞാനൊഴികെ എല്ലാവരും ആഹ്ലാദിക്കുകയായിരുന്നു. ഞാനാണെങ്കിലോ, ഒരു വലിയ നരകാഗ്നിയും ഹൃദയത്തിൽ പേറിക്കൊണ്ട് ഗതികിട്ടാതെ അലഞ്ഞുതിരിയുകയും ചെയ്യുന്നു. എന്റെ അവസ്ഥയിൽ പരിതപിക്കാത്ത മരങ്ങളെയും മറ്റും വലിച്ചുകീറി സർവനാശംവിതച്ച് താണ്ഡവമാടാൻ ഞാൻ കൊതിച്ചു.

പക്ഷേ, കഠിനമായ ഈ മാനസികാവസ്ഥ എനിക്കു കൂടുതൽ നേരം സഹിക്കാനായില്ല. അത്യധികമായ ശാരീരികാധ്വാനത്താൽ തളർന്നു വ്രണിത ഹൃദയനായി ഞാൻ നനഞ്ഞ പുൽച്ചെടികൾക്കിടയിലേക്കു വീണു. ഈ ലോകത്തെ കോടാനുകോടി മനുഷ്യർക്കിടയിൽ എന്നെ സ്നേഹിക്കാനോ, എന്നോടു കരുണ കാണിക്കാനോ ആരുമുണ്ടായിരുന്നില്ല. എങ്കിൽപ്പിന്നെ ഞാനെന്തിന് എന്റെ ശത്രുക്കളോടു കരുണ കാണിക്കണം? അതുവേണ്ട. മനുഷ്യവർഗവുമായി നിരന്തരം യുദ്ധത്തിലേർപ്പെടാൻ ആ നിമിഷം ഞാൻ തീരുമാനിച്ചു. പ്രത്യേകിച്ചും, ദയാരഹിതമായ ഈ ലോകത്തേക്ക് എന്നെ തള്ളിവിട്ടവനെ നശിപ്പിക്കുവാൻ ഞാനുറച്ചു.

നേരം വെളുത്തു. മനുഷ്യരുടെ ശബ്ദം കേൾക്കാൻ തുടങ്ങി. പകൽസമയത്ത് അവരുടെ കണ്ണിൽപ്പെടാതെ എന്റെ കുടിലിലേക്ക് തിരിച്ചു പോകുന്നത് അസാധ്യമായിരുന്നു. അതിനാൽ ഞാനൊരു പൊന്തക്കാട്ടിൽ ഒളിച്ചിരുന്നു.

ശുഭകരമായ സൂര്യവെളിച്ചവും ശുദ്ധവായുവും എന്റെ മനസിനെ കുറേ ശാന്തമാക്കി. കഴിഞ്ഞദിവസം ആ വീട്ടിൽ നടന്ന കാര്യങ്ങളെല്ലാം ഞാനൊന്നു വിശകലനം ചെയ്തുനോക്കി. അപ്പോൾ ഞാനൽപ്പം ധൃതി

കാണിച്ചുവെന്ന് എനിക്കു മനസിലായി. സത്യത്തിൽ ഞാൻ അവിവേകമാണ് കാണിച്ചത്. എന്റെ വാക്കുകൾ കേട്ട വൃദ്ധന് എന്നോടു സഹതാപം തോന്നിത്തുടങ്ങിയതായിരുന്നു. പക്ഷേ, അപ്പോഴേക്കും ഞാനെന്റെ വികൃതരൂപം മറ്റുള്ളവർക്കു മുന്നിൽ പ്രദർശിപ്പിച്ച് അവരെ ഭയചകിതരാക്കി. ദിവസങ്ങളോളം ക്ഷമയോടെ കാത്തിരുന്ന് ആ വൃദ്ധന്റെ സ്നേഹവും സൗഹൃദവും നേടിയെടുക്കേണ്ടതായിരുന്നു. എല്ലാം ഒറ്റയടിക്ക് സംഭവിച്ചതാണു കുഴപ്പമായത്. വലിയൊരു തെറ്റാണ് എന്റെ ഭാഗത്തു സംഭവിച്ചിരിക്കുന്നത്. എങ്കിലും അതു തിരുത്താവുന്നതേയുള്ളൂ എന്നെനിക്കു തോന്നി. അവിടേക്കു തന്നെ തിരിച്ചുപോയി വൃദ്ധനെ വീണ്ടും കണ്ട് അയാളുമായി ചങ്ങാത്തം കൂടുവാൻ ഞാൻ തീരുമാനിച്ചു.

ഈ ചിന്തകളിൽ എന്റെ മനസ്സ് ശാന്തമായി. ഉച്ചയ്ക്കുശേഷം ഞാൻ കുറേനേരം ഉറങ്ങി. എങ്കിലും എന്റെ രക്തത്തിലെ ജ്വരസമാനമായ അവസ്ഥ പൂർണമായും മാറിയിരുന്നില്ല. തലേദിവസത്തെ സംഭവങ്ങൾ ദുഃസ്വപ്നങ്ങളായി എന്നെ പിന്തുടർന്നപ്പോൾ ഞാൻ ഞെട്ടിയുണർന്നു. അപ്പോൾ രാത്രിയായിരുന്നു. ഞാൻ എഴുന്നേറ്റ് ഭക്ഷണം തേടിനടന്നു.

വിശപ്പു മാറിയപ്പോൾ ഞാനെന്റെ കുടിലിലേക്കു ചെന്നു. ചുറ്റും കനത്ത നിശ്ശബ്ദതയായിരുന്നു. വീട്ടുകാർ ഉണരുന്ന സമയവും പ്രതീക്ഷിച്ചുകൊണ്ട് ഞാൻ കുടിലിനുള്ളിലിരുന്നു. നേരമെത്രയോ കഴിഞ്ഞു. സൂര്യനുദിച്ചു. വെളിച്ചം പരന്നു. പക്ഷേ വീട്ടുകാർ ഉണർന്നെഴുന്നേറ്റ ലക്ഷണമൊന്നും കണ്ടതേയില്ല. അരുതാത്തതെന്തോ സംഭവിച്ചിട്ടുണ്ടെന്ന ചിന്തയിൽ എന്റെ ശരീരം കിടുങ്ങി. വീട്ടിനുള്ളിൽ ഇരുട്ടായിരുന്നു. അതിനുള്ളിൽ ആളനക്കമൊന്നും കേട്ടില്ല. ഭയങ്കരമായ ആ അനിശ്ചിതാവസ്ഥയിൽ എന്തുചെയ്യണമെന്നറിയാതെ ഞാനങ്ങനെയിരുന്നു.

രണ്ടുഗ്രാമീണർ അപ്പോൾ അതുവഴി കടന്നുപോയി. ആ വീടിനു മുന്നിലെത്തിയപ്പോൾ കയ്യും കലാശവും കാട്ടിക്കൊണ്ട് അവരെന്തൊക്കെയോ പറയാൻ തുടങ്ങി. എനിക്കറിയാത്ത മറ്റേതോ ഭാഷയിലായിരുന്നു അവർ സംസാരിച്ചത്. അതുകൊണ്ടുതന്നെ അവർ പറഞ്ഞതൊന്നും എനിക്കു മനസിലായില്ല. കുറച്ചുനേരം കഴിഞ്ഞപ്പോൾ ഫെലിക്സ് മറ്റൊരാളോടൊപ്പം അവിടെയെത്തി. സാധാരണ രാവിലെ അവൻ ജോലിക്കു പോകാറുള്ളതാണ്. അവന്റെ പതിവിനു വിപരീതമായ പെരുമാറ്റത്തിന്റെ പൊരുളറിയാൻ ആകാംക്ഷയോടെ ഞാൻ കാത്തിരുന്നു.

"മൂന്നു മാസത്തെ വാടക നിങ്ങൾ നൽകേണ്ടിവരും. കൂടാതെ തോട്ടത്തിലെ വിളവുകളും നിങ്ങൾക്കു നഷ്ടപ്പെടും." കൂടെ വന്ന മനുഷ്യൻ ഫെലിക്സിനോടു പറഞ്ഞു. "ശരിയായ മാർഗത്തിലൂടെയല്ലാതെ എന്തെങ്കിലും എടുക്കുവാൻ എനിക്കിഷ്ടമല്ല. അതിനാൽ തീരുമാനമെടുക്കുന്നതിനു മുമ്പു കുറച്ചുകൂടി ആലോചിക്കുന്നതു നല്ലതാണെന്നാണ് എന്റെ അഭിപ്രായം."

"ഇനി ആലോചിക്കാനൊന്നുമില്ല." ഫെലിക്സ് മറുപടി പറഞ്ഞു. "ഈ വീട്ടിൽ ഇനി ഞങ്ങൾക്കു താമസിക്കാനാവില്ല. എന്റെ അച്ഛന്റെ

ജീവൻ അപകടത്തിലാണ്. ഭാര്യയും അനിയത്തിയും അവർക്കുണ്ടായ ഭയത്തിൽ നിന്നും ഒരിക്കലും മോചിതരാവില്ല. അതുകൊണ്ട് ഇനിയുമിങ്ങനെ വാദിക്കാൻ നിൽക്കാതെ വേഗം നിങ്ങളുടെ വീട് ഏറ്റുവാങ്ങൂ. ഈ നശിച്ച സ്ഥലത്തുനിന്ന് ഞാൻ വേഗമൊന്ന് രക്ഷപ്പെടട്ടെ."

ഇതുപറയുമ്പോൾ ഫെലിക്സ് കിടുങ്ങി വിറയ്ക്കുന്നുണ്ടായിരുന്നു. തുടർന്ന് രണ്ടുപേരും വീട്ടിനുള്ളിലേക്കു കയറി. കുറച്ചുനേരം കഴിഞ്ഞപ്പോൾ പുറത്തേക്കിറങ്ങിപ്പോവുകയും ചെയ്തു. ഡിലേസിയുടെ കുടുംബത്തെ പിന്നീട് ഞാൻ കണ്ടിട്ടേയില്ല.

കടുത്ത നിരാശയുമായി ബാക്കിസമയം മുഴുവൻ ഞാനെന്റെ കുടിലിൽത്തന്നെ കഴിഞ്ഞുകൂടി. എന്റെ സംരക്ഷകർ ഇവിടെ നിന്നും പോയിരിക്കുന്നു. ഈ ലോകവുമായി എന്നെ ബന്ധിപ്പിച്ച ഒരേയൊരു കണ്ണിയും അറ്റുപോയിരിക്കുന്നു. അതോടെ ആദ്യമായി വെറുപ്പും പ്രതികാരതൃഷ്ണയും എന്റെയുള്ളിൽ നിറഞ്ഞു. അവയെ നിയന്ത്രിച്ചു നിർത്താൻ ഞാൻ മിനക്കെട്ടതുമില്ല. ഡിലേസിയെന്ന അന്ധവൃദ്ധന്റെ സൗമ്യമായ ശബ്ദവും അഗതയുടെ സ്നേഹം തുടിക്കുന്ന കണ്ണുകളും സാഫിയുടെ ശാലീനസൗന്ദര്യവും ഓർമയിൽ തെളിഞ്ഞപ്പോൾ എന്റെ കണ്ണുകൾ നിറഞ്ഞുതുളുമ്പി. അതേസമയം അവരെല്ലാം യാതൊരു ദയയുമില്ലാതെ എന്നെ വഞ്ചിച്ചിരിക്കുന്നല്ലോ എന്നോർത്തപ്പോൾ എന്റെയുള്ളിൽ ക്രോധവും പ്രതികാരാഗ്നിയും വീണ്ടും ആളിക്കത്താൻ തുടങ്ങി. അന്നു രാത്രി ഞാൻ ആ വീട് അഗ്നിക്കിരയാക്കി; തോട്ടത്തിലെ വിളവുകളെല്ലാം നശിപ്പിച്ച് കത്തുന്ന പന്തവുമായി ഞാൻ അവിടെയെല്ലാം കൂകിവിളിച്ച് ആർത്തട്ടഹസിച്ചു നടന്നു. വീടിനൊപ്പം വൈക്കോൽ കൂനയും അഗ്നിക്കിരയാക്കി. കണ്ണഞ്ചിപ്പിക്കുന്ന തീനാളങ്ങൾ ആകാശത്തേക്കുയർന്നുകൊണ്ടിരുന്നു. ആ വീടും പരിസരവും പൂർണമായും കത്തിനശിക്കുമെന്നുറപ്പായപ്പോൾ ഞാനവിടെനിന്നും നിഷ്ക്രമിച്ചു; കാട്ടിൽ അഭയം തേടി.

വിശാലമായ ലോകം മുന്നിലുണ്ടായിരുന്നെങ്കിലും എവിടേക്കാണ് പോകേണ്ടതെന്നചിന്ത എന്നെ അലട്ടിക്കൊണ്ടിരുന്നു. എവിടെച്ചെന്നാലും എനിക്ക് ലഭിക്കുക വെറുപ്പും, ഭീതിനിറഞ്ഞ നോട്ടവും പിന്നെ പീഡനങ്ങളുമായിരിക്കും. അവസാനം നിങ്ങളെക്കുറിച്ച് ഞാൻ ചിന്തിച്ചു. നിങ്ങളാണ് എന്റെ സ്രഷ്ടാവെന്ന് പഴയ ആ കടലാസുകളിൽ നിന്നും ഞാൻ മനസിലാക്കിയിരുന്നു. അപ്പോൾപ്പിന്നെ നിങ്ങളോടല്ലാതെ മറ്റാരോടാണ് ഞാനെന്റെ അവസ്ഥ പറയുക? ഫെലിക്സ് ഭൂമിശാസ്ത്രപാഠങ്ങളും സാഫിക്കു പറഞ്ഞുകൊടുത്തിരുന്നു. അവ ശ്രദ്ധിച്ചിരുന്നതിനാൽ എനിക്കതിനെക്കുറിച്ചു ചെറിയൊരറിവുണ്ടായിരുന്നു എന്നു പറയാം. നിങ്ങളുടെ ജന്മസ്ഥലം ജനീവയിലാണെന്ന് എന്റെ കൈവശമുണ്ടായിരുന്ന കടലാസുകളിൽ നിന്നും ഞാൻ മനസിലാക്കിയിരുന്നു. അങ്ങനെയാണ് ഞാൻ ജനീവയിലേക്കു വന്നത്.

വിഷമം പിടിച്ച യാത്രയായിരുന്നു അത്. ലക്ഷ്യസ്ഥാനത്തെത്തുവാൻ തെക്കുപടിഞ്ഞാറു വഴിയാണു യാത്ര ചെയ്യേണ്ടതെന്ന് എനിക്കറി

യാമായിരുന്നു. സൂര്യൻ മാത്രമായിരുന്നു എന്റെ വഴികാട്ടി. കടന്നുപോകേണ്ട സ്ഥലങ്ങളെക്കുറിച്ച് എനിക്കൊരു ധാരണയുമില്ലായിരുന്നു. ഏതെങ്കിലും മനുഷ്യരോടു വഴി ചോദിക്കാനും കഴിയില്ലല്ലോ... നിങ്ങളോടെനിക്കു വല്ലാത്ത പകയായിരുന്നു. എങ്കിലും എന്റെ സ്രഷ്ടാവായ നിങ്ങളോടല്ലാതെ ഞാനാരോടാണ് എന്റെ അവസ്ഥയെക്കുറിച്ചു പറയേണ്ടത്? എന്നെ സൃഷ്ടിച്ച മനുഷ്യവർഗത്തിന്റെ ക്രൂരതയിലേക്കും വിദ്വേഷത്തിലേക്കും തള്ളിയിട്ട ദുഷ്ടനാണ് നിങ്ങൾ. എങ്കിലും നിങ്ങളിൽ നിന്നും നീതി ലഭിക്കേണ്ടത് എന്റെ അവകാശമാണല്ലോ.

എന്റെ യാത്ര ദീർഘവും ക്ലേശകരവുമായിരുന്നു. കുറേക്കാലം കഴിഞ്ഞുകൂടിയ ആ സ്ഥലം വിട്ടുപോരുമ്പോൾ ശരത്കാലത്തിന്റെ അവസാനമായിരുന്നു. ജനങ്ങളെ അഭിമുഖീകരിക്കാനുള്ള പേടികൊണ്ട് രാത്രിയിൽ മാത്രമേ ഞാൻ യാത്രചെയ്തിരുന്നുള്ളൂ. എനിക്കുചുറ്റും പ്രകൃതി നനഞ്ഞു കുതിർന്നു കിടക്കുകയായിരുന്നു. സൂര്യനു ചൂടേയുണ്ടായിരുന്നില്ല. മഞ്ഞും മഴയും മാറിമാറി പെയ്തുകൊണ്ടിരുന്നു. വൻസമുദ്രങ്ങളെല്ലാം തണുത്തുറഞ്ഞു കിടക്കുകയായിരുന്നു. ഭൂമിപരുക്കനും നഗ്നവുമായിരുന്നു. എവിടെയും ഒരഭയസ്ഥാനം കാണാനായില്ല. അപ്പോഴേക്കും എന്റെയുള്ളിൽ ഞാൻപോലുമറിയാത്തവിധം വലിയ പരിവർത്തനങ്ങൾ നടന്നു കഴിഞ്ഞിരുന്നു. ശാന്തതയും കരുണയും എവിടെയോ പോയ്മറഞ്ഞിരുന്നു. പകരം വന്നത് വെറുപ്പും വിദ്വേഷവും ക്രൂരതയുമായിരുന്നു. നിങ്ങളുടെ നാട്ടിലേക്കടുക്കുന്തോറും പ്രതികാരവാഞ്ഛ എന്നിൽ തീക്ഷ്ണമായിക്കൊണ്ടിരുന്നു. സ്വിറ്റ്സർലന്റിന്റെ അതിർത്തിയിലെത്തിയപ്പോഴുണ്ടായ ഒരു സംഭവം എന്റെ പ്രതികാരാഗ്നിയെ ആളിക്കത്തിച്ചു.

സാധാരണയായി പകൽസമയത്ത് മനുഷ്യരുടെ കൺവെട്ടത്തുപെടാതെ ഒളിച്ചിരുന്നു രാത്രിയിലാണു ഞാൻ സഞ്ചരിച്ചിരുന്നത്. ഒരിക്കൽ യാത്ര ഒരു കാട്ടുപാതയിലൂടെയായിരുന്നതിനാൽ നേരം വെളുത്തുകഴിഞ്ഞിട്ടും ഞാൻ നടത്തം തുടർന്നു. വസന്തകാലാഗമനത്തിലെ ഒരു പ്രഭാതമായിരുന്നു അത്. സ്വച്ഛന്ദമായ കാറ്റും തിളങ്ങുന്ന സൂര്യവെളിച്ചവും എന്റെയുള്ളിലും ആഹ്ലാദം നിറച്ചിരുന്നു. എന്നോ നശിച്ചുപോയ മൃദുലവികാരങ്ങൾ എന്റെയുള്ളിൽ വീണ്ടും മുളപൊട്ടുകയായിരുന്നു. അതിന്റെ ശക്തിയിൽ എന്റെ വൈരൂപ്യവും ഏകാകിത്വവും മറന്ന് ആഹ്ലാദഭരിതമായ മനസുമായി ഞാൻ നടന്നു.

ഏറെ നേരത്തെ നടത്തത്തിനുശേഷം ഞാൻ വനാതിർത്തിയിലെത്തി. അവിടെ ഒരു നദിയുണ്ടായിരുന്നു. തീരത്തുള്ള മരങ്ങൾ നദിയിലേക്ക് ചാഞ്ഞുകിടന്നിരുന്നു. ഇനി ഏതു വഴിയിലൂടെയാണ് പോകേണ്ടതെന്നറിയാതെ കുറച്ചുനേരം ഞാനവിടെ നിന്നു. അപ്പോഴാണ് ഏതോ മനുഷ്യരുടെ ശബ്ദങ്ങൾ എന്റെ ചെവിയിലേക്കെത്തിയത്. ഞാനുടനെ ഒരു സൈപ്രസ് മരത്തിനു പിറകിലൊളിച്ചു. അപ്പോഴേക്കും ഒരു കൊച്ചു പെൺകുട്ടി പൊട്ടിച്ചിരിച്ചുകൊണ്ട് അവിടേക്കോടിവരുന്നത് ഞാൻ കണ്ടു.

നദിക്കരയിലൂടെ ഒടിക്കൊണ്ടിരിക്കെ അവൾ കാൽവഴുതി വെള്ളത്തിലേക്കു വീണു. ഞാനുടനെ നദിയിലേക്കെടുത്തു ചാടി. വളരെ ക്ലേശിച്ച് ആ കുത്തൊഴുക്കിൽനിന്ന് ഞാൻ ആ കുഞ്ഞിനെ രക്ഷിച്ച് നദിക്കരയിൽ കിടത്തി. അവൾ ബോധരഹിതയായിരുന്നു. ആ സമയത്താണ് ഒരാൾ അവിടേക്കുവന്നത്. അയാളോടൊപ്പം കളിച്ചുകൊണ്ടിരുന്നപ്പോഴായിരിക്കും അവൾക്ക് അപകടം പിണഞ്ഞത്. എന്നെ കണ്ടയുടനെ അയാൾ ഓടിവന്ന് കുഞ്ഞിനെ വാരിയെടുത്ത് വനാന്തർ ഭാഗത്തേക്കോടിപ്പോയി. എന്തിനെന്നറിയാതെ ഞാനും പിന്നാലെ ചെന്നു. ആ മനുഷ്യൻ ഓടുന്നതിനിടയിൽ ഒന്നു തിരിഞ്ഞുനോക്കിയപ്പോൾ എന്നെക്കണ്ടു. ഉടനെ അയാൾ തോക്കെടുത്ത് എന്റെ നേരെ നിറയൊഴിച്ചു. വേദന കൊണ്ടു പുളഞ്ഞ് ഞാൻ നിലത്തുവീണു. അതിനിടയിൽ അയാൾ ഓടിരക്ഷപ്പെട്ടിരുന്നു.

ഞാൻ ചെയ്ത ഉപകാരത്തിന് എനിക്കു ലഭിച്ച പ്രതിഫലം അതായിരുന്നു. ഞാനൊരു മനുഷ്യജീവിയെ മരണത്തിൽ നിന്നുരക്ഷിച്ചു. അതിനുപകരം എനിക്കു ലഭിച്ചതോ എല്ലുനുറുങ്ങുന്ന വേദനയും. കുറച്ചു നിമിഷം മുമ്പുവരെ എന്റെ ഹൃദയത്തിലുണ്ടായിരുന്ന കരുണയും ആർദ്രതയും തീരാത്തപകയും പ്രതികാരദാഹവുമായി മാറി. തീവ്രവേദനയിൽ പിടയുമ്പോൾ ഞാനൊരു ശപഥമെടുത്തു. മനുഷ്യവർഗത്തോടു മുഴുവൻ പ്രതികാരം ചെയ്യുമെന്ന്. മുറിവിന്റെ വേദന അനുനിമിഷം വർധിച്ചുകൊണ്ടിരുന്നു. അതെന്റെ കൈകാലുകളെയും ഞരമ്പുകളെയും തളർത്തി. അതോടെ ഞാൻ മോഹാലസ്യപ്പെട്ടു.

ആഴ്ചകളോളം ആ മുറിവിന്റെ വേദനയും സഹിച്ചു ഞാൻ വനത്തിൽ കഴിഞ്ഞു. വെടിയുണ്ട എന്റെ ചുമലിലാണ് തറച്ചിരുന്നത്. അത് അവിടെത്തന്നെയുണ്ടോ, അതോ കടന്നുപോയോ എന്നൊന്നും എനിക്കറിയില്ലായിരുന്നു. ഇനി ഉണ്ടെങ്കിൽത്തന്നെ എടുത്തുകളയാൻ യാതൊരു മാർഗവും ഉണ്ടായിരുന്നില്ല. മനുഷ്യരുടെ നന്ദികേടും ക്രൂരതയും എത്രഭയങ്കരമാണ്! അവരെക്കുറിച്ചോർത്തപ്പോൾ എന്റെ വേദനയുടെയും രോഷത്തിന്റെയും തീക്ഷ്ണത വർധിച്ചു. അവിടുന്നങ്ങോട്ട് എന്റെ മനസിൽ പ്രതികാരചിന്തമാത്രമേ ഉണ്ടായിരുന്നുള്ളു. ഞാനനുഭവിച്ച ദുരിതങ്ങൾക്കും വേദനകൾക്കുമുള്ള ഏകപ്രതിവിധി പ്രതികാരം മാത്രമാണെന്ന് എനിക്കുതോന്നി.

മുറിവുണങ്ങിയതിനു ശേഷം ഞാൻ യാത്രതുടർന്നു. അശാന്തമായ മനസും വിറളിപിടിച്ച ചിന്തകളുമായി ഞാൻ മുന്നോട്ടു പൊയ്ക്കൊണ്ടിരുന്നു. രണ്ടുമാസമായപ്പോഴേക്കും ഞാൻ ജനീവയുടെ അതിർത്തിയിൽ എത്തിച്ചേർന്നു.

ഞാനവിടെയെത്തിയപ്പോൾ സായാഹ്നമായിരുന്നു. അടുത്തുള്ള വയലിൽ പെട്ടെന്നാരും കണ്ടുപിടിക്കാത്ത ഒരിടത്ത് ഞാൻ അഭയം തേടി. ഭാവിപരിപാടികളെക്കുറിച്ച് ആലോചിക്കേണ്ടതുണ്ടായിരുന്നു. അപ്പോഴേക്കും വിശപ്പും ദാഹവും എന്നെ കീഴടക്കി. മന്ദമാരുതന്റെ സൗമ്യമായ

തഴുകലും ജൂറാപർവതങ്ങൾക്കു പിന്നിൽ അസ്തമിക്കാൻ പോകുന്ന സൂര്യന്റെ അരുണാഭയും ആസ്വദിക്കാനാവാത്തവിധം എന്റെ മനസിടിഞ്ഞിരുന്നു. അതുകൊണ്ടുതന്നെ ഞാനൊരു മയക്കത്തിലേക്കു വഴുതിയിറങ്ങിക്കൊണ്ടിരുന്നു. പക്ഷേ പൊടുന്നനെ എന്നെ നിദ്രയിൽ നിന്നുണർത്തിക്കൊണ്ട് സുന്ദരനായ ഒരു ബാലൻ അവിടേക്കോടിവന്നു. അവനെ നോക്കിയിരുന്നപ്പോൾ എനിക്കൊരാശയം തോന്നി. ഈ കൊച്ചുപയ്യൻ നിഷ്കളങ്കനാണ്. വൈരൂപ്യത്തെപ്പറ്റിയുള്ള ചിന്തകളൊന്നും അവനിൽ രൂപപ്പെട്ടിട്ടുണ്ടാവില്ല. അവനെ പിടിച്ചുകൊണ്ടു പോയി എന്റെ സുഹൃത്തും ബന്ധുവുമായി വളർത്തിയാലോ? അപ്പോൾപ്പിന്നെ ജനനിബിഡമായ ഈ ഭൂമിയിൽ ഞാനൊരിക്കലും ഒറ്റപ്പെട്ടവനാകില്ല.

ഈ ചിന്തയുടെ പ്രലോഭനത്തിൽ ഞാനവനെ കടന്നുപിടിച്ചു. പക്ഷേ എന്നെകണ്ടയുടൻ അവൻ കണ്ണുപൊത്തി ഉറക്കെക്കരഞ്ഞു. അവന്റെ കൈപിടിച്ചു മാറ്റിക്കൊണ്ടു ഞാൻ പറഞ്ഞു. "മോനെ, നീയെന്തിനാണു കരയുന്നത്? ഞാൻ പറയുന്നതു കേൾക്കൂ.. നിന്നെ ഞാനൊന്നും ചെയ്യില്ല..."

അവൻ ശക്തിയായി കുതറിക്കൊണ്ടു പറഞ്ഞു

"എന്നെ വിടൂ... എടാ രാക്ഷസാ... നാശമേ; നിനക്കെന്നെ കൊന്നു തിന്നാനല്ലേ.. എന്നെ വിടൂ.. അല്ലെങ്കിൽ ഞാനെന്റെ അച്ഛനോടു പറയും..."

"നീയിനി നിന്റെ അച്ഛനെ കാണാൻ പോകുന്നില്ല.."

"എടാ ദുഷ്ടരാക്ഷസാ, എന്നെവിടൂ.. എന്റെ അച്ഛനാരാണെന്നാണ് നീ കരുതിയത്. എം ഫ്രാങ്കെൻസ്റ്റീൻ. അദ്ദേഹം നിനക്ക് നല്ല ശിക്ഷതരും. നിനക്കെന്നെ ഒളിപ്പിക്കാനാവില്ല."

"എന്ത്; ഫ്രാങ്കെൻസ്റ്റീനോ? അതുശരി.. നീയപ്പോൾ എന്റെ ശത്രുവിന്റെ ആളാണല്ലേ? അവനോടു പ്രതികാരം ചെയ്യാനാണ് ഞാൻ പ്രതിജ്ഞയെടുത്തിരിക്കുന്നത്. നീയായിരിക്കും എന്റെ ആദ്യത്തെ ഇര.."

കുട്ടി വീണ്ടും കുതറുകയും എന്റെ മനസിൽ നിരാശയുടെ തീക്കനൽ കോരിയിടും വിധം അധിക്ഷേപിക്കുകയും ചെയ്തു. അവനെ നിശ്ശബ്ദനാക്കാൻ ഞാനവന്റെ കഴുത്തിൽ പിടിമുറുക്കി. ഒരു നിമിഷത്തിനകം അവനെന്റെ കാൽച്ചുവട്ടിൽ മരിച്ചുവീണു...

എന്റെ പ്രതികാരത്തിന്റെ ആദ്യദൗത്യം നിറവേറ്റിയതിൽ എനിക്ക് അതിയായ സന്തോഷം തോന്നി. ഞാൻ കൈകൊട്ടി അലറിച്ചിരിച്ചു. നരകീയമായ വിജയോന്മത്തതയോടെ ഞാനുറക്കെ വിളിച്ചു പറഞ്ഞുകൊണ്ടിരുന്നു, "ഇതാ ഞാൻ ദുരന്തം വിതയ്ക്കാൻ തുടങ്ങിയിരിക്കുന്നു. എന്റെ ശത്രു അജയ്യനല്ല. ഈ മരണം അവനെ തകർക്കും. അതുപോലെ അനേകം ദുരന്തങ്ങളും ദുരിതങ്ങളും ഞാനവനു കാഴ്ചവെക്കും..."

മരിച്ചുകിടക്കുന്ന ആ ബാലനെ ഞാൻ കുറച്ചുനേരം നോക്കിനിന്നു. അപ്പോഴാണ് അവന്റെ നെഞ്ചിൽ എന്തോ തിളങ്ങുന്നത് എന്റെ കണ്ണിൽപ്പെട്ടത്. ഞാനത് വേഗമെടുത്തു. അതിസുന്ദരിയായ ഒരു സ്ത്രീയുടെ ചിത്രമുള്ള ഒരു പതക്കമായിരുന്നു അത്. വിദ്വേഷത്തിന്റെയും പക

യുടെയും കൊടുമുടിയിലായിട്ടുകൂടി അതെന്നെ ആകർഷിച്ചു. കുറച്ചു നേരം ഞാൻ ആ സൗന്ദര്യവതിയെ നോക്കിക്കൊണ്ടുനിന്നു. പക്ഷേ അപ്പോഴേക്കും എന്റെയുള്ളിൽ വീണ്ടും ക്രോധം നിറഞ്ഞു. ഈ സുന്ദരിയും എന്നെ വെറുക്കുകയും ഭയപ്പെടുകയും ചെയ്യുമെന്ന ചിന്ത എന്നെ വല്ലാതെ ക്രുദ്ധനാക്കി.

പിന്നീട് ഞാൻ അവിടെനിന്നും നിഷ്ക്രമിച്ചു. ഒളിച്ചിരിക്കാൻ കുറേക്കൂടി സൗകര്യപ്രദമായ ഒരു സങ്കേതം തിരഞ്ഞുകൊണ്ടിരിക്കെ ഒരു കളപ്പുര എന്റെ കണ്ണിൽപ്പെട്ടു. അതിനുള്ളിൽ ആരുമുണ്ടാവില്ലെന്നു ഞാൻ വിചാരിച്ചു. അകത്തുകടന്നപ്പോഴാണ് വയ്ക്കോൽ കൂട്ടങ്ങൾക്കു മുകളിൽ ഒരു പെൺകുട്ടി ഉറങ്ങുന്നതു കണ്ടത്. അവൾ യൗവനയുക്തയായിരുന്നെങ്കിലും എന്റെ കൈയിലെ പതക്കത്തിലെ യുവതിയെപ്പോലെ അതിസുന്ദരിയായിരുന്നില്ല. എങ്കിലും കാണാൻ മോശവുമായിരുന്നില്ല. അവൾ സ്നേഹവതിയാണെന്നും അവളുടെ ആഹ്ലാദം സ്ഫുരിക്കുന്ന പുഞ്ചിരി എന്നിലൊഴികെ മറ്റെല്ലാവരിലും ചൊരിയുമെന്നും എനിക്കുതോന്നി. ഞാൻ കുനിഞ്ഞ് അവളുടെ ചെവിയിൽ മന്ത്രിച്ചു.

"ഉണരൂ സുന്ദരീ; നിന്റെ കാമുകനിതാ വന്നിരിക്കുന്നു, നിന്റെ സ്നേഹാർദ്രമായ ഒരു കടാക്ഷത്തിനു വേണ്ടി ജീവൻ ത്യജിക്കാൻ പോലും തയാറായിക്കൊണ്ട്. എന്റെ പ്രിയപ്പെട്ടവളേ, എഴുന്നേൽക്കൂ..."

അവൾ ഒന്നിളകി. ആ സമയം ഒരു വല്ലാത്ത ഭീതി എന്റെയുള്ളിലൂടെ കടന്നുപോയി. അവളുണർന്നാൽ എന്നെ കാണുമെന്നും അപ്പോൾ കൊലപാതകിയെന്ന് വിളിച്ച് എന്നെ അധിക്ഷേപിക്കുമെന്നും ഞാൻ കരുതി. ആ ചിന്ത എന്റെയുള്ളിലെ ചെകുത്താനെ വീണ്ടുമുണർത്തി. ഇനി ഞാനല്ല ഇവളാണ് കഷ്ടപ്പെടേണ്ടത്. ഇവളായിരിക്കണം ഞാൻ ചെയ്ത പാതകത്തിന്റെ ഫലമനുഭവിക്കേണ്ടത്. മനുഷ്യരുടെ രക്തപങ്കിലമായ നിയമങ്ങളെക്കുറിച്ച് ഫെലിക്സിന്റെ പാഠങ്ങളിൽ നിന്നു മനസിലാക്കിയിരുന്നതിനാൽ ഇവളെ ഉപദ്രവിക്കേണ്ടതെങ്ങനെയാണെന്ന് എനിക്കറിയാമായിരുന്നു. അതിനെത്തുടർന്ന് ആ പതക്കം അവളുടെ കുപ്പായത്തിന്റെ കീശയിൽ നിക്ഷേപിച്ച് ഞാനവിടെ നിന്നും ഓടിപ്പോയി.

എങ്ങനെയെങ്കിലും നിങ്ങളെ കണ്ടുമുട്ടണമെന്നുള്ള ആഗ്രഹത്താൽ കുറച്ചു ദിവസം കൂടി ഞാനവിടെയെല്ലാം ചുറ്റിക്കറങ്ങി. ചിലപ്പോഴൊക്കെ ഈ ലോകത്തിന്റെ ദുരിതങ്ങളിൽ നിന്നും എന്നെന്നേക്കുമായി രക്ഷപ്പെടാൻ ഞാൻ ആഗ്രഹിച്ചു. അവസാനം ഈ മലമുകളിൽ ഞാനഭയം തേടി. നിങ്ങൾക്കു മാത്രം സാക്ഷാൽക്കരിക്കാനാകുന്ന വലിയൊരാഗ്രഹം എന്റെയുള്ളിൽ കത്തിജ്വലിക്കുകയാണ്. അതെനിക്കു സാധിച്ചുതരുമെന്നു വാഗ്ദാനം ചെയ്യുന്നതുവരെ ഞാൻ നിങ്ങളെ വിട്ടുപോകില്ല. ഞാൻ ഏകാകിയാണ്. അങ്ങേയറ്റം ദുരിതപൂർണമാണ് എന്റെ ജീവിതം. മനുഷ്യരാരും എന്നെ കൂടെ കൂട്ടില്ല. അതിനാൽ എന്നെപ്പോലെ ഭീകരരൂപിയും വിരൂപയുമായ ഒരു സ്ത്രീയെ നിങ്ങളെനിക്കു സൃഷ്ടിച്ചു നൽകണം. അവൾക്കെന്നെ നിരാകരിക്കാൻ കഴിയില്ല. വലുപ്പത്തിലും സ്വഭാവത്തിലും വൈരൂ

പൃത്തിലും എന്നോടു സാമൃമുള്ള ഒരുവളെ നിങ്ങളെനിക്കു വേണ്ടി സൃഷ്ടിക്കണം."

17

കഥ പറഞ്ഞു നിർത്തി മറുപടിക്കായി അവൻ പിന്നെയും നോക്കിക്കൊണ്ടു നിന്നു. ഞാനാകെ പരിഭ്രമിച്ചിരുന്നു. അവൻ പറഞ്ഞതു മുഴുവനും എനിക്കുൾക്കൊള്ളാനായില്ല. അപ്പോൾ അവൻ വീണ്ടും പറയാൻ തുടങ്ങി.

"എനിക്കിണങ്ങുന്ന ഒരുത്തിയെ നിങ്ങൾ സൃഷ്ടിക്കുക തന്നെ വേണം. അവളോടൊപ്പം സന്തോഷത്തോടെ എനിക്കു ജീവിക്കണം. ഞാനിതൊരു അവകാശം എന്ന നിലയ്ക്കുതന്നെ ആവശ്യപ്പെടുകയാണ്. നിങ്ങളത് ചെയ്തു തരണം."

അവന്റെ കഥയുടെ ആദ്യഭാഗം എന്റെ ഹൃദയത്തെ സ്പർശിച്ചിരുന്നെങ്കിലും അവസാനഭാഗം കേട്ടപ്പോൾ ഞാൻ ക്രോധം കൊണ്ടു വിറച്ചു.

"ഞാനതു ചെയ്യില്ല..." ഞാൻ പറഞ്ഞു. "ഒരു സമ്മർദവും ഇനി എന്നെ ഇളക്കില്ല. എന്നെ വളരെയേറെ ദണ്ഡിപ്പിക്കാൻ നിനക്കു കഴിഞ്ഞേക്കും. എന്നാൽ എന്നെ വീണ്ടുമൊരു നീചനാക്കാൻ നിനക്കൊരിക്കലും കഴിയില്ല. നിന്നെപ്പോലെ ഒരു സത്വത്തെ ഇനിയും ഞാൻ നിർമിക്കണം അല്ലേ?.. എന്നിട്ടുവേണം നിങ്ങൾക്കു രണ്ടുപേർക്കും കൂടി ഈ ലോകം തകർത്തു തരിപ്പണമാക്കാൻ. എന്റെ കൺമുന്നിൽ നിന്നു വേഗം പോ. എന്റെ മറുപടി കിട്ടിയില്ലേ. ഏറിയാൽ നീയെന്നെ കൊല്ലുമായിരിക്കും. എന്നാലും നിന്റെ ആവശ്യം അംഗീകരിക്കാൻ എന്നെ കിട്ടില്ല."

"നിങ്ങൾ പറയുന്നതു ശരിയല്ല." ആ സത്വം പറഞ്ഞു.

"നിങ്ങളെ ഭീഷണിപ്പെടുത്തുന്നതിനേക്കാൾ നിങ്ങളുമായി വാദപ്രതിവാദത്തിലേർപ്പെടാനാണ് എനിക്കിഷ്ടം. കഠിനമായ ദുരിതങ്ങൾ മൂലമാണ് ഞാൻ ദുഷ്ടനും ക്രൂരനുമായത്. മനുഷ്യവർഗം മുഴുവനും എന്നെ വെറുക്കുകയും ഒറ്റപ്പെടുത്തുകയുമാണ്. എന്നെ സ്രഷ്ടാവായ നിങ്ങൾ പോലും എന്നെ പിച്ചിച്ചീന്തി വിജയോന്മത്തനാകാൻ ആഗ്രഹിക്കുകയല്ലേ? നിങ്ങൾതന്നെ പറയൂ; മനുഷ്യന് എന്നോടില്ലാത്ത ദയ ഞാനെന്തിന് അവനോടു കാണിക്കണം? എന്നോട് വെറുപ്പും വിദ്വേഷവും കാണിക്കുന്നവനെ ഞാൻ ബഹുമാനിക്കണമെന്നാണോ നിങ്ങൾ പറയുന്നത്? മനുഷ്യൻ എന്നെ അംഗീകരിക്കുകയും സ്നേഹിക്കുകയും ചെയ്യട്ടെ. എന്നാൽ ക്രൂരതയ്ക്കും പാതകങ്ങൾക്കും പകരം കൃതജ്ഞതയുടെ കണ്ണുനീർ തൂകിക്കൊണ്ടു ജീവിതാവസാനം വരെ ഞാനവനു നന്മകൾ ചെയ്യും. പക്ഷേ, അങ്ങനെ ഒരിക്കലും സംഭവിക്കില്ലെന്ന് എനിക്കറിയാം. മനുഷ്യരെന്നെ ഒരിക്കലും അടുപ്പിക്കുകയില്ല. ഇതെന്റെ കീഴടങ്ങലാണെന്ന് ഒരിക്കലും കരുതരുത്. എനിക്കുണ്ടായ അവമതികൾക്ക് ഞാൻ പ്രതികാരം ചെയ്യും.

സ്നേഹത്തെ ഉണർത്താൻ എനിക്കു കഴിയുന്നില്ലെങ്കിൽ ഞാൻ സംഹാരരുദ്രനാകും. എന്റെ ഏറ്റവും വലിയ ശത്രുവായ നിങ്ങളെ ഞാൻ നശിപ്പിക്കുക തന്നെ ചെയ്യും. സൂക്ഷിച്ചുകൊള്ളൂ. നിങ്ങളുടെ സർവനാശത്തിനു ഞാൻ വഴിതെളിക്കും. സ്വന്തം ജന്മത്തെപ്പോലും പഴിക്കുന്ന വിധത്തിൽ നിങ്ങളുടെ ഹൃദയത്തിൽ ഞാൻ അശാന്തിയും ഭീതിയും തീവ്രമായ നിരാശയും നിറയ്ക്കും..."

ഇതുപറഞ്ഞപ്പോൾ പൈശാചികമായ ക്രോധം അവന്റെ കണ്ണുകളിൽ ജ്വലിക്കുന്നത് ഞാൻ കണ്ടു. മനുഷ്യനേത്രങ്ങൾക്ക് കണ്ടുനിൽക്കാൻ പറ്റാത്തവിധം ഭീതിജനകമായ രീതിയിൽ അവന്റെ മുഖം വലിഞ്ഞുമുറുകി. എന്നാൽ പെട്ടെന്നു തന്നെ ശാന്തത കൈവരിച്ച് അവൻ തുടർന്നു.

"നിങ്ങളോടു വാദപ്രതിവാദം നടത്തുവാനാണ് ഞാൻ ആഗ്രഹിക്കുന്നത്. ഈ വികാരക്ഷോഭം ആപൽക്കരമാണെന്ന് എനിക്കറിയാം. കാരണം ഇതിന്റെയെല്ലാം കാരണക്കാരൻ നിങ്ങളാണെന്ന് അപ്പോൾ നിങ്ങൾക്കു മനസിലാവില്ല. ഏതെങ്കിലുമൊരു ജീവി എന്നോട് ദയയുടെ ഒരു ചെറുകണികയെങ്കിലും കാണിച്ചാൽ ഞാൻ അതിന്റെ നൂറിരട്ടി തിരിച്ചുനൽകാം. ആ ഒരൊറ്റ ജീവിയെച്ചൊല്ലി ലോകത്തിനു മുഴുവൻ ഞാൻ സ്നേഹവും സൗഹൃദവും നൽകാം. എന്നാൽ ഒരിക്കലും സാക്ഷാൽക്കരിക്കപ്പെടാത്ത സ്വപ്നങ്ങളാണ് ഞാനിപ്പോൾ കാണുന്നത്. ന്യായവും നിങ്ങൾക്കു നിഷ്പ്രയാസം ചെയ്യാൻ കഴിയുന്ന കാര്യവുമാണ് ഞാനിപ്പോൾ ആവശ്യപ്പെടുന്നത്. എന്നെപ്പോലെ ഭീകരരൂപിയും വൈരൂപ്യം നിറഞ്ഞതുമായ ഒരു സ്ത്രീയെ എനിക്കുവേണ്ടി നിങ്ങൾ സൃഷ്ടിക്കണം. അതിൽ നിന്ന് ലഭിക്കുന്ന സംതൃപ്തി വളരെ പരിമിതമായിരിക്കുമെങ്കിലും എനിക്കതുമതി. ഞാനതിൽ സന്തോഷം കണ്ടെത്തിക്കോളാം. ഞങ്ങൾ രാക്ഷസരായിരിക്കുമെങ്കിലും ലോകത്ത് ഒറ്റപ്പെട്ടവരായിരിക്കുമല്ലോ. അതുകൊണ്ടു തന്നെ ഞങ്ങൾക്ക് പരസ്പരം തീവ്രമായി സ്നേഹിക്കാൻ കഴിയും. ഞങ്ങളുടെ ജീവിതത്തിൽ വലിയ ആഹ്ലാദമൊന്നുമുണ്ടായിരിക്കില്ലെങ്കിലും അത് നിരുപദ്രവവും ദുരിതങ്ങളിൽ നിന്നെല്ലാം വിമുക്തവുമായിരിക്കും. എന്റെ സ്രഷ്ടാവേ, ഇനിയെങ്കിലും എനിക്കൽപ്പം സന്തോഷം നൽകൂ. ഒരുപകാരത്തിന്റെ പേരിലെങ്കിലും ഞാൻ നിങ്ങളോട് നന്ദിയുള്ളവനായിരിക്കട്ടെ. ഒരാളുടെയെങ്കിലും സഹതാപത്തിന് ഞാനർഹനാവട്ടെ. ദയവായി ഈ അപേക്ഷ സ്വീകരിച്ചാലും.."

അവന്റെ വാക്കുകൾ എന്റെ മനസിൽ ചലനങ്ങളുണ്ടാക്കി. അവന്റെ ആവശ്യം അംഗീകരിച്ചാലുണ്ടാകുന്ന ഭവിഷ്യത്തിനെക്കുറിച്ചോർത്തപ്പോൾ എന്റെയുള്ളിലൂടെ ഒരു വിറയൽ കടന്നുപോയി. എങ്കിലും അവന്റെ വാദത്തിൽ കഴമ്പുണ്ടെന്ന് എനിക്കുതോന്നി. അവനും വികാരവിചാരങ്ങൾ ഉണ്ടെന്ന് അവന്റെ വാക്കുകളിൽ നിന്നും എനിക്കു മനസിലായി. അവന്റെ സ്രഷ്ടാവാണു ഞാൻ. അതുകൊണ്ടുതന്നെ അവനവകാശപ്പെട്ട സുഖത്തിന്റെയും സന്തോഷത്തിന്റെയും പങ്കുനൽകേണ്ടത് എന്റെ ബാധ്യത

യല്ലേ? എന്റെ മനോഭാവത്തിലെ മാറ്റം കണ്ടിട്ടാവണം അവൻ തുടർന്നു പറഞ്ഞു.

"എന്റെ ആവശ്യം അംഗീകരിക്കുകയാണെങ്കിൽ നിങ്ങളാരും പിന്നെയൊരിക്കലും ഞങ്ങളെ കാണില്ല. ഞാനെന്റെ പങ്കാളിയെയും കൂട്ടി തെക്കെഅമേരിക്കയിലെ മനുഷ്യവാസമില്ലാത്ത വനാന്തരങ്ങളിലേക്കു പൊയ്ക്കോളാം. അവിടെ പഴങ്ങളും കായ്കനികളും തിന്ന് ഞങ്ങൾ കഴിയും. ഞാനും എന്റെ കൂട്ടുകാരിയും ആർക്കും ഒരു ഉപദ്രവവും ഉണ്ടാക്കാതെ ഞങ്ങളുടേതായ ഒരു ലോകത്ത് ഒതുങ്ങിക്കഴിഞ്ഞോളാം. ഇതുവരെ നിങ്ങൾക്കെന്നോട് വെറുപ്പായിരുന്നില്ലേ, പക്ഷേ, ഇപ്പോൾ നിങ്ങളുടെ കണ്ണുകളിൽ എന്നോടുള്ള സഹതാപം ഞാൻ കാണുന്നു."

"നിങ്ങൾ മനുഷ്യരിൽ നിന്നെല്ലാം വിട്ടുമാറി ദൂരെയുള്ള വനാന്തരങ്ങളിൽ കഴിഞ്ഞുകൊള്ളാമെന്നോ?" ഞാൻ ചോദിച്ചു. "മനുഷ്യരുടെ സ്നേഹത്തിനും സാമീപ്യത്തിനും വേണ്ടി കൊതിക്കുന്ന നിങ്ങൾക്കെങ്ങനെ വനത്തിൽ പാർക്കാനാകും? നിങ്ങൾ തിരിച്ചുവരിക തന്നെ ചെയ്യും. മനുഷ്യരുടെ കരുണയ്ക്കായി നിങ്ങൾ പരിശ്രമിക്കും. അതു ലഭിക്കാതാവുമ്പോൾ നിങ്ങളുടെ പ്രതികാരചിന്ത വീണ്ടുമുണരും. നിങ്ങൾ കോപാക്രാന്തരാവും. നിങ്ങളോടൊപ്പം സർവനാശം വിതയ്ക്കാൻ നിങ്ങൾക്കൊരു കൂട്ടുകാരിയുമുണ്ടാവും. ഇല്ല. ഇത്തരം ആവശ്യങ്ങൾ എനിക്കംഗീകരിക്കാനാവില്ല. അതുകൊണ്ട് വേഗം ഇവിടുന്നു പോകൂ..."

"എത്രമാത്രം അസ്ഥിരമാണു നിങ്ങളുടെ ചിന്തകൾ. ഒരു നിമിഷം മുമ്പ് എന്റെ കഥ കേട്ട് അലിഞ്ഞ നിങ്ങളുടെ മനസ്സ് ഇപ്പോൾ കരിങ്കല്ലായിത്തീർന്നിരിക്കുന്നു. നിങ്ങൾക്ക് വിശ്വാസം വരുന്നില്ലെങ്കിൽ ഞാനൊരിക്കൽ കൂടി സത്യം ചെയ്യാം. ഞാനും എന്റെ കൂട്ടുകാരിയും മനുഷ്യർക്കിടയിലേക്ക് ഒരിക്കലുമിറങ്ങില്ല. കൊടും കാടുകളിലെവിടെയെങ്കിലും ഞങ്ങൾ കഴിഞ്ഞോളാം. സൗഹൃദവും സഹതാപവും ലഭിക്കുമ്പോൾ എന്നിലെ പൈശാചികസ്വഭാവവും എന്നെ വിട്ടുപോകുമെന്ന് എനിക്കുറപ്പുണ്ട്. എന്റെ ജീവിതം പിന്നീടങ്ങോട്ട് ശാന്തമായിരിക്കും. മരണസമയത്ത് ഞാൻ എന്റെ സ്രഷ്ടാവിനെ ശപിക്കാനുള്ള ഇടവരില്ല..."

അവന്റെ വാക്കുകൾ എന്റെ മനസിലുണ്ടാക്കിയ പ്രഭാവം വിചിത്രമായിരുന്നു. എനിക്കവനോട് സഹതാപം തോന്നി. ചിലപ്പോഴൊക്കെ അവനെ ആശ്വസിപ്പിക്കാനുള്ള ആഗ്രഹം പോലുമുണ്ടായി. പക്ഷേ, വൃത്തികെട്ടതും ഭയാനകവുമായ അവന്റെ രൂപം ശ്രദ്ധയിൽ പതിഞ്ഞപ്പോൾ എന്റെ മനസ്സ് തളരുകയും സഹതാപചിന്തകൾ പൊടുന്നനെ ഭീതിക്കും വെറുപ്പിനും വഴിമാറിക്കൊടുക്കുകയും ചെയ്തു. വികാരങ്ങൾക്കു കടിഞ്ഞാണിടാൻ ഞാൻ കഠിനമായി പരിശ്രമിച്ചു. അവനോട് സഹതപിക്കാൻ കഴിയുന്നില്ലെങ്കിലും എനിക്കു നിഷ്പ്രയാസം ചെയ്യാനാകുന്ന ചെറിയൊരു ഉപകാരം അവനു നിഷേധിക്കുന്നത് ശരിയല്ലെന്നു മനസിൽ നിന്നാരോ മന്ത്രിക്കുന്നതായി എനിക്കുതോന്നി.

“നീ സത്യം ചെയ്യുന്നതൊക്കെ ശരി. പക്ഷേ, നീ ഇപ്പോൾ ചെയ്തു കൂട്ടിയ പാതകങ്ങളെക്കുറിച്ചോർക്കുമ്പോൾ എനിക്കെങ്ങനെ നിന്നെ വിശ്വസിക്കാനാവും? കൂട്ടിന് ഒരാളെക്കൂടി ലഭിക്കുമ്പോൾ നിനക്കു പിന്നെ എന്താണു ചെയ്തുകൂടാത്തത്! ഈ ആണയിടൽപോലും അതിനുള്ള ഒരടവല്ലേ?” ഞാൻ ചോദിച്ചു.

“ഇനിയും എന്നെ കളിപ്പിക്കരുത്. ഞാനാവശ്യപ്പെട്ട കാര്യത്തിന് ഉറച്ച ഒരു മറുപടിയാണ് എനിക്കാവശ്യം. ഈ ലോകത്ത് എനിക്കു സ്നേഹിക്കാനോ കൂട്ടുകൂടാനോ ആരുമില്ല. അതുകൊണ്ടാണ് എന്റെ തലച്ചോറിനുള്ളിൽ ദുഷ്ടവാസനകൾ വന്നുനിറഞ്ഞത്. സ്നേഹിക്കാനൊരാളുണ്ടാകുമ്പോൾ എന്റെയുള്ളിലെ തിന്മകളും ക്രൂരതയും നശിക്കും. അസഹ്യവും ഭയപ്പെടുത്തുന്നതുമായ ഏകാന്തതയാണ് എന്നെക്കൊണ്ടു കൊടുംക്രൂരതകൾ ചെയ്യിക്കുന്നത്. എനിക്കൊരു ജീവിതപങ്കാളിയെ ലഭിച്ചാൽ അവയെല്ലാം അപ്രത്യക്ഷമാകും. എന്റെ മനസ്സ് ശുദ്ധമാകും. ക്രൂരതയ്ക്കു പകരം നന്മയും സ്നേഹവും എന്നിൽ നിറയും.”

കുറച്ചുനേരം ഞാൻ ഒന്നും മിണ്ടാതിരുന്നു. അവൻ പറഞ്ഞ കാര്യങ്ങളെക്കുറിച്ചെല്ലാം മനസിലൊരു വിശകലനം നടത്തുകയായിരുന്നു ഞാൻ. അവൻ ചെയ്ത നന്മകളും സഹായങ്ങളും അവന്റെ ‘സ്നേഹിതന്മാർ’ അവനോടു കാണിച്ച നെറികേടുകളും എന്റെ ചിന്തയിൽ തെളിഞ്ഞുവന്നു. അതോടൊപ്പം അവന്റെ ശക്തിയെയും ഭീഷണിയെയും പറ്റി ഞാൻ ബോധവാനുമായിരുന്നു. തണുത്തുറഞ്ഞ ഹിമപാളികളിലും മനുഷ്യർക്കെത്തിച്ചേരാനാകാത്ത പാറക്കൂട്ടങ്ങൾക്കിടയിലും ഒളിച്ചിരിക്കാൻ കഴിയുന്ന ഈ ഭീകരനെ എതിർത്തു തോൽപ്പിക്കുകയെന്നത് അസാധ്യമാണെന്ന് എനിക്കുതോന്നി. ഏറെ നേരത്തെ ചിന്തകൾക്കുശേഷം അവനോടും എന്റെ സഹജീവികളോടുമുള്ള കടമകൾ നിറവേറ്റുവാൻ അവന്റെ ആവശ്യം അംഗീകരിക്കുകയാണ് നല്ലതെന്ന് എനിക്കു ബോധ്യമായി.

അവന്റെ നേരെ തിരിഞ്ഞുകൊണ്ടു ഞാൻ പറഞ്ഞു.

“ശരി; ഞാൻ നിന്റെ ആഗ്രഹം അംഗീകരിക്കാം. നിനക്കു കൂട്ടിനു ഞാനൊരു സ്ത്രീയെ സൃഷ്ടിച്ചു നൽകാം. പക്ഷേ, ആ നിമിഷം നീ നിന്റെ ശപഥം നിറവേറ്റണം. യൂറോപ്പിൽ നിന്നും മനുഷ്യവാസമുള്ള മറ്റെല്ലായിടത്തുനിന്നും നീ പിന്മാറണം; എന്നെന്നേക്കുമായി.”

“ഞാനിതാ സത്യം ചെയ്യുന്നു.” അവൻ ആവേശത്തോടെ വിളിച്ചു പറഞ്ഞു. “സൂര്യനെയും സ്വർഗത്തെയും എന്റെ ഹൃദയത്തിനുള്ളിൽ കത്തിയെരിയുന്ന പ്രേമാഗ്നിയെയും മുൻനിർത്തി ഞാനിതാ സത്യം ചെയ്യുന്നു, നിങ്ങളെന്റെ ആവശ്യം അംഗീകരിച്ചാൽ പിന്നീടൊരിക്കലും നിങ്ങളെന്നെ കാണുകയില്ല. നിങ്ങളുടനെ വീട്ടിലേക്കു പോയി ജോലി തുടങ്ങൂ. ആകാംക്ഷയോടെ ഞാനതു വീക്ഷിച്ചു കൊണ്ടിരിക്കും. ദൗത്യം പൂർത്തിയായാലുടൻ ഞാൻ നിങ്ങളുടെ മുന്നിലെത്തും...”

ഇത്രയും പറഞ്ഞ് ഇനിയും എന്റെ മനസു മാറിയാലോ എന്നു ഭയപ്പെട്ടിട്ടെന്നവണ്ണം വായുവേഗത്തിൽ അവൻ അവിടെനിന്നും ഓടിമറഞ്ഞു. ഒരു പരുന്തിനേക്കാൾ വേഗത്തിൽ അവൻ മലഞ്ചെരിവിലൂടെ ഓടിയിറങ്ങി വിശാലമായ ഹിമസാഗരത്തിലെവിടെയോ അപ്രത്യക്ഷമായത് ഞാൻ നോക്കിനിന്നു.

സൂര്യൻ അസ്തമിക്കാറായിരുന്നു. ഇരുട്ടു പരക്കുന്നതിനു മുമ്പു തന്നെ കുന്നിറങ്ങി പോകേണ്ടതുണ്ടായിരുന്നു. എന്നാൽ കഠിനമായ ഹൃദയഭാരത്താൽ എന്റെ ചുവടുവയ്പുകൾ മന്ദഗതിയിലായിരുന്നു. വളഞ്ഞു പുളഞ്ഞ മലമ്പാതയിലൂടെ കാലിടറിപ്പോകാതെ നടക്കാൻ വലിയ വിഷമമായിരുന്നു. പകുതി വഴിയിലെത്തിയപ്പോഴേക്കും പരിസരമാകെ ഇരുട്ടുവിഴുങ്ങി. ആ രാത്രി അവിടെ വിശ്രമിച്ചു ക്ഷീണമകറ്റുവാൻ ഞാൻ തീരുമാനിച്ചു. മിന്നിത്തിളങ്ങുന്ന നക്ഷത്രങ്ങളെ കനത്തമേഘപാളികൾ ഇടയ്ക്കിടെ മറയ്ക്കുന്നുണ്ടായിരുന്നു. ഇരുട്ടു പുതച്ച പൈൻമരങ്ങൾ എന്റെ മുന്നിൽ തലയുയർത്തി നിന്നിരുന്നു. അവിടവിടെയായി ചില മരങ്ങൾ പൊട്ടിവീണു കിടക്കുന്നുണ്ടായിരുന്നു. വിസ്മയകരമായ ഒരു ശാന്തത അവിടെ നിറഞ്ഞു നിന്നിരുന്നു. വിചിത്രവും ദുഃഖാർദ്രവുമായ ചില ചിന്തകളെ അവ എന്നിലുണർത്തി. ഞാൻ തേങ്ങിക്കരഞ്ഞു. തീവ്ര ദുഃഖത്തിലെന്നവണ്ണം കൈകൾ കൊട്ടി ഞാനുറക്കെ വിളിച്ചുപറഞ്ഞു. "അല്ലയോ നക്ഷത്രങ്ങളേ, മേഘങ്ങളേ, വീശിയടിക്കുന്ന കാറ്റേ, നിങ്ങളെല്ലാവരും എന്നെ കളിയാക്കിച്ചിരിക്കുകയാണോ? സത്യത്തിൽ നിങ്ങൾക്കെന്നോടു കരുണയുണ്ടെങ്കിൽ എന്റെയുള്ളിലെ വിചാരങ്ങളെയും സ്മരണകളെയും തകർത്തെറിയൂ. അതിനു കഴിയില്ലെങ്കിൽ എന്നെ വിട്ടുപോകൂ... ഞാൻ തനിച്ചിരിക്കട്ടെ..." സങ്കീർണവും വന്യവുമായ വിചിത്രചിന്തകളും മനോവിചാരങ്ങളുമായി ആ രാത്രി കഴിച്ചുകൂട്ടിയതെങ്ങനെയാണെന്നു വിവരിക്കാൻ എനിക്കു വാക്കുകളില്ല.

ഷാമൂണിക്സ് ഗ്രാമത്തിലെത്തുമ്പോഴേക്കും നേരം പരപരാ വെളുത്തിരുന്നു. പിന്നെ വിശ്രമിക്കാനൊന്നും നിൽക്കാതെ ഞാൻ നേരെ ജനീവയിലേക്കു പോയി. അപ്പോഴും എന്റെയുള്ളിലെ സങ്കീർണവിചാരങ്ങൾ ഒരുവലിയ ഭാരമായി ഹൃദയത്തെ ഞെരുക്കുകയായിരുന്നു.

ഞാൻ വീട്ടിലെത്തി. എന്റെ പരിക്ഷീണമായ രൂപവും ഭ്രാന്തമായ മുഖവും വീട്ടുകാരെ കുറച്ചൊന്നുമല്ല അങ്കലാപ്പിലാക്കിയത്. അവരുടെ ചോദ്യങ്ങൾക്കൊന്നും എനിക്കു മറുപടിയുണ്ടായിരുന്നില്ല. അവരുടെ സ്നേഹവാത്സല്യങ്ങൾ അനുഭവിക്കാനുള്ള അവകാശമില്ലാത്തതു പോലെ ഞാൻ നിർവികാരനായി നിന്നു. എങ്കിലും അവരെന്റെ പ്രിയപ്പെട്ടവരാണെന്നും അവരെ രക്ഷിക്കേണ്ടത് എന്റെ കടമയാണെന്നും എനിക്കറിയാമായിരുന്നു. അതിനുവേണ്ടി ഞാനൊരു ശപിക്കപ്പെട്ട പ്രവൃത്തിയിൽ മുഴുകേണ്ടിയിരിക്കുന്നു. എല്ലാംമറന്നു ഞാനെന്റെ സൃഷ്ടികർമത്തിൽ വ്യാപൃതനാകേണ്ടിയിരിക്കുന്നു; വീണ്ടുമൊരു പിശാചിനെ സൃഷ്ടിക്കുവാനുള്ള വെറുക്കപ്പെട്ട ഒരു കർമത്തിന്.

18

ദിവസങ്ങളും ആഴ്ചകളും കടന്നുപോയി. വാഗ്ദാനം അനുസരിച്ച് ജോലി പുനരാരംഭിക്കാൻ എനിക്കു ധൈര്യം വന്നതേയില്ല. വാഗ്ദാന ലംഘനം നടത്തിയാലുണ്ടാകുന്ന ഭയങ്കരമായ ഭവിഷ്യത്തുകളെക്കുറി ച്ചോർത്തപ്പോൾ ഒരുൾക്കിടിലമുണ്ടായെങ്കിലും ആ ജോലിയോടുള്ള വെറുപ്പും ജുഗുപ്സയും മനസിൽ നിന്നും ഒഴിവാക്കാൻ എനിക്കു കഴി ഞ്ഞില്ല. കാലങ്ങൾ നീണ്ടുനിൽക്കുന്ന ക്ലേശകരമായ പ്രവർത്തനങ്ങളി ലൂടെ മാത്രമേ ഒരു സ്ത്രീശരീരം സൃഷ്ടിക്കാനാവൂ എന്നെനിക്കറിയാ മായിരുന്നു. എന്റെ ദൗത്യത്തിന് സഹായകമാകുന്ന ഒരു പരീക്ഷണം ഒരിംഗ്ലീഷ് ശാസ്ത്രജ്ഞൻ നടത്തിയിരുന്നതു ഞാനറിഞ്ഞിരുന്നു. അതി നെക്കുറിച്ച് കൂടുതലറിയുവാൻ അച്ഛന്റെ സമ്മതം നേടി ഇംഗ്ലണ്ടിലേക്കു പോയാലോ എന്നു ഞാൻ ചിന്തിക്കാതിരിക്കുന്നില്ല. പക്ഷേ, പല ഒഴിവു കഴിവുകളാലും ഞാനാ യാത്ര നീട്ടിക്കൊണ്ടുപോയി. ആ സമയം എന്റെ ആരോഗ്യം കുറേയേറെ മെച്ചപ്പെട്ടിരുന്നു. അതിനോടനുബന്ധിച്ച് മാന സികാരോഗ്യവും മെച്ചമായിക്കഴിഞ്ഞിരുന്നു. വിഷാദഭരിതമായ ആ വാഗ്ദാ നത്തെക്കുറിച്ച് ചിന്തിക്കാതിരിക്കുമ്പോഴെല്ലാം ഞാൻ വളരെയേറെ സ ന്തോഷവാനായിരുന്നു. എന്റെ ഈ മാറ്റം അച്ഛനെയും സന്തോഷിപ്പിച്ചു. എന്റെ മനസിൽ അവശേഷിച്ചിരുന്ന ദുഃഖത്തെക്കൂടി തുടച്ചുമാറ്റുന്നതി നുള്ള മാർഗങ്ങളെക്കുറിച്ച് അദ്ദേഹം ചിന്തിക്കുകയും ചെയ്തിരുന്നു. ഈ സമയത്തെല്ലാം ഏകാന്തതയിൽ അഭിരമിക്കാനാണ് ഞാനിഷ്ടപ്പെട്ടത്. എത്രയോ ദിവസങ്ങളിൽ ആകാശത്തു തെന്നിനീങ്ങുന്ന മേഘക്കീറുക ളിലും തടാകത്തിൽ അലതല്ലി നീങ്ങുന്ന കുഞ്ഞോളങ്ങളിലും കണ്ണുക ളെറിഞ്ഞ് ഒരു തോണിയിൽ ഏകനായി ഞാൻ യാത്രചെയ്തിട്ടുണ്ട്. ശുദ്ധവായുവും സൂര്യപ്രകാശവും എന്റെ മനസിനെ ശാന്തവും ആഹ്ലാ ദഭരിതവുമാക്കിയിരുന്നു. എങ്കിലും അപൂർവമായി ചില അശുഭചിന്തകളും മനസിലേക്കു കടന്നുവരാതിരുന്നില്ല.

ഒരിക്കൽ പതിവുള്ള തോണിയാത്ര കഴിഞ്ഞു വന്ന ഒരു വേളയി ലാണ് അച്ഛനെന്നെ അരികിലേക്കു വിളിച്ചത്.

"മോനെ, നീയിപ്പോൾ സന്തോഷവാനും ആരോഗ്യവാനുമാണെന്ന റിഞ്ഞതിൽ ഈ അച്ഛന് എത്ര സന്തോഷമുണ്ടെന്നോ. എന്നാലും ചില പ്പോഴൊക്കെ എന്തോ ഒരു ദുഃഖം നിന്നെ അലട്ടുന്നതായി ഞാൻ മനസി ലാക്കുന്നു. കുറേക്കാലമായി ഞാനതിന്റെ കാരണത്തെക്കുറിച്ചുതന്നെ ചിന്തിക്കുകയായിരുന്നു. ഇന്നലെയാണ് എനിക്കതു കണ്ടെത്താനായത്. നീയത് സമ്മതിക്കണം. അതുകൊണ്ടു നമുക്കെല്ലാവർക്കും സന്തോഷമേ ഉണ്ടാകൂ..."

ഞാൻ ഉൽക്കണ്ഠയോടെ അച്ഛന്റെ മുഖത്തേക്കു നോക്കി. അച്ഛൻ തുടർന്നു.

"നീയും എലിസബത്തും തമ്മിലുള്ള വിവാഹത്തെക്കുറിച്ചാണു

ഞാൻ പറയുന്നത്. നിങ്ങൾ ഒരുമിച്ചുകളിച്ചു വളർന്നവരാണ്. നിങ്ങളുടെ സ്വഭാവവും പ്രകൃതവും അഭിരുചിയുമെല്ലാം ഒരുപോലെയാണ്. നിനക്കെന്തുകൊണ്ടും യോജിച്ചതാണവൾ. ചിലപ്പോൾ എന്റെ ഈ ആഗ്രഹം ബാലിശമായിരിക്കാം. ഒരുപക്ഷേ നീ അവളെ സഹോദരിയെപ്പോലെയായിരിക്കും കരുതുന്നത്. അവളെ വിവാഹം കഴിക്കുന്നതിനെക്കുറിച്ച് നീ ചിന്തിച്ചിട്ടുപോലുമുണ്ടാവില്ല. നിനക്കു മറ്റൊരു കാമുകിയുണ്ടായെന്നു വരാം. എലിസബത്തുമായുള്ള ബന്ധം ഉപേക്ഷിക്കാൻ കഴിയാത്തതാവാം നിന്നെ ദുഃഖിപ്പിക്കുന്നത്; അല്ലേ?"

"അച്ഛാ; ഞാനവളെ ആത്മാർഥമായി സ്നേഹിക്കുന്നുണ്ട്. എലിസബത്തിന്റെ സ്ഥാനത്ത് എനിക്കു മറ്റൊരു സ്ത്രീയെ സങ്കൽപ്പിക്കാനാവില്ല. ഭാവിയെക്കുറിച്ചുള്ള എന്റെ സ്വപ്നങ്ങളും പ്രതീക്ഷകളും ഞങ്ങളുടെ വിവാഹജീവിതത്തിലാണു ഞാൻ കാണുന്നത്..."

"എന്റെ പ്രിയപ്പെട്ട വിക്ടർ; അടുത്തകാലത്തായി എന്നെ ഇത്രയേറെ സന്തോഷിപ്പിച്ച ഒരു വാർത്ത വേറെയില്ല. നിന്റെ ആഗ്രഹവും അതുതന്നെയാണെങ്കിൽ പിന്നെന്തു തടസമാണുള്ളത്? ഈയിടെയുണ്ടായ ചില സംഭവങ്ങളിൽ നമ്മൾ ഏറെ ദുഃഖിതരാണെന്നത് സത്യമാണ്. എങ്കിലും വിവാഹത്തെക്കുറിച്ചുള്ള ചിന്തകളാണ് നിന്നെ ഇപ്പോൾ ഏറെ ദുഃഖിപ്പിക്കുന്നത് എന്നെനിക്കു തോന്നുന്നു. ആ ദുഃഖം ഉടൻതന്നെ മാറണമെന്നാണ് ഞാനാഗ്രഹിക്കുന്നത്. അതുകൊണ്ടു തുറന്നുപറയൂ മോനെ. വിവാഹം ഉടനെ നടത്തുന്നതിനെപ്പറ്റി എന്താണ് നിന്റെ അഭിപ്രായം? നീ ചെറുപ്പമാണ്. എങ്കിലും നേരത്തെതന്നെയുള്ള വിവാഹം നിന്റെ പഠനത്തെയും ഭാവിയെയും പ്രതികൂലമായി ബാധിക്കുമെന്നു ഞാൻ കരുതുന്നില്ല. എന്തുതന്നെയായാലും നിന്റെ ആഗ്രഹം തുറന്നുപറയണം. ഇപ്പോൾ വിവാഹം വേണ്ടെന്നാണ് നിന്റെ അഭിപ്രായമെങ്കിൽ എനിക്കതിലൊരു വിഷമവുമുണ്ടാകില്ല. അതുകൊണ്ട് നീ തുറന്നു പറയൂ."

നിശ്ശബ്ദനായി ഞാൻ അച്ഛന്റെ വാക്കുകൾക്കു ചെവികൊടുത്തു. പെട്ടെന്നൊരു മറുപടി പറയാൻ എനിക്കു കഴിഞ്ഞില്ല. ഒട്ടനവധി ചിന്തകൾ മനസിലിട്ടു തിരിച്ചും മറിച്ചും പരിശോധിച്ചുകൊണ്ട് ഒരു നിഗമനത്തിലെത്തിച്ചേരുവാൻ ഞാൻ കഠിനമായി പരിശ്രമിച്ചു. എലിസബത്തുമായി ഉടനെ ഒരു വിവാഹജീവിതം ആരംഭിക്കുന്നതിനെക്കുറിച്ചോർത്തപ്പോൾ എന്റെ മനസിൽ ഭീതി പടർന്നു. ഗൗരവതരമായ ഒരു വാഗ്ദാനത്തിന്റെ ബന്ധനത്തിലാണു ഞാൻ. ഇതുവരെ എനിക്കത് നിറവേറ്റാനായിട്ടില്ല. ലംഘിക്കാനൊട്ടു ധൈര്യവുമില്ല. അങ്ങനെയെങ്ങാനും ചെയ്താൽ എന്റെയും എന്റെ പ്രിയപ്പെട്ട കുടുംബത്തിന്റെയും മേൽ പതിക്കാൻ പോകുന്ന ദുരിതമഴ എന്തുഭയങ്കരമായിരിക്കും. കഴുത്തിൽ കെട്ടിത്തൂക്കിയ ഈ ഭാരവുമായി എനിക്കെങ്ങനെ ഉല്ലസിക്കാൻ കഴിയും. ആദ്യം തന്നെ എന്റെ വാഗ്ദാനം നിറവേറ്റേണ്ടതുണ്ട്. ആ ഭീകരൻ തന്റെ ഇണയുമൊത്തു സ്ഥലം വിട്ടതിനുശേഷം മാത്രമേ എലിസബത്തിനോടൊപ്പമുള്ള ഒരു സന്തുഷ്ടജീവിതം എനിക്കാസ്വദിക്കാൻ കഴിയൂ.

ഇംഗ്ലണ്ടിൽ പോവുകയോ അവിടുത്തെ ശാസ്ത്രജ്ഞന്മാരുമായി എഴുത്തുകുത്തുകൾ നടത്തുകയോ ചെയ്യുന്നത് നന്നായിരിക്കുമെന്ന് എനിക്കുതോന്നി. അവരുടെ കണ്ടെത്തലുകൾ എന്റെ ഇപ്പോഴത്തെ ദൗത്യത്തിന് ഒഴിച്ചുകൂടാൻ പറ്റാത്തവയാണെന്നെനിക്കറിയാമായിരുന്നു. രണ്ടാമത്തെ മാർഗം പക്ഷേ അത്ര ആശാസ്യമായിരുന്നില്ല. അച്ഛന്റെ സാന്നിധ്യത്തിൽ സ്വന്തം വീട്ടിലിരുന്നുകൊണ്ട് ശപിക്കപ്പെട്ട ആ പ്രവൃത്തിയിലേർപ്പെടുവാൻ എനിക്കിഷ്ടമില്ലായിരുന്നു. അതു ചിലപ്പോൾ അപകടകരവുമായേക്കാം. എന്തൊക്കെയാണു സംഭവിക്കുകയെന്നു പറയാൻ കഴിയില്ല. പ്രിയപ്പെട്ടവരെ ഭയചകിതരാക്കാൻ ചെറിയൊരു സംഭവം മതിയാകും. ഒറ്റയ്ക്കൊരിടത്തു താമസിച്ചുകൊണ്ട് ജോലിയിലേർപ്പെടുന്നതാണു നല്ലതെന്നു എനിക്കുതോന്നി.

ഈ വിചാരങ്ങൾ മനസിൽ വെച്ചുകൊണ്ടാണു ഞാൻ അച്ഛന്റെ ചോദ്യങ്ങൾക്കു മറുപടി നൽകിയത്. ഇംഗ്ലണ്ടിൽ പോകാനാഗ്രഹിക്കുന്നതായി ഞാൻ അച്ഛനോടു പറഞ്ഞെങ്കിലും അതിന്റെ യഥാർഥ കാരണം ഞാൻ അദ്ദേഹത്തിൽ നിന്നും മറച്ചുവെച്ചു. ആരിലും സംശയം ജനിപ്പിക്കാത്ത ഒരു കാരണമാണു ഞാൻ പറഞ്ഞത്. ഭ്രാന്തോളമെത്തി നിൽക്കുന്ന എന്റെ മാനസികാവസ്ഥ ഈയാത്ര മൂലം ഏറെ മെച്ചപ്പെടുമെന്നു മനസിലാക്കിയിട്ടാവാം അച്ഛനതിനു സസന്തോഷം അനുമതി നൽകി. പുതിയ കാഴ്ചകളും അനുഭവങ്ങളും എന്റെ മനസിനെ സ്വസ്ഥവും ശാന്തവുമാക്കുമെന്നു അച്ഛൻ പ്രതീക്ഷിച്ചിരുന്നു.

ഇംഗ്ലണ്ടിൽ എത്രകാലം താമസിക്കണമെന്ന കാര്യം അച്ഛൻ എന്റെ ഇഷ്ടത്തിന് വിട്ടുതന്നു. പക്ഷേ, എന്നെ തനിച്ചു വിടാൻ അദ്ദേഹം തയാറായിരുന്നില്ല. ക്ലേർവെൽ കൂടി എന്നോടൊപ്പമുണ്ടായിരിക്കണമെന്ന് അച്ഛനും എലിസബത്തും തീരുമാനിച്ചു. സ്ട്രാസ്ബർഗിൽ വെച്ച് അവനെന്റെ കൂടെയുണ്ടാകുമെന്നു തീരുമാനിക്കപ്പെട്ടു. ക്ലേർവെലിന്റെ സാന്നിധ്യം എന്റെ ജോലിയുടെ ഏകാഗ്രതയ്ക്കു തടസമാകുമെങ്കിലും യാത്രയിൽ ഒറ്റയ്ക്കിരുന്നു മുഷിയാതിരിക്കാനും പഴയ വിഷാദചിന്തകൾ മനസിനെ ആക്രമിക്കാതിരിക്കാനും അവൻ കൂടെയുണ്ടാകുന്നത് നല്ലതാണെന്നെനിക്കുതോന്നി.

യാത്രയ്ക്കുള്ള ഒരുക്കങ്ങൾ പൂർത്തിയായി. ഞാൻ തിരിച്ചെത്തിയാലുടനെ എലിസബത്തുമായുള്ള വിവാഹം നടത്തുവാൻ തീരുമാനമായി. അച്ഛനു പ്രായമേറി വരികയാണ്. അതുകൊണ്ടുതന്നെ വിവാഹം വല്ലാതെ നീട്ടിക്കൊണ്ടു പോകുന്നത് ശരിയല്ലെന്നു എനിക്കറിയാമായിരുന്നു. എന്നെ സംബന്ധിച്ചിടത്തോളം എലിസബത്തിന്റെ സാന്നിധ്യം വലിയൊരാശ്വാസമായിരിക്കും. ദൂഷിതമായ ഒരു കർമത്തിനൊടുവിൽ എന്നെ ഗ്രസിക്കുന്ന ദുഃഖങ്ങൾക്കും ദുരിതങ്ങൾക്കുമെല്ലാം അവളൊരു സാന്ത്വനമായിരിക്കും. അവളോടൊത്തുള്ള ജീവിതത്തിന്റെ ആഹ്ലാദം കഴിഞ്ഞകാല ദുരന്തങ്ങളെയെല്ലാം വിസ്മൃതിയിലാഴ്ത്തും.

അതിനിടെ പുതിയ ഒരു ചിന്തയെക്കുറിച്ചുള്ള ഭയാശങ്കകൾ എന്നെ

പീഡിപ്പിക്കാൻ തുടങ്ങി. ഞാനിവിടുന്നു പോയാൽ ആ ഭീകരൻ എന്റെ പ്രിയപ്പെട്ടവരെയെങ്ങാനും ആക്രമിക്കുമോ? അവർക്കാർക്കും എന്നെ ചൂഴ്ന്നു നിൽക്കുന്ന ഭീഷണിയെക്കുറിച്ച് ഒന്നുമറിയില്ല. എന്റെ അസാന്നിധ്യം അവനെ വീണ്ടും ആക്രമണോത്സുകനാക്കിത്തീർക്കുമോ എന്ന് ഞാൻ സംശയിച്ചു. ഞാൻ പോകുന്നിടത്തെല്ലാം താനുമുണ്ടാകുമെന്ന് അവൻ സത്യം ചെയ്തിട്ടുള്ളതു മാത്രമാണ് ആകെയുള്ള സമാധാനം. അവൻ ഇംഗ്ലണ്ടിലേക്കും വരുമോ? ഈ ചിന്ത ആശങ്കാജനകമാണെങ്കിലും എന്റെ പ്രിയപ്പെട്ടവരുടെ സുരക്ഷിതത്വത്തെക്കുറിച്ചു ചിന്തിച്ചപ്പോൾ അത് അത്രതന്നെ ആശ്വാസകരവുമായി തോന്നി.

സെപ്തംബർ അവസാനത്തോടെ ഞാൻ യാത്ര തിരിച്ചു. എലിസബത്തിന് ഇഷ്ടക്കേടൊന്നുമില്ലായിരുന്നെങ്കിലും എന്റെ അവസ്ഥയെച്ചൊല്ലി അവൾ ഖിന്നയായിരുന്നു. എത്രയും വേഗം ഞാൻ തിരിച്ചെത്തണമെന്ന് അവൾ ആഗ്രഹിച്ചു. എന്നെയാത്രയയയ്ക്കുമ്പോൾ അവളുടെ നിറഞ്ഞ കണ്ണുകളിൽ ദുഃഖവും വേദനയും അലയടിക്കുന്നത് ഞാൻ കണ്ടു.

വണ്ടിയെത്തിയപ്പോൾ ഞാനതിൽ ചാടിക്കയറി. പരിസരം ശ്രദ്ധിക്കാതെ കലുഷിതമായ മനസോടെ എന്റെ പരീക്ഷണസാമഗ്രികൾ അടുക്കിക്കെട്ടി വണ്ടിയിൽ വെക്കാൻ ഞാൻ പറഞ്ഞു. മനോഹരവും വിസ്മയകരവുമായ ഒട്ടനവധി സ്ഥലങ്ങളിലൂടെ കടന്നുപോയെങ്കിലും അവയൊന്നും ആസ്വദിക്കാൻ എനിക്കായില്ല. യാത്രയ്ക്കൊടുവിൽ എന്നെ കാത്തിരിക്കുന്ന അശുഭകരമായ ദൗത്യത്തെക്കുറിച്ച് മാത്രമേ ഞാനപ്പോൾ ചിന്തിച്ചിരുന്നുള്ളൂ.

ദിവസങ്ങൾ നീണ്ടുനിന്ന വിരസമായ യാത്രയ്ക്കൊടുവിൽ ഞാൻ സ്ട്രാസ്ബർഗിലെത്തിച്ചേർന്നു. ക്ലെർവലിനെ കാത്ത് രണ്ടുദിവസം ഞാനവിടെ തങ്ങി. എന്തൊരു വൈരുധ്യമായിരുന്നു ഞങ്ങളുടെ സ്വഭാവത്തിന്! ക്ലെർവെൽ ഉത്സാഹഭരിതനും ആഹ്ലാദഭരിതനുമായിരുന്നു. ചെറിയ കാര്യങ്ങൾ പോലും അവനെ ആവേശം കൊള്ളിച്ചിരുന്നു. ഉദയാസ്തമയങ്ങൾ അവനെ പുളകിതനാക്കി. പ്രകൃതിദൃശ്യങ്ങളുടെ നിറഭേദങ്ങളും ആകാശനീലിമയും ചൂണ്ടിക്കാട്ടി അവൻ ആവേശത്തോടെ പറഞ്ഞു. "ഈ ഭൂമിയിലെ ജീവിതം ആസ്വദിക്കാനുള്ളതാണ്. പക്ഷേ ഫ്രാങ്കെൻസ്റ്റീൻ; നീയിപ്പോഴും ദുഃഖിതനും നിരാശനുമാണല്ലോ. എന്താണതിനു കാരണം?"

ശരിയായിരുന്നു. ഭയാശങ്കകളും അസ്വസ്ഥതകളുമായിരുന്നു എന്റെ മനസുനിറയെ. ഉദയാസ്തമനങ്ങളിലൊന്നും ആഹ്ലാദം കണ്ടെത്താൻ എനിക്കു കഴിഞ്ഞിരുന്നില്ല. എല്ലാ കവാടങ്ങളും കൊട്ടിയടക്കപ്പെട്ട ശാപത്തിന്റേയും ഭീതിയുടേയും ഇരുട്ടറയിൽ ബന്ധിതനായിരുന്നു ഞാൻ.

സ്ട്രാസ്ബർഗിൽ നിന്നും റൈൻനദിയിലൂടെ റോട്ടർഡാമിലേക്കും അവിടെനിന്നും കപ്പൽ മാർഗം ലണ്ടനിലേക്കും പോകാനായിരുന്നു ഞങ്ങളുടെ പ്ലാൻ. ഈ യാത്രയിൽ അനേകം സുന്ദരദ്വീപുകളും നഗരങ്ങളും ഞങ്ങൾ പിന്നിട്ടു. ഒരുദിവസം ഞങ്ങൾ മാൻഹെം നഗരത്തിൽ തങ്ങി.

പിന്നീട് മെയിൻസിലെത്തിച്ചേർന്നു. റൈൻനദിയുടെ ദൃശ്യം അതിഗംഭീരമായിരുന്നു. കുന്നുകൾക്കിടയിലൂടെ വളഞ്ഞുപുളഞ്ഞൊഴുകുന്ന ആ നദി വിസ്മയകരമാംവിധം മനോഹരമായിരുന്നു. വീട്ടി മരങ്ങൾക്കിടയിലൂടെ വലിയ പാറക്കൂട്ടങ്ങൾക്കുമേൽ പഴയ കോട്ടകൊത്തളങ്ങളുടെ നാശാവശിഷ്ടങ്ങൾ കാണാമായിരുന്നു. എല്ലാം ഹൃദയഹാരിയായ ദൃശ്യങ്ങൾ തന്നെ.

മുന്തിരിയുടെ വിളവെടുപ്പുകാലമായിരുന്നു അത്. തോട്ടങ്ങളിൽ പണിയെടുക്കുന്നവരുടെ പാട്ടുകൾ ദൂരെനിന്നും കേൾക്കുന്നുണ്ടായിരുന്നു. നിരാശനും വ്രണിതനുമായ എനിക്ക് വളരെ വലിയ ആശ്വാസമാണ് അവ നൽകിയത്. മേഘങ്ങളൊഴിഞ്ഞ നീലാകാശത്തിലേക്ക് നയനങ്ങളെറിഞ്ഞു ബോട്ടിന്റെ തട്ടിൽ മലർന്നു കിടക്കുകയായിരുന്നു ഞാൻ. അതുവരെ എനിക്കജ്ഞാതമായിരുന്ന ഒരു പ്രശാന്തതയിൽ ഞാനലിഞ്ഞു ചേരുന്നതായി എനിക്കു തോന്നി. ഈ കാഴ്ചകൾ എന്നെ ഇത്രമാത്രം സ്വാധീനിച്ചെങ്കിൽ ഹെൻറിയുടെ സ്ഥിതിയെന്തായിരിക്കും? ഏതോ വിസ്മയലോകത്ത് സാധാരണ മനുഷ്യർക്ക് അപ്രാപ്യമായ പരമാനന്ദം നുകരുകയാണു താനെന്ന് അവനു തോന്നിയിരുന്നു. "മായികമായ എത്രയോ കാഴ്ചകൾ ഞാൻ കണ്ടിട്ടുണ്ട്." അവൻ പറഞ്ഞു. "സ്വദേശത്തെയും വിദേശത്തെയും അനേകം വിസ്മയദൃശ്യങ്ങൾ എന്റെ മനസിനെ ആകർഷിച്ചിട്ടുണ്ട്. മഞ്ഞുപുതച്ച മലനിരകളും നീലത്തടാകങ്ങളും ആർത്തലയ്ക്കുന്ന മഹാസമുദ്രങ്ങളും എന്നെ ആഹ്ലാദിപ്പിച്ചിരുന്നു. പക്ഷേ ഈ നാട് മറ്റെല്ലാത്തിനേക്കാളും എന്നെ വിസ്മയിപ്പിക്കുന്നു വിക്ടർ. ലാവണ്യവതിയായ റൈൻ നദിയും വലിയ പാറക്കെട്ടുകൾക്കു മുകളിൽ നിന്നും തലയിട്ടു നോക്കുന്ന പുരാതനമായ കോട്ടകളും പച്ചമേലാപ്പണിഞ്ഞ വനമേഖലകളും മലഞ്ചെരിവുകളിൽ ആലസ്യമാർന്നു കിടക്കുന്ന നാട്ടിൻപുറങ്ങളും എന്നെ കോരിത്തരിപ്പിക്കുന്നു..."

എന്റെ പ്രിയപ്പെട്ട ക്ലെർവെൽ, നിന്നെക്കുറിച്ചുള്ള ഓർമകൾ എന്നെ വല്ലാതെ വികാരാധീനനാക്കുന്നു. പ്രകൃതിയുടെ കവിതയാൽ സൃഷ്ടിക്കപ്പെട്ടവനായിരുന്നു നീ.

ആവേശവും ആഹ്ലാദവും നിറഞ്ഞുനിൽക്കുന്ന നിന്റെ മനോവ്യാപാരങ്ങൾ വിവേകത്തിന്റെയും മഹാമനസ്കതയുടെയും ചിഹ്നങ്ങളായിരുന്നു.

തീവ്രസ്നേഹം വഴിഞ്ഞൊഴുകുന്ന ഒരു മനസിനുടമയായിരുന്നു ക്ലെർവെൽ. ആത്മാർപ്പിതവും ഭാവനകളിൽ മാത്രം കാണാവുന്ന വിധം അത്ഭുതകരവുമായ ഒരു സൗഹൃദമനോഭാവത്തിനുടമയായിരുന്നു അവൻ. മനുഷ്യസഹജമായ യാതൊന്നിനും ഉൽക്കടമായ അവന്റെ മനസിനെ തൃപ്തിപ്പെടുത്താനാവില്ല. മറ്റുള്ളവരെ ആഹ്ലാദിപ്പിക്കുന്ന പ്രകൃതിയുടെ ബാഹ്യസൗന്ദര്യങ്ങൾ അവനിൽ അനിയന്ത്രിതവും ഭ്രാന്തവുമായ സ്നേഹജ്വാലകളെ സൃഷ്ടിച്ചിരുന്നു....

പിന്തുടർന്നവനെ വികാരപ്രവാഹമായ്

കളകളം പാടുന്ന മലയരുവി...
കരിമ്പാറക്കൂട്ടങ്ങൾ, ഹിമഗിരി ശൃംഗങ്ങൾ
അഗാധനീലിമയാർന്ന മഹാടവി...
അവയുടെ നിറങ്ങളും രൂപവുമവനിലൊ-
രജ്ഞാത തൃഷ്ണയുണർത്തീടുന്നു...

അവനിപ്പോൾ എവിടെയാണ്? സൗമ്യശീലനും സ്നേഹനിധിയുമായ ആ തോഴൻ എന്നെന്നേക്കുമായി എനിക്ക് നഷ്ടപ്പെട്ടോ? എന്റെ മനസിലെ ഭാവനകളിൽ മാത്രമാണോ അവനിപ്പോൾ ശേഷിക്കുന്നത്? പ്രിയ സ്നേഹിതാ; ഉജ്ജ്വലമായ സൗന്ദര്യമുള്ള നിന്റെ ശരീരം നശിച്ചുപോയെങ്കിലും നിന്റെ ആത്മാവ് ഇന്നും ഈ നിർഭാഗ്യവാനായ സ്നേഹിതനെ സന്ദർശിക്കുകയും ആശ്വസിപ്പിക്കുകയും ചെയ്യുന്നുണ്ടെന്ന് ഞാൻ മനസിലാക്കുന്നു.

ദുഃഖഭരിതമായ ഈ വിവരണത്തിനു മാപ്പ്. വ്യർഥമായ ഈ വാക്കുകൾ ഹെൻറിയുടെ അമൂല്യമായ ഓർമകൾക്കു മുന്നിൽ നിസാരമായ ഒരു അഞ്ജലിയായിത്തീരട്ടെ. അതെന്റെ വ്രണിതമായ ഹൃദയത്തിനു കുറച്ചെങ്കിലും ആശ്വാസമേകട്ടെ. ഞാനെന്റെ കഥ തുടരാം. കൊളോണിൽ നിന്നും ഞങ്ങൾ ഹോളണ്ടിലെത്തി. അവിടത്തെ കാറ്റും നദീപ്രവാഹവും യാത്രയ്ക്കു തടസമായിരുന്നു. അതിനാൽ കുറച്ചുദിവസത്തേക്ക് ഞങ്ങൾ യാത്രതുടർന്നില്ല.

ദിവസങ്ങൾ കഴിഞ്ഞപ്പോൾ ഞങ്ങൾ റോട്ടർഡാമിലെത്തി. അവിടെനിന്നും കടൽമാർഗം ഇംഗ്ലണ്ടിലും. ഡിസംബർമാസം അവസാനത്തിലെ ഒരു തെളിഞ്ഞ പ്രഭാതത്തിൽ ഞങ്ങൾ ബ്രിട്ടനിലെത്തിച്ചേർന്നു. തെയിംസ് നദിയുടെ തീരങ്ങൾ പുതിയൊരു ദൃശ്യമായിരുന്നു ഞങ്ങൾക്ക് പ്രദാനം ചെയ്തത്. അവ ഫലഭൂയിഷ്ഠമായിരുന്നു. അവിടുത്തെ ഓരോ നഗരവും ചില പഴയകാല സംഭവങ്ങളുടെ സ്മാരകങ്ങളായിരുന്നു. ടിർബറിക്കോട്ടയും, ഗ്രാസ്സെൻഡും, വൂൾവിച്ചും ഗ്രീനിച്ചുമെല്ലാം പുരാതന ചരിത്രസംഭവങ്ങളുടെ സ്മരണകൾ ഞങ്ങളിലുണർത്തി.

19

പ്രശസ്തമായ ലണ്ടൻനഗരത്തിൽ കുറേക്കാലം താമസിക്കാൻ ഞങ്ങൾ തീരുമാനിച്ചു. അക്കാലത്തെ പ്രമുഖരായ ബുദ്ധിജീവികളെയും മഹാന്മാരെയും പരിചയപ്പെടാനും അവരുമായി സംവാദങ്ങളിലേർപ്പെടാനുമാണ് ക്ലെർവെൽ ആഗ്രഹിച്ചത്. എന്നാൽ എന്നെ സംബന്ധിച്ചിടത്തോളം അതായിരുന്നില്ല വലിയകാര്യം. എന്റെ വാഗ്ദാനം നിറവേറ്റുന്നതിനു വേണ്ട അറിവുനേടുന്നതിലായിരുന്നു ഞാൻ മുഖ്യമായും മുഴുകിയത്. അവിടുത്തെ പ്രശസ്തരായ പ്രകൃതിശാസ്ത്രജ്ഞന്മാർക്ക് എന്നെ പരിചയപ്പെടുത്തുന്ന കത്തുകൾ കൈവശമുണ്ടായിരുന്നത് ഉപ

യോഗപ്പെടുത്തുവാൻ ഞാൻ തീരുമാനിച്ചു.

ഞങ്ങളുടെ യാത്ര അല്ലലുകളൊന്നുമില്ലാത്ത എന്റെ പഠനകാലത്തായിരുന്നെങ്കിൽ അതെനിക്കു പറഞ്ഞറിയിക്കാനാവാത്ത ആഹ്ലാദം നൽകുമായിരുന്നു. ഇപ്പോൾ ഒരു ഭയങ്കരനാശം എന്റെ ജീവിതപ്പാതയിൽ വന്നുപെട്ടിരിക്കുകയാണ്. ശപിക്കപ്പെട്ട ഒരു വിഷയത്തെ സംബന്ധിച്ച അറിവിനു വേണ്ടിയാണു ഞാനീ നഗരത്തിലെത്തിയിരിക്കുന്നത്. എപ്പോഴും ഏകനായിരിക്കാൻ ഞാനാഗ്രഹിച്ചു. ഹെൻറി ക്ലേർവെലിന്റെ ശബ്ദവും സാന്നിധ്യവും എനിക്കു ആശ്വാസദായകമായിരുന്നു. എന്നാൽ തിരക്കുപിടിച്ച, അനാകർഷകമായ മുഖങ്ങൾ എന്നെ നിരാശനാക്കി. എന്റെയും എന്റെ സഹജീവികളുടെയുമിടയിൽ വലിയ ഒരു വേദി ഉയർന്നിരുന്നു. എന്റെ പ്രിയപ്പെട്ട വില്യമിന്റെയും ജസ്റ്റിന്റെയും രക്തത്താൽ മുദ്രിതമായിരുന്നു അത്. അവരെക്കുറിച്ചു ചിന്തിക്കാൻ തുടങ്ങുമ്പോഴേക്കും മനസു വീണ്ടും വിഷാദമൂകമായി മാറുമായിരുന്നു. അപ്പോഴെല്ലാം ക്ലേർവെൽ മാത്രമാണ് എനിക്കാശ്വാസമേകിയത്. എല്ലാവരിൽ നിന്നും തികച്ചും വ്യത്യസ്തനായിരുന്നു അവൻ. ചുറുചുറുക്കും ആത്മവിശ്വാസവുമുള്ള എന്റെ പഴയകാല രൂപമായിരുന്നു ഞാൻ അവനിൽ കണ്ടിരുന്നത്. ഉല്ലാസവാനും വിജ്ഞാനകുതുകിയുമായിരുന്നു അവൻ. പുതിയ അറിവുകളും അനുഭവങ്ങളും നേടാൻ അവൻ ആഗ്രഹിച്ചു. മനസിനെ മോഹിപ്പിച്ചിരുന്ന ഒരു അഭിലാഷത്തിന്റെ സാക്ഷാൽക്കാരത്തിനു വേണ്ടി വളരെ മുമ്പുതന്നെ അവൻ പരിശ്രമിച്ചിരുന്നു. ഇന്ത്യ സന്ദർശിക്കാനായിരുന്നു അവൻ പ്രധാനമായും ആഗ്രഹിച്ചിരുന്നത്. അവിടത്തെ വിവിധഭാഷകളെക്കുറിച്ചും സാമൂഹിക ജീവിതത്തെക്കുറിച്ചുമുള്ള അറിവുകളുപയോഗിച്ച് യൂറോപ്യൻ അധിനിവേശത്തെയും വ്യാപാരത്തേയും പരിപോഷിപ്പിക്കാനാവുമെന്ന് അവൻ കരുതിയിരുന്നു. തന്റെ പദ്ധതികൾ നടപ്പിലാക്കാനുള്ള പ്രവർത്തനങ്ങളിലാണ് അവൻ മുഖ്യമായും മുഴുകിയിരുന്നത്. അവനെപ്പോഴും തിരക്കായിരുന്നു. പക്ഷേ, എന്റെ വിഷാദവും നിർവികാരതയും അവന്റെ മനസിനെ കുറച്ചെങ്കിലും അലട്ടാതിരുന്നില്ല. പക്ഷേ, ഞാനൊന്നും അവന്റെ മുന്നിൽ വെളിപ്പെടുത്താൻ ശ്രമിച്ചില്ല. പുതിയ പ്രതീക്ഷകളും സ്വപ്നങ്ങളുമായി ജീവിതത്തിന്റെ പുതിയൊരു ഘട്ടത്തിലേക്കു പ്രവേശിക്കാനൊരുങ്ങുന്ന അവന്റെ മുന്നിൽ വഴിമുടക്കിയായി നിൽക്കാൻ ഞാനൊരുക്കമായിരുന്നില്ല. പലപ്പോഴും അവനോടൊപ്പം സമയം ചെലവഴിക്കുന്നതിൽ ഞാൻ വിമുഖത കാണിച്ചു. അവനെന്നെ വിളിക്കുമ്പോഴൊക്കെ പല ഒഴിവുകഴിവുകളും പറഞ്ഞ് ഞാൻ ഒഴിഞ്ഞുമാറി. ഇതിനിടെ ഞാനെന്റെ പുതിയ സൃഷ്ടികർമത്തിനു വേണ്ട വസ്തുക്കൾ ശേഖരിക്കാൻ തുടങ്ങിയിരുന്നു. അതെന്നെ സംബന്ധിച്ചിടത്തോളം ഒരു പീഡനമായിരുന്നുവെന്നത് വേറെകാര്യം. അതിനെക്കുറിച്ചുള്ള ചെറിയ ചിന്തകൾ പോലും എന്റെ മനസിനെ മുറിവേൽപ്പിച്ചിരുന്നു. അതുമായി ബന്ധപ്പെട്ട ഓരോവാക്കും എന്റെ ചുണ്ടുകളെ വിറകൊള്ളിക്കുകയും ഹൃദയമിടിപ്പു വർധിപ്പിക്കുകയും ചെയ്തിരുന്നു.

ലണ്ടൻ നഗരത്തിൽ കുറച്ചുമാസങ്ങൾ ഞങ്ങൾ കഴിച്ചുകൂട്ടി. ഒരു ദിവസം എനിക്കൊരു കത്തുവന്നു. മുമ്പ്, ജനീവയിൽ വച്ച് എന്നെ സന്ദർശിച്ചിരുന്ന ഒരു സുഹൃത്തിന്റെ കത്തായിരുന്നു അത്. പെർത്തിലായിരുന്നു അയാൾ താമസിച്ചിരുന്നത്. തന്റെ നാടിന്റെ പ്രകൃതിഭംഗി അയാൾ ആ കത്തിൽ വിവരിച്ചിരുന്നു. അവയെല്ലാം കണ്ടാസ്വദിക്കാൻ ഞങ്ങളെ ക്ഷണിച്ചിരിക്കുകയാണ്. ക്ഷണം സ്വീകരിച്ച് പെർത്തിലേക്കു പോകാൻ ക്ലെർവെലിനു തിടുക്കമായി. ജനങ്ങളുമായി ഇടപഴകാൻ താൽപ്പര്യമുണ്ടായിരുന്നില്ലെങ്കിലും മനോഹരമായ പ്രകൃതിദൃശ്യങ്ങൾ കാണാനുള്ള മോഹം എന്നേയും കീഴടക്കിയിരുന്നു.

ഒക്ടോബർ ആദ്യമാണ് ഞങ്ങൾ ഇംഗ്ലണ്ടിലെത്തിയിരുന്നത്. ഇപ്പോൾ ഫെബ്രുവരിയായിരുന്നു. ഒരുമാസം കൂടി കഴിഞ്ഞ് ഞങ്ങൾ വടക്കൻഭാഗങ്ങളിലേക്കു യാത്രതിരിച്ചു. വിൻഡ്സർ, ഓക്സ്ഫോർഡ്, മെറ്റ്ലോക്ക്, കംബർലാന്റ് തടാകം എന്നിവ സന്ദർശിച്ച് ജൂലൈ അവസാനത്തോടെ യാത്ര അവസാനിപ്പിക്കാനാണു ഞങ്ങൾ തീരുമാനിച്ചത്. സ്കോട്ട്ലാന്റിന്റെ ഏതെങ്കിലും ഒരു ഒഴിഞ്ഞമൂലയിൽ വെച്ച് എന്റെ ജോലി തുടങ്ങാമെന്ന ചിന്തയിൽ ഉപകരണങ്ങളെല്ലാം ഞാൻ തയാറാക്കിവെച്ചിരുന്നു.

മാർച്ച് ഇരുപത്തിയേഴിനു ഞങ്ങൾ ലണ്ടൻ നഗരത്തോടു വിടപറഞ്ഞു. ആദ്യമെത്തിയത് വിൻഡ്സറിലായിരുന്നു. അവിടുത്തെ വനാന്തരങ്ങളിൽ കുറച്ചുദിവസം ഞങ്ങൾ ചുറ്റിയടിച്ചു. തികച്ചും പുതുമയുള്ള സ്ഥലമായിരുന്നു അത്. തലയെടുപ്പോടെ നിൽക്കുന്ന ഓക്കുമരങ്ങളും വേട്ടമൃഗങ്ങളും മാൻപേടകളുമെല്ലാം ഞങ്ങൾക്കു പുതിയൊരു കാഴ്ചയൊരുക്കിയിരുന്നു.

അവിടെനിന്നും ഓക്സ്ഫോർഡിലേക്കാണ് ഞങ്ങൾ പോയത്. ആ നഗരത്തിൽ കാലുകുത്തിയപ്പോൾ ഒന്നരനൂറ്റാണ്ടിനു മുമ്പ് അവിടെ നടന്ന ചില സംഭവങ്ങളുടെ സ്മരണകൾ ഞങ്ങളുടെ മുന്നിൽ മിന്നിമറഞ്ഞു. ചാൾസ് ഒന്നാമന്റെ ഏറ്റവും പ്രിയപ്പെട്ട നഗരമായിരുന്നു അത്. നിർഭാഗ്യവാനായ ആ രാജാവിനോട് എന്നും വിശ്വസ്തത പുലർത്തിയ നഗരം. ആഢ്യത്വമായിരുന്നു അതിന്റെ മുഖമുദ്ര, മനോഹരവും പുരാതനവുമായ കോളേജ് കെട്ടിടങ്ങളും ഗംഭീരമായ തെരുവീഥികളും ശാന്തമായൊഴുകുന്ന ഐസിസ് നദിയുമെല്ലാം വിസ്മയകരമായ അനുഭവങ്ങൾ തന്നെയായിരുന്നു. പക്ഷേ ആഹ്ലാദകരമായ ആ അവസ്ഥയിലും പഴയകാല സ്മരണകൾ എന്നെ വേട്ടയാടിക്കൊണ്ടിരുന്നു. മുമ്പ് ഞാനൊരു സമാധാനകാംക്ഷിയായിരുന്നു. അസംതൃപ്തിയോ നിരാശയോ ഒരിക്കലുമെന്നെ ഗ്രസിച്ചിരുന്നില്ല. പക്ഷേ ഇപ്പോൾ ഞാനൊരു തീപിടിച്ച മരമായി മാറിയിരിക്കുന്നു. മറ്റുള്ളവരിൽ സഹതാപവും വെറുപ്പുമുണർത്തുന്ന ശാപഗ്രസ്തമായ ഒരു സൃഷ്ടിയായിത്തീർന്നിരിക്കുന്നു.

ഓക്സ്ഫോർഡിൽ ഞങ്ങൾ കുറച്ചധികംകാലം തങ്ങി. ഇംഗ്ലീഷ് ചരിത്രവുമായി ബന്ധപ്പെട്ട സംഭവപരമ്പരകളുടെ സ്മാരകങ്ങളായ അവി

ടത്തെ പല സ്ഥലങ്ങളും ഞങ്ങൾ സന്ദർശിച്ചു. ജോൺഹാംപ്ഡെൻ എന്ന ധീരന്റെ ശവകുടീരവും ആ രാജ്യസ്നേഹി മരിച്ചുവീണ സ്ഥലവും ഞാൻ കണ്ടു. ആസമയം, എന്നെ പൊതിഞ്ഞുനിന്നിരുന്ന ഭയാശങ്കകളും അസ്വസ്ഥതകളും എന്നെ വിട്ടുമാറിയതായി എനിക്കുതോന്നി. സ്വാതന്ത്ര്യത്തിന്റെയും ആത്മത്യാഗത്തിന്റെയും ആ സ്മാരകങ്ങൾ കണ്ടപ്പോൾ എന്റെയുള്ളിൽ ഒരു പുതിയ ഉണർവുണ്ടായി. മനസിനെ വരിഞ്ഞുമുറുക്കിയിരുന്ന ചങ്ങലകൾ പൊട്ടിച്ചെറിയാനുള്ള ശക്തി കൈവന്നതുപോലെ എനിക്കുതോന്നി. പക്ഷേ ആ ചങ്ങലകൾ എന്റെ മാംസത്തിനുള്ളിലേക്ക് ആഴ്ന്നിറങ്ങിയിരിക്കുന്നുവെന്ന സത്യം എന്നെ വീണ്ടും തളർത്തി. അതോടെ ഞാൻ വീണ്ടും അസ്വസ്ഥനും ഭയചകിതനും വിഷാദമൂകനുമായി മാറി.

ദുഃഖഭാരത്തോടെയാണ് ഞങ്ങൾ ഓക്സ്ഫോർഡിനോടു വിടപറഞ്ഞത്. അടുത്തതാവളം മെറ്റ്ലോക്കായിരുന്നു. സ്വിറ്റ്സർലാന്റിനെ അനുസ്മരിപ്പിക്കുന്നവയായിരുന്നു ചുറ്റുമുള്ള പ്രദേശങ്ങൾ, പക്ഷേ സ്വിറ്റ്സർലാന്റിന്റെ ഗാംഭീര്യം ഒന്നിനുമുണ്ടായിരുന്നില്ല. ചില സ്ഥലങ്ങൾ മാത്രം സന്ദർശിച്ച് ഞങ്ങൾ പെട്ടെന്നു തന്നെ അവിടെനിന്നും തിരിച്ചു. പിന്നീട് കംബർലാന്റിലും വെസ്റ്റ്മൂർലാന്റിലുമായിരുന്നു ഞങ്ങളെത്തിച്ചേർന്നത്. രണ്ടുമാസത്തോളം ഞങ്ങളവിടെ ചെലവഴിച്ചു. അവിടുത്തെ കാഴ്ചകൾ എനിക്കു സ്വിറ്റ്സർലാന്റിലേതു പോലെ സുപരിചിതമായിത്തോന്നി. മഞ്ഞുപാതകളും മലനിരകളും തടാകങ്ങളും കുതിച്ചുപായുന്ന അരുവികളുമെല്ലാം പ്രിയപ്പെട്ട കാഴ്ചകളായിരുന്നു. ഇവിടെയും ഞങ്ങൾ ചില സൗഹൃദങ്ങൾ സ്ഥാപിച്ചു. എന്നേക്കാൾ ക്ലെർവെലിനേയാണ് അവ ആവേശം കൊള്ളിച്ചത്.

ഞങ്ങളുടെ സ്നേഹിതനെ സന്ദർശിക്കേണ്ട സമയമടുത്തിരുന്നതിനാൽ അവിടെ കൂടുതൽ കാഴ്ചകൾ കണ്ടിരിക്കാൻ ഞങ്ങൾക്കു കഴിയുമായിരുന്നില്ല. അക്കാര്യത്തിൽ എനിക്കു കുണ്ഠിതമൊന്നുമില്ലായിരുന്നു. സത്യംപറഞ്ഞാൽ കുറച്ചുകാലം ഞാനെന്റെ വെറുക്കപ്പെട്ട വാഗ്ദാനം മറന്നുപോയിരുന്നു. വാഗ്ദാനം പാലിക്കാതിരുന്നാൽ ആ പിശാചിന്റെ നൈരാശ്യം സൃഷ്ടിക്കുന്ന വിപത്തുകളെക്കുറിച്ചോർത്തപ്പോൾ എന്റെ മനസുവീണ്ടും കലങ്ങിമറിഞ്ഞു. സ്വിറ്റ്സർലാന്റിലുള്ള എന്റെ പ്രിയപ്പെട്ടവരുടെ മേൽ അവൻ പ്രതികാരാഗ്നി വർഷിക്കുമോ എന്ന ചിന്തയിൽ എന്റെ ഹൃദയം നീറിക്കൊണ്ടിരുന്നു. നാട്ടിൽ നിന്നുള്ള കത്തുകൾക്കായി ഞാൻ അക്ഷമയോടെ കാത്തിരുന്നു. അവ വൈകുമ്പോഴെല്ലാം ഞാൻ വിഷണ്ണനും പരിഭ്രാന്തനുമായി. അവ വന്നാൽത്തന്നെ ഉള്ളടക്കം എന്തായിരിക്കുമെന്ന ആധിയിൽ കുറേനേരത്തേക്ക് എനിക്കവ പൊട്ടിച്ചുവായിക്കാനുള്ള ധൈര്യവുമുണ്ടാവില്ല.

ചിലപ്പോഴൊക്കെ, ആ ക്രൂരരാക്ഷസൻ ഞങ്ങളെ പിന്തുടർന്നു, എന്റെ ദൗത്യനിർവഹണത്തിനു തടസമായി നിൽക്കുന്നതു ക്ലെർവെലാണെന്നു കരുതി അവനെ കൊന്നുകളയുമോ എന്നു ഞാൻ ഭയപ്പെട്ടിരുന്നു.

ആ ചിന്തകൾ മനസിലേക്കു ശക്തമായി കടന്നുവരുമ്പോൾ ഞാൻ എന്റെ സ്നേഹിതന്റെ അരികിൽ നിന്നും ഒരു നിമിഷത്തേക്കു പോലും മാറി നിൽക്കുമായിരുന്നില്ല. ഞാനൊരു വലിയ പാതകമാണ് ചെയ്തിരിക്കുന്നതെന്നും അതിനെക്കുറിച്ചുള്ള ചിന്തകൾ എന്നെ വേട്ടയാടുകയാണെന്നും എനിക്കുതോന്നി. ഞാൻ നിരപരാധിയായിരുന്നു. പക്ഷേ, ഒരു ഭയങ്കരപാതകത്തിന്റെ മാരകമായ ശാപം ഞാൻ തലയിലേറ്റിക്കഴിഞ്ഞിരുന്നു.

വിഷാദവും അലസതയും നിറഞ്ഞ കണ്ണുകളും മനസുമായാണ് ഞാൻ എഡിൻബറോയിലെത്തിയത്. ലോകത്തെ ഏറ്റവും നിർഭാഗ്യവാന്മാരും വ്യഥിതരുമായ ആളുകളെപ്പോലും ആകർഷിക്കുന്ന തരത്തിൽ എന്തൊക്കെയോ പ്രത്യേകതകളുള്ള നഗരമായിരുന്നു അത്. ഓക്സ് ഫോർഡിനെപ്പോലെ ഈനഗരം പക്ഷേ ക്ലെർവെലിനെ ആകർഷിച്ചില്ല. അവനെ വല്ലാതെ വശീകരിച്ചിരുന്നത് ഓക്സ്ഫോർഡിന്റെ മുഖമുദ്രയായ പൗരാണികത്വമായിരുന്നു. എഡിൻബറോ ഒരു പുത്തൻ നഗരമായിരുന്നു. എങ്കിലും അതിന്റെ സംവിധാനക്രമത്തിലെ ലാളിത്യവും, അവിടത്തെ കാൽപ്പനിക സൗന്ദര്യം വഴിഞ്ഞൊഴുകുന്ന കോട്ടകളും ശാലീനമായ പ്രാന്തപ്രദേശങ്ങളും 'ആർതറുടെ ഇരിപ്പിടം', 'സെന്റ് ബർനാഡിന്റെ കിണർ', 'പെന്റ് ലാന്റ് ഗിരിനിരകൾ' എന്നിവയും അവനെ ആഹ്ലാദിപ്പിച്ചിരുന്നു. എന്നാൽ എന്റെ സ്ഥിതി മറിച്ചായിരുന്നു. ഈ യാത്രയൊന്നു വേഗം തീർന്നിരുന്നെങ്കിൽ എന്നാണ് ഞാനപ്പോൾ ആഗ്രഹിച്ചിരുന്നത്.

എഡിൻബറോയിൽ നിന്നും പെർത്തിലേക്കാണു ഞങ്ങൾ പോയത്. ഞങ്ങളുടെ കൂട്ടുകാരൻ അവിടെ ഞങ്ങളെയും പ്രതീക്ഷിച്ചിരിക്കുന്നുണ്ടായിരുന്നു. പക്ഷേ, അവനോടു സന്തോഷത്തോടെ ചിരിക്കാനോ, കുശലപ്രശ്നങ്ങൾ നടത്താനോ കഴിയാത്ത മാനസികാവസ്ഥയിലായിരുന്നു ഞാൻ. അവരിൽ നിന്നെല്ലാം ഒഴിഞ്ഞുമാറി കുറച്ചുകാലം തനിച്ചു കഴിയുവാൻ ഞാൻ അതിയായി ആഗ്രഹിച്ചു. ക്ലെർവെലിനെ കൂട്ടുകാരനോടൊപ്പം നിർത്തിയിട്ട് സ്കോട്ട്ലാന്റിലേക്കു തനിച്ച് പോകാനാണ് ഞാൻ തീരുമാനിച്ചത്. അക്കാര്യം ഞാൻ ക്ലെർവെലിനെ അറിയിക്കുകയും ചെയ്തു.

"ഹെൻറീ; നീയിവിടെ നമ്മുടെ ആതിഥേയനോടൊപ്പം കുറച്ചുകാലം താമസിക്കൂ. രണ്ടോ മൂന്നോ മാസത്തേക്കു ഞാനൊന്നു മാറിനിൽക്കട്ടെ. കുറച്ചുകാലത്തേക്ക് എന്നെ തനിച്ചുവിടൂ. തിരിച്ചുവരുമ്പോൾ ഞാൻ സ്വസ്ഥചിത്തനും, ശാന്തനും, ഉല്ലാസവാനുമായിരിക്കുമെന്ന് എനിക്കുറപ്പുണ്ട്."

എന്നെ പിന്തിരിപ്പിക്കാൻ ഹെൻറി ശ്രമിച്ചെങ്കിലും എന്റെ തീരുമാനം ഉറച്ചതാണെന്നറിഞ്ഞപ്പോൾ അവൻ പിന്നെ എതിർത്തില്ല. ഇടയ്ക്ക് കത്തെഴുതണമെന്ന് അവൻ അപേക്ഷിച്ചു. "പരിചയമില്ലാത്ത ഈ സ്കോച്ച് ജനതയുടെ കൂടെ കഴിയുന്നതിനേക്കാൾ നിന്റെ കൂടെ വരാനാണ് എനിക്കിഷ്ടം. അതുകൊണ്ട് വേഗം മടങ്ങിവരൂ സ്നേഹിതാ, എന്നാൽ മാത്രമേ എനിക്കു മനസമാധാനം ലഭിക്കൂ..."

സുഹൃത്തിനോടു യാത്രപറഞ്ഞതിനു ശേഷം സ്കോട്ട്ലാന്റിലെ ഏതെങ്കിലും വിദൂരമേഖലയിലേക്കു പോയി ഏകാന്തതയിൽ ജോലി പൂർത്തിയാക്കുവാനായിരുന്നു എന്റെ തീരുമാനം. ആ ഭീകരസത്വം എന്നെ പിന്തുടരുമെന്നും സൃഷ്ടികർമ്മം കഴിഞ്ഞാലുടൻ തന്റെ ഇണയെ സ്വീകരിക്കുന്നതിനായി എന്റെ മുന്നിൽ പ്രത്യക്ഷപ്പെടുമെന്നും എനിക്കുറപ്പുണ്ടായിരുന്നു.

സ്കോട്ട്ലാന്റിലെ വടക്കൻപ്രദേശത്തേക്കാണ് ഞാൻ പോയത്. അവിടെ ഓക്നി മലനിരകളിലെ ജനവാസമില്ലാത്ത ഒരു പ്രദേശം ഞാൻ പ്രവർത്തനസ്ഥലമായി തെരഞ്ഞെടുത്തു. അത്തരമൊരു ജോലിക്കു തികച്ചും അനുയോജ്യമായിരുന്നു ആ സ്ഥലം. തിരമാലകളുടെ നിരന്തരമായ ആക്രമണങ്ങളേറ്റു കിടക്കുന്ന ചെറിയൊരു ദ്വീപ്, അവിടെ മുഴുവൻ തരിശുഭൂമിയായിരുന്നു. അഞ്ചുമനുഷ്യരും ഏതാനും പശുക്കളുമായിരുന്നു അവിടുത്തെ താമസക്കാർ. അവർക്ക് ജീവിക്കാനുള്ള യാതൊരു വകയും അവിടെയുണ്ടായിരുന്നില്ല. പച്ചക്കറികളും റൊട്ടിയും അപൂർവ വസ്തുക്കളായിരുന്നു. വെള്ളം പോലും ഏകദേശം അഞ്ചുമൈൽ ദൂരെയുള്ള വൻകരയിൽ നിന്നും കൊണ്ടുവരണമായിരുന്നു.

ആ ദ്വീപിൽ ആകെ മൂന്നുകുടിലുകൾ മാത്രമേ ഉണ്ടായിരുന്നുള്ളു. അവലക്ഷണം പിടിച്ച അവ ദാരിദ്ര്യത്തിന്റെ പ്രത്യക്ഷമായ ചിഹ്നങ്ങളായിരുന്നു. ഞാനവിടെ എത്തിയ സമയത്ത് അതിലൊന്നിൽ ആൾത്താമസമില്ലായിരുന്നു. ഞാൻ അതിൽ താമസിക്കാൻ തീരുമാനിച്ചു. രണ്ടുമുറി മാത്രമുള്ള ചെറിയ ഒരു കുടിലായിരുന്നു അത്. മേൽക്കൂര വീഴാറായിരുന്നു. ചുമരുകളെല്ലാം പൊട്ടിപ്പൊളിഞ്ഞിരുന്നു. വാതിലുകളുടെ വിജാഗിരികൾ ഇളകിയിരുന്നു. ഞാനതെല്ലാം ശരിയാക്കിച്ചു. കുറച്ചു ഫർണിച്ചറുകൾ സംഘടിപ്പിച്ചു. എന്റെ പ്രവൃത്തി അവിടുത്തെ നിവാസികളെ അമ്പരപ്പിച്ചിരുന്നു. എങ്കിലും ഇടയ്ക്കിടെ എന്നിൽനിന്നും ഭക്ഷണങ്ങളും പഴയ വസ്ത്രങ്ങളും ലഭിച്ചുകൊണ്ടിരുന്നപ്പോൾ അവർക്കു സന്തോഷമായി. ബാഹ്യമായ എല്ലാ ഇടപെടലുകളിൽ നിന്നും ഒഴിഞ്ഞ് ജോലിയിലേർപ്പെടാൻ എനിക്കവസരം ലഭിച്ചു.

പ്രഭാതത്തിൽ കുറേനേരം ഞാനെന്റെ ജോലിയിൽ മുഴുകിയിരിക്കും. വൈകുന്നേരങ്ങളിൽ കാലാവസ്ഥ അനുകൂലമാണെങ്കിൽ ഞാൻ കടൽക്കരയിലൂടെ കാറ്റുകൊണ്ടു നടക്കും. പാറക്കെട്ടുകൾ നിറഞ്ഞ കടൽക്കരയിലൂടെ നടക്കുമ്പോൾ തിരമാലകൾ ആർത്തലച്ചുവന്ന് കാൽക്കൽ വീണുകൊണ്ടിരുന്നു. ഞാൻ സ്വിറ്റ്സർലാന്റിനെ കുറിച്ചോർത്തു. വിരസവും മൂകവുമായ ഈ പ്രദേശത്തു നിന്നും അതെത്രമാത്രം വ്യത്യസ്തമാണ്! അവിടുത്തെ മുന്തിരിവള്ളികൾ നിറഞ്ഞു നിൽക്കുന്ന കുന്നുകളും സമതലങ്ങളിൽ തിങ്ങിനിറഞ്ഞു നിൽക്കുന്ന ഗ്രാമീണ ഭവനങ്ങളും നീലാകാശം പ്രതിഫലിക്കുന്ന മനോഹരങ്ങളായ തടാകങ്ങളും എന്റെ സ്മരണയിലെത്തി. ഇവിടെ അതൊന്നുമില്ല. ചുറ്റും ആർത്തട്ടഹസിക്കുന്ന മഹാസമുദ്രങ്ങൾ മാത്രം.

ആദ്യത്തെ ദിവസങ്ങളിൽ ആഹ്ലാദവും ആവേശവും അലയടിക്കുന്ന മനസുമായാണ് ഞാനെന്റെ ജോലിയിൽ മുഴുകിയിരുന്നത്. എന്നാൽ ജോലി പുരോഗമിക്കുന്തോറും അതെനിക്കു ഭീകരവും അരോചകവുമായി തോന്നിത്തുടങ്ങി. ചിലപ്പോൾ പരീക്ഷണശാലയിലേക്കു ഞാനൊന്നു തിരിഞ്ഞുനോക്കുക പോലും ചെയ്തിരുന്നില്ല. മറ്റുചില അവസരങ്ങളിൽ ഞാൻ രാവും പകലുമില്ലാതെ അധ്വാനിക്കുകയും ചെയ്തു. എന്തായാലും ഞാനേർപ്പെട്ടിരുന്ന ജോലി ബീഭത്സവും വൃത്തികെട്ടതുമായിരുന്നുവെന്നതിൽ സംശയമില്ലായിരുന്നു. പരീക്ഷണത്തിന്റെ ആദ്യഘട്ടങ്ങളിൽ ആവേശത്തിന്റെ ലഹരിയിലായിരുന്നു ഞാനെങ്കിൽ പിന്നീടെന്റെ മനസ്സ് വിരക്തവും ചിന്താകുലവുമായിത്തീരുകയായിരുന്നു.

അങ്ങനെ തികച്ചും ഏകാന്തമായ ഒരു ചുറ്റുപാടിൽ മറ്റൊന്നിലേക്കും ശ്രദ്ധതിരിക്കാനില്ലാതെ ഞാനെന്റെ ശപിക്കപ്പെട്ട പ്രവൃത്തിയിൽ മുഴുകിക്കഴിഞ്ഞു. എന്റെ ഹൃദയം ചഞ്ചലവും ഭീതിദവുമായിരുന്നു. ഏതു നിമിഷവും ആ രാക്ഷസനെ കാണാനിടയുണ്ടെന്ന തീവ്രഭയത്തിലായിരുന്നു ഞാനവിടെ കഴിഞ്ഞത്. ചിലപ്പോഴൊക്കെ കണ്ണുകളുയർത്താൻ ധൈര്യപ്പെടാതെ തറയിലേക്ക് ദൃഷ്ടികളൂന്നി ഞാൻ ഏറെനേരമിരിക്കും. സഹജീവികളിൽ നിന്നും അകന്നുനിൽക്കാൻ എനിക്കു ഭയമായിരുന്നു. ഞാൻ തനിച്ചായാൽ അവനെന്റെ മുന്നിൽ വന്ന് ഇണയെ ആവശ്യപ്പെടുമെന്നു എനിക്കുറപ്പുണ്ടായിരുന്നു.

ഇങ്ങനെയൊക്കെയായിട്ടും ഞാനെന്റെ പ്രവൃത്തി നിർത്തിവെച്ചില്ല എന്നതാണു സത്യം. ദിവസംതോറും അതു പുരോഗമിച്ചുവന്നു. അത് പൂർണതയിലേക്കെത്തിക്കൊണ്ടിരുന്നത് ഉൽക്കണ്ഠാകുലമായ പ്രതീക്ഷയോടെയാണ് ഞാൻ നോക്കിയിരുന്നത്. അശുഭചിന്തകളുമായി കൂടിക്കുഴഞ്ഞ് അതെന്റെ മനസിനെ വല്ലാതെ തളർത്തിയിരുന്നു.

20

ഒരു വൈകുന്നേരം. ഞാനെന്റെ പരീക്ഷണശാലയിൽ ഇരിക്കുകയായിരുന്നു. സൂര്യൻ അസ്തമിച്ചിരുന്നു. സമുദ്രത്തിനു മുകളിൽ ചന്ദ്രനുദിച്ചു നിന്നിരുന്നു. മുറിയിൽ മതിയായ വെളിച്ചമുണ്ടായിരുന്നില്ല. ജോലി തൽക്കാലത്തേക്ക് നിർത്തിവെക്കണോ, അതോ തുടരണമോ എന്നു തീരുമാനിക്കാൻ ഞാനൊരു നിമിഷം വെറുതെയിരുന്നു. അപ്പോഴേക്കും ഒരു കൂട്ടം ചിന്തകൾ എന്റെ മനസിലേക്കിരച്ചു വന്നു. എന്റെ ഈ പ്രവൃത്തിയുടെ ഫലമെന്തായിരിക്കും? മൂന്നുവർഷം മുമ്പ് ഇതുപോലൊരു പ്രവൃത്തി ചെയ്തവനാണു ഞാൻ. അന്നുഞാൻ സൃഷ്ടിച്ച ഭീകരസത്വം ഇന്നെന്നെ കണ്ണീരുകുടിപ്പിക്കുകയാണ്. എന്നെന്നേക്കുമുള്ള ദുഃഖവും ഭീതിയും കുറ്റബോധവുമാണ് ആ പ്രവൃത്തി എനിക്കു നൽകിയത്. ഇപ്പോഴിതാ അതുപോലെ മറ്റൊരു സത്വത്തേയും ഞാൻ സൃഷ്ടിക്കാൻ പോകു

ന്നു. അതിന്റെ സ്വഭാവമെന്തായിരിക്കുമെന്ന് പ്രവചിക്കുകവയ്യ. അവളൊരുപക്ഷേ അവനെക്കാൾ പതിനായിരം മടങ്ങ് ക്രൂരതയും അക്രമവാസനയുമുള്ളതായിരിക്കാം. കൊലപാതകങ്ങളിൽ അത്യധികം ആനന്ദം കണ്ടെത്തുന്നവളാകാം. മനുഷ്യരെ ഉപദ്രവിക്കാതെ മരുഭൂമികളിലോ കൊടുംകാടുകളിലോ പോയി കഴിഞ്ഞുകൊള്ളാമെന്ന് അവനെന്നോടു വാഗ്ദാനം ചെയ്തിട്ടുണ്ടെന്നത് ശരിതന്നെ. പക്ഷേ അവളങ്ങനെ ഒരു വാഗ്ദാനവും നൽകിയിട്ടില്ല. ജനനത്തിനു മുമ്പുള്ള വാഗ്ദാനങ്ങൾ പാലിക്കാൻ അവൾക്ക് ബാധ്യതയൊന്നുമില്ല.. അവർ ഒരുപക്ഷേ പരസ്പരം വെറുത്തെന്നും വരാം. അവൻ ഇപ്പോൾത്തന്നെ തന്റെ വൈരൂപ്യത്തെ വെറുക്കുന്നുണ്ട്. ഇനിയിപ്പോൾ ഇണയായി വരുന്നവളുടെ വൈരൂപ്യം കൂടി കാണുമ്പോൾ അവന്റെ മാനസികാവസ്ഥയെന്തായിരിക്കുമെന്ന് പറയാനാവില്ല. അവന്റെ വൈരൂപ്യം കണ്ട് അവളും ഒരുപക്ഷേ അവനെ ഉപേക്ഷിച്ച് മനുഷ്യരെ തേടിയിറങ്ങിയെന്നുവരാം... അതോടെ അവൻ വീണ്ടും ഒറ്റപ്പെട്ടവനും നിരാശനുമായിത്തീരുകയും ചെയ്യും.

ഇനി ഒരു പക്ഷേ വാഗ്ദാനം പാലിച്ച് അവരിരുവരും മനുഷ്യവാസമില്ലാത്ത മേഖലകളിൽ താമസമുറപ്പിച്ചെന്നിരിക്കട്ടെ. പിന്നീടവരുടെ ഏറ്റവും വലിയ മോഹം കുട്ടികളുണ്ടാവാനായിരിക്കും. അതിനെത്തുടർന്ന് രാക്ഷസന്മാരുടെ ഒരു പരമ്പരതന്നെ ഭൂമിയിൽ ഉടലെടുക്കും. അവർ മനുഷ്യവർഗത്തിന്റെ നിലനിൽപ്പിനു തന്നെ ഭീഷണിയായിത്തീരുകയും ചെയ്യും. എന്റെ സ്വന്തം രക്ഷയ്ക്കുവേണ്ടി മാനവരാശിയെ മുഴുവനും അപകടത്തിലാക്കുവാൻ എനിക്കെന്ത് അധികാരമാണുള്ളത്? എന്റെ വാഗ്ദാനത്തിലൊളിച്ചിരിക്കുന്ന സർവനാശകാരിയായ അപകടത്തെ ആദ്യമായി ഞാൻ മനസിലാക്കി. ഭാവിയിൽ മനുഷ്യവർഗം അവരുടെ അന്തകനെന്നു പറഞ്ഞ് എന്നെ ശപിക്കുമെന്ന ചിന്തയിൽ ഞാൻ കിടുങ്ങിപ്പോയി.

പെട്ടെന്ന് ഞാനൊന്നു ഞെട്ടി. പുറത്തു ജാലകത്തിനരികിൽ ആ സത്വം നിൽക്കുന്നത് നിലാവെളിച്ചത്തിൽ ഞാൻ വ്യക്തമായികണ്ടു. എന്റെ പ്രവൃത്തി നിരീക്ഷിച്ചുകൊണ്ടിരിക്കുകയായിരുന്നു അവൻ. ആ മുഖത്ത് പൈശാചികമായ ഒരു ചിരി നിറഞ്ഞുനിന്നിരുന്നു. അവൻ എന്നെ പിന്തുടർന്നെത്തിയതായിരുന്നു. വനാന്തരങ്ങളിൽ അലഞ്ഞുതിരിഞ്ഞും ഗുഹകളിലൊളിച്ചും, കുറ്റിച്ചെടികൾക്കിടയിൽ മറഞ്ഞും അവനെന്റെ പിന്നാലെ തന്നെയുണ്ടായിരുന്നു. എന്റെ ജോലിയുടെ പുരോഗതി മനസിലാക്കാനും എന്റെ വാഗ്ദാനത്തിന്റെ ഫലം നുകരാനുമാണ് ഈ വരവെന്ന് എനിക്കു മനസിലായി.

ഞാനവനെത്തന്നെ കുറച്ചുനേരം നോക്കിയിരുന്നു. വിദ്വേഷത്തിന്റെയും വഞ്ചനയുടെയും ഏറ്റവും തീക്ഷ്ണമായ ഒരു ഭാവമായിരുന്നു അവന്റെ മുഖത്ത് പ്രതിഫലിച്ചിരുന്നത്. ഇതുപോലെ മറ്റൊന്നിനെക്കൂടി സൃഷ്ടിക്കാനാണല്ലോ ഞാൻ പ്രതിജ്ഞ ചെയ്തിരിക്കുന്നത്! അതിനെപ്പറ്റി ചിന്തിച്ചപ്പോൾ ശക്തമായ ക്രോധം എന്റെയുള്ളിൽ തിളച്ചുമറിയാൻ

തുടങ്ങി. അടുത്തനിമിഷം എന്റെ മുന്നിൽ പൂർത്തിയാകാതെ കിടന്നിരുന്ന ആ രാക്ഷസിയുടെ ശരീരം ഞാൻ പിച്ചിച്ചീന്തിയെറിഞ്ഞു! അതു കണ്ടപ്പോൾ ആ സത്വം പൈശാചികമായ ഒരു കൊലവിളിയോടെ അവിടെനിന്നും മറഞ്ഞു.

ഞാൻ മുറിപൂട്ടി പുറത്തിറങ്ങി. ഇനിയൊരിക്കലും വൃത്തികെട്ട ആ പ്രവൃത്തി പുനരാരംഭിക്കില്ലെന്ന് ഞാനെന്റെ മനസിൽ ഉഗ്രശപഥം ചെയ്തു. വിറയ്ക്കുന്ന കാലടികളോടെയാണ് ഞാനെന്റെ മുറിയിലെത്തിയത്. ഞാൻ തികച്ചും ഏകാകിയായിരുന്നു. എന്നെ പൊതിഞ്ഞു നിൽക്കുന്ന ദുഃഖത്തെ അകറ്റുവാനോ തീപിടിച്ച പോലെയുള്ള ആ മാനസികാവസ്ഥയിൽ നിന്നും എന്നെ രക്ഷിക്കുവാനോ ആരുമില്ലായിരുന്നു.

കുറേമണിക്കൂറുകൾ കടന്നുപോയി. കടലിലേക്കു നോക്കിക്കൊണ്ട് ഞാൻ ജനലിനരികിൽ ഇരിക്കുകയായിരുന്നു. കാറ്റടങ്ങിയിരുന്നു. സമുദ്രം നിശ്ചലമായിരുന്നു. നിലാവിന്റെ പുതപ്പിനുള്ളിൽ ലോകം സുഷുപ്തിയിലായിരുന്നു. കടലിൽ കുറച്ചുദൂരെയായി ചില മീൻപിടുത്ത വള്ളങ്ങൾ കാണാമായിരുന്നു. മുക്കുവർ പരസ്പരം എന്തൊക്കെയോ വിളിച്ചുപറയുന്നത് ഇളംകാറ്റിൽ അവ്യക്തമായി കേൾക്കുന്നുണ്ടായിരുന്നു. നിശ്ശബ്ദതയുടെ തീക്ഷ്ണത അനുഭവപ്പെട്ടിരുന്നില്ലെങ്കിലും എന്നെ അത് അലോസരപ്പെടുത്തിയിരുന്നു. അപ്പോഴാണ് ആരോ തോണി തുഴയുന്ന ശബ്ദം കേട്ടത്. വീടിനുമുന്നിലായി ഒരു തോണി വന്നണയുന്നതും ആരോ അതിൽ നിന്നിറങ്ങുന്നതും ഞാൻ കണ്ടു.

കുറച്ചുനിമിഷങ്ങൾക്കു ശേഷം ആരോ തുറക്കാൻ ശ്രമിച്ചിട്ടെന്ന പോലെ വാതിലിന്റെ കിരുകിരുപ്പ് ഞാൻ കേട്ടു. ഞാനപ്പോൾ അടിമുടി വിറച്ചുപോയി. അതാരായിരിക്കുമെന്നു എനിക്കു സങ്കൽപ്പിക്കാൻ കഴിഞ്ഞിരുന്നു. എന്റെ അടുത്തകുടിലിലുള്ള ഗ്രാമീണനെ വിളിച്ചുണർത്തിയാലോ എന്ന് ഞാനാലോചിച്ചു. പക്ഷേ എനിക്കതിനു കഴിഞ്ഞില്ല. ഒരപകടത്തിൽ നിന്ന് ഓടി രക്ഷപ്പെടാൻ ശ്രമിക്കുമ്പോൾ ശരീരം അനക്കാൻ കഴിയാത്ത വല്ലാത്തൊരവസ്ഥ ചില ഭയങ്കരസ്വപ്നങ്ങളിൽ നമുക്ക് അനുഭവപ്പെടാറില്ലേ? അത്തരമൊരു അവസ്ഥയിലായിരുന്നു ഞാനപ്പോൾ.

അപ്പോഴേക്കും ഇടനാഴിയിൽ നിന്നും പാതപതനശബ്ദം കേൾക്കാൻ തുടങ്ങി. വാതിൽ തുറന്ന് ആ സത്വം അകത്തേക്കുവന്നു. എന്നിട്ട് പരുപരുത്ത ശബ്ദത്തിൽ എന്നോടു ചോദിച്ചു.

“തുടങ്ങിവെച്ച ജോലി നീ നശിപ്പിച്ചു അല്ലേ? എന്താണ് നിന്റെ ഉദ്ദേശ്യം? വാഗ്ദാനം ലംഘിക്കാൻ പോവുകയാണോ? എത്രയധികം യാതനകളും ക്ലേശങ്ങളും സഹിച്ചാണ് ഞാൻ ഇവിടെയെത്തിയത് എന്നറിയാമോ? നിന്നോടൊപ്പം ഞാൻ സ്വിറ്റ്സർലാന്റിൽ നിന്നും പോന്നു. റൈൻ നദിക്കരയിലൂടെ ഞാൻ ആരുമറിയാതെ സഞ്ചരിച്ചു. ദ്വീപുകളും മലകളും താണ്ടി മാസങ്ങളോളം ഇംഗ്ലണ്ടിലെ കുറ്റിക്കാടുകളിലും സ്കോട്ട്ലാന്റിലെ മരുഭൂമികളിലും ഞാൻ താമസിച്ചു. കഠിനമായ വിശപ്പും ദാഹവും സഹിച്ചു ക്ഷീണിതനായാണ് ഞാനിവിടെ എത്തിയത്. എന്റെ

പ്രതീക്ഷകളെ നീ തകർക്കുകയാണോ?"

"പോകൂ... ഞാനെന്റെ വാഗ്ദാനം ലംഘിക്കുന്നു. നിന്നെപ്പോലെ ഇനിയുമൊരു സത്വത്തെ ഞാനൊരിക്കലും സൃഷ്ടിക്കില്ല."

"നിസ്സാരനായ അടിമേ; ഞാൻ നിന്നോട് വാദപ്രതിവാദങ്ങൾ നടത്തി. പക്ഷേ, എന്റെ ദയാദാക്ഷിണ്യത്തിനു നീ അർഹനല്ലെന്നു തെളിയിച്ചു കഴിഞ്ഞു. ഓർത്തോ.. ഞാൻ ശക്തിശാലിയാണ്. നീയിപ്പോൾ വിഷമങ്ങളനുഭവിക്കുന്നുണ്ടെന്ന് നീ കരുതുന്നു. എന്നാൽ പകൽവെളിച്ചത്തോടു പോലും വെറുപ്പുളവാക്കുന്ന വിധത്തിൽ നിന്നെ ഞാൻ കഷ്ടപ്പെടുത്തും. നീയെന്റെ സ്രഷ്ടാവാണ്. പക്ഷേ, ഇപ്പോൾ ഞാനാണ് നിന്റെ യജമാനൻ. ഞാൻ പറയുന്നത് അനുസരിക്കുന്നതാണ് നിനക്കു നല്ലത്."

അവൻ ഭീഷണിയുടെ സ്വരത്തിലാണ് അതു പറഞ്ഞത്. പക്ഷേ ഞാനതിനു തെല്ലും വില കൽപ്പിച്ചില്ല. ഉറച്ച ശബ്ദത്തിൽ ഞാൻ മറുപടി പറഞ്ഞു.

"എന്റെ അനിശ്ചിതത്വത്തിന്റെ സമയമെല്ലാം കഴിഞ്ഞുപോയിരിക്കുന്നു. ഇനി ഇത്തരം ഭീഷണി എന്നോടു വേണ്ട. നിന്നെപ്പേടിച്ച് ഇനിയൊരു ക്രൂരകൃത്യം കൂടി ചെയ്യാൻ ഞാൻ തയാറല്ല. ഇനിയുമൊരു ക്രൂരസത്വത്തെ ഞാനൊരിക്കലും സൃഷ്ടിക്കില്ല. കൊല്ലും കൊലയുമായി മദിച്ചു നടക്കുന്ന രാക്ഷസവർഗത്തെ ഈ ഭൂമിയിലേക്കു പടച്ചുവിടാൻ എനിക്കാവില്ല. പോകൂ എന്റെ തീരുമാനം ഉറച്ചതാണ്. നിന്റെ വാക്കുകൾ എന്റെ ദേഷ്യത്തെ വർധിപ്പിക്കുകയേയുള്ളൂ. എന്റെ മുഖത്തെ നിശ്ചയദാർഢ്യം കണ്ട് കോപത്തോടെ പല്ലിറുമ്മിക്കൊണ്ട് അവൻപറഞ്ഞു.

"ഈ ലോകത്ത് ഏതൊരു മനുഷ്യനും ജീവിതപങ്കാളിയുണ്ട്. മൃഗങ്ങൾക്കു പോലുമുണ്ട് ഇണ. പക്ഷേ ഞാൻ മാത്രം ഏകനായിരിക്കുന്നു. എനിക്കും വികാരങ്ങളുണ്ട്. പക്ഷേ എനിക്കു കിട്ടുന്നത് അവജ്ഞയും പരിഹാസവും മാത്രമാണ്. മനുഷ്യാ; നീയും എന്നെ വെറുത്തുകൊള്ളൂ. പക്ഷേ സൂക്ഷിച്ചോ. ഇനിയുള്ള നിന്റെ കാലം കൊടുംയാതനകൾ നിറഞ്ഞതായിരിക്കും. നിന്റെ മനസിലെ സന്തോഷമെല്ലാം ഉടനടി അവസാനിക്കും. ഞാൻ നരകാഗ്നിയിൽ നീറുമ്പോൾ നീ സുഖിച്ചു കഴിയുകയോ? നിനക്കെന്റെ മറ്റെല്ലാ വികാരങ്ങളെയും ഇല്ലാതാക്കാം. പക്ഷേ, എന്റെ പ്രതികാരചിന്ത നിലനിൽക്കുക തന്നെ ചെയ്യും. പ്രതികാരം! ഇനിയങ്ങോട്ട് എനിക്കത് വെളിച്ചത്തേക്കാളും ഭക്ഷണത്തേക്കാളും പ്രിയപ്പെട്ടതാണ്. ഞാൻ മരിച്ചുപോയേക്കാം. എന്നാൽ അതിനു മുമ്പ് തീവ്രയാതനകൊണ്ട്, നിന്റെ മേൽ പ്രകാശം ചൊരിയുന്ന സൂര്യനെപ്പോലും നീ ശപിക്കും സൂക്ഷിച്ചോ; ഞാൻ ശക്തനും നിർഭയനുമാണ്. ഒരു സർപ്പത്തെപ്പോലെ പതിയിരുന്ന് ഞാൻ നിന്റേമേൽ എന്റെ വിഷപ്പല്ല് കുത്തിയിറക്കും. മനുഷ്യാ; നീ ചെയ്ത ദ്രോഹങ്ങൾക്കെല്ലാം നീ പശ്ചാത്തപിക്കേണ്ടിവരും..."

"നിർത്തൂ പിശാചേ, ഇത്തരം വിദ്വേഷ വചനങ്ങൾകൊണ്ട് അന്ത

രീക്ഷം വിഷലിപ്തമാക്കരുത്. ഞാനെന്റെ തീരുമാനം നിന്നെ അറിയിച്ചു കഴിഞ്ഞു. നിന്റെ വാക്കുകൾക്കു മുന്നിൽ തലകുനിച്ചു നിൽക്കുന്ന ഭീരുവല്ല ഞാൻ, വേഗം പോ ഇവിടുന്ന്. എന്റെ മനസ്സ് മാറ്റാൻ നിനക്കാവില്ല..."

"ശരി; ഞാൻ പോകാം. പക്ഷേ ഒരു കാര്യം ഓർത്തുവെച്ചോ... നിന്റെ വിവാഹരാത്രിയിൽ ഞാൻ നിന്നോടൊപ്പമുണ്ടാകും..."

അപ്പോൾ അനിയന്ത്രിതമായ ക്രോധത്താൽ മുന്നോട്ടാഞ്ഞുകൊണ്ട് ഞാൻ ആക്രോശിച്ചു.

"എടാ ദുഷ്ടാ... എന്റെ മരണവാറന്റ് ഒപ്പിടുന്നതിനു മുമ്പ് നീ നിന്നെത്തന്നെ രക്ഷിക്കാൻ നോക്ക്..."

ഞാനവനെപിടിക്കുമായിരുന്നു. പക്ഷേ വിദഗ്ധമായി അവൻ ഒഴിഞ്ഞുമാറി. അതിവേഗതയിൽ അവിടെ നിന്നും ഓടിയിറങ്ങി. അൽപ്പനേരത്തിനുള്ളിൽ തോണിയിൽ കയറി അതിദ്രുതം അങ്ങകലെ തിരമാലകൾക്കിടയിൽ മറഞ്ഞു.

വീണ്ടും എല്ലാം നിശ്ശബ്ദമായി. പക്ഷേ, അവന്റെ വാക്കുകൾ എന്റെ ചെവിയിൽ മുഴങ്ങിക്കൊണ്ടിരുന്നു. തീവ്രമായ കോപം കൊണ്ട് ഞാൻ വിറച്ചു. എന്റെ സമാധാനത്തിന്റെ ഘാതകനെ പിന്തുടർന്നു കടലിലെറിഞ്ഞ് കൊല്ലാൻ ഞാനാഗ്രഹിച്ചു. തീപിടിച്ച മനസുമായി ഞാൻ മുറിയിലങ്ങോട്ടുമിങ്ങോട്ടും നടന്നു. എന്തുകൊണ്ട് ഞാനവനെ പിന്തുടർന്നില്ല? അവനുമായി ഒരു മാരകയുദ്ധത്തിലേർപ്പെട്ടില്ല? എന്തുകൊണ്ട് ഞാനവനെ രക്ഷപ്പെടാൻ അനുവദിച്ചു? അവൻ വൻകരയിലേക്ക് രക്ഷപ്പെട്ടുകളഞ്ഞല്ലോ...അവന്റെ പ്രതികാരത്തിന്റെ അടുത്ത ഇര ആരായിരിക്കുമെന്നോർത്ത് ഞാൻ നടുങ്ങി. അവൻ പറഞ്ഞ വാക്കുകൾ എന്റെയുള്ളിൽ തികട്ടിയെത്തിക്കൊണ്ടിരുന്നു.

"നിന്റെ വിവാഹരാത്രിയിൽ ഞാൻ നിന്നോടൊപ്പമുണ്ടാകും."

അപ്പോൾ അന്നാണ് എന്റെ വിധി നിർണയിക്കുന്ന ദിവസം. അന്നു ഞാൻ മരിക്കും. അതോടെ അവന്റെ പ്രതികാരദാഹവും ശമിക്കും. അതിനെക്കുറിച്ചോർത്തു ഞാൻ ഭയപ്പെട്ടതേയില്ല. പക്ഷേ എന്റെ പ്രിയപ്പെട്ട എലിസബത്തിനെക്കുറിച്ചോർത്തപ്പോൾ, അവളുടെ പ്രിയപ്പെട്ടവൻ അവളിൽ നിന്നും എന്നെന്നേക്കുമായി പറിച്ചെടുക്കപ്പെടുമ്പോൾ അവൾക്കുണ്ടാകുന്ന കൊടിയ ദുഃഖത്തെക്കുറിച്ചാലോചിച്ചപ്പോൾ എന്റെ കണ്ണുകൾ എത്രയോ കാലങ്ങൾക്കുശേഷം നിറഞ്ഞുതുളുമ്പി. അവസാനശക്തിയും ക്ഷയിക്കുന്നതുവരെ ശത്രുവുമായി ഏറ്റുമുട്ടിയിട്ടല്ലാതെ അവന് കീഴടങ്ങില്ലെന്നു ഞാൻ തീരുമാനിച്ചു.

ആ രാത്രി കടന്നുപോയി. പ്രഭാതമായി. എന്റെ വികാരങ്ങൾ ശാന്തമായി. ആളിക്കത്തിയ ക്രോധാഗ്നി ക്രമേണ നൈരാശ്യത്തിന്റെ പടുകുഴിയിൽ പതിച്ച് തണുത്തുറഞ്ഞ അവസ്ഥയ്ക്ക് ശാന്തത എന്നു പറയാമെങ്കിൽ എന്റെ വികാരങ്ങളെല്ലാം ശാന്തമായി. കഴിഞ്ഞ രാത്രിയിലെ ഭീകരരംഗങ്ങൾക്ക് വേദിയായ ആ വീട്ടിൽ നിന്നിറങ്ങി ഞാൻ കടൽത്തീരത്തു പോയി ഉലാത്തി. എന്റെയും എന്റെ സഹജീവികളുടെയും ഇട

യിലുള്ള വലിയൊരു പ്രതിബന്ധമായി കടലിനെ ഞാൻ സങ്കൽപ്പിച്ചു. അല്ല; അത് അങ്ങനെ തന്നെ ആയിരിക്കാൻ ഞാൻ തീവ്രമായി ആഗ്രഹിച്ചു. ഇനിയുള്ള എന്റെ ജീവിതം അവിടത്തെ ആ വിജനതയിൽ കഴിച്ചുകൂട്ടുകയാണ് നല്ലതെന്ന് എനിക്കുതോന്നി. അതെളുപ്പമല്ലെങ്കിലും പെട്ടെന്നുള്ള ദുരന്തത്തിന്റെ ആഘാതത്തിൽ നിന്നും രക്ഷപ്പെടാമല്ലോ എന്നാണു ഞാൻ വിചാരിച്ചത്. ഞാൻ തിരിച്ചുചെന്നാൽ ഒന്നുകിൽ എന്റെ ജീവൻ നഷ്ടപ്പെടും. അല്ലെങ്കിൽ ഞാനേറ്റവും ഇഷ്ടപ്പെടുന്നവരുടെ ജീവൻ ആ സത്വത്തിന്റെ കൈകളിൽ ബലിയർപ്പിക്കപ്പെടുന്നത് ഞാൻ കാണേണ്ടിവരും. രണ്ടിലൊന്ന് തീർച്ചയാണ്.

കൂട്ടുകാരിൽ നിന്നും ഒറ്റപ്പെട്ടുപോയ ഒരു ഭൂതത്തെപ്പോലെ ഞാൻ ആ ദ്വീപിൽ അസ്വസ്ഥതയോടെ അലഞ്ഞുതിരിഞ്ഞു. ഉച്ചയായപ്പോൾ അവിടെ പുല്ലിൽ കിടന്ന് ഞാൻ തളർന്നുറങ്ങി. തലേ രാത്രി ഞാനൊരു പോള കണ്ണടച്ചിരുന്നില്ല. അതുകാരണം നാഡിഞരമ്പുകളെല്ലാം ഉഷ്ണിച്ചിരുന്നു. കണ്ണുകൾ വീങ്ങിയിരുന്നു. ഉറക്കം എനിക്ക് ഉന്മേഷം നൽകി. ഉണർന്നെഴുന്നേറ്റപ്പോൾ, ഞാനും മനുഷ്യകുലത്തിൽപ്പെട്ടവനാണെന്നൊരു തോന്നൽ ഉള്ളിലുണ്ടായി. ശാന്തചിത്തനായി കഴിഞ്ഞകാല സംഭവങ്ങളെക്കുറിച്ച് ഞാനോർത്തുനോക്കി. പക്ഷേ, അപ്പോഴും ആ ഭീകരന്റെ വാക്കുകൾ മരണമണിപോലെ കാതിൽ മുഴങ്ങിക്കൊണ്ടിരുന്നു. സ്വപ്നമെന്നു തോന്നിയിരുന്നെങ്കിലും അത് യാഥാർഥ്യമായിരുന്നു. വളരെ പ്രകടമായ ഭയപ്പെടുത്തുന്ന യാഥാർഥ്യം.

സൂര്യൻ അസ്തമിച്ചു തുടങ്ങി. വിശപ്പ് കത്തിക്കാളുന്നുണ്ടായിരുന്നു. കൈയിൽ കരുതിയിരുന്ന ഒരു കേക്ക് തിന്നുകൊണ്ട് ഞാനവിടെ ഇരുന്നു. അപ്പോഴാണ് ഒരു മീൻപിടുത്തബോട്ട് എന്റെ മുന്നിൽ വന്നുനിന്നത്. അതിൽനിന്നും ഒരാൾ വന്ന് എന്നെ ഒരു പൊതിയേൽപ്പിച്ചു. ജനീവയിൽ നിന്നുള്ള ഏതാനും കത്തുകളും ക്ലേർവെലിന്റെ ഒരു കുറിപ്പുമായിരുന്നു അതിലുണ്ടായിരുന്നത്. ഞാൻ ഉടനെതന്നെ തിരിച്ചുചെല്ലാനുള്ള ക്ലേർവെലിന്റെ അഭ്യർഥനയായിരുന്നു അത്. അവൻ പ്രത്യേകിച്ചൊന്നും ചെയ്യാനില്ലാതെ സമയം കൊല്ലുകയാണെന്നും ലണ്ടനിലെ ചില സുഹൃത്തുക്കളുമായി എഴുത്തുകുത്തുകൾ നടത്തിയതിനാൽ വിചാരിച്ചതിലും നേരത്തെ തന്റെ ഇന്ത്യൻ സന്ദർശനം നടത്താനാകുമെന്നും അവനെഴുതിയിരുന്നു. അതിനുമുമ്പ് കഴിയുന്നസമയം എന്നോടൊപ്പം ചെലവഴിക്കാനാണ് അവനാഗ്രഹിക്കുന്നത്. അതിനാൽ ഈ ദ്വീപിലെ ഏകാന്തവാസം മതിയാക്കി പെർത്തിൽ എത്തിച്ചേരുവാൻ അവനാവശ്യപ്പെട്ടിരിക്കുകയാണ്. എന്നെ ജീവിതത്തിലേക്ക് തിരിച്ചുവിളിക്കുന്ന ഒരു കത്തായിരുന്നു അത്. രണ്ടുദിവസത്തിനുള്ളിൽത്തന്നെ ഈ ദ്വീപുവിട്ട് അവന്റെ അടുത്തെത്താൻ ഞാൻ തീരുമാനിച്ചു.

പുറപ്പെടുന്നതിനു മുമ്പ് എനിക്കൊരു ജോലി തീർക്കാനുണ്ടായിരുന്നു. അതിനെക്കുറിച്ചോർത്തപ്പോൾ എന്റെ നട്ടെല്ലിനുള്ളിലൂടെ ഒരു വിറയൽ കടന്നുപോയി. എന്റെ പരീക്ഷണ വസ്തുക്കളും ഉപകരണങ്ങളും

കെട്ടിപ്പൊതിഞ്ഞുവയ്ക്കേണ്ടതുണ്ടായിരുന്നു. അതിനുവേണ്ടി എനിക്കാനശിച്ച മുറിയിലേക്കു പോകണം. ആ ഉപകരണങ്ങൾ കാണാൻ പോലും ഞാനിഷ്ടപ്പെട്ടിരുന്നില്ലെന്നത് സത്യമാണ്. എങ്കിലും പിറ്റേന്നു നേരം വെളുത്തയുടനെ ധൈര്യം സംഭരിച്ച് ഞാൻ ആ മുറിതുറന്ന് അകത്തു കടന്നു. ഞാൻ നശിപ്പിച്ച, പകുതി പണിപൂർത്തിയായിരുന്ന ആ ശരീരം അവിടെ ചിന്നിച്ചിതറിക്കിടക്കുന്നുണ്ടായിരുന്നു. അതുകണ്ടാൽ ഒരു മനുഷ്യന്റെ പച്ചമാംസം പിച്ചിച്ചീന്തിയെറിഞ്ഞതാണെന്നേ തോന്നൂ. വിറയ്ക്കുന്ന കൈകൾ കൊണ്ട് ഞാനെന്റെ ഉപകരണങ്ങളെല്ലാമെടുത്ത് പുറത്തേക്കെത്തിച്ചു. ആ ശരീരാവശിഷ്ടങ്ങൾ അവിടെ ഉപേക്ഷിച്ച് പോകുന്നത് ആളുകളിൽ സംശയവും ഭീതിയും ജനിപ്പിക്കുമെന്നറിയാമായിരുന്നതിനാൽ ഞാൻ അവ പെറുക്കിയെടുത്ത് ഒരു കുട്ടയിലിട്ടു. അതിനുമുകളിൽ കുറേ കല്ലുകളും എടുത്തുവെച്ചു. ആ രാത്രിതന്നെ ആരും കാണാതെ അതു കടലിലെറിയണമെന്ന് ഞാൻ തീരുമാനിച്ചു. ഉപകരണങ്ങളെല്ലാം കടൽത്തീരത്തു കൊണ്ടുപോയി ഞാൻ കഴുകിവെച്ചു.

കഴിഞ്ഞരാത്രി ആ ഭീകരനെ കണ്ടതിൽപ്പിന്നെ എന്റെ വിചാരഗതികളിലുണ്ടായ മാറ്റം എന്നെപ്പോലും അത്ഭുതപ്പെടുത്തുന്നതായിരുന്നു. എന്തെല്ലാം പരിണതഫലങ്ങളുണ്ടായാലും എന്റെ വാഗ്ദാനം നിറവേറ്റണമെന്നായിരുന്നു മുമ്പ് ഞാൻ തീരുമാനിച്ചിരുന്നത്. എന്നാലിപ്പോൾ എന്റെ കണ്ണുകൾക്കു മുന്നിൽ കാഴ്ചകളെ അവ്യക്തമാക്കിക്കൊണ്ടു നിന്നിരുന്ന ഒരു പാളി അടർന്നുപോയതുപോലെ എനിക്കുതോന്നി. ആ ഭീകരന്റെ ഭീഷണി എന്റെ ഹൃദയത്തിനുമേൽ ഒരു ഭാരമായി കിടക്കുന്നുണ്ടെങ്കിലും ഉപേക്ഷിച്ച ജോലി പുനരാരംഭിക്കുന്ന പ്രശ്നമില്ലെന്നു തന്നെ ഞാനുറപ്പിച്ചു.

പുലർച്ചെ രണ്ടിനും മൂന്നിനുമിടയിൽ ചന്ദ്രനുദിച്ചു. ഞാൻ കുട്ട തോണിയിലെടുത്തുവെച്ച് പുറങ്കടലിലേക്ക് തുഴഞ്ഞുപോയി. അന്തരീക്ഷം വിജനവും നിശ്ശബ്ദവുമായിരുന്നു. കുറച്ചു തോണികൾ തീരത്തേക്കടുക്കുന്നുണ്ടായിരുന്നു. അവയിൽ നിന്നെല്ലാം ഒഴിഞ്ഞുമാറിക്കൊണ്ടാണ് ഞാൻ നീങ്ങിയത്. ഒരു കുറ്റകൃത്യം ചെയ്യുന്നതുപോലെയുള്ള മാനസികാവസ്ഥയിലായിരുന്നു ഞാനപ്പോൾ. അതുകൊണ്ടുതന്നെ മറ്റാരുടേയും കണ്ണിൽപ്പെടാതിരിക്കാൻ ഞാൻ ആത്മാർഥമായി പരിശ്രമിച്ചു. ആകാശത്ത് തെളിഞ്ഞു പ്രകാശിച്ചിരുന്ന ചന്ദ്രൻ പെട്ടെന്നൊരു നിമിഷം കനത്ത മേഘങ്ങൾക്കിടയിൽ മറഞ്ഞപ്പോൾ പരിസരം മുഴുവൻ ഇരുണ്ടു. ഇതാണ് പറ്റിയ സമയമെന്ന് മനസിലാക്കി ഞാൻ കുട്ടയെടുത്ത് കടലിലേക്കിട്ടു. അതൊരു ശബ്ദത്തോടെ കടലിലേക്ക് താഴുന്നത് കുറച്ചുനേരം നോക്കിയിരുന്നതിനുശേഷം ഞാൻ വേഗം അവിടെനിന്നും ഇഴഞ്ഞുനീങ്ങി. ആകാശം മേഘാവൃതമായിരുന്നു. എങ്കിലും അന്തരീക്ഷം പ്രശാന്തമായിരുന്നു. തണുത്തകാറ്റ് വീശിയടിച്ചുകൊണ്ടിരുന്നു. അതെനിക്ക് നവോന്മേഷം നൽകുകയും എന്റെ മനസിനെ കുളിർപ്പിക്കുകയും ചെയ്തു. കുറേനേരം ആ ജലപ്പരപ്പിൽ കഴിയാൻ ഞാൻ തീരുമാനിച്ചു. ആകാശ

ത്തേക്ക് നോക്കിക്കൊണ്ട് ഞാൻ തോണിയിൽ മലർന്നുകിടന്നു. വീണ്ടും കനത്തമേഘങ്ങൾ ചന്ദ്രനെ മറച്ചപ്പോൾ ചുറ്റും ഇരുട്ടിലമർന്നു. തിരമാലകളെ കീറിമുറിച്ചുകൊണ്ട് മുന്നോട്ടു നീങ്ങുന്ന തോണിയുടെ താളാത്മകമായ ശബ്ദം മാത്രമേ കേൾക്കാനുണ്ടായിരുന്നുള്ളൂ. അതൊരു താരാട്ടുപാട്ടായി എന്റെ ചെവിയിലേക്കെത്തിയപ്പോൾ ഞാനൊരു ഗാഢ നിദ്രയിലേക്കു വഴുതിയിറങ്ങി...

എത്രനേരം അങ്ങനെ കഴിഞ്ഞുവെന്ന് എനിക്കറിയില്ല. ഉണർന്നെഴുന്നേറ്റപ്പോൾ സൂര്യൻ ഉദിച്ചുയർന്നിരുന്നു. കാറ്റ് ശക്തിയായി വീശുന്നുണ്ടായിരുന്നു. എന്റെ കൊച്ചുവള്ളത്തിന് ഭീഷണിയുയർത്തിക്കൊണ്ട് തിരമാലകൾ ഉയർന്നുപൊങ്ങിയിരുന്നു. അത് വടക്കുകിഴക്കൻ കാറ്റാണെന്നും അതിൽപ്പെട്ട് തോണി എന്റെ തീരത്തുനിന്നും വളരെയേറെ മാറി നീങ്ങിക്കൊണ്ടിരിക്കുകയാണെന്നും എനിക്കു മനസിലായി. തോണിയുടെ ഗതി തിരിച്ചുവിടാൻ ഞാൻ ഏറെ ശ്രമിച്ചെങ്കിലും കഴിഞ്ഞില്ല. അത്രയ്ക്കു ശക്തമായിരുന്നു കാറ്റ്. ഗതിമാറ്റിയാൽ തോണി മറിഞ്ഞുപോയെന്നും വരാം. അതിനാൽ കാറ്റ് നയിക്കുന്നിടത്തേക്ക് പോവുകയേ നിർവാഹമുണ്ടായിരുന്നുള്ളൂ. എന്റെയുള്ളിൽ ഭീതി ഇല്ലാതിരുന്നില്ല. ഒരു വടക്കുനോക്കിയന്ത്രം പോലും അപ്പോഴെന്റെ കൈവശമില്ലായിരുന്നു. ആ പ്രദേശത്തിന്റെ ഭൂമിശാസ്ത്രത്തെപ്പറ്റി എനിക്കൊന്നും അറിയില്ലായിരുന്നു. സൂര്യനെ നോക്കി ദിശനിർണയിക്കാനും കഴിഞ്ഞിരുന്നില്ല. അറ്റ്ലാന്റിക് സമുദ്രത്തിന്റെ അപാരതയിലൂടെ എങ്ങോട്ടെന്നില്ലാതെ നീങ്ങുകയായിരുന്നു ഞാൻ. വിശപ്പ് വലിയൊരു ഭീഷണിയായിരുന്നു. അതോടൊപ്പം ആർത്തലച്ചുയരുന്ന തിരമാലകൾ എന്നെയും തോണിയെയും വിഴുങ്ങിക്കളയുമോ എന്ന ഭീതിയും മനസിൽ നിറഞ്ഞിരുന്നു. കാർമേഘങ്ങൾ നിറഞ്ഞുനിൽക്കുന്ന ആകാശത്തേക്കും തിരമാലകൾ ആർത്തുവിളിക്കുന്ന കടലിലേക്കും ഞാൻ മാറിമാറി നോക്കി. "എടാ, ദുഷ്ടരാക്ഷസാ, നിന്റെ പ്രവൃത്തിയിതാ പൂർണമാകുന്നു..." ഞാൻ ആക്രോശിച്ചു. അച്ഛനും എലിസബത്തും ക്ലെർവെലും എന്റെ സ്മരണയിൽ തെളിഞ്ഞു. ഇതാ, അവരെല്ലാം എനിക്ക് നഷ്ടപ്പെടുന്നു. അവരോട് ക്രൂരമായ പ്രതികാരം നിർവഹിച്ച് എന്റെ ശത്രുവിന് തൃപ്തിയടയാം. ഈ ചിന്തയിൽ ഞാൻ അടിമുടി കിടുങ്ങി വിറച്ചു. നിരാശ നിറഞ്ഞ ഭീതിയിൽ എന്റെ മനസ്സു പിടഞ്ഞു.

മണിക്കൂറുകൾ കടന്നുപോയി. സൂര്യൻ അസ്തമിക്കാറായി. കാറ്റിന്റെ ശക്തിക്ഷയിച്ചു. അത് മന്ദമാരുതനായി രൂപാന്തരപ്പെട്ടു. തിരമാലകളുടെ രൗദ്രത അടങ്ങി. വേലിയേറ്റമായതുപോലെ തോന്നിയിരുന്നു. തുഴ പിടിക്കാൻ പോലും പറ്റാത്തവിധം അവശനായിരുന്നു ഞാൻ. അങ്ങനെയിരിക്കെ തെക്കുഭാഗത്തായി കരയുടെ ഒരു രേഖ തെളിഞ്ഞു. അതോടെ മണിക്കൂറുകൾ നീണ്ട അനിശ്ചിതാവസ്ഥയ്ക്കു വിരാമമാവുകയായിരുന്നു. ജീവിതത്തെക്കുറിച്ചുള്ള ആഹ്ലാദഭരിതമായ ഒരു ചിന്ത എന്നിലുണർന്നു. എന്റെ കണ്ണുകൾ നിറഞ്ഞൊഴുകി...

എത്രമാത്രം അസ്ഥിരമാണ് നമ്മുടെ വികാരങ്ങൾ! ദുരിതത്തിന്റെ നിലയില്ലാക്കയങ്ങളിൽ മുങ്ങിത്താഴുമ്പോഴും ജീവിതത്തോടുള്ള അടങ്ങാത്ത സ്നേഹം നമ്മൾ മുറുകെപ്പിടിക്കുന്നു. എന്റെ കുപ്പായത്തിന്റെ ഒരു ഭാഗം കീറിയെടുത്തു ഞാനൊരു പായയുണ്ടാക്കി. എന്നിട്ടു മുന്നിൽക്കണ്ട കരയെ ലക്ഷ്യമാക്കി തുഴഞ്ഞു. ദൂരെനിന്നും കണ്ടപ്പോൾ പാറക്കെട്ടുകൾ നിറഞ്ഞ ഒരു വനപ്രദേശമാണെന്നാണ് കരുതിയതെങ്കിലും അടുത്തെത്തിയപ്പോൾ അവിടെ കൃഷിയുടെ അടയാളങ്ങൾ കാണാനായി. തീരത്ത് ചില തോണികൾ കിടപ്പുണ്ടായിരുന്നു. വീണ്ടും പരിഷ്കൃത മനുഷ്യരുടെ ലോകത്തെത്തിയതായി എനിക്കുതോന്നി. അതൊരു ചെറിയ തുറമുഖമായിരുന്നു. യാദൃച്ഛികമായാണെങ്കിലും വീണ്ടും ജീവിതത്തിലേക്ക് പ്രവേശിക്കാൻ കഴിഞ്ഞതിലുള്ള സന്തോഷത്തോടെ ഞാനവിടെയിറങ്ങി.

അപ്പോഴേക്കും എന്റെയടുത്തേക്ക് കുറേയാളുകൾ ഓടിവന്നു. എന്നെക്കണ്ട് അത്ഭുതപ്പെട്ടതുപോലെയായിരുന്നു അവരുടെ ഭാവം. അവരെന്നെ സഹായിക്കാൻ വന്നതാണെന്നായിരുന്നു ഞാൻ കരുതിയത്. എന്നാൽ എന്നെനോക്കി പിറുപിറുക്കുകയും എന്തൊക്കെയോ ആംഗ്യം കാണിക്കുകയുമൊക്കെയായിരുന്നു അവർ. അപ്പോൾ ചെറിയൊരു ഭയം എന്റെയുള്ളിൽ ഉറവപൊട്ടി.

"മാന്യസ്നേഹിതരേ; ഈ പട്ടണത്തിന്റെ പേരെന്താണ്? ഞാനെവിടെയാണ് എത്തിച്ചേർന്നിരിക്കുന്നതെന്നു ദയവായി പറഞ്ഞുതരുമോ?.."

"അത് നിങ്ങൾ അധികം വൈകാതെ അറിഞ്ഞുകൊള്ളും." അവരിലൊരാൾ പരുക്കൻ ശബ്ദത്തിൽ പറഞ്ഞു. "എന്തായാലും ഇഷ്ടപ്പെടുന്ന ഒരിടത്തല്ല നിങ്ങളെത്തിയിരിക്കുന്നത്. പിന്നെ, നിങ്ങളെവിടെ താമസിക്കണമെന്ന കാര്യം നിങ്ങളുടെ ഇഷ്ടത്തിനു വിട്ടുതരാനും പറ്റില്ല."

അയാളുടെ പരുഷമായ വാക്കുകൾ കേട്ട് ഞാൻ അമ്പരന്നു. അവരുടെ മുഖത്തെ അവജ്ഞയും നീരസവും എന്നെ പരിഭ്രമിപ്പിച്ചിരുന്നു.

"എന്താണിങ്ങനെയൊക്കെ സംസാരിക്കുന്നത്? അന്യദേശക്കാരെ സാധാരണ ഇങ്ങനെയല്ലല്ലോ ഇംഗ്ലീഷുകാർ സ്വീകരിക്കാറുള്ളത്.." ഞാൻ അസ്വസ്ഥനായി ചോദിച്ചു.

"അതൊന്നും എനിക്കറിയില്ല. ഇംഗ്ലീഷുകാരുടെ രീതി എന്തുമാകാം. എന്നാൽ കുറ്റവാളികളെ വെറുക്കുകയെന്നതാണ് ഞങ്ങൾ ഐറിഷുകാരുടെ രീതി..."

എനിക്കുചുറ്റും ആളുകൾ കൂടിക്കൊണ്ടിരുന്നു. ആകാംക്ഷയും ദേഷ്യവും നിറഞ്ഞ ഒരു ഭാവം അവരുടെയെല്ലാം മുഖത്ത് പ്രകടമായിരുന്നു. അതെന്നെ ആശയക്കുഴപ്പത്തിലാക്കുകയും ഒരു പരിധിവരെ ഭയപ്പെടുത്തുകയും ചെയ്തു. സത്രത്തിലേക്കുള്ള വഴി ഞാനവരോടു ചോദിച്ചെങ്കിലും ആരും മറുപടി പറഞ്ഞില്ല. ഞാൻ മുന്നോട്ടുനടന്നു. അപ്പോൾ ജനക്കൂട്ടം ആരവമുതിർത്തുകൊണ്ട് എന്നെവളഞ്ഞു. അവല

ക്ഷണം പിടിച്ച മുഖമുള്ള ഒരുത്തൻ വന്ന് എന്റെ തോളിൽത്തട്ടിക്കൊണ്ടു പറഞ്ഞു.

"എന്റെ കൂടെവരൂ. മിസ്റ്റർ കിർവിന്റെ അടുത്തുചെന്ന് നിങ്ങളെക്കുറിച്ചുള്ള ഒരു വിവരണം നൽകണം."

"ആരാണീ കിർവിൻ? എന്നെക്കുറിച്ചുള്ള വിവരണം അയാൾക്കെന്തിനു നൽകണം? ഇതൊരു സ്വതന്ത്രരാഷ്ട്രമല്ലേ?"

"പിന്നല്ലാതെ; പക്ഷേ സത്യസന്ധർക്കു മാത്രം. മിസ്റ്റർ കിർവിൻ ഇവിടുത്തെ മജിസ്ട്രേറ്റാണ്. കഴിഞ്ഞരാത്രി കൊലചെയ്യപ്പെട്ട നിലയിൽ കണ്ടെത്തിയ വ്യക്തിയുടെ മരണത്തെക്കുറിച്ചുള്ള വിവരണം നിങ്ങൾ അദ്ദേഹത്തിനു നൽകണം..."

അയാളുടെ വാക്കുകൾ കേട്ടു ഞാൻ ഞെട്ടി. എങ്കിലും ഉടനടി ഞാൻ മനസാന്നിധ്യം വീണ്ടെടുത്തു.

ഞാൻ നിരപരാധിയാണ്. അക്കാര്യം നിഷ്പ്രയാസം തെളിയിക്കാനുമാകും. അതിൻപ്രകാരം ഞാൻ ആ മനുഷ്യനെ പിന്തുടർന്നു. നഗരത്തിലെ ഏറ്റവും നല്ല കെട്ടിടങ്ങളിലൊന്നിലേക്ക് അയാളെന്നെ കൂട്ടിക്കൊണ്ടുപോയി. വിശപ്പുകൊണ്ടും ക്ഷീണംകൊണ്ടും ഞാനാകെ തളർന്നിരുന്നു. എന്നാൽ ചുറ്റും ആളുകൾ ഉള്ളതിനാൽ ഞാൻ ശക്തിസംഭരിച്ചു വീഴാതെ പിടിച്ചുനിന്നു. താഴെ വീണാൽ അതെന്റെ കുറ്റസമ്മതമായി വ്യാഖ്യാനിക്കപ്പെട്ടാലോ എന്നുഞാൻ പേടിച്ചു.

ഞാനെന്റെ ആഖ്യാനം അൽപ്പനേരത്തേക്ക് നിർത്തിവെക്കുകയാണ്. ഇനി ഞാൻ പറയാൻ പോകുന്നതു സ്തോഭജനകമായ ചില കാര്യങ്ങളാണ്. അവ എന്റെ ഓർമയിൽ നിന്നും ക്രമപ്പെടുത്തിയെടുക്കുവാൻ സഹനശക്തിയും സ്ഥൈര്യവും എനിക്ക് ആർജിക്കേണ്ടതുണ്ട്.

21

എന്നെ അവർ മജിസ്ട്രേറ്റിന്റെ മുന്നിൽ ഹാജരാക്കി. കാരുണ്യം സ്ഫുരിക്കുന്ന കണ്ണുകളും ശാന്തഭാവവുമുള്ള ഒരു വൃദ്ധനായിരുന്നു അദ്ദേഹം. എങ്കിലും അൽപ്പമൊരു പാരുഷ്യത്തോടു കൂടിയാണ് അദ്ദേഹമെന്നെ നോക്കിയത്. അതിനുശേഷം എന്നെ അവിടെയെത്തിച്ചവരോടായി സാക്ഷികളാരെങ്കിലുമുണ്ടോ എന്നാരാഞ്ഞു. അഞ്ചാറാളുകൾ അപ്പോൾ സാക്ഷിപറയാൻ തയാറായി മുന്നോട്ടുവന്നു. അവരിലൊരാളോട് മജ്സ്ട്രേറ്റ് കാര്യങ്ങൾ തിരക്കി. അയാൾ സംഭവം വിവരിച്ചു.

"മകനോടും അളിയനോടുമൊപ്പം കഴിഞ്ഞരാത്രി കടലിൽ മീൻ പിടിക്കാൻ പോയതായിരുന്നു ഞാൻ. ഏകദേശം പത്തുമണിയായപ്പോൾ വടക്കൻ കാറ്റ് ശക്തിയായി വീശാൻ തുടങ്ങി. നിവൃത്തിയില്ലാതെ തുറമുഖത്തേക്കുതന്നെ തിരിച്ചുപോവുകയായിരുന്നു ഞങ്ങൾ. നല്ല ഇരുട്ടായിരുന്നു. ചന്ദ്രൻ ഉദിച്ചിരുന്നില്ല. ഞങ്ങൾക്കു തുറമുഖത്ത് എത്തിച്ചേരാനാ

യില്ല. പകരം എത്തിയത് ഏകദേശം രണ്ടുമൈൽ ദൂരെയുള്ള ഒരു കടലിടുക്കിലായിരുന്നു. ഞങ്ങളവിടെ തോണിയടുപ്പിച്ചു. ആദ്യം ഇറങ്ങിയത് ഞാനായിരുന്നു. എന്റെ പിന്നിൽ മറ്റുള്ളവരും ഇറങ്ങി. മണലിലൂടെ നടക്കുമ്പോൾ പെട്ടെന്ന് ഏതോ വസ്തുവിൽ കാൽതട്ടി ഞാൻ വീണു. മകനും മറ്റും ഓടിവന്ന് എന്നെ എഴുന്നേൽപ്പിച്ചു. ഒരു മനുഷ്യന്റെ ശവശരീരമാണതെന്ന് കൈയിലുണ്ടായിരുന്ന റാന്തലിന്റെ വെളിച്ചത്തിൽ ഞങ്ങൾ കണ്ടു. ആദ്യം ഞങ്ങൾ കരുതിയത് കടലിൽ മുങ്ങിമരിച്ച ആരുടെയോ ശരീരം കരയ്ക്കടിഞ്ഞതാണെന്നായിരുന്നു. പക്ഷേ, സൂക്ഷ്മമായി പരിശോധിച്ചപ്പോഴാണ് അയാളുടെ വസ്ത്രങ്ങളൊന്നും നനഞ്ഞിട്ടില്ലെന്നു മനസിലായത്. ശരീരത്തിന്റെ ചൂട് അപ്പോഴും നഷ്ടപ്പെട്ടിരുന്നില്ല. ഞങ്ങളുടൻ തന്നെ ആ ശരീരം അവിടെ അടുത്തുള്ള ഒരു വീട്ടിലേക്കു കൊണ്ടുപോയി, അതിനു ജീവൻ നൽകാൻ വെറുതെ ഒരു ശ്രമം നടത്തിനോക്കി. സുന്ദരനായ ഒരു ചെറുപ്പക്കാരന്റെ ശരീരമായിരുന്നു അത്. ഏകദേശം ഇരുപത്തഞ്ച് വയസു പ്രായം വരും. അയാളെ കഴുത്തുഞെരിച്ചു കൊന്നതാണെന്നു ഞങ്ങൾക്കു മനസിലായി. കാരണം കഴുത്തിനു ചുറ്റും കൊലയാളിയുടെ കൈവിരൽപ്പാടുകൾ കറുത്തുകിടന്നിരുന്നു.

അയാളുടെ വിവരണത്തിന്റെ ആദ്യഭാഗം എന്നിലൊരു താൽപ്പര്യവും ഉണർത്തിയില്ല. പക്ഷേ, കൈവിരൽപ്പാടുകളെപ്പറ്റി അയാൾ പറഞ്ഞതു കേട്ടപ്പോൾ പെട്ടെന്നു ഞാനെന്റെ സഹോദരന്റെ കൊലപാതകത്തെപ്പറ്റി ഓർത്തുപോയി. അതെന്നെ വല്ലാതെ പരിഭ്രാന്തനാക്കി. എന്റെ കൈകാലുകൾ വിറച്ചു. കണ്ണുകൾക്കു മുന്നിൽ കനത്ത മൂടൽ വന്നടിഞ്ഞു. പിടിച്ചു നിൽക്കാനാവാതെ ഞാനൊരു കസേരയിലേക്കു ചരിഞ്ഞു. എന്റെ ചലനങ്ങൾ സൂക്ഷ്മമായി ശ്രദ്ധിക്കുകയായിരുന്നു മജിസ്ട്രേറ്റ്. എന്റെ ഭാവമാറ്റം അദ്ദേഹത്തിന്റെ മനസിൽ സംശയങ്ങളുണർത്തിയെന്നു തോന്നി.

അച്ഛന്റെ മൊഴി മകനും ശരിവെച്ചു. അയാളുടെ അളിയനായിരുന്നു അടുത്ത സാക്ഷി. അളിയൻ വീഴുന്നതിനു മുമ്പ് കുറച്ചകലെ ഒരാൾ തോണി തുഴഞ്ഞു പോകുന്നതു താൻ കണ്ടെന്നു അയാൾ പറഞ്ഞു. ആ തോണി ഞാൻ സഞ്ചരിച്ച തോണിതന്നെയാണെന്നു മനസിലായെന്നും അയാൾ മൊഴിനൽകി.

പിന്നീട് സാക്ഷിപറഞ്ഞത് ഒരു സ്ത്രീയായിരുന്നു. തന്റെ വീട് കടൽക്കരയിലാണെന്നും വീട്ടുകാർ കടലിൽ പോയിവരുന്നതും കാത്ത് വാതിൽക്കൽ നിൽക്കുമ്പോൾ ശവം കണ്ടെത്തിയതിനു ഏകദേശം ഒരു മണിക്കൂർ മുമ്പ് അവിടേക്കു ഒരാൾ തോണി തുഴഞ്ഞുവരുന്നതു കണ്ടെന്ന് അവരറിയിച്ചു.

മുക്കുവർ ശവം കൊണ്ടുവന്നത് തന്റെ വീട്ടിലേക്കാണെന്ന് മറ്റൊരു സ്ത്രീ മൊഴി നൽകി. അതിനപ്പോഴും ചൂടുണ്ടായിരുന്നു. അവർ ശരീരം കിടക്കയിൽ കിടത്തി തിരുമ്മിക്കൊണ്ടിരുന്നു. ഒരാൾ ഡോക്ടറെ വിളിക്കാൻ പട്ടണത്തിലേക്കു പോയി. പക്ഷേ, അയാൾ അപ്പോഴേക്കും മരിച്ചു

കഴിഞ്ഞിരുന്നു.

മറ്റുപലരും ഞാൻ തോണിതുഴഞ്ഞ് അവിടെ വന്നിറങ്ങിയത് സംബന്ധിച്ച് മൊഴിനൽകി. രാത്രിയിലെ ശക്തമായ വടക്കൻ കാറ്റുകാരണം ഞാൻ പുറപ്പെട്ടിടത്തു തന്നെ തിരിച്ചെത്താൻ നിർബന്ധിതനായിട്ടുണ്ടാകുമെന്നും, ശവം ഞാൻ മറ്റെവിടെ നിന്നെങ്കിലും കൊണ്ടുവന്നതായിരിക്കാമെന്നും അവർ പറഞ്ഞു. ആ സ്ഥലത്തെക്കുറിച്ച് എനിക്കൊന്നും അറിഞ്ഞുകൂടാത്തതിനാൽ ഞാനത് തുറമുഖത്തുകൊണ്ടിട്ടതായിരിക്കാമെന്നും അവർ അഭിപ്രായപ്പെട്ടു.

ഇതെല്ലാം ശ്രവിച്ച മിസ്റ്റർ കിർവിൻ ശവം കിടക്കുന്ന മുറിയിലേക്ക് എന്നെകൊണ്ടു പോകാനും അതു കാണുമ്പോൾ എന്തെല്ലാം ഭാവങ്ങളാണു എന്റെ മുഖത്ത് പ്രകടമാകുന്നതെന്നു നിരീക്ഷിക്കാനും നിർദേശം നൽകി. കൊലപാതകത്തെ സംബന്ധിച്ച സാക്ഷിമൊഴികൾ കേട്ടപ്പോൾ എനിക്കുണ്ടായ പരിഭ്രമവും അന്തഃസംഘർഷങ്ങളും ശ്രദ്ധിച്ചിട്ടായിരിക്കണം അദ്ദേഹം അത്തരമൊരു നിർദേശം മുന്നോട്ടുവച്ചത്. അതിൻപ്രകാരം മജ്സിട്രേറ്റിനോടും മറ്റനേകം ആളുകളോടുമൊപ്പം എന്നെ സത്രത്തിലേക്കു കൊണ്ടുപോയി. കൃത്യം നടന്ന ആ രാത്രിയിലെ സംഭവങ്ങളുടെ യാദൃച്ഛികത്വം എന്നെ അമ്പരപ്പിക്കാതിരുന്നില്ല. എങ്കിലും കൊലപാതകസമയത്ത് ഞാനെന്റെ ദ്വീപിൽ ആളുകളുമായി സംസാരിച്ചിരിക്കുകയായിരുന്നതിനാൽ ഇക്കാര്യത്തിൽ എന്റെ നിരപരാധിത്വം തെളിയിക്കാൻ പ്രയാസമുണ്ടാവില്ലെന്നു ഞാൻ കരുതി.

മൃതദേഹം കിടന്നിരുന്ന മുറിയിലേക്കുകയറി ഞാൻ ശവപ്പെട്ടിയുടെ അടുത്തേക്കുചെന്നു. അതിനുള്ളിലെ ശരീരം എന്നിലുണ്ടാക്കിയ വികാരവിക്ഷോഭങ്ങളുടെ തീവ്രത പറഞ്ഞറിയിക്കാനാവില്ല. ഭയവും ദുഃഖവും മൂലം ഞാൻ കിടുകിടാ വിറച്ചു. ഇപ്പോൾപോലും ആ രംഗത്തെക്കുറിച്ചോർക്കുമ്പോൾ എന്റെ മേലാസകലം വിറകൊള്ളുകയാണ്. ശവപ്പെട്ടിയിൽ കിടക്കുന്ന എന്റെ പ്രിയസ്നേഹിതൻ ഹെൻറിക്ലെർവലിന്റെ നിശ്ചല ശരീരം ഒരുനോക്കു കണ്ടപ്പോഴേക്കും പരിസരം മറന്നു ഞാനലറിക്കരഞ്ഞു. മജിസ്ട്രേറ്റും സാക്ഷികളും വിചാരണയുമെല്ലാം ഒരു സ്വപ്നത്തിലെന്ന പോലെ എന്നിൽ നിന്നു മറഞ്ഞുപോയി. ശ്വാസം തൊണ്ടയിൽ കുടുങ്ങിപ്പോയതു പോലെ ഞാൻ ശക്തിയായി കിതച്ചു. ആ ശരീരത്തിലേക്കു വീണുകൊണ്ടു ഞാൻ അലമുറയിട്ടു.

"ഹെൻറീ; എന്റെ മരണക്കളി നിന്നെയും വെറുതെ വിട്ടില്ലല്ലോ... എന്റെ പ്രിയസ്നേഹിതാ; രണ്ടുജീവിതം ഇപ്പോൾത്തന്നെ ഞാൻ മൂലം നശിച്ചു. മറ്റുള്ളവർ വിധിയും കാത്തിരിക്കുന്നു. എന്നാൽ നിനക്ക് ഈ ഗതിവരുമെന്ന് ഞാനൊരിക്കലും കരുതിയില്ല.. എന്റെ എക്കാലത്തെയും പ്രിയപ്പെട്ട ചങ്ങാതീ..."

ഞാനപ്പോൾ സഹിച്ച തീവ്രയാതന താങ്ങാൻ മറ്റൊരു മനുഷ്യനും കഴിയുമായിരുന്നില്ല. ബലം പ്രയോഗിച്ചാണ് എന്നെ ആ മുറിയിൽ നിന്ന് പുറത്തേക്കെത്തിച്ചത്.

അതിനെത്തുടർന്ന് എനിക്ക് കഠിനമായ ജ്വരം പിടിപെട്ടു. മരണവക്ത്രത്തിൽ രണ്ടുമാസത്തോളം ഞാൻ കഴിഞ്ഞു. പലപ്പോഴും ഞാൻ ജ്വരം മൂത്ത് പിച്ചും പേയും പറഞ്ഞിരുന്നെന്ന് പിന്നീടറിഞ്ഞു. വില്യമിന്റെയും ജസ്റ്റിന്റെയും ക്ലേർവെലിന്റെയും ഘാതകൻ ഞാനാണെന്ന് ഇടയ്ക്കിടെ ഞാൻ വിളിച്ചു പറഞ്ഞിരുന്നു. ചിലപ്പോഴെല്ലാം, എന്നെ പീഡിപ്പിച്ചിരുന്ന ആ ദുഷ്ടസത്വത്തെ ഇല്ലാതാക്കാൻ ഞാൻ ആളുകളുടെ സഹായം ആവശ്യപ്പെട്ടു. വേറെ ചില സമയങ്ങളിൽ ആ ഭീകരന്റെ പരുപരുത്ത കൈവിരലുകൾ എന്റെ കഴുത്തിനെ അമർത്തി ഞെരിക്കുന്നതായി എനിക്കുതോന്നി. വേദനയും ഭീതിയും കൊണ്ട് ഞാനുറക്കെ കരഞ്ഞു. ഭാഗ്യവശാൽ എന്റെ പുലമ്പലുകൾ മാതൃഭാഷയിലായിരുന്നു. അതിനാൽ മിസ്റ്റർ കിർവിനു മാത്രമേ അവ മനസിലായുള്ളൂ. എന്നാൽ മറ്റുള്ളവർ എന്റെ ചേഷ്ടകളും ആക്രന്ദനങ്ങളും കണ്ട് ശരിക്കും പേടിച്ചിരുന്നു.

എന്തുകൊണ്ട് ഞാൻ മരിച്ചില്ല? മറ്റാരെക്കാളും കടുത്ത ദുരിതങ്ങളനുഭവിച്ച ഞാൻ എന്തുകൊണ്ട് വിസ്മൃതിയിലും നിത്യവിശ്രമത്തിലും അമർന്നില്ല? അച്ഛനമ്മമാരുടെ കൺമണികളായ എത്രയെത്ര പിഞ്ചോമനകളെയാണ് മരണം ക്രൂരമായി തട്ടിയെടുക്കുന്നത്! ഉന്മേഷവും പ്രസരിപ്പുമുള്ള എത്രയെത്ര ചെറുപ്പക്കാരെയാണ് അത് തന്റെ കറുത്ത കൈകളാൽ വരിഞ്ഞുമുറുക്കുന്നത്! പക്ഷേ ഞാൻ മാത്രം കടുത്ത അവമതികളും, പീഡനങ്ങളും, വേദനകളും സഹിച്ച് ശപിക്കപ്പെട്ടൊരു ജന്മമായി, ലോകത്തിനു തന്നെ ഭാരമായിക്കഴിയുന്നു... മരണത്തിനു പോലും എന്നെ വേണ്ടേ?

പക്ഷേ, ജീവിക്കാൻ തന്നെയായിരുന്നു എന്റെ വിധി. ഏകദേശം രണ്ടുമാസങ്ങൾക്കുശേഷം ഒരു സ്വപ്നത്തിൽ നിന്നെന്നപോലെ ഞാനുണർന്നു. അപ്പോൾ ഞാൻ ജയിലിലായിരുന്നു. ഇരുട്ടറയിലെ വൃത്തികെട്ട ഒരു കിടക്കയിൽ, കാവൽക്കാരുടെ മധ്യത്തിലായിരുന്നു ഞാൻ. അപ്പോൾ രാവിലെയായിരുന്നു. ഉണർന്നെഴുന്നേറ്റപ്പോൾ അതുവരെയുള്ള സംഭവങ്ങളെല്ലാം ഞാൻ മറന്നുപോയിരുന്നു. ഏതോ ദുർവിധിയുടെ ഇരയാണെന്നു മാത്രമേ എനിക്കപ്പോൾ എന്നെപ്പറ്റി ചിന്തിക്കാനായുള്ളൂ. പക്ഷേ, അപ്പോഴാണ് കനത്ത ജയിലഴികൾ എന്റെ കണ്ണിൽപ്പെട്ടത്. അതോടെ കഴിഞ്ഞകാല സംഭവങ്ങൾ ഒന്നൊന്നായി എന്റെ മനസിന്റെ ഭിത്തിയിൽ മിന്നിത്തെളിയാൻ തുടങ്ങി. അപ്പോഴേക്കും ഞാൻ ഉറക്കെ കരഞ്ഞുപോയി.

എന്റെ അടുത്തുള്ള കസേരയിൽ ഒരു സ്ത്രീ ഇരുന്നുറങ്ങുന്നുണ്ടായിരുന്നു. കരച്ചിൽ കേട്ട് അവളുണർന്നു. അവളൊരു നഴ്സായിരുന്നു. അവിടത്തെ ഒരു ജയിലറുടെ ഭാര്യയായിരുന്നു. ആ വർഗത്തിനു പറഞ്ഞിട്ടുള്ള ദുർഗുണങ്ങളെല്ലാം തനിക്കുണ്ടെന്ന് അവളുടെ മുഖം വിളിച്ചു പറഞ്ഞിരുന്നു. അവളുടെ സ്വരം അങ്ങേയറ്റം നിർവികാരമായിരുന്നു. ഇംഗ്ലീഷിലാണ് അവളെന്നോട് സംസാരിച്ചത്.

"ഇപ്പോൾ സുഖം തോന്നുന്നില്ലേ?" ക്ഷീണിച്ച സ്വരത്തിൽ ഞാൻ

മറുപടി പറഞ്ഞു.

"ഉണ്ടെന്നു തോന്നുന്നു. പക്ഷേ, എല്ലാം സത്യമാണെങ്കിൽ, ഞാൻ സ്വപ്നം കാണുകയല്ലെങ്കിൽ, ഈ ദുരിതവും ഭീതിയും അനുഭവിക്കാനായി ജീവിച്ചിരിക്കുന്നതിൽ എനിക്കു ദുഃഖമുണ്ട്."

"ശരിയാണ്... നിങ്ങൾ കൊന്ന ആ മനുഷ്യനെപ്പറ്റിയാണു പറയുന്നതെങ്കിൽ മരിക്കുന്നതായിരുന്നു നിങ്ങൾക്കു നല്ലത്. കാരണം അത്രകടുത്ത വിധിയായിരിക്കും നിങ്ങളെ കാത്തിരിക്കുന്നത്. അതുപോട്ടെ. അതൊന്നും എന്റെ ജോലിയല്ല. നിങ്ങളെ പരിചരിച്ചു സുഖപ്പെടുത്താനാണ് എന്നെ നിയോഗിച്ചിരിക്കുന്നത്. എന്റെ മനഃസാക്ഷിക്കനുസരിച്ച് ഞാനതു ചെയ്യുന്നു. എല്ലാവരും അങ്ങനെയാണെങ്കിൽ എത്ര നന്നായിരുന്നു."

മരണത്തിന്റെ വക്കിൽ നിന്നും തലനാരിഴയ്ക്കു രക്ഷപ്പെട്ട ഒരാളോട് ഇങ്ങനെ ദയയില്ലാതെ സംസാരിക്കുന്ന ആ സ്ത്രീയോട് എനിക്കു വെറുപ്പു തോന്നി. എന്നാൽ അത് പ്രകടിപ്പിക്കുവാൻ പോലും കഴിയാത്തവിധം ഞാൻ അത്യധികം ക്ഷീണിതനായിരുന്നു. ഇടയ്ക്കിടെ എന്റെ അസുഖം വർധിച്ചു കൊണ്ടിരുന്നു. സ്നേഹത്തോടെ എന്നെ ആശ്വസിപ്പിക്കാൻ ആരുമുണ്ടായിരുന്നില്ല. വിശ്വസ്തനായ ഒരാളുടെ കൈത്താങ്ങ് ഞാൻ പ്രതീക്ഷിച്ചെങ്കിലും എവിടെ നിന്നും എനിക്കതു ലഭിച്ചില്ല. ഡോക്ടർ ഇടയ്ക്കിടെ വന്ന് എന്നെ പരിശോധിക്കുകയും മരുന്നു കുറിക്കുകയും ചെയ്തു. ആ സ്ത്രീ അവ തയാറാക്കി എനിക്കു നൽകി. ആദ്യത്തെയാൾ തികഞ്ഞ അശ്രദ്ധയോടെയാണ് എന്നോടു പെരുമാറിയിരുന്നതെങ്കിൽ രണ്ടാമത്തെയാൾ നിർവികാരയും മനസലിവില്ലാത്തവളുമായിരുന്നു. അല്ലെങ്കിൽത്തന്നെ ഒരു കൊലയാളിയുടെ ജീവനിൽ ആർക്കാണ് താൽപ്പര്യവും ശ്രദ്ധയുമുണ്ടാവുക; പ്രതിഫലം ലഭിക്കുന്ന ആരാച്ചാർക്കല്ലാതെ. എന്നാൽ മജിസ്ട്രേറ്റ്, മിസ്റ്റർ കെർവിൻ എന്നോടു ദയകാണിച്ചിരുന്നതായി എനിക്കു മനസിലായിരുന്നു. ജയിലിലെ ഏറ്റവും മികച്ചമുറി–ഏറ്റവും കുറഞ്ഞ വൃത്തികേടുള്ളതെന്നർഥം–അദ്ദേഹത്തിന്റെ നിർദേശപ്രകാരം എനിക്കു ലഭിച്ചു. എനിക്കുള്ള ഡോക്ടറെയും നഴ്സിനെയും ഏർപ്പാടാക്കിയതും അദ്ദേഹമായിരുന്നു. വല്ലപ്പോഴും മാത്രമേ അദ്ദേഹം എന്റെയടുത്തു വന്നിരുന്നുള്ളൂ. എല്ലാവരോടും അപാരമായ ദയാവായ്പുള്ള ഒരാളാണെങ്കിലും ഒരു കൊലയാളിയുടെ ദുരിതവും കഷ്ടപ്പാടുകളും കേൾക്കാൻ അദ്ദേഹം അത്ര താൽപ്പര്യം കാണിച്ചിരുന്നില്ല. എനിക്കു ശരിയായ പരിചരണം ലഭിക്കുന്നുണ്ടെന്ന് ഉറപ്പുവരുത്താൻ മാത്രമേ അദ്ദേഹം എന്നെ സന്ദർശിക്കാറുള്ളൂ. അതാകട്ടെ വളരെ അപൂർവമായി മാത്രവും. വന്നാൽ കൂടുതൽ നേരം ചെലവഴിക്കാനും അദ്ദേഹം മെനക്കെടാറില്ല.

അസുഖം ക്രമേണ സുഖപ്പെട്ടുവന്നു. ഒരുദിവസം പലതും ആലോചിച്ചുകൊണ്ടിരിക്കുകയായിരുന്നു ഞാൻ. എന്റെ കണ്ണുകൾ പകുതി തുറന്നിരുന്നു. കവിളുകൾ ഒരു ശവത്തിന്റേതുപോലെ വിളറിയിരുന്നു. മന

സുനിറയെ വിഷാദവും ഭീതിയും കലർന്ന ചിന്തകളായിരുന്നു. കഷ്ടപ്പാടുകൾ മാത്രം ലഭിക്കുന്ന ഈ ലോകത്ത് കയ്പേറിയ അനുഭവങ്ങളുമായി ജീവിക്കുന്നതിനേക്കാൾ ഭേദം മരണമാണെന്ന് എനിക്കുതോന്നി. കുറ്റസമ്മതം നടത്തി മരണശിക്ഷ ഏറ്റുവാങ്ങിയാലോ എന്നു ഞാൻ ആലോചിക്കാതിരുന്നില്ല. നിരപരാധിയായ ജസ്റ്റിനു ലഭിച്ചത് അത്തരമൊരു വിധിയായിരുന്നല്ലോ. സത്യത്തിൽ ഞാനവളേക്കാൾ നിരപരാധിയൊന്നുമല്ല. പാപിയാണു താനും... ചിന്തകൾ അത്രത്തോളമെത്തിയപ്പോൾ വാതിൽ തുറന്നു മിസ്റ്റർ കെർവിൻ അകത്തേക്കുവന്നു. അദ്ദേഹത്തിന്റെ മുഖത്ത് സ്നേഹവും സഹാനുഭൂതിയും പ്രകടമായിരുന്നു. എന്റെയടുത്ത് ഒരു കസേര വലിച്ചിട്ടിരുന്നുകൊണ്ട് ഫ്രഞ്ചുഭാഷയിൽ അദ്ദേഹം ചോദിച്ചു.

"ഈ സ്ഥലം നിങ്ങളെ വല്ലാതെ അസ്വസ്ഥനാക്കുന്നുണ്ടെന്നു തോന്നുന്നു. നിങ്ങൾക്കുവേണ്ടി ഞാനെന്തെങ്കിലും ചെയ്യേണ്ടതുണ്ടോ?"

"താങ്കൾക്ക് നന്ദി. പക്ഷേ താങ്കൾ എന്തുതന്നെ ചെയ്താലും അതൊന്നും എന്നെ ആശ്വസിപ്പിക്കില്ല എന്നതാണു സത്യം. ഈ ലോകത്ത് സുഖവും സന്തോഷവും സ്വീകരിക്കാനുള്ള യോഗമില്ലാത്തവനാണു ഞാൻ..."

"വിചിത്രവും സങ്കീർണവുമായ ദൗർഭാഗ്യങ്ങളിൽ പെട്ടുഴറുന്ന ഒരാളെ സഹായിക്കാൻ അപരിചിതനായ ഒരുവന് അത്ര എളുപ്പത്തിൽ കഴിയില്ലെന്ന് എനിക്കറിയാം.. എങ്കിലും ദുഃഖകരമായ ഈ സ്ഥലത്തുനിന്ന് നിങ്ങൾക്കുടൻതന്നെ മോചനം ലഭിക്കുമെന്ന് എനിക്കു പ്രതീക്ഷയുണ്ട്. കാരണം നിങ്ങളെ കുറ്റവിമുക്തനാക്കാൻ വേണ്ടതെളിവുകൾ ഞങ്ങൾക്കു ലഭിച്ചിട്ടുണ്ട്."

"അതിലെനിക്ക് യാതൊരു താൽപ്പര്യവുമില്ല. വിചിത്രമായ ദൗർഭാഗ്യങ്ങളുടെ പരമ്പരകൾ എന്നെ ഈ ലോകത്തെ ഏറ്റവും ദുഃഖിതനും അശാന്തനുമായ മനുഷ്യനാക്കിയിരിക്കുകയാണ്. കഠിനമായ യാതനകൾക്കും ഹൃദയവേദനകൾക്കും ഇരയായി നരകിക്കുന്ന എനിക്കു മരണം അത്രവലിയ ശത്രുവൊന്നുമായിരിക്കില്ല..."

"ഈയിടെ നടന്നസംഭവങ്ങൾ അങ്ങേയറ്റം ദൗർഭാഗ്യകരമായിപ്പോയി. വിചിത്രമായ ചില സംഭവവികാസങ്ങൾ നിങ്ങളെ ഈ കരയിലടുപ്പിച്ചു. ആതിഥ്യമര്യാദയ്ക്ക് പേരുകേട്ട ഈ നഗരം നിങ്ങളെ കൊലയാളിയെന്നു മുദ്രകുത്തി. നിങ്ങൾക്കിവിടെ ആദ്യം കാണേണ്ടിവന്നതു ഏതോ രാക്ഷസൻ കൊലപ്പെടുത്തി വഴിയിലിട്ട നിങ്ങളുടെ സ്നേഹിതന്റെ ശരീരമാണ്."

മിസ്റ്റർ കെർവിൻ ഇതുപറഞ്ഞപ്പോൾ വേദനയ്ക്കു പകരം മനസിൽ നിറഞ്ഞത് അദ്ദേഹം കാര്യങ്ങളെല്ലാം ശരിയായി മനസിലാക്കിയിട്ടുണ്ടല്ലോ എന്ന അത്ഭുതമായിരുന്നു. എന്റെ മനസുവായിച്ചിട്ടെന്നപോലെ അപ്പോൾ അദ്ദേഹം ധൃതിയിൽ പറഞ്ഞു

"നിങ്ങൾ രോഗബാധിതനായി കിടപ്പിലായപ്പോൾ നിങ്ങളുടെ കൈവശമുണ്ടായിരുന്ന രേഖകളെല്ലാം എന്റെയടുത്തെത്തിയിരുന്നു. നിങ്ങളുടെ

അസുഖത്തെയും ഇപ്പോഴത്തെ ദൗർഭാഗ്യകരമായ അവസ്ഥയെയും കുറിച്ച് നിങ്ങളുടെ ബന്ധുക്കളെ അറിയിക്കാൻ സഹായകമായ എന്തെങ്കിലും ലഭിക്കുമോ എന്നറിയുന്നതിനു വേണ്ടി ഞാനവയെല്ലാം സൂക്ഷ്മമായി പരിശോധിച്ചു. കത്തുകളുടെ കൂട്ടത്തിൽ നിങ്ങളുടെ അച്ഛന്റെ ഒരെഴുത്തുകണ്ടു. ഞാനുടനെ ജനീവയിലേക്കെഴുതി. രണ്ടുമാസം മുമ്പായിരുന്നു അത്... ഓ; നിങ്ങൾക്കിപ്പോഴും അസുഖമുണ്ടല്ലോ... മേലാസകലം വിറയ്ക്കുന്നു. ഒരു തരത്തിലുള്ള ക്ഷോഭവും താങ്ങാനുള്ള ശക്തി നിങ്ങൾക്കില്ലല്ലോ..."

"ഓ; എന്നെ ഇങ്ങനെ ക്ലേശിപ്പിക്കാതെ... ഇതെനിക്കു മറ്റെന്തിനെക്കാളും ദുസ്സഹമാണ്. ദയവായി എന്നോടുപറയൂ... ഇപ്പോൾ ആരുടെ മരണത്തെച്ചൊല്ലിയാണ് ഞാൻ വിലപിക്കേണ്ടത്?"

"നിങ്ങളുടെ വേണ്ടപ്പെട്ടവർക്കാർക്കും യാതൊരു കുഴപ്പവുമില്ല." മിസ്റ്റർ കെർവിൻ സൗമ്യനായി പറഞ്ഞു. "പിന്നെ, നിങ്ങളെ കാണാൻ ഒരാൾ വന്നിട്ടുണ്ട്."

എന്റെ ദുരിതങ്ങളിൽ പരിഹസിക്കാനും, ക്ലെർവലിന്റെ മരണത്തെ സംബന്ധിച്ച് എന്നെ കുറ്റപ്പെടുത്താനും തന്റെ നരകീയാഗ്രഹങ്ങളുടെ പൂർത്തീകരണത്തിനായി എന്നെ പ്രലോഭിപ്പിക്കാനും വേണ്ടി ആ ക്രൂര സത്വം വന്നതാണെന്നാണ് ഞാൻ കരുതിയത്. അതുകൊണ്ടുതന്നെ കണ്ണുകൾ പൊത്തിക്കൊണ്ടു ഞാനുറക്കെ വിളിച്ചുപറഞ്ഞു.

"അയ്യോ... അവനെ ഇങ്ങോട്ടു കടത്തിവിടരുതേ... എനിക്കവനെ കാണണ്ട.. ദൈവത്തെയോർത്ത് അവനെ ഇങ്ങോട്ടുവരാൻ അനുവദിക്കരുതേ..."

മിസ്റ്റർ കെർവിൻ അതുകേട്ട് അസ്വസ്ഥനായി. എന്റെ വൈകാരിക പ്രകടനം കണ്ടപ്പോൾ ഞാൻ കുറ്റം ചെയ്തിരിക്കാമെന്ന് അദ്ദേഹം കരുതിയോ ആവോ. പരുഷമായ ശബ്ദത്തിൽ അദ്ദേഹം പറഞ്ഞു.

"നിങ്ങളുടെ അച്ഛന്റെ സാന്നിധ്യം നിങ്ങൾക്കു സന്തോഷം പകരുമെന്നാണ് ഞാൻ കരുതിയത്. ഇത്തരത്തിൽ നിങ്ങളെ പ്രകോപിപ്പിക്കുമെന്നു കരുതിയില്ല..."

"എന്റെ അച്ഛനോ?" വലിഞ്ഞുമുറുകിനിന്ന പേശികൾ അയഞ്ഞപ്പോൾ ആശ്വാസത്തോടെ ഞാൻ ചോദിച്ചു. "അച്ഛൻ വന്നെന്നോ.. എത്ര നന്നായി! അദ്ദേഹം എവിടെയാണ്? എന്താണദ്ദേഹം എന്നെ കാണാൻ തിടുക്കം കൂട്ടാത്തത്?"

എന്റെ ഭാവമാറ്റം മജിസ്ട്രേറ്റിനെ വിസ്മയിപ്പിക്കുകയും സന്തോഷിപ്പിക്കുകയും ചെയ്തു. മുമ്പത്തെ ജൽപ്പനങ്ങൾ രോഗമൂർച്ഛകൊണ്ടുണ്ടായതാവാമെന്ന് അദ്ദേഹം കരുതിയെന്നു തോന്നി. ആ മുഖത്ത് കാരുണ്യവും സ്നേഹവും വീണ്ടും പരക്കുന്നത് ഞാൻകണ്ടു. അദ്ദേഹം എഴുന്നേറ്റ് നേഴ്സിനോടൊപ്പം പുറത്തേക്കുപോയി. അടുത്തനിമിഷം എന്റെ അച്ഛൻ മുറിയിലേക്കു കടന്നുവന്നു.

ആ സമയത്ത് അച്ഛന്റെ സാന്നിധ്യത്തേക്കാൾ എന്നെ ആശ്വസിപ്പി

ക്കുന്ന മറ്റൊന്നുമില്ലായിരുന്നു. അദ്ദേഹത്തിന്റെ നേരെ കൈകൾ നീട്ടിക്കൊണ്ട് ഞാൻ ചോദിച്ചു.

"അപ്പോൾ അച്ഛൻ സുരക്ഷിതനാണെന്നോ? എലിസബത്തിന്റെയും ഏണസ്റ്റിന്റെയും സ്ഥിതിയോ?"

അവർക്ക് കുഴപ്പമൊന്നുമില്ലെന്നു പറഞ്ഞ് അച്ഛൻ എന്നെ ശാന്തനാക്കി. എന്റെ നഷ്ടപ്പെട്ട ആഹ്ലാദവും ആവേശവും തിരിച്ചുകൊണ്ടുവരാൻ അദ്ദേഹം ശ്രമിച്ചെങ്കിലും ജയിൽ സന്തോഷിക്കേണ്ട സ്ഥലമല്ലെന്ന് അദ്ദേഹത്തിനുടൻതന്നെ മനസിലായി.

"ഇതെന്തൊരു സ്ഥലമാണ് മോനെ?" ജയിലറകളിലേക്കും ഇരുമ്പഴികളിലേക്കും മറ്റും നോട്ടമെറിഞ്ഞുകൊണ്ട് മ്ലാനവദനനായി അച്ഛൻ ചോദിച്ചു. "സന്തോഷം തേടി നീ യാത്രചെയ്തു. പക്ഷേ അതിമാരകമായതെന്തോ നിന്നെ വേട്ടയാടുന്നതായി തോന്നുന്നു. പാവം നമ്മുടെ ക്ലെർവെൽ..."

നിർഭാഗ്യവാനായ പ്രിയസ്നേഹിതനെക്കുറിച്ചോർത്തപ്പോൾ എനിക്ക് അതിയായ ദുഃഖവും വേദനയും തോന്നി. എന്റെ കണ്ണുകൾ നിറഞ്ഞൊഴുകി.

"അതേ അച്ഛാ.." ഞാൻ പറഞ്ഞു. "ഏതോ ഭീകരമായ ദുർവിധി എന്റെ തലയ്ക്കുമുകളിൽ കിടന്നാടുകയാണ്. അത് പൂർണമാകണമെങ്കിൽ ഞാൻ ജീവിക്കണം. അല്ലായിരുന്നെങ്കിൽ ഹെൻറിയുടെ ശവപ്പെട്ടിക്കു മീതെ ഞാൻ തീർച്ചയായും മരിച്ചുവീഴുമായിരുന്നു."

അപകടകരമായ എന്റെ ആരോഗ്യസ്ഥിതി കണക്കിലെടുത്ത് കൂടുതൽ നേരം സംസാരിക്കാൻ ഞങ്ങളെ അനുവദിച്ചിരുന്നില്ല. കൂടുതൽ ആയാസം ശരീരത്തിന് ശക്തിക്ഷയമുണ്ടാക്കുമെന്ന് മിസ്റ്റർ കെർവിൻ പറഞ്ഞു. എന്തായാലും അച്ഛന്റെ സാന്നിധ്യം എനിക്കു വലിയൊരാശ്വാസമാണ് നൽകിയത്. ക്രമേണ ഞാൻ ആരോഗ്യം വീണ്ടെടുത്തു.

രോഗവിമുക്തി നേടിയെങ്കിലും എന്റെ മനസിലെ വിഷാദവും ദുഃഖചിന്തയും പൂർണമായും എന്നെ വിട്ടുമാറിയിരുന്നില്ല. ക്രൂരമായി വധിക്കപ്പെട്ട പ്രിയപ്പെട്ട ക്ലെർവലിന്റെ രൂപം എപ്പോഴും എന്റെയുള്ളിൽ തെളിഞ്ഞു നിന്നിരുന്നു. അതിനെത്തുടർന്നുണ്ടാകുന്ന ദുഃഖചിന്തകൾ പലതവണ കടുത്തമാനസിക സംഘർഷത്തിലേക്ക് എന്നെ തള്ളിയിടുകയും ചെയ്തിരുന്നു. അത്തരം സമയങ്ങളിൽ അച്ഛനും കെർവിനുമെല്ലാം ഭയാശങ്കകളോടെയാണ് എന്നെ പരിചരിച്ചത്. കഷ്ടം! ഇത്രമാത്രം ദുരിതമയവും വെറുപ്പുളവാക്കുന്നതുമായ ഒരു ജീവിതത്തെ എന്തിനാണിവർ ഇങ്ങനെ സംരക്ഷിക്കുന്നത്! ഞാനെന്റെ വിധിനേരിടുക തന്നെ ചെയ്യണമെന്നത് ചരിത്രനിയോഗമാണ്. ഞാനാണെങ്കിൽ അതിനോടടുത്തു കൊണ്ടിരിക്കുകയുമാണ്. അധികം വൈകാതെ തന്നെ മരണം എന്റെ എല്ലാവേദനകൾക്കും ശാശ്വതപരിഹാരം നൽകിക്കൊണ്ട് ഭീകരമായ ഈ മാനസിക പീഡകളിൽ നിന്നും എന്നെ മോചിപ്പിക്കുമെന്ന് എനിക്കുറപ്പുണ്ട്.

കേസ് വിചാരണ ചെയ്യുന്ന സമയമെത്തി. ഇപ്പോൾത്തന്നെ മൂന്നു മാസത്തെ ജയിൽവാസം ഞാനനുഭവിച്ചിരുന്നു. ഞാൻ ക്ഷീണിതനും ദുർബലനുമായിരുന്നു. എങ്കിലും നൂറുമൈൽ ദൂരെയുള്ള കോടതിയിൽ എനിക്കു ഹാജരാകേണ്ടതുണ്ടായിരുന്നു. എനിക്കുവേണ്ടി വാദിക്കാനും, സാക്ഷികളെ ഹാജരാക്കാനുമുള്ള കാര്യങ്ങൾ മിസ്റ്റർ കെർവിൻ തന്നെ ചെയ്തിരുന്നു. ഒരു കുറ്റവാളിയെപ്പോലെ പരസ്യമായി വിചാരണ ചെയ്യപ്പെടുന്നതിലെ അപമാനം എനിക്കു സഹിക്കേണ്ടിവന്നില്ല. കാരണം മരണശിക്ഷ വിധിക്കുന്ന കോടതിയിലായിരുന്നില്ല എന്നെ ഹാജരാക്കിയത്. എന്റെ സുഹൃത്തിന്റെ മൃതശരീരം കണ്ടെത്തിയ സമയത്ത് ഞാൻ ഓർക്കുനി ദ്വീപിലായിരുന്നു എന്നു തെളിഞ്ഞതിന്റെ അടിസ്ഥാനത്തിൽ എന്റെ മേൽ ആരോപിച്ചിരുന്ന കുറ്റം ന്യായാധിപർ പിൻവലിച്ചു. അതിനെത്തുടർന്ന് രണ്ടാഴ്ചയ്ക്കുശേഷം ഞാൻ ജയിൽ മോചിതനയി.

സങ്കീർണമായ ഒരു കൊലക്കേസിൽ നിന്നും ഞാൻ കുറ്റവിമുക്തനായതിൽ അച്ഛൻ വളരെയേറെ സന്തോഷിച്ചു. സ്വാതന്ത്ര്യത്തിന്റെ ശുദ്ധവായു വീണ്ടും നുകരാനും സ്വദേശത്തേക്ക് തിരിച്ചുപോകാനും എനിക്ക് അനുവാദം ലഭിച്ചു. എനിക്കതിൽ അത്രവലിയ സന്തോഷമൊന്നും തോന്നിയില്ലെന്നത് വേറെകാര്യം. കാരണം ഇരുട്ടറയും കൊട്ടാരവും എനിക്ക് ഒരുപോലെ വെറുക്കപ്പെട്ടതായിക്കഴിഞ്ഞിരുന്നു. ജീവിതം എന്നോ വിഷലിപ്തമായിത്തീർന്നിരുന്നു. സൂര്യവെളിച്ചത്തിലെ ഉജ്ജ്വലപ്രഭ പോലും എനിക്കു ഭീകരമായ അന്ധകാരമായിട്ടാണ് തോന്നിയത്. ആ അന്ധകാരത്തിൽനിന്ന് രണ്ടു തിളങ്ങുന്ന കണ്ണുകൾ എന്നെത്തന്നെ തുറിച്ചുനോക്കുന്നത് ഞാൻ കണ്ടു. ചിലപ്പോൾ അവ ഹെൻറി ക്ലേർവെലിന്റെ വികാരപൂർണവും മരണഭീതിയുടെ ദുരന്തഭാവങ്ങൾ നിറഞ്ഞതുമായ നേത്രങ്ങളാണെന്ന് തോന്നിയിരുന്നു. മറ്റുചിലപ്പോൾ ഇൻഗോൾസ്റ്റാറ്റിലെ പരീക്ഷണശാലയിൽ വെച്ച് ഞാൻ ആദ്യമായിക്കണ്ട ആ രാക്ഷസന്റെ ഭീകരനേത്രങ്ങളാണെന്നും തോന്നിയിരുന്നു.

സ്നേഹവും ആർദ്രതയും എന്റെയുള്ളിൽ ഉണർത്തിയെടുക്കാൻ ഈ അവസരത്തിൽ അച്ഛൻ പരിശ്രമിക്കുന്നുണ്ടായിരുന്നു. ഞാൻ സന്ദർശിക്കാനിരിക്കുന്ന ജനീവയെക്കുറിച്ചും എലിസബത്തിനെയും ഏണസ്റ്റിനെയും കുറിച്ചുമെല്ലാം അച്ഛൻ സംസാരിച്ചുകൊണ്ടിരുന്നു. പക്ഷേ, ആ വാക്കുകളെല്ലാം എന്റെയുള്ളിൽ തീവ്രവേദനയുണ്ടാക്കുകയാണു ചെയ്തത്. ചിലപ്പോഴൊക്കെ മനസിന്റെ ആഹ്ലാദത്തിനുവേണ്ടി ഞാൻ തീവ്രമായി ആഗ്രഹിച്ചു. അപ്പോഴൊക്കെ എന്റെ പ്രിയപ്പെട്ട എലിസബത്തിനെക്കുറിച്ചു ദുഃഖത്തോടെ ഞാൻ ചിന്തിച്ചുകൊണ്ടിരുന്നു. തീവ്രമായ ഗൃഹാതുരത്വത്താൽ നാട്ടിലേക്കോടിച്ചെല്ലാനും അവിടത്തെ നീലത്തടാകവും റോൺനദിയും കാണാനും ഞാനാഗ്രഹിച്ചു. അവയെല്ലാം എന്റെ ബാല്യകാലത്ത് എനിക്കേറ്റവും പ്രിയപ്പെട്ടതായിരുന്നു. കടുത്ത നിരാശയായിരുന്നു എന്റെ സ്ഥായിയായ മാനസികാവസ്ഥ. വെറുക്കപ്പെട്ട ഈ ജീവിതം മതിയാക്കിയാലോ എന്നുഞാൻ പലപ്പോഴും ചിന്തിച്ചിരു

ന്നു. എന്നാൽ പ്രധാനപ്പെട്ട ഒരു ജോലി പൂർത്തീകരിക്കേണ്ടതുണ്ടെന്നുള്ള ചിന്ത നിരാശാബോധത്തെയും മരണാസക്തിയെയും കീഴ്പ്പെടുത്തി. ഉടൻതന്നെ ജനീവയിലേക്കു പോകണമെന്നും എന്റെ പ്രിയപ്പെട്ടവരുടെ ജീവന് അപകടമുണ്ടാകാതെ നോക്കണമെന്നും ഞാൻ തീരുമാനിച്ചു. കൊലയാളിയുടെ വരവ് പ്രതീക്ഷിച്ചിരിക്കാനും പറ്റുമെങ്കിൽ അവന്റെ ഒളിസങ്കേതം തന്നെ കണ്ടുപിടിച്ചു മറ്റൊന്നും ചിന്തിക്കാതെ അവനെ വകവരുത്താനും ഞാനുറച്ചു. എന്നാൽ പൂർണാരോഗ്യം ലഭിക്കുന്നതുവരെ യാത്രചെയ്യേണ്ട എന്നായിരുന്നു അച്ഛന്റെ അഭിപ്രായം. എന്റെ ശക്തിയും ഓജസും നഷ്ടപ്പെട്ടിരുന്നു. ഞാനാകെ എല്ലും തോലുമായിരിക്കുന്നു. രാവെന്നോ പകലെന്നോ ഇല്ലാതെ കടുത്തജ്വരം എന്നെ ആക്രമിച്ചു കീഴടക്കിയിരുന്നു.

പക്ഷേ, കഴിയുന്നതും വേഗം അയർലന്റിൽ നിന്നും യാത്രതിരിക്കണമെന്നായിരുന്നു എന്റെ ആഗ്രഹം. ഞാനത് നിർബന്ധപൂർവം അച്ഛനെ അറിയിച്ചപ്പോൾ അദ്ദേഹം വഴങ്ങി. അങ്ങനെ അർധരാത്രി ഐറിഷ് തുറമുഖത്തുനിന്നും യാത്രതിരിച്ച കപ്പലിൽ ഞാനും അച്ഛനും കയറി. ആകാശത്തു നിറഞ്ഞുനിൽക്കുന്ന നക്ഷത്രങ്ങളെ നോക്കി, താഴെ, അലതല്ലുന്ന സാഗരത്തിന്റെ സംഗീതം ശ്രവിച്ചു ഞാൻ കപ്പൽത്തട്ടിൽ മലർന്നുകിടന്നു. ഉടനെ ജനീവയിലെത്തുമല്ലോ എന്നചിന്ത ജ്വരബാധിതമായ ഒരാഹ്ലാദം എനിക്കുനൽകി. അതോടൊപ്പം കഴിഞ്ഞകാല സംഭവങ്ങൾ ഒരു ഭീകരസ്വപ്നമായി എന്റെയുള്ളിൽ തെളിഞ്ഞുനിന്നിരുന്നു. ഞാൻ യാത്ര ചെയ്യുന്ന കപ്പലും, അയർലന്റിലെ വെറുക്കപ്പെട്ട തീരത്തുനിന്നും എന്നെ അകലേക്കു കൊണ്ടുപോകുന്ന കാറ്റും, വിശാലമായ സമുദ്രവുമെല്ലാം എന്നോടിങ്ങനെ വിളിച്ചുപറയുന്നതായി തോന്നി.

"നിന്റെ പ്രിയമിത്രം ക്ലേർവെൽ നീതന്നെ സൃഷ്ടിച്ച ആ ഭീകരന്റെ ഇരയായിത്തീർന്നില്ലേ...?"

എന്റെ സ്മരണകളെയും ജീവിതത്തെത്തന്നെയും ഞാനപ്പോൾ ഒന്നു പുനരവലോകനം ചെയ്തു. ജനീവയിലെ എന്റെ വീട്ടിലെ പ്രിയപ്പെട്ടവരോടൊന്നിച്ചുള്ള ആഹ്ലാദകരമായ ജീവിതവും, അമ്മയുടെ യാദൃച്ഛികമരണവും, ഇൻഗോൾസ്റ്റാറ്റിലേക്കുള്ള പ്രയാണവും എന്റെ സ്മൃതിപഥത്തിൽ തെളിഞ്ഞുവന്നു. അതിഭയങ്കരനായ എന്റെ ശത്രുവിന്റെ സൃഷ്ടിയിലേക്കു നയിച്ച എന്റെ ഭ്രാന്തൻ ആവേശത്തെക്കുറിച്ചും, അവന്റെ വിശ്വരൂപം കണ്ട ആ രാത്രിയെപ്പറ്റിയും ചിന്തിച്ചപ്പോൾ ഒരു കടുത്തവിറയൽ എന്റെ ശരീരം മുഴുവൻ വ്യാപിച്ചു. അതിനെത്തുടർന്നു ചിന്തകളുടെ ഒരു മഹാപ്രവാഹം തന്നെയായിരുന്നു. അവയെ തടഞ്ഞുനിർത്താൻ എനിക്കു കഴിഞ്ഞതേയില്ല. അവ സൃഷ്ടിച്ച ഒരായിരം സമ്മിശ്രവികാരങ്ങൾ എന്നെ ഞെരിച്ചമർത്താൻ തുടങ്ങിയപ്പോൾ ഞാൻ തേങ്ങിക്കരഞ്ഞു.

കടുത്ത ജ്വരബാധയിൽ നിന്നും മുക്തിനേടിയതിൽ പിന്നെ ദിവസവും ഉറങ്ങുന്നതിന് ഉറക്കമരുന്നു കഴിക്കുന്നത് എന്റെ ശീലമായിത്തീർന്നു. കാരണം ആ മരുന്നുകളുടെ സഹായത്തോടെ മാത്രമേ ജീവ

സംരക്ഷണത്തിനാവശ്യമായ വിശ്രമം എനിക്കു നേടാനായുള്ളൂ. ഇപ്പോൾ ചിന്തകളുടെ ആധിക്യം മൂലം എനിക്കു പതിവ് അളവിന്റെ ഇരട്ടിയോളം മരുന്നാണ് കഴിക്കേണ്ടിവന്നത്. എന്നിട്ടും ഗാഢമായ നിദ്ര എന്നെ അനുഗ്രഹിച്ചതേയില്ല. അസ്വസ്ഥത നിറഞ്ഞ ആ ഉറക്കത്തിൽ പല പേടിസ്വപ്നങ്ങളും ഞാൻ കണ്ടു. പുലർച്ചെയായപ്പോൾ ഒരു ഭയങ്കരമായ സ്വപ്നം എന്നെപ്പിടിച്ചുലച്ചു കളഞ്ഞു. ആ ഭീകരൻ എന്റെ കഴുത്തിൽ പിടിമുറുക്കിയതും അതുവിടുവിക്കാനാവാതെ ഞാനുറക്കെ കരയുന്നതുമായിരുന്നു സ്വപ്നത്തിൽ ഞാൻ കണ്ടത്. എന്നെത്തന്നെ ശ്രദ്ധിച്ചുകൊണ്ടു കിടക്കുകയായിരുന്നു അച്ഛൻ. എന്റെ മുഖം വലിഞ്ഞുമുറുകുന്നതും ഒരുഞരക്കം എന്റെ തൊണ്ടയിൽ കുരുങ്ങിനിൽക്കുന്നതും ശ്രദ്ധിക്കവേ അച്ഛനെന്നെ വേഗം ഉണർത്തി. കണ്ണുതുറന്നപ്പോൾ ആർത്തുവിളിക്കുന്ന തിരമാലകളും മേഘാവൃതമായ ആകാശവും മാത്രം ബാക്കിയായി. രാക്ഷസനെ അവിടെയെങ്ങും കണ്ടില്ല. തൊട്ടടുത്തു കിടക്കുന്ന അച്ഛനെ കണ്ടപ്പോൾ ഒരു സുരക്ഷിതത്വബോധം എനിക്കനുഭവപ്പെട്ടു. വർത്തമാന കാലത്തിന്റെയും അത്യാപത്തുകൾ നിറഞ്ഞ ഭാവിയുടെയും ഇടയിലുള്ള ഒരു താൽക്കാലിക യുദ്ധവിരാമം പോലെയായിരുന്നു അത്. അതെനിക്ക് ശാന്തമായ ഒരു വിസ്മൃതി പ്രദാനം ചെയ്തു.

22

കപ്പൽയാത്ര അവസാനിച്ചു. ഞങ്ങൾ കരയ്ക്കിറങ്ങി. പാരീസിലേക്കു തിരിച്ചു. ഞാനാകെ തളർന്നിരുന്നു. യാത്രതുടങ്ങുന്നതിനു മുമ്പ് വിശ്രമം ആവശ്യമായിരുന്നു. അച്ഛൻ എന്നെ അങ്ങേയറ്റം സ്നേഹത്തോടും ശ്രദ്ധയോടും കൂടി പരിചരിച്ചിരുന്നു എങ്കിലും എന്റെ ദുരിതത്തിന്റെ കാരണമെന്താണെന്ന് അദ്ദേഹത്തിനു മനസിലായിരുന്നില്ല. ഞാൻ സമൂഹവുമായി ഇടപഴകി ആനന്ദിക്കണമെന്നതായിരുന്നു അച്ഛന്റെ ആഗ്രഹം. പക്ഷേ, മനുഷ്യരുടെ മുഖം കാണുന്നതുതന്നെ എനിക്കു വെറുപ്പായിരുന്നു. ഇല്ല; എനിക്കവരോടു വെറുപ്പൊന്നുമുണ്ടായിരുന്നില്ല. അവരെന്റെ സഹോദരന്മാരായിരുന്നു. സഹജീവികളായിരുന്നു. അക്കൂട്ടത്തിൽ ഏറ്റവും വെറുക്കപ്പെട്ടവരെപ്പോലും എനിക്കു വെറുക്കാൻ കഴിയുമായിരുന്നില്ല. പക്ഷേ, അവരോടൊപ്പം കഴിയാൻ ഒരർഹതയും എനിക്കില്ലെന്നു തോന്നിയിരുന്നു. അവരുടെ ചോരകുടിക്കാൻ ദാഹിക്കുന്ന, അവരുടെ ദുരിതങ്ങളിൽ ആനന്ദിക്കുന്ന ഒരു ശത്രുവിനെയാണ് ഞാൻ അവർക്കിടയിലേക്ക് അഴിച്ചുവിട്ടിരിക്കുന്നത്. ഞാൻ ചെയ്ത പാതകങ്ങളെപ്പറ്റിയും അതിന്റെ അനന്തരഫലങ്ങളെപ്പറ്റിയും അറിയാനിടയായാൽ അവരെന്നെ വെറുക്കും; ആട്ടിയോടിക്കും...

സമൂഹത്തെ ഒഴിവാക്കാനുള്ള എന്റെ ആഗ്രഹത്തിനു മുന്നിൽ ഒടുവിൽ അച്ഛനു വഴങ്ങേണ്ടിവന്നു. എങ്കിലും വിഷാദത്തിൽ നിന്നും നിരാ

ശാബോധത്തിൽ നിന്നും എന്നെ കരകയറ്റുവാൻ അദ്ദേഹം പലരീതിയിലും പരിശ്രമിച്ചു. കൊലപാതകക്കുറ്റം ആരോപിക്കപ്പെട്ടതിലുള്ള മാനസിക വിഷമമാണ് എന്റെ പ്രശ്നങ്ങൾക്കെല്ലാം കാരണമെന്ന് പലപ്പോഴും അച്ഛനു തോന്നിയിരുന്നു. പക്ഷേ യഥാർഥകാരണം എനിക്കെങ്ങനെ അദ്ദേഹത്തെ വെളിപ്പെടുത്താനാവും? പാവം ജസ്റ്റിൻ. എന്നെപ്പോലെ അവളുടെ മേലും കൊലപാതകക്കുറ്റം ആരോപിച്ചില്ലേ... അവൾ അതിന്റെ ശിക്ഷ ഏറ്റുവാങ്ങുകയും ചെയ്തു. പാവം പെൺകുട്ടി. എല്ലാം ഞാൻ കാരണം. ഞാനാണവളെ കൊന്നത്. വില്യം, ജസ്റ്റിൻ, ഹെൻറി... എല്ലാവരും എന്റെ കൈകൊണ്ടാണു മരിച്ചത്.

എന്റെ ഇത്തരം കുറ്റപ്പെടുത്തലുകൾ അച്ഛൻ കേട്ടിരുന്നു. അതിന്റെ യാഥാർഥ്യമറിയാൻ അദ്ദേഹം ആഗ്രഹിക്കുകയും ചെയ്തിരുന്നു. അവ രോഗകാഠിന്യം കൊണ്ടുള്ള പിച്ചുംപേയുമാണെന്നു ചിലപ്പോഴൊക്കെ അച്ഛൻ വിശ്വസിച്ചു. കൂടുതൽ വിശദീകരണം നൽകാൻ എനിക്കു കഴിഞ്ഞതുമില്ല. ഞാൻ സൃഷ്ടിച്ച ആ നികൃഷ്ട സത്വത്തെക്കുറിച്ച് ആരോടും ഒന്നും പറയാതിരിക്കാൻ ഞാൻ ശ്രദ്ധിച്ചിരുന്നു. എന്റെ അവസ്ഥയിൽ അച്ഛൻ വല്ലാതെ ദുഃഖിച്ചു. എന്റെ ബുദ്ധിസ്ഥിരത തന്നെ നഷ്ടപ്പെട്ടുവെന്ന് അദ്ദേഹത്തിനു തോന്നിയിരിക്കണം. ഇടയ്ക്കിടെ തന്റെ ഭയാശങ്കകൾ അദ്ദേഹമെന്നെ അറിയിക്കുകയും ചെയ്തിരുന്നു.

"ഇല്ല; എനിക്കു ഭ്രാന്തില്ല..." ഞാൻ ഉറക്കെ അലറി.

"എന്റെ പ്രവൃത്തികൾക്കെല്ലാം സൂര്യനും ആകാശവും സാക്ഷിയാണ്. അവർക്കറിയാം സത്യം. നിഷ്കളങ്കരായ ആ മൂന്നുപേരുടെയും കൊലയാളി ഞാനാണ്. എന്റെ പ്രവൃത്തികൊണ്ടാണ് അവർ മരിച്ചത്. എന്റെ രക്തം ചിന്തിയും അവരെ രക്ഷിക്കാൻ ഞാനൊരുക്കമായിരുന്നു. പക്ഷേ എനിക്കതിനായില്ല. ഇനിയും മനുഷ്യവർഗത്തെ മുഴുവൻ കൊലയ്ക്കുകൊടുക്കാൻ എനിക്കാവില്ല..."

എന്റെ മാനസികാവസ്ഥ തകിടം മറിഞ്ഞിരിക്കുകയാണെന്ന് അച്ഛനു മനസിലായി. അതുകൊണ്ടുതന്നെ അദ്ദേഹം സംഭാഷണത്തിന്റെ വിഷയംമാറ്റി. എന്റെ ചിന്തകളുടെ ഗതി തിരിച്ചുവിടാനായിരുന്നു അച്ഛന്റെ ശ്രമം.

കാലം കൊഴിഞ്ഞുപോകുന്തോറും എന്റെ മനസ്സ് കുറേക്കൂടി ശാന്തമായി. ഹൃദയത്തിനുള്ളിൽ വിഷാദം കൂടുകൂട്ടിയിരുന്നെങ്കിലും അവയെക്കുറിച്ച് പുലമ്പിക്കൊണ്ടിരിക്കാൻ പിന്നീട് ഞാനിഷ്ടപ്പെട്ടില്ല. കഠിനപരിശ്രമത്താൽ ഞാനെന്റെ വികാരങ്ങളെ അടക്കിവെച്ചു. ചിന്തകളെയും പ്രവൃത്തികളെയും കൂടുതൽ പക്വവും നിയന്ത്രിതവുമാക്കി.

പാരീസിൽ നിന്നും സ്വിറ്റ്സർലന്റിലേക്ക് പുറപ്പെടുന്നതിനു കുറച്ചു ദിവസം മുമ്പ് എലിസബത്തിന്റെ കത്തുവന്നു.

"പാരീസിൽ നിന്നും അമ്മാവനയച്ച കത്തുവായിച്ചപ്പോൾ എനിക്കെത്ര സന്തോഷമായെന്നോ? നിങ്ങൾ അത്ര ദൂരെയല്ലെന്നും, രണ്ടാഴ്ചയ്ക്കുള്ളിൽ കാണാനാകുമെന്നും ഞാൻ പ്രതീക്ഷിക്കുന്നു. എന്റെ

പ്രിയപ്പെട്ട വിക്ടർ; എന്തൊക്കെ ദുരിതങ്ങളാണ് നിങ്ങൾ അനുഭവിച്ചിട്ടുണ്ടാവുക! ഇവിടുന്നു പോയതിനേക്കാൾ കുഴപ്പം പിടിച്ച അവസ്ഥയിലായിരിക്കും നിങ്ങളിപ്പോൾ, അല്ലേ? (ഇക്കഴിഞ്ഞ ശൈത്യകാലം ഏറെ ദുരിതമാണുണ്ടാക്കിയത്) എങ്കിലും അധികം വൈകാതെ നിങ്ങൾക്കു സുഖവും സമാധാനവും കൈവരുമെന്നു തന്നെയാണു ഞാൻ വിശ്വസിക്കുന്നത്.

ഒരുവർഷം മുമ്പ് നിങ്ങളെ ദുഃഖിപ്പിച്ച സംഭവങ്ങളെല്ലാം ഇപ്പോഴും നിങ്ങളെ വേട്ടയാടുന്നുണ്ടെന്നു ഞാൻ ഭയപ്പെടുന്നു. എങ്കിലും ഞാൻ കൂടി അവയെപ്പറ്റി പറഞ്ഞ്, ഇപ്പോൾ മറ്റുകാര്യങ്ങളിൽ വ്യാകുലനായിരിക്കുന്ന നിങ്ങളെ കൂടുതൽ വിഷമിപ്പിക്കുന്നില്ല. എന്നാലും, മുമ്പൊരിക്കൽ ഞാനും അമ്മാവനും കൂടി സംസാരിച്ച കാര്യങ്ങൾ ഇപ്പോൾ നിങ്ങളെ അറിയിക്കുന്നതു നന്നായിരിക്കുമെന്ന് എനിക്കുതോന്നുന്നു.

എന്താണിപ്പോൾ ഇത്ര പ്രധാനപ്പെട്ട വാർത്തയെന്നു നിങ്ങൾ ചിന്തിക്കുന്നുണ്ടാകും. നിങ്ങളങ്ങനെ ചോദിച്ചിരുന്നെങ്കിൽ എന്റെ ചോദ്യങ്ങൾക്കെല്ലാം ഉത്തരവും, എനിക്ക് സമാധാനവും ലഭിക്കുമായിരുന്നു. പക്ഷേ നിങ്ങളിപ്പോൾ ഇവിടെയില്ലല്ലോ... എങ്കിലും ഇതുകേൾക്കുമ്പോൾ നിങ്ങൾ സന്തോഷിക്കുമെന്ന് എനിക്കറിയാം. നിങ്ങൾ വരുന്നതുവരെ ഇക്കാര്യം മാറ്റിവെക്കുവാൻ എനിക്കുവയ്യ. പലപ്പോഴും ഞാനിത് നിങ്ങളെ അറിയിക്കണമെന്നു കരുതിയതായിരുന്നു. പക്ഷേ, അതിനുള്ള ധൈര്യമില്ലായിരുന്നു എന്നതാണു സത്യം.

വിക്ടർ; നിങ്ങൾക്കറിയാമല്ലോ; കുട്ടിക്കാലം മുതലേ നമ്മൾ ഒരുമിച്ചു കഴിയണമെന്നായിരുന്നല്ലോ നിങ്ങളുടെ അച്ഛനമ്മമാരുടെ ആഗ്രഹം. നമ്മൾ വളർന്നതും ആ പ്രതീക്ഷയിൽത്തന്നെയായിരുന്നു. ചെറുപ്പം മുതൽ നമ്മൾ നല്ല കൂട്ടുകാരായിരുന്നു. നമ്മുടെ സ്നേഹത്തിനും സൗഹൃദത്തിനും ഇതുവരെ ഒരുകുറവും വന്നിട്ടുമില്ല. പക്ഷേ, ചിലപ്പോഴൊക്കെ നമ്മുടേത് സഹോദരബന്ധമാണോ എന്നും നമ്മൾ സംശയിച്ചിട്ടുണ്ടല്ലെ? അതുകൊണ്ട് എന്നോടു തുറന്നുപറയൂ വിക്ടർ, നിങ്ങൾക്കെന്നോടു പ്രേമമുണ്ടോ? അതോ മറ്റാരെയെങ്കിലും നിങ്ങൾ പ്രേമിക്കുന്നുണ്ടോ?

നിങ്ങൾ ഏറെ യാത്ര ചെയ്ത ആളാണ്. കുറേക്കാലം നിങ്ങൾ ഇൻഗോൾസ്റ്റാറ്റിലുമായിരുന്നു. കഴിഞ്ഞ ശരത്ക്കാലത്തിൽ നിങ്ങൾ വല്ലാതെ ദുഃഖിതനും അസ്വസ്ഥനുമായിരുന്നു. നാടുംവീടും വിട്ട്, പ്രിയപ്പെട്ടവരെയെല്ലാം ഉപേക്ഷിച്ച് ഏകാന്തതയിലൊളിക്കാനാണു നിങ്ങൾ ആഗ്രഹിക്കുന്നതെന്നു മനസിലായപ്പോൾ നമ്മുടെ ബന്ധം തുടരാൻ നിങ്ങൾക്കു താൽപ്പര്യമില്ലെന്നും, എന്റെ സാന്നിധ്യം നിങ്ങളെ കൂടുതൽ അസ്വസ്ഥനാക്കുന്നുണ്ടെന്നും എനിക്കുതോന്നി. അച്ഛനമ്മമാരുടെ നിർബന്ധവും ആഗ്രഹവും മാത്രമാണ് ഈ വിഷയത്തിൽ നിങ്ങളെ തടസപ്പെടുത്തുന്നതെന്നും എനിക്കു മനസിലായി. നിങ്ങളെ ഞാൻ ആത്മാർഥമായി സ്നേഹിക്കുന്നുണ്ട്. എന്റെ ഭാവിജീവിതത്തെക്കുറിച്ചുള്ള സ്വപ്നങ്ങളിൽ നിങ്ങളെയാണ് ഞാനെന്റെ പങ്കാളിയായി കാണുന്നത്. എങ്കിലും

എല്ലാത്തിനെക്കാളുമുപരി നിങ്ങളുടെ സന്തോഷത്തിനാണു ഞാൻ കൂടുതൽ വില കൽപ്പിക്കുന്നത്. പ്രിയപ്പെട്ട വിക്ടർ, നമ്മൾ തമ്മിലുള്ള വിവാഹത്തിനു നിങ്ങൾക്കു താൽപ്പര്യമില്ലെങ്കിൽ ഈ ബന്ധം ഇവിടെവച്ച് അവസാനിപ്പിക്കുകയാണു നമുക്കുനല്ലത്. അല്ലെങ്കിൽ അത് അവസാനം നിങ്ങൾക്കു ദുഃഖവും നിരാശയുമായിരിക്കും നൽകുക. നിങ്ങളുടെ ഇഷ്ടങ്ങൾക്കും താൽപ്പര്യങ്ങൾക്കും ഞാനൊരു വിലങ്ങുതടിയായി നിന്നാൽ എന്റെ സ്നേഹം എത്രമാത്രം ആത്മാർഥവും നിസ്വാർഥവുമാണെങ്കിലും നിങ്ങളെ ദണ്ഡിപ്പിക്കുകയേയുള്ളൂ. അതുകൊണ്ട് പ്രിയപ്പെട്ട വിക്ടർ, നിങ്ങൾ ദുഃഖിക്കരുതേ....

ഈ കത്ത് നിങ്ങളെ അസ്വസ്ഥനാക്കില്ലെന്നു കരുതുന്നു. നിങ്ങൾക്കിത് മനോവേദന ഉണ്ടാക്കുന്നുണ്ടെങ്കിൽ ഇതിനു മറുപടി എഴുതേണ്ട. നിങ്ങളുടെ ആരോഗ്യസ്ഥിതിയെപ്പറ്റി അമ്മാവൻ എന്നെ അറിയിച്ചുകൊള്ളും. ഇനി നമ്മൾ കണ്ടുമുട്ടുമ്പോൾ ഒരു പുഞ്ചിരിയെങ്കിലും നിങ്ങളുടെ മുഖത്തുണ്ടാവണം. എങ്കിൽപ്പിന്നെ മറ്റൊരു സന്തോഷം എനിക്കുണ്ടാവാനില്ല.

എലിസബത്ത് ലാവെൻസ.

ഈ എഴുത്ത് എന്റെയുള്ളിൽ വിസ്മൃതിയിലാണ്ടു കിടന്നിരുന്ന ആ ഭീകരരാക്ഷസനെക്കുറിച്ചുള്ള ഓർമ്മകൾ വീണ്ടും ഉണർത്തി. “നിന്റെ വിവാഹരാത്രിയിൽ ഞാൻ നിന്റെയരികിലുണ്ടാകും..!” എന്റെ ശിക്ഷാവിധിയാണത്. ആ രാത്രി അവനെന്നെ നശിപ്പിക്കാനുള്ള ഏത് മാർഗവും സ്വീകരിക്കും. എന്റെ ദുരിതത്തിന് അൽപ്പമെങ്കിലും ആശ്വാസം നൽകുന്ന ആനന്ദത്തിന്റെ അവസാനവെളിച്ചവും അവനെന്നിൽ നിന്നും എടുത്തുമാറ്റും. ആ രാത്രി എന്നെ വകവരുത്തിക്കൊണ്ട് അവൻ തന്റെ ക്രൂരകൃത്യങ്ങൾക്ക് പൂർണതനൽകും. അങ്ങനെയാണെങ്കിൽ അന്ന് വലിയൊരു പോരാട്ടം തന്നെനടക്കും. അതിലവൻ വിജയിക്കുകയാണെങ്കിൽ മരണം എനിക്കു നിത്യശാന്തി നൽകും. എല്ലാ ദുരിതങ്ങളിൽ നിന്നും ഞാൻ മോചനം നേടും. നേരെമറിച്ച് അവനെ കീഴടക്കാൻ പറ്റിയാൽ ഞാൻ പിന്നെ സ്വതന്ത്രനായിരിക്കും. കഷ്ടം! എന്തു സ്വാതന്ത്ര്യം? സ്വന്തം കുടുംബം കൂട്ടക്കൊല ചെയ്യപ്പെടുന്നതും ഈ വീട് അഗ്നിക്കിരയാവുന്നതും കാണേണ്ടിവരുന്ന, നിസ്സഹായനും ഏകാകിയുമായിത്തീരുന്ന ഒരുവന്റെ സ്വാതന്ത്ര്യം പോലെയല്ലേ അത്? പക്ഷേ ഒന്നുണ്ട്. അപ്പോഴും ഒരു നിധിപോലെ എന്നോടൊപ്പം എന്റെ എലിസബത്തുമുണ്ടാകും. മരണം വരെ എന്നെ വേട്ടയാടുന്ന എന്റെ ദുരിതങ്ങളിലും ദുരന്തങ്ങളിലും എനിക്കുള്ള ആശ്വാസം അതുമാത്രമാണ്.

സ്നേഹനിധിയായ എന്റെ എലിസബത്തിന്റെ കത്ത് ഞാൻ വീണ്ടും വീണ്ടും വായിച്ചു. അപ്പോഴേക്കും എന്റെ ഹൃദയം ആർദ്രമായി. അതേസമയം ആ ഭീകരന്റെ ഭീഷണിയെക്കുറിച്ചും എന്റെ മനസ്സ് വ്യാകുലമായി. എലിസബത്തിനുവേണ്ടി മരിക്കാൻ പോലും ഞാൻ തയാറായിരുന്നു.

ആ ദുഷ്ടൻ ഭീഷണി നടപ്പിലാക്കുകയാണെങ്കിൽ മരണം തീർച്ചയുമാണ്. എന്റെ വിവാഹം മരണത്തെ കൂടുതൽ വേഗത്തിലാക്കുമെന്നതിൽ സംശയമില്ല. പക്ഷേ, അവന്റെ ഭീഷണി കണക്കിലെടുത്ത് വിവാഹം നീട്ടിവെച്ചാലും വലിയ പ്രയോജനമൊന്നുമില്ല. കാരണം അപ്പോൾ അവൻ അതിലും ഭയങ്കരമായ മറ്റുചില പ്രതികാര നടപടികൾക്കൊരുങ്ങും. എന്റെ വിവാഹരാത്രിയിൽ എന്നോടൊത്തുണ്ടാകുമെന്ന് അവൻ ശപഥം ചെയ്തതെല്ലാം ശരിതന്നെ. പക്ഷേ, ആ ദിവസം വരെ അവൻ കാത്തിരിക്കണമെന്നൊന്നുമില്ല. വേണമെങ്കിൽ അതിനുമുമ്പു തന്നെ അവനെന്നെ ഉപദ്രവിക്കാൻ കഴിയും. ക്ലെർവെലിനെ അവൻ കൊന്നത് അങ്ങനെയായിരുന്നില്ലേ? അതിനാൽ എന്റെ വിവാഹം അച്ഛനും എലിസബത്തിനും സന്തോഷവും മനഃസമാധാനവും നൽകുമെങ്കിൽ ഒരുമണിക്കൂർ നേരത്തേക്കുപോലും അത് നീട്ടിവെക്കേണ്ടതില്ലെന്നു ഞാൻ തീരുമാനിച്ചു.

അപ്പോൾത്തന്നെ ഞാൻ എലിസബത്തിനു മറുപടിയെഴുതി.

“എന്റെ പ്രിയപ്പെട്ട എലിസബത്ത്, ഈ ഭൂമിയിൽ വളരെക്കുറച്ചു സന്തോഷം മാത്രമേ നമുക്കായി അവശേഷിച്ചിട്ടുള്ളൂ. എന്നാൽപ്പോലും എന്നെ സംബന്ധിച്ചിടത്തോളം എനിക്കുള്ള സന്തോഷം നിന്നെ ചുറ്റിപ്പറ്റിയാണ് നിലകൊള്ളുന്നത്. അനാവശ്യ ഭയങ്ങളെല്ലാം മനസിൽ നിന്നകറ്റൂ. നിന്നോടൊത്തുള്ള ഒരു ജീവിതമാണ് ഞാൻ സ്വപ്നം കാണുന്നതും വിലമതിക്കുന്നതും. എലിസബത്ത്; നിന്നോടെനിക്കൊരു രഹസ്യം പറയാനുണ്ട്. അതിഭയങ്കരമായ ഒരുരഹസ്യം. അതറിയുമ്പോൾ ഭീതി കൊണ്ടു നീ മരവിച്ചുപോകുമെന്ന് എനിക്കു തീർച്ചയുണ്ട്. നമ്മുടെ വിവാഹം കഴിഞ്ഞ് അടുത്തദിവസം ഞാൻ ഈ രഹസ്യം നിന്നോടുപറയാം. പ്രിയപ്പെട്ട എലിസബത്ത്, നമുക്കിടയിൽ പരസ്പരവിശ്വാസം ആവശ്യമാണ്. പക്ഷേ, വിവാഹം കഴിയുന്നതുവരെ അതിനെപ്പറ്റി ഒന്നും തന്നെ നീയെന്നോടു ചോദിക്കരുത്. ഇതെന്റെ ഗൗരവപൂർണമായ അപേക്ഷയാണ്. നീ അത് സമ്മതിക്കുമെന്ന് എനിക്കറിയാം.”

എലിസബത്തിന്റെ കത്തുവന്ന് ഒരാഴ്ചയ്ക്കകം ഞങ്ങൾ ജനീവയിലേക്കു തിരിച്ചു. അങ്ങേയറ്റം സ്നേഹനിർഭരമായ സ്വീകരണമാണ് എലിസബത്ത് എനിക്കുനൽകിയത്. പക്ഷേ, എന്റെ എല്ലും തോലുമായ ശരീരവും ജ്വരബാധിതമായ കവിൾത്തടങ്ങളും കണ്ടപ്പോൾ അവൾക്ക് കരച്ചിലടക്കാനായില്ല. അവളും മാറിയിട്ടുണ്ടായിരുന്നു. വല്ലാതെ മെലിഞ്ഞുപോയിരുന്നു. പഴയ ചൊടിയും പ്രസരിപ്പും അപ്രത്യക്ഷമായിരുന്നു. പക്ഷേ, അവളുടെ സൗമ്യഭാവത്തിനും കാരുണ്യത്തിനും ഒരു മാറ്റവുമുണ്ടായിരുന്നില്ല. എന്നെപ്പോലെ ദുരന്തം പേറി അവശനായ ഒരുവന് അവയായിരുന്നു മറ്റെന്തിനേക്കാളും ആവശ്യം.

ഞാനപ്പോൾ അനുഭവിച്ച ആ ശാന്തത പക്ഷേ ഏറെനേരം നിലനിന്നില്ല. പഴയ ഓർമകൾ എന്റെ മനസിൽ വീണ്ടും ഭ്രാന്തമായ വികാരങ്ങളെയുണർത്തി. ചിത്തഭ്രമത്തിനടിമപ്പെട്ടവനെപ്പോലെയായിരുന്നു അപ്പോഴത്തെ എന്റെ അവസ്ഥ. അകാരണമായി മനസിൽ ക്ഷോഭം

നിറഞ്ഞു. അപ്പോഴെല്ലാം ഞാൻ കോപം കൊണ്ടു ജ്വലിച്ചു. മറ്റുചിലപ്പോൾ വിഷണ്ണനും നിരാശനുമായി. ഞാനാരോടും സംസാരിച്ചില്ല. ആരെയും നോക്കിയതുമില്ല. എന്നെ കീഴ്പ്പെടുത്തിയ ദുരന്തസ്മരണകളിൽ മനസും ശരീരവും തളർന്ന് ഞാൻ ഏറെനേരം നിശ്ചലനായിരുന്നു.

ഭ്രാന്തമായ ആ അവസ്ഥയിൽ നിന്നും എന്നെ പിന്തിരിപ്പിക്കാൻ എലിസബത്തിനു മാത്രമേ കഴിഞ്ഞുള്ളൂ. അവളുടെ സ്നേഹമസൃണമായ ശബ്ദം എനിക്ക് എന്തെന്നില്ലാത്ത ആശ്വാസമാണ് നൽകിയത്. അവൾ എന്നോടൊപ്പം കരഞ്ഞു; എനിക്കുവേണ്ടി കരഞ്ഞു. വികാരങ്ങളടങ്ങി മനസ്സ് ശാന്തമാകുമ്പോൾ അവളെന്നെ ആശ്വസിപ്പിക്കാൻ ശ്രമിക്കുകയും ചെയ്തു. കഷ്ടം! ഭാഗ്യഹീനരെ ആശ്വസിപ്പിക്കേണ്ടത് അത്യാവശ്യമാണ്. പക്ഷേ കുറ്റവാളികൾക്കെങ്ങനെയാണ് ആശ്വാസം ലഭിക്കുക? കുറ്റബോധത്തിന്റെ പാപചിന്തകൾ മനസിനെ കൂടുതൽ അശാന്തമാക്കുകയേ ഉള്ളൂ.

വീട്ടിലെത്തിയയുടനെ അച്ഛൻ വിവാഹക്കാര്യം എടുത്തിട്ടിരുന്നു. ഞാനൊന്നും മറുപടി പറയാത്തതുകൊണ്ടാവാം അച്ഛൻ ചോദിച്ചു:

"നിനക്കു മറ്റാരോടെങ്കിലും പ്രേമമുണ്ടോ?"

"ഈ ഭൂമിയിൽ മറ്റാരോടുമില്ല. ഞാൻ എലിസബത്തിനെയാണ് സ്നേഹിക്കുന്നത്. അവളുമായുള്ള വിവാഹജീവിതമാണ് ഞാൻ ആഗ്രഹിക്കുന്നത്. അതിനാൽ വിവാഹതീയതി നിശ്ചയിച്ചുകൊള്ളൂ. ജീവിതമായാലും മരണമായാലും എന്റെ എലിസബത്തിനുവേണ്ടി ഞാനത് നേരിട്ടുകൊള്ളാം..."

"മോനെ; നീയെന്താണിങ്ങനെയൊക്കെ പറയുന്നത്? വലിയ നിർഭാഗ്യങ്ങളൊക്കെ നമുക്കുണ്ടായിട്ടുണ്ടെന്നത് ശരിതന്നെ. പക്ഷേ, അവയെപ്പറ്റിയല്ല, ഇനിവരാനുള്ള കാര്യങ്ങളെപ്പറ്റിയാണ് നാം നോക്കേണ്ടത്. മരിച്ചവരോടുള്ള സ്നേഹം ജീവിച്ചിരിക്കുന്നവരിലേക്കു നമുക്ക് തിരിച്ചുവിടാം. കാലം നിന്റെ നിരാശാബോധത്തെയും വിഷാദത്തെയും ഇല്ലാതാക്കും. അപ്പോൾ പഴയബന്ധങ്ങളുടെ സ്ഥാനത്ത് പുതിയവ ഉടലെടുക്കുക തന്നെ ചെയ്യും..."

അത്തരം വാക്കുകളിലൂടെ അച്ഛൻ എന്റെ മനസിൽ ജീവിതത്തോടുള്ള ആവേശം നിറയ്ക്കാൻ ശ്രമിച്ചുകൊണ്ടിരുന്നു. പക്ഷേ എന്റെ മനസിലപ്പോഴും ഞാൻ സൃഷ്ടിച്ച ഭീകരസത്വത്തിന്റെ ഭീഷണി നിറഞ്ഞുനിൽക്കുകയായിരുന്നു. അവൻ അതിശക്തിശാലിയാണെന്ന് അവന്റെ അതിക്രൂരമായ ചെയ്തികൾ തന്നെ സാക്ഷ്യപ്പെടുത്തിയിരുന്നു. "നിന്റെ വിവാഹരാത്രിയിൽ ഞാൻ നിന്നോടൊപ്പമുണ്ടാകും" എന്ന ആ ഭീഷണിയെക്കുറിച്ചോർക്കുമ്പോഴെല്ലാം ഒഴിവാക്കാനാവാത്ത ഒരു ദുരന്തമാണ് എനിക്കു വന്നുചേരാൻ പോകുന്നതെന്നു ഞാൻ മനസിലാക്കിയിരുന്നു. പക്ഷേ, എലിസബത്തിനെ ബാധിക്കില്ലെങ്കിൽ മരണം എനിക്കൊരു പ്രശ്നമേ ആയിരുന്നില്ല. അതുകൊണ്ടുതന്നെ സംതൃപ്തിയും ആഹ്ലാദവും നിറഞ്ഞ ഭാവത്തോടെയാണ് ഞാൻ വിവാഹത്തിനു സമ്മതിച്ചത്.

എലിസബത്തിനു സമ്മതമാണെങ്കിൽ പത്തുദിവസത്തിനകം വിവാഹം നടത്താമെന്ന് ഞാൻ അച്ഛനോടു പറഞ്ഞു. അങ്ങനെ എന്റെ വിധിയുടെ മേൽ ഞാൻ മുദ്രവെച്ചു.

വിവാഹദിവസം അടുത്തുവരുന്തോറും ഭീരുത്വം കൊണ്ടോ അതോ വരാനിരിക്കുന്ന വിപത്തിനെ മുൻകൂട്ടി കണ്ടിട്ടോ എന്നറിയില്ല ഞാൻ നിരാശനും ഭയചകിതനുമായി. എങ്കിലും അവയെല്ലാം മറച്ചുവെച്ചു കൊണ്ട് ഞാൻ സന്തോഷവാനായിരിക്കാൻ ശ്രമിച്ചു. അത് അച്ഛനെ സന്തോഷിപ്പിക്കുകയും ചെയ്തു. എന്നാൽ എലിസബത്തിന്റെ സൂക്ഷ്മവും സ്നേഹാർദ്രവുമായ നോട്ടത്തിനു മുന്നിൽ എനിക്കഭിനയിക്കാനായില്ല. ശാന്തമായൊരു സംതൃപ്തിയോടും, എന്നാൽ പൂർവകാലാനുഭവങ്ങളുടെ സ്മരണയിൽ അൽപ്പം ഭയത്തോടുംകൂടി ഞങ്ങളുടെ വിവാഹദിനം കാത്തിരിക്കുകയായിരുന്നു അവൻ.

വിവാഹത്തിന്റെ ഒരുക്കങ്ങൾ തുടങ്ങി. ആശംസകളർപ്പിച്ചുകൊണ്ടുള്ള സൗഹൃദസന്ദർശനങ്ങൾ പതിവായി. എല്ലാവരുടെയും മുഖത്ത് പുഞ്ചിരിയുടെയും ആഹ്ലാദത്തിന്റെയും പ്രകാശമുണ്ടായിരുന്നു. ഹൃദയത്തെ കാർന്നുതിന്നിരുന്ന ആശങ്കയും നിരാശയും കഴിയുന്നത്ര ഉള്ളിലൊതുക്കിക്കൊണ്ട് ഞാൻ വിവാഹസംബന്ധിയായ തിരക്കുകളിൽ മുഴുകി. സത്യത്തിൽ അത്തരമൊരവസ്ഥ എന്റെ ദുരന്തത്തിന്റെ ഒരലങ്കാരമായിരുന്നു. അച്ഛന്റെ ശ്രമഫലമായി എലിസബത്തിന്റെ പൈതൃകസ്വത്തിന്റെ ചെറിയൊരുഭാഗം ഗവൺമെന്റ് അവൾക്കു തിരിച്ചുനൽകി. കോമോ നദിക്കരയിലുള്ള കുറച്ചുസ്ഥലം അതിനെത്തുടർന്ന് അവളുടെ സ്വന്തമായി. വിവാഹം കഴിഞ്ഞാലുടനെ വില്ലാലാവെൻസായിലേക്കു തിരിക്കാനും അവിടത്തെ മനോഹരമായ തടാകക്കരയിലുള്ള ഭവനത്തിൽ മധുവിധു ആഘോഷിക്കാനും തീരുമാനമായി. അതേസമയം ആ ദുഷ്ട രാക്ഷസൻ പരസ്യമായി എന്നെ ആക്രമിക്കുന്നപക്ഷം അവനെ നേരിടുന്നതിനുള്ള ഒരുക്കങ്ങളും ഞാൻ ചെയ്തിരുന്നു. ഒരു കൈത്തോക്കും കഠാരയും ഞാനെപ്പോഴും കൈയിൽ കരുതിയിരുന്നു. വിവാഹത്തിന്റെ ദിവസമടുക്കുന്തോറും ആ രാക്ഷസന്റെ ഭീഷണി പ്രാവർത്തികമാകാൻ പോകുന്നില്ലെന്നും അതിനെപ്പറ്റി കൂടുതൽ ചിന്തിച്ചു തലപുണ്ണാക്കേണ്ടതില്ലെന്നും എനിക്കുതോന്നി.

എലിസബത്ത് സന്തോഷവതിയായിരുന്നു. എന്റെ ശാന്തമായ പ്രകൃതം അവളെ കുറച്ചൊന്നുമല്ല ആശ്വസിപ്പിച്ചത്. പക്ഷേ, എന്റെ ആഗ്രഹങ്ങളും പ്രതീക്ഷകളും സഫലമാകേണ്ട ആ ദിവസം അവൾ വിഷാദമൂകയായിരുന്നു. വിവാഹപ്പിറ്റേന്ന് ഞാൻ വെളിപ്പെടുത്താമെന്നു പറഞ്ഞിരുന്ന ആ ഭയങ്കരമായ രഹസ്യത്തെക്കുറിച്ച് അവളൊരുപക്ഷേ ഓർത്തുകാണുമെന്ന് എനിക്കുതോന്നി. ആ സമയമെല്ലാം അച്ഛൻ വലിയ സന്തോഷത്തിലായിരുന്നു. വിവാഹത്തിന്റെ തിരക്കുകൾക്കിടയിൽ എലിസബത്തിന്റെ വിഷാദഭാവത്തിൽ അദ്ദേഹം അസ്വാഭാവികതയൊന്നും കണ്ടില്ല. ഒരു നവവധുവിന്റെ നൈസർഗികമായ നാണവും സങ്കോചവുമായേ അച്ഛ

നത് പരിഗണിച്ചുള്ളൂ.

വിവാഹചടങ്ങിനുശേഷം വീട്ടിൽ വലിയൊരു പാർട്ടി നടന്നു. അവിടെനിന്നും ജലമാർഗം യാത്രചെയ്ത് ഏവിയനിൽ അന്നുരാത്രി താമസിക്കാനും, പിറ്റേന്നു രാവിലെ യാത്രതുടരാനുമായിരുന്നു പ്ലാൻ. നല്ലൊരു ദിവസമായിരുന്നു. കാറ്റ് അനുകൂലമായിരുന്നു. ഞങ്ങളുടെ മധുവിധുയാത്രയിൽ എല്ലാവരും പുഞ്ചിരിയോടെ ആശംസകൾ ചൊരിഞ്ഞു.

ജീവിതത്തിൽ ഞാൻ ആനന്ദം അനുഭവിച്ചറിഞ്ഞ അവസാന നിമിഷങ്ങളായിരുന്നു അതെന്നുപറയാം. ഞങ്ങൾ ധൃതിയിൽ യാത്രതിരിച്ചു. വെയിലിനു നല്ല ചൂടുണ്ടായിരുന്നു. എങ്കിലും തണൽ നിറഞ്ഞ പാതയിലൂടെ പ്രകൃതിസൗന്ദര്യം ആസ്വദിച്ചുകൊണ്ട് ഞങ്ങൾ നടന്നു. തടാകക്കരയിലെത്തിയപ്പോൾ അങ്ങകലെ ഉയർന്നുനിൽക്കുന്ന അസംഖ്യം ഗിരിശൃംഗങ്ങൾ ഞങ്ങളെ ആകർഷിച്ചു. അവയ്ക്കിടയിൽ ഏറ്റവും തലയെടുപ്പ് മോണ്ട്ബ്ലാക്ക് പർവതത്തിനായിരുന്നു. മഞ്ഞുമൂടിയ മറ്റു വമ്പന്മാരെല്ലാം അതിന്റെ മുന്നിൽ നിഷ്പ്രഭമായിരുന്നു. മറ്റൊരുവശത്ത് ഞങ്ങളെ വിസ്മയിപ്പിച്ചുകൊണ്ട് ഉയർന്നുനിന്നത് ജൂറാപർവതമായിരുന്നു. പർവതാരോഹകരുടെ പരിശ്രമങ്ങൾക്കൊന്നും വഴങ്ങാതെ കഠിനമായ പ്രതിബന്ധങ്ങൾ തീർത്തുകൊണ്ട് തലയുയർത്തി നിൽക്കുകയായിരുന്നു ഇരുണ്ടുഭീമാകാരമായ ആ പർവതം.

ഞാൻ എലിസബത്തിന്റെ കരംഗ്രഹിച്ചുകൊണ്ട് പറഞ്ഞു.

"പ്രിയപ്പെട്ടവളേ; നീയിപ്പോഴും ദുഃഖിച്ചിരിക്കുകയാണോ? ഞാനനുഭവിച്ചതും അനുഭവിക്കാനിരിക്കുന്നതുമായ കാര്യങ്ങളെക്കുറിച്ചറിയുമ്പോൾ നീയെനിക്കു ശാന്തികൈവരുവാൻ പ്രാർഥിക്കുക തന്നെ ചെയ്യും. ഈയൊരൊറ്റ ദിവസം മാത്രമേ നിരാശയിൽ നിന്നു മുക്തിനേടി എനിക്ക് ആഹ്ലാദിക്കാനുള്ള അവസരമുണ്ടാവുകയുള്ളൂ.."

"പ്രിയപ്പെട്ട വിക്ടർ; സന്തോഷവാനായിരിക്കൂ."

എലിസബത്ത് പറഞ്ഞു. "നിങ്ങൾ ദുഃഖിക്കേണ്ട ഒരു കാരണവുമില്ല. എന്റെ മുഖത്ത് ആഹ്ലാദത്തിന്റെ വെളിച്ചമില്ലെങ്കിലും ഞാൻ സംതൃപ്തയാണ്. ഇതുവിശ്വസിക്കൂ. നമ്മുടെ ഭാവിയെക്കുറിച്ച് കൂടുതൽ പ്രതീക്ഷവേണ്ടെന്ന് ആരോ മന്ത്രിക്കുന്നതായി എനിക്കുതോന്നുന്നു. പക്ഷേ, അത്തരം ദുഃസൂചനകൾക്കൊന്നും ഞാൻ ചെവികൊടുക്കില്ല. അതെല്ലാം പോട്ടെ. നമ്മൾ എന്തുവേഗത്തിലാണ് സഞ്ചരിക്കുന്നത് അല്ലേ... മോണ്ട്ബ്ലാങ്ക് മലയുടെ ഉച്ചിയിൽ ഇടയ്ക്കിടെ തെളിയുന്ന ആ മേഘങ്ങൾ എന്തുമനോഹരമാണ്! തടാകത്തിലെ വെള്ളത്തിൽ നീന്തിക്കളിക്കുന്ന ആ മീനുകളെ കണ്ടോ? എന്തു ഭംഗിയാണവയ്ക്ക്! എന്തൊരു തെളിഞ്ഞ വെള്ളമാണ്; അതിനടിയിലെ കല്ലുകളെല്ലാം എത്രവ്യക്തമായാണ് കാണാൻ കഴിയുന്നത്! എന്തുനല്ല ദിവസമാണിന്ന്. പ്രകൃതി മുഴുവൻ ആനന്ദിക്കുന്നതുപോലെ..."

ഇങ്ങനെ പറഞ്ഞുകൊണ്ട് വിഷാദചിന്തകളിൽ നിന്നും എലിസബത്ത് ഞങ്ങളുടെ മനസിനെ വ്യതിചലിപ്പിക്കാൻ ശ്രമിച്ചുകൊണ്ടിരുന്നു.

പക്ഷേ, അവളുടെയും മനസ്സ് ചഞ്ചലമായിരുന്നു. കുറഞ്ഞൊരു നിമിഷത്തേക്ക് അവളുടെ കണ്ണുകളിൽ ആനന്ദത്തിന്റെ പ്രകാശകിരണങ്ങൾ കണ്ടെങ്കിലും ക്രമേണ അത് അസ്വസ്ഥതയ്ക്കും മിഥ്യാഭാവനകൾക്കും വഴിമാറിക്കൊടുത്തു.

സൂര്യൻ പടിഞ്ഞാറേ ചക്രവാളത്തിലേക്ക് വീണു. ഞങ്ങൾ ഡ്രാൻസ് നദി പിന്നിട്ടു. മലഞ്ചെരുവുകൾക്കിടയിലൂടെ വളഞ്ഞുപുളഞ്ഞു പോകുന്ന ആ നദി കുറച്ചുനേരം ഞങ്ങൾ നോക്കിനിന്നു. ആൽപ്സ് പർവതനിരകൾ തടാകത്തിന്റെ തൊട്ടരികിലായാണ് നിലകൊള്ളുന്നത്. കിഴക്കൻ അതിർത്തിയിലുയർന്നു നിൽക്കുന്ന പർവതശൃംഗങ്ങളുടെ നടനശാലയിലേക്കാണ് പിന്നീട് ഞങ്ങൾ പോയത്. ഏവിയൻ പർവതത്തിന്റെ കൊടുമുടി മരങ്ങൾക്കിടയിലൂടെ തിളങ്ങുന്നത് കാണാമായിരുന്നു.

അതുവരെ ഞങ്ങളെ അതിവേഗം നയിച്ചിരുന്ന കാറ്റ് സന്ധ്യയായതോടെ ശക്തിക്ഷയിച്ച് മന്ദമാരുതനായി മാറി. അത് തടാകത്തിലെ ജലപ്പരപ്പിൽ ഞൊറികളുതിർക്കുകയും മരച്ചില്ലകളെ കളിപ്പിക്കുകയും ചെയ്തുകൊണ്ടിരുന്നു. ഞങ്ങൾ കരയോടടുക്കുന്തോറും പൂക്കളുടെയും വൈക്കോലിന്റെയും സുഖദമായ പരിമളവും വഹിച്ചുകൊണ്ടുള്ള കാറ്റ് ഞങ്ങളെ തഴുകാൻതുടങ്ങി. കരയ്ക്കിറങ്ങിയപ്പോഴേക്കും സൂര്യൻ അസ്തമിച്ചിരുന്നു. ആ മണ്ണിൽ കാലുകുത്തിയപ്പോൾ എന്റെ മനസിനെ ഞെരിച്ചമർത്തിയ അസ്വസ്ഥതയും മനോവ്യഥയും ഉള്ളിന്റെയുള്ളിൽ പുനർജന്മമെടുക്കുന്നതായി എനിക്കുതോന്നി.

23

ഞങ്ങൾ കരയ്ക്കിറങ്ങിയപ്പോൾ എട്ടുമണിയായിരുന്നു. അസ്തമയസൂര്യന്റെ ക്ഷയിച്ചു തുടങ്ങിയ പ്രകാശത്തിൽ കുറച്ചുനേരം ഞങ്ങൾ തീരത്തുനടന്നു. അതിനുശേഷം അടുത്തുള്ള സത്രത്തിൽ എത്തിച്ചേർന്നു. തെക്കൻകാറ്റ് അവസാനിക്കുകയും ശക്തമായ പടിഞ്ഞാറൻകാറ്റ് വീശിത്തുടങ്ങുകയും ചെയ്തിരുന്നു. ചന്ദ്രൻ ആകാശത്തിന്റെ ഉച്ചിയിൽ നിന്നും താഴേക്കു നീങ്ങുന്നുണ്ടായിരുന്നു. അപ്പോഴേക്കും അതിവേഗതയിൽ ഒഴുകിവന്ന മേഘപാളികൾ അതിനെ മറച്ചു. ആകാശത്തെ പരാക്രമങ്ങൾ തടാകത്തിലെ ജലപ്പരപ്പിൽ പ്രതിഫലിച്ചുകൊണ്ടിരുന്നു. പൊടുന്നനെ ശക്തിയായി മഴപെയ്യാൻ തുടങ്ങി.

പകൽസമയത്ത് ഞാൻ ശാന്തനും ആഹ്ലാദവാനുമായിരുന്നു. എന്നാൽ രാത്രി ചുറ്റുമുള്ള വസ്തുക്കളെ അന്ധകാരം കൊണ്ട് മൂടിയതോടെ എന്റെയുള്ളിൽ ഭയാശങ്കകളുണരാൻ തുടങ്ങി. നെഞ്ചിൽ ഒളിപ്പിച്ചു വച്ചിരുന്ന കൈത്തോക്കിൽ വലതുകൈ അമർത്തിവച്ചുകൊണ്ട് ഉൽക്കണ്ഠയോടെ ഞാൻ ചുറ്റുപാടും ശ്രദ്ധിച്ചുകൊണ്ടിരുന്നു. ഒരുചെറിയ ശബ്ദംപോലും എന്നെ ഭയചകിതനാക്കി. ജീവൻ നൽകേണ്ടിവ

ന്നാൽ അതിനനുസരിച്ചുള്ള വില ഞാനീടാക്കുമെന്നും, എന്റെയോ എതിരാളിയുടെയോ ജീവനൊടുങ്ങുന്നതുവരെ തോറ്റുപിന്തിരിയുന്ന പ്രശ്നമില്ലെന്നും ഞാനുറപ്പിച്ചു.

എന്റെ അസ്വസ്ഥതയും പരിഭ്രമവും ഭീതിദമായ മൗനത്തോടെ എലിസബത്ത് നിരീക്ഷിക്കുന്നുണ്ടായിരുന്നു. എന്റെ കണ്ണിലെ വിഹ്വലത കണ്ട് വിറയാർന്ന സ്വരത്തിൽ അവൾചോദിച്ചു

"പ്രിയപ്പെട്ട വിക്ടർ; എന്തിനാണിത്ര പരിഭ്രമം? നിങ്ങളെന്തിനെയാണു ഭയക്കുന്നത്?"

"ഓ; സമാധാനിക്കൂ പ്രിയപ്പെട്ടവളേ, സമാധാനിക്കൂ..." ഞാൻ പറഞ്ഞു. "ഈ രാത്രിയൊന്നു കഴിയട്ടെ. എന്നാലെല്ലാം നേരെയാകും. പക്ഷേ, ഈ രാത്രി ഭയാനകമായിരിക്കും. അങ്ങേയറ്റം ഭയാനകം...!"

ഏകദേശം ഒരുമണിക്കൂറോളംനേരം വല്ലാത്തൊരു മാനസികാവസ്ഥയിൽ ഞാനിരുന്നു. ആ ഭീകരസത്വവുമായി ഞാനേർപ്പെടാൻ പോകുന്ന യുദ്ധം എലിസബത്തിനെ സംബന്ധിച്ചിടത്തോളം എത്രമാത്രം ഭീകരമായിരിക്കുമെന്ന് പൊടുന്നനെ ഞാൻ ചിന്തിച്ചു. അതിനാൽ ഞാനവളെ ഉറക്കറയിലേക്കു പറഞ്ഞയച്ചു. ശത്രുവിനെക്കുറിച്ച് എന്തെങ്കിലും വിവരം ലഭിക്കുന്നതുവരെ അവളുടെ അരികിലേക്കു പോകില്ലെന്നും ഞാൻ തീരുമാനിച്ചു.

എലിസബത്ത് മുറിയിലേക്കു പോയതിനുശേഷം ഞാൻ ഇടനാഴിയിലൂടെ കുറച്ചുനേരം അങ്ങോട്ടുമിങ്ങോട്ടും നടന്നു. എന്റെ ശത്രുവിനു പതിയിരിക്കാൻ കഴിയുന്ന ഓരോ മുക്കുംമൂലയും ഞാൻ സൂക്ഷ്മമായി പരിശോധിച്ചു. എന്നാൽ അവന്റെ ഒരടയാളവും എനിക്കു കണ്ടെത്താനായില്ല. ഭീഷണി നടപ്പിലാക്കാൻ അവനൊരുപക്ഷേ എന്തെങ്കിലും തടസം നേരിട്ടിട്ടുണ്ടാവുമെന്ന് എനിക്കുതോന്നി... പെട്ടെന്നു ഭീകരമായ ഒരു കരച്ചിൽ എന്റെ ചെവിയിലേക്കു തുളച്ചിറങ്ങി. എലിസബത്തിന്റെ മുറിയിൽ നിന്നായിരുന്നു അത് കേട്ടത്. അതോടെ എന്റെ കൈകാലുകൾ തളർന്നു. പേശികൾ അയഞ്ഞു... ധമനികൾക്കുള്ളിൽ നിന്നും രക്തമെല്ലാം വാർന്നുപോയതുപോലെ എനിക്കുതോന്നി. പക്ഷേ, ഒരു നിമിഷത്തേക്കു മാത്രമേ ആ ഒരവസ്ഥ നിലനിന്നുള്ളൂ. വീണ്ടും കരച്ചിലുയർന്നപ്പോൾ സർവശക്തിയും സംഭരിച്ച് ഞാൻ മുറിയിലേക്കു കുതിച്ചു.

എന്റെ ദൈവമേ; ആ നിമിഷം ഞാൻ മരിച്ചുപോയിരുന്നെങ്കിൽ എത്ര നന്നായിരുന്നു! ഭൂമിയിലെ ഏറ്റവും വിശുദ്ധമായ ആ സൃഷ്ടിയുടെ തകർച്ച വിവരിക്കുന്നതിനായി ഞാനെന്തിനവശേഷിച്ചു. അവൾ, എന്റെ പ്രിയപ്പെട്ട എലിസബത്ത് ജീവനറ്റു കിടക്കയിൽ കിടക്കുകയായിരുന്നു. തല നിലത്തേക്കു തൂങ്ങിക്കിടന്നിരുന്നു. വിളറിവെളുത്ത ശരീരം അഴിഞ്ഞുചിതറിയ മുടിക്കുള്ളിൽ പകുതി മറഞ്ഞുകിടന്നിരുന്നു. അത്യധികം ദയനീയവും വേദനാജനകവുമായ ആ കാഴ്ച കണ്ടിട്ടും എനിക്കു ജീവിക്കാൻ കഴിഞ്ഞല്ലോ... കഷ്ടം! ജീവിതത്തിന് എന്തൊരു ദുർവാശിയാണ്! അങ്ങേയറ്റം വെറുക്കപ്പെട്ടിടത്താണ് അത് ഒട്ടിച്ചേർന്നു നിൽക്കുക.. ഒരു

നിമിഷം ഞാൻ സ്തബ്ധനായി നിന്നുപോയി. പിന്നെ ബോധമറ്റ് നിലത്തുവീണു..

ബോധംവീണപ്പോൾ സത്രത്തിലെ ആളുകളെല്ലാം എന്റെ ചുറ്റും കൂടിനിൽക്കുന്നതാണ് ഞാൻ കണ്ടത്. കടുത്തഭീതി അവരുടെ മുഖങ്ങളിൽ പ്രകടമായിരുന്നു. എന്നാൽ എന്റെ മനസിനെ മഥിച്ചിരുന്ന തീവ്രവികാരങ്ങളുടെ പ്രതിഫലനമോ നിഴലോ മാത്രമായിരുന്നു അത്. ഞാൻ വീണ്ടും എലിസബത്ത് കിടന്നിരുന്ന മുറിയിലേക്കു ചെന്നു. ഓ; എന്റെ പ്രിയതമ; എന്റെ സ്നേഹഭാജനം... അൽപ്പം മുമ്പുവരെ ജീവനോടെയിരുന്നവൾ.. നേരത്തെ കണ്ടതിൽ നിന്നും വ്യത്യസ്തമായ രീതിയിലായിരുന്നു അപ്പോഴവളുടെ ശരീരം കിടന്നിരുന്നത്. കൈക്കുമേൽ തലവെച്ച് ഒരുതൂവാല മുഖത്തിട്ടു ഉറങ്ങുകയാണെന്നേ തോന്നൂ. ഞാൻ അവിടേക്കോടിച്ചെന്നിട്ട് അവളെ ആലിംഗനം ചെയ്തു. തണുത്തുമരവിച്ചിരുന്നു ആ ശരീരം. കൊലയാളിയായ ആ രാക്ഷസന്റെ കൈവിരൽപ്പാടുകൾ അവളുടെ കഴുത്തിനുചുറ്റും തെളിഞ്ഞുകിടന്നിരുന്നു.

നിശ്ചേതനമായ ആ ശരീരത്തിലേക്കു വീണുകിടക്കുകയായിരുന്ന ഞാൻ തികച്ചും യാദൃഛികമായാണ് ജനലിനരികിലേക്കു നോക്കിയത്. കുറച്ചുമുമ്പുവരെ അന്ധകാരം നിറഞ്ഞുനിന്നിരുന്ന ആ ഭാഗം ഇപ്പോൾ വിളറിയ നിലാവെളിച്ചത്തിൽ കുളിച്ചുനിൽക്കുകയായിരുന്നു. ജനൽപ്പാളികൾ തുറന്നുകിടക്കുകയായിരുന്നു. അവയിലൊന്നിൽ ലോകത്തിലെ ഏറ്റവും വൃത്തികെട്ടതും ശപിക്കപ്പെട്ടവനുമായ ആ രാക്ഷസന്റെ രൂപം ഞാൻകണ്ടു. വാക്കുകൾക്കതീതമായ ഒരുതരം ഭീതിയായിരുന്നു അപ്പോഴെന്റെയുള്ളിൽ അലയടിച്ചത്. അവിടെനിന്നും എന്നെനോക്കി പല്ലിളിക്കുകയായിരുന്നു അവൻ... എന്റെ പ്രിയതമയുടെ ശവശരീരത്തിനു നേരെ വൃത്തികെട്ട വിരൽചൂണ്ടി ആ സത്വം പരിഹസിച്ചു ചിരിക്കുകയാണെന്ന് എനിക്കുതോന്നി. ഞാൻ തോക്കെടുത്ത് ജനാലയ്ക്കരികിലേക്ക് ഓടിച്ചെന്ന് അവന്റെ നേരെ നിറയൊഴിച്ചു. പക്ഷേ, അമ്പരപ്പിക്കുന്ന വേഗത്തിൽ അവൻ ഒഴിഞ്ഞുമാറി. അവിടെനിന്നും ചാടിയിറങ്ങി. പിന്നെ മിന്നൽവേഗത്തിലോടി തടാകത്തിലേക്കു ചാടി അപ്രത്യക്ഷനായി.

വെടിയൊച്ചകേട്ട് ആളുകൾ ഓടിയെത്തി. ആ പിശാച് അപ്രത്യക്ഷമായ സ്ഥലം ഞാനവർക്ക് ചൂണ്ടിക്കാണിച്ചു കൊടുത്തു. അതിനെത്തുടർന്ന് ഞങ്ങൾ പലതോണികളിലായി അവനെ തെരഞ്ഞുനടന്നു. പലയിടത്തും വലവീശി. പക്ഷേ, എല്ലാശ്രമങ്ങളും നിഷ്ഫലമായിത്തീർന്നു. മണിക്കൂറുകൾ നീണ്ട തെരച്ചിലിനുശേഷം ഞങ്ങൾ നിരാശരായി മടങ്ങി. പലരും വിചാരിച്ചത് ഇതെല്ലാം എന്റെ തോന്നലാണെന്നായിരുന്നു. കരയിൽ തിരിച്ചെത്തിയയുടനെ ആളുകൾ പലവഴിക്ക് തിരിഞ്ഞു; കാടുകളിലും മേടുകളിലും തിരച്ചിൽ തുടർന്നു.

ഞാനും അവരെ അനുഗമിക്കാൻ ശ്രമിച്ചു. വീട്ടിൽ നിന്നിറങ്ങി കുറച്ചുദൂരം നടന്നെങ്കിലും എനിക്കു തലകറങ്ങുകയും കാലിടറുകയും ചെയ്തു. ആകെത്തളർന്ന് ഞാൻ വീണുപോയി. കണ്ണുകൾക്കു മുന്നിൽ

കനത്തമൂടൽ വന്നുനിറഞ്ഞു. കടുത്തജ്വരം ബാധിച്ചതുപോലെ ശരീരം മുഴുവൻ ചുട്ടുപൊള്ളി. അപ്പോഴേക്കും അവരെന്നെ വീട്ടിലേക്കു കൊണ്ടുവന്ന് കട്ടിലിൽ കിടത്തി. എന്താണ് സംഭവിച്ചതെന്നതിനെക്കുറിച്ച് അവ്യക്തമായ ഒരുബോധം മാത്രമേ എനിക്കുണ്ടായിരുന്നുള്ളൂ. നഷ്ടപ്പെട്ടതെന്തോ തിരയുന്നതുപോലെ എന്റെ കണ്ണുകൾ ആ മുറിയിലുടനീളം സഞ്ചരിച്ചുകൊണ്ടിരുന്നു.

കുറച്ചുനേരത്തിനുശേഷം ഏതോ ഒരുൾപ്രേരണയാലെന്നപോലെ ഞാനെഴുന്നേറ്റ് എലിസബത്തിന്റെ ജീവനറ്റ ശരീരം കിടന്നിരുന്ന മുറിയിലേക്കു ചെന്നു. കുറേസ്ത്രീകൾ മൃതദേഹത്തിന് ചുറ്റുമിരുന്ന് തേങ്ങിക്കരയുന്നുണ്ടായിരുന്നു. അവിടെയെത്തിയപ്പോൾ എന്റെ കണ്ണുകളും നിറഞ്ഞൊഴുകി. മനസിനുള്ളിലെ ആശയങ്ങൾ അവ്യക്തവും സങ്കീർണവുമായിരുന്നു. അവ നിമിഷങ്ങൾക്കുള്ളിൽ ചിന്താരൂപം പ്രാപിക്കുകയും എന്റെ ദുരിതങ്ങളിലൂടെയും അവയുടെ കാരണങ്ങളിലൂടെയും ചുറ്റിക്കറങ്ങിക്കൊണ്ടിരിക്കുകയും ചെയ്തു. പെട്ടെന്ന് ഞാൻ നടുങ്ങി. വില്യമിന്റെ മരണം, ജസ്റ്റിന്റെ വധശിക്ഷ, ക്ലേർവലിന്റെ കൊലപാതകം, ഇപ്പോഴിതാ എന്റെ പ്രേയസിയുടെ വേർപാട്... എല്ലാം ഞാനോർത്തു. എന്റെ അവശേഷിക്കുന്ന ബന്ധുക്കളും ആ പിശാചിന്റെ ക്രൂരതയ്ക്ക് ഇരയാകുമോ? എന്റെ അച്ഛൻ അവന്റെ ശക്തമായ പിടിയിൽക്കിടന്ന് വേദനകൊണ്ട് പുളയുന്നുണ്ടാകുമോ? ഏണസ്റ്റ് അവന്റെ കാൽക്കീഴിൽ ജീവനറ്റു കിടക്കുന്നുണ്ടാകുമോ? ഈ ചിന്തകൾ എന്നെ കിടിലം കൊള്ളിച്ചു. ഉടൻതന്നെ എന്തെങ്കിലും ചെയ്യണമെന്ന് എനിക്കുതോന്നി. കഴിയുന്നതും വേഗത്തിൽ ജനീവയിലേക്കു പോകാൻ ഞാൻ തീരുമാനിച്ചു.

യാത്രയ്ക്ക് പക്ഷേ, കുതിരകളെ കിട്ടാനില്ലായിരുന്നു. അതുകൊണ്ട് ജലമാർഗം സഞ്ചരിക്കുകയേ നിവൃത്തിയുണ്ടായിരുന്നുള്ളൂ. കാറ്റാണെങ്കിൽ പ്രതികൂലമായിരുന്നു. കോരിച്ചൊരിയുന്ന മഴയും. നേരം വെളുത്തുവരുന്നതേയുള്ളൂ. ഇപ്പോൾ പുറപ്പെട്ടാൽ രാത്രിയിൽ അവിടെയെത്താനാകുമെന്ന് ഞാൻ പ്രതീക്ഷിച്ചു. അതിനെത്തുടർന്ന് കുറച്ചുതുഴച്ചിൽക്കാരെ വാടകയ്ക്കെടുത്ത് ഞാൻ യാത്രതുടങ്ങി. അവരോടൊപ്പം ഒരു പങ്കായം കൈയിലെടുത്ത് ഞാനും തുഴഞ്ഞു. മാനസികവിക്ഷോഭങ്ങളിൽ നിന്നും മോചനം നേടാൻ ശാരീരികാധ്വാനങ്ങളിൽ മുഴുകുന്നത് നല്ലതാണെന്ന് എനിക്കറിയാമായിരുന്നു. പലസന്ദർഭങ്ങളിലും എനിക്കത് ബോധ്യപ്പെട്ടിട്ടുമുണ്ടായിരുന്നു. എന്നാൽ മാനസികമായും ശാരീരികമായും ഞാനപ്പോൾ വളരെയേറെ ക്ഷീണിതനായിരുന്നതിനാൽ എനിക്കു തുഴയാനായില്ല. പങ്കായം മാറ്റിവെച്ച്, കൈകളിൽ മുഖംതാങ്ങി ചിന്താമഗ്നനായി ഞാനവിടെ കൂനിക്കൂടിയിരുന്നു. തലേദിവസം എന്നെയും എലിസബത്തിനെയും ആനന്ദിപ്പിക്കുകയും വിസ്മയിപ്പിക്കുകയും ചെയ്യുന്ന ദൃശ്യങ്ങളായിരുന്നു ചുറ്റും. ഇന്നലെ അവ കണ്ടാസ്വദിക്കാൻ എന്നോടൊപ്പം എലിസബത്തുമുണ്ടായിരുന്നു. ഇന്ന് അവൾ ഓർമയായി മാറിയിരിക്കുന്നു... അപ്പോഴേക്കും എന്റെ കണ്ണുകൾ നിറഞ്ഞൊഴുകി. മഴനി

ന്നപ്പോൾ ശാന്തമായ ജലപ്പരപ്പിൽ മത്സ്യങ്ങൾ നീന്തിക്കളിക്കുന്നത് ഞാൻ കണ്ടു. ആ കാഴ്ചയും ഇന്നലെ എലിസബത്തിനെ രസിപ്പിച്ചിരുന്നു. പൊടുന്നനെയുണ്ടാകുന്ന മാറ്റംപോലെ മനുഷ്യമനസിനെ വേദനിപ്പിക്കുന്ന മറ്റൊന്നുമില്ല. കഴിഞ്ഞദിവസം എന്നെ ആഹ്ലാദിപ്പിച്ചിരുന്ന ആ കാഴ്ചകളൊന്നും ഇന്നെന്റെ മനസിൽ യാതൊരു ചലനങ്ങളുമുണ്ടാക്കിയില്ല. ഭാവിയെക്കുറിച്ചുള്ള എന്റെ പ്രതീക്ഷകളെല്ലാം ആ പിശാച് തട്ടിപ്പറിച്ചെടുത്തിരിക്കുകയാണ്. എന്നെപ്പോലെ ദുരിതങ്ങൾ പേറിയ മറ്റൊരാളും ഈ ഭൂമിയിലുണ്ടാവില്ല. മനുഷ്യചരിത്രത്തിലൊന്നും ഇതുപോലെ ഭീകരമായ ഒരു സംഭവം നടന്നിട്ടുണ്ടാവില്ല.

ആദ്യന്തം ഭീതിയും വെറുപ്പും കെട്ടിപ്പിണഞ്ഞുകിടക്കുന്ന ഒരുകഥയിലെ നായകനാണ് ഞാൻ. എല്ലാദുരിതങ്ങളുടെയും ഉച്ചിയിലാണ് ഞാൻ നിന്നിരുന്നത്. ഒറ്റപ്പെട്ടവൻ, നിസ്സഹായൻ. എന്റെ ശക്തിയും ഉന്മേഷവുമെല്ലാം എന്നോ ക്ഷയിച്ചിരുന്നു... ഇതെല്ലാം കേട്ടിട്ട് നിങ്ങൾക്ക് അരോചകത്വം അനുഭവപ്പെടുന്നുണ്ടോ? കൂടുതൽ വിശദീകരിക്കാൻ നിൽക്കാതെ, കുറഞ്ഞവാക്കുകൾ കൊണ്ട് ഞാനതിന്റെ ബാക്കികൂടി പറയാം.

ഞാൻ ജനീവയിലെത്തി. ഭാഗ്യം. അച്ഛനും ഏണസ്റ്റും ജീവിച്ചിരിപ്പുണ്ടായിരുന്നു. ഞാൻ കൊണ്ടുവന്ന വാർത്തയറിഞ്ഞയുടനെ അച്ഛൻ ബോധരഹിതനായി നിലത്തുവീണു. എലിസബത്ത് അദ്ദേഹത്തെ സംബന്ധിച്ചിടത്തോളം ഒരുമകളോ മരുമകളോ മാത്രമായിരുന്നില്ല. തന്റെ സ്നേഹവാത്സല്യങ്ങൾ മുഴുവനും അച്ഛൻ അവളിൽ ചൊരിഞ്ഞിരുന്നു. തന്റെ വാർധക്യകാലത്ത് തനിക്ക് താങ്ങും തണലുമാകേണ്ടത് അവളാണെന്ന് അദ്ദേഹത്തിനറിയാമായിരുന്നു. എന്തുവലിയ ദുരന്തമാണ് ആ ദുഷ്ടരാക്ഷസൻ എന്റെ അച്ഛന് വരുത്തിവെച്ചത്! ഒരുനിമിഷം കൊണ്ട് അദ്ദേഹം പടുകിഴവനെപോലെയായി. ശയ്യാവലംബിയായി. കുറച്ചുദിവസങ്ങൾക്കുള്ളിൽ എന്റെ കൈകളിൽ കിടന്നുകൊണ്ട് അച്ഛൻ അന്ത്യശ്വാസം വലിച്ചു.

എന്തായിരുന്നു പിന്നീടെന്റെ അവസ്ഥ? എനിക്കറിയില്ല. എല്ലാവികാരങ്ങളും എനിക്ക് നഷ്ടപ്പെട്ടതുപോലെ ആയിരുന്നു. അന്ധകാരവും ചങ്ങലകളുമായിരുന്നു എനിക്കുചുറ്റുമുണ്ടായിരുന്നത്. അവ എന്റെ ശരീരത്തെ വരിഞ്ഞുമുറുക്കിയതായി എനിക്കുതോന്നി. പഴയകാലത്തെ കൂട്ടുകാരോടൊപ്പം പൂക്കൾ നിറഞ്ഞമേടുകളിലും താഴ്വരകളിലും ചിരിച്ചുല്ലസിച്ചു നടക്കുന്നത് പലപ്പോഴും ഞാൻ സ്വപ്നംകണ്ടു. ഞെട്ടിയുണരുമ്പോൾ ഞാനേതോ ഇരുട്ടറയിലായിരുന്നു. ദുഃഖവും ദുരിതവും മാറിമാറി എന്റെ ഹൃദയത്തെ അമർത്തി ഞെരിച്ചുകൊണ്ടിരുന്നു. കുറേക്കഴിഞ്ഞാണ് ഞാനനുഭവിച്ച ദുരന്തങ്ങളുടെ വ്യക്തമായ ഒരുചിത്രം എനിക്കു ലഭിച്ചത്. അപ്പോഴാണ് ഞാൻ കാരാഗൃഹത്തിൽ നിന്നും മോചിതനായത്. എല്ലാവരും എന്നെ ഒരു ഭ്രാന്തനായാണ് കണ്ടത്. കുറേമാസത്തോളം ഞാൻ ഏകാന്തമായ ഒരു തടവറയ്ക്കുള്ളിലായിരുന്നു.

പ്രതികാരചിന്ത ആ സമയം എന്നിൽ ഉടലെടുത്തിരുന്നില്ലെങ്കിൽ

ആ തടവറയിൽ നിന്നുള്ള മോചനംകൊണ്ട് എനിക്കൊരു നേട്ടവും ഉണ്ടാകുമായിരുന്നില്ല. കഴിഞ്ഞകാല ദുരന്തങ്ങളുടെ ചിത്രങ്ങൾ ഓരോന്നായി എന്റെ മുന്നിൽ തെളിഞ്ഞപ്പോൾ ഞാൻ അവയുടെയെല്ലാം കാരണമായവനെക്കുറിച്ച് ചിന്തിച്ചു. അപ്പോൾ ഞാൻ സൃഷ്ടിച്ച ആ ഭീകരസത്വത്തിന്റെ രൂപം എന്റെയുള്ളിൽ തെളിഞ്ഞുവന്നു. എന്റെതന്നെ നാശത്തിനുവേണ്ടിയാണ് ഞാനവനെ സൃഷ്ടിച്ചത്. അതിനെക്കുറിച്ചാലോചിക്കുമ്പോഴേക്കും അനിയന്ത്രിതമായ ക്രോധം എന്നിൽ തിളച്ചുമറിഞ്ഞുകൊണ്ടിരുന്നു. അവനെ പിടികൂടി മാരകമായ പ്രഹരമേൽപ്പിക്കാൻ ഞാൻ അതിയായി ആഗ്രഹിച്ചു.

അവനെ പിടികൂടുന്നതിനുള്ള മാർഗങ്ങളെക്കുറിച്ച് ഞാൻ തലപുകഞ്ഞാലോചിച്ചു. അതിനെത്തുടർന്ന് നഗരത്തിലെ മജിസ്ട്രേട്ടിനെ ഞാന ഭയം പ്രാപിച്ചു. തന്റെ കുടുംബാംഗങ്ങളുടെ കൊലയാളിയെ തനിക്കറിയാമെന്നും അവനെപിടികൂടാൻ സഹായിക്കണമെന്നും ഞാൻ മജിസ്ട്രേട്ടിനോട് അപേക്ഷിച്ചു. കരുണാർദ്രനായി അദ്ദേഹം അപ്പോൾ എന്നോടു പറഞ്ഞു.

"ധൈര്യമായിരിക്കു. അവനെ പിടികൂടാനുള്ള എല്ലാകാര്യങ്ങളും ഞാൻ ചെയ്യാം."

"വളരെ നന്ദിസാർ.." ഞാൻ തുടർന്നു. "ഞാൻ പറയുന്ന കാര്യം അങ്ങ് ശ്രദ്ധിച്ചുകേൾക്കണം. തികച്ചും വിചിത്രമായ ഒരു കഥയാണിത്. അതോടൊപ്പം ഭയാനകവും. ഇതുകേട്ടുകഴിഞ്ഞാൽ ഇതൊരു കെട്ടുകഥയാണെന്നേ അങ്ങേക്കു തോന്നൂ. എന്നാൽ സത്യമാണിത്. ഇതിൽ ഒരു തരിമ്പും കള്ളമില്ല. കള്ളം പറഞ്ഞിട്ട് എനിക്കിതിലൊന്നും നേടാനുമില്ല.."

കഴിയുന്നത്ര ശാന്തമായ ഭാവത്തിൽ ഞാനവന്റെ ദുരന്തത്തിന്റെ ചരിത്രം അദ്ദേഹത്തിനു മുന്നിൽ അവതരിപ്പിച്ചു.

ആദ്യമൊന്നും എന്റെ കഥ കേട്ടിട്ട് മജിസ്ട്രേട്ടിന് വിശ്വാസമില്ലാത്തതുപോലെയായിരുന്നു. എന്നാൽ കഥ പുരോഗമിച്ചുകൊണ്ടിരിക്കെ അദ്ദേഹം അതിൽ ആകൃഷ്ടനാവുകയും കൂടുതൽ ശ്രദ്ധയോടെ അതു കേൾക്കുകയും ചെയ്തു. ചിലപ്പോൾ ഭീതികൊണ്ട് അദ്ദേഹം വിറയ്ക്കുകപോലുമുണ്ടായി. മറ്റുചിലപ്പോൾ തികഞ്ഞ അമ്പരപ്പും അവിശ്വാസവും ആ മുഖത്ത് മാറിമാറി പ്രകടമായി.

കഥ ഉപസംഹരിച്ചുകൊണ്ട് ഞാനിങ്ങനെ പറഞ്ഞു; "ഇവനാണ് കൊലയാളി. ഇവനെ പിടികൂടി ശിക്ഷിക്കുവാനാണ് ഞാനങ്ങയുടെ സഹായം തേടിയിരിക്കുന്നത്. ഒരു ന്യായാധിപനെന്ന നിലയിൽ അങ്ങയുടെ കടമ ആത്മാർഥതയോടെ നിറവേറ്റുമെന്ന് ഞാൻ പ്രത്യാശിക്കുന്നു."

എന്റെ വാക്കുകൾ മജിസ്ട്രേട്ടിന്റെ മുഖത്ത് പ്രകടമായ പല വികാരങ്ങളുമുണ്ടാക്കി. ഒരുയക്ഷിക്കഥ കേൾക്കുന്ന മാനസികാവസ്ഥയിലായിരുന്നു അദ്ദേഹം എന്റെ ചരിത്രമെല്ലാം കേട്ടത്. അവ അദ്ദേഹം പൂർണമായി വിശ്വസിച്ചുവെന്ന് യാതൊരുറപ്പുമില്ലായിരുന്നു. എങ്കിലും തന്റെ

അപേക്ഷ കേട്ടയുടനെ അദ്ദേഹം പറഞ്ഞു.

"താങ്കളുടെ കാര്യത്തിൽ എല്ലാവിധ സഹായങ്ങളും നൽകാൻ ഞാൻ തയാറാണ്. എന്നാൽ താങ്കൾ വിവരിച്ചത് നോക്കുമ്പോൾ ആ ജീവി നമ്മുടെയെല്ലാം ശക്തിക്കും കഴിവിനും അതീതനാണ്. ഹിമപ്പരപ്പിലൂടെ അതിവേഗം സഞ്ചരിക്കുകയും, മനുഷ്യർക്കാർക്കും ചെന്നുപറ്റാനാവാത്ത ഗുഹകളിലും താഴ്‌വാരങ്ങളിലും താമസിക്കുകയും ചെയ്യുന്ന ഒരു രാക്ഷസനെ എങ്ങനെയാണ് പിടികൂടുക? മാത്രമല്ല, അവനീപ്പറഞ്ഞ കൃത്യങ്ങളെല്ലാം ചെയ്തിട്ട് ഇപ്പോൾ ദിവസങ്ങൾ കുറേക്കഴിഞ്ഞിരിക്കുകയുമാണ്. ഇപ്പോൾ അവനെവിടെയാണെന്ന് എങ്ങനെ കണ്ടുപിടിക്കും?"

"ഞാൻ താമസിക്കുന്ന സ്ഥലത്തുതന്നെ അവൻ ചുറ്റിത്തിരിയുന്നുണ്ടാവുമെന്ന് എനിക്കുറപ്പുണ്ട്. അഥവാ അവൻ ആൽപ്സിൽ അഭയം തേടിയിട്ടുണ്ടെങ്കിൽത്തന്നെ അവനെ നിഷ്പ്രയാസം പിടികൂടാനുമാവും. പക്ഷേ, അതൊന്നുമല്ല കാര്യമെന്ന് എനിക്കറിയാം. എന്റെ കഥ അങ്ങു വിശ്വസിച്ചിട്ടില്ലെന്ന് എനിക്ക് മനസിലായി. അതുകൊണ്ടുതന്നെ എന്റെ ശത്രുവിനെ പിടികൂടി ശിക്ഷിക്കാനും അങ്ങേക്ക് ഉദ്ദേശ്യമില്ല..."

ഞാനത് പറഞ്ഞപ്പോൾ എന്റെ കണ്ണുകളിൽ കോപത്തിന്റെ അഗ്നിജ്വാകലലളുയർന്നിരുന്നു.

"താങ്കൾക്കുതെറ്റി." മജിസ്ട്രേട്ട് ശാന്തമായ സ്വരത്തിൽപ്പറഞ്ഞു. "എന്റെ കഴിവിലും അധികാരപരിധിയിലും ഒതുങ്ങുന്ന ഒരു കുറ്റവാളിയായിരുന്നെങ്കിൽ ഞാനവനെ പിടികൂടുകതന്നെ ചെയ്യുമായിരുന്നു. പക്ഷേ ഇത്... താങ്കൾ തന്നെ പറഞ്ഞതുവെച്ച് നോക്കുമ്പോൾ ഇതൊരിക്കലും പ്രായോഗികമാണെന്നു തോന്നുന്നില്ല. താങ്കളെ നിരാശനാക്കേണ്ടി വന്നതിൽ എനിക്കു ദുഃഖമുണ്ട്. പക്ഷേ, അമാനുഷിക ശക്തിയുള്ള ഒരു സത്വത്തെ പിടികൂടുകയെന്നത് അസാധ്യമാണെന്നാണ് എനിക്കു തോന്നുന്നത്..."

കോപവും നിരാശയും മൂലം വല്ലാത്തൊരു മാനസികാവസ്ഥയിലായിരുന്നു ഞാനപ്പോൾ. രക്തസാക്ഷികളുടേതുപോലെ ഗർവിതമായ ഒരു കാഠിന്യം എന്റെ മുഖത്ത് പ്രകടമായി. എന്റെകഥ ഒരു ചഞ്ചലചിത്തന്റെ ജൽപ്പനങ്ങളായാണ് അദ്ദേഹം കണ്ടത്. ഒരു കുഞ്ഞിനെയെന്നപോലെ അദ്ദേഹം എന്നെ സമാശ്വസിപ്പിച്ചു. പക്ഷേ, അതെന്നെ കൂടുതൽ അരിശം കൊള്ളിക്കുകയാണുണ്ടായത്. കോപാവേശത്തോടെ ഞാൻ പൊട്ടിത്തെറിച്ചു.

"മനുഷ്യാ, അറിവിന്റെ അഹങ്കാരത്തിൽ നീയെത്രമാത്രം അജ്ഞനായിരിക്കുന്നു. ഈ വിഡ്ഢിത്തം നിർത്തൂ. നീയെന്താണു പറയുന്നതെന്ന് നിനക്കുതന്നെ അറിയില്ല..."

പ്രക്ഷുബ്ധമായ മനസോടെ ഞാനവിടെ നിന്നും ഇറങ്ങിനടന്നു. ശത്രുവിനെ പിടികൂടുന്നതിന് മറ്റുവഴികളാലോചിക്കാൻ ഞാൻ തീരുമാനിച്ചു.

24

അവിടുന്നങ്ങോട്ട് എന്റെ മനസിൽനിന്നും മറ്റെല്ലാ ചിന്തകളും മറഞ്ഞുപോവുകയും പകരം പ്രതികാരചിന്ത മാത്രം ശക്തമാവുകയും ചെയ്തു. പല ആപൽഘട്ടങ്ങളിലും അതെനിക്കു ശക്തിയേകി. അതെന്റെ വികാരങ്ങൾക്ക് രൂപംനൽകി. മതിഭ്രമത്തിന്റെയും മൃത്യുബോധത്തിന്റെയുമിടയിൽ അതെനിക്ക് സാന്ത്വനമായി.

ജന്മനഗരമായ ജനീവവിട്ട് ദൂരേക്കെവിടേക്കെങ്കിലും പോകാനാണ് ഞാനാദ്യം തീരുമാനിച്ചത്. മനസ്സ് ശാന്തമായിരുന്നപ്പോഴെല്ലാം എനിക്കു പ്രിയപ്പെട്ടതായിരുന്ന ആ നഗരം ഇപ്പോൾ വെറുക്കപ്പെട്ട ഒന്നായി മാറിയിരിക്കുകയാണ്. കുറച്ചുപണവും അമ്മയുടെ ചില ആഭരണങ്ങളുമെടുത്ത് ഞാനവിടം വിട്ടു.

അങ്ങനെ, ജീവിതത്തോടുകൂടി മാത്രം അവസാനിക്കേണ്ട എന്റെ യാത്രയാരംഭിച്ചു. ഭൂമിയുടെ വളരെ വലിയൊരുഭാഗം ഞാൻ പിന്നിട്ടു. മണലാരണ്യങ്ങളിലും മറ്റ് അപരിഷ്കൃത ഭൂവിഭാഗങ്ങളിലും സഞ്ചാരികൾ അഭിമുഖീകരിക്കുന്ന ഒട്ടനവധി വൈതരണികൾ എനിക്കും നേരിടേണ്ടിവന്നു. കഷ്ടതകൾ ഏറെസഹിച്ചു. പലപ്പോഴും കൈകാലുകൾ തളർന്ന് അവശനായ ഞാൻ മരണത്തിനുവേണ്ടി പ്രാർഥിച്ചിരുന്നു. അപ്പോഴൊക്കെ തീവ്രമായ പ്രതികാരചിന്ത എന്റെ ജീവൻ നിലനിർത്തുകയായിരുന്നു. എന്റെ ശത്രുവിനെ ജീവിക്കാനനുവദിച്ച് മരണം വരിക്കാൻ എനിക്ക് ധൈര്യമുണ്ടായിരുന്നില്ല.

ജനീവയിൽനിന്നും തിരിച്ചപ്പോൾ എന്റെ ആദ്യത്തെശ്രമം എന്റെ ശത്രുവിന്റെ കാലടിപ്പാടുകൾ എങ്ങനെയെങ്കിലും കണ്ടെത്തുകയെന്നതായിരുന്നു. മുന്നൊരുക്കങ്ങളില്ലാത്തതിനാൽ ഏതുവഴിയിലൂടെ സഞ്ചരിക്കണമെന്ന് നിശ്ചയമില്ലാതെ മണിക്കൂറുകളോളം ഞാൻ നഗരത്തിൽ അലഞ്ഞുതിരിഞ്ഞു. രാത്രിയായപ്പോൾ ഞാനെത്തിച്ചേർന്നത് ഒരു ശ്മശാന കവാടത്തിനു മുന്നിലായിരുന്നു. വില്യമും എലിസബത്തും അച്ഛനും അന്ത്യവിശ്രമം കൊള്ളുന്നതവിടെയായിരുന്നു. ഞാൻ ആ ശവകുടീരങ്ങൾക്കരികിലേക്ക് ചെന്നു. വീശിയടിക്കുന്ന കാറ്റിൽ മരങ്ങളുടെ ഇലകൾ മർമരമുതിർക്കുന്നത് ഒഴിച്ചാൽ അവിടെയെങ്ങും കനത്ത നിശ്ശബ്ദതയായിരുന്നു. രാത്രിക്ക് സാന്ദ്രതയേറി വരുന്നുണ്ടായിരുന്നു. നിർവികാരനായ ഒരു നിരീക്ഷകനെപ്പോലും സ്പർശിക്കുന്നവിധം ഗംഭീരവും ഗൗരവപൂർണവുമായ ഒരന്തരീക്ഷമായിരുന്നു അവിടെയുണ്ടായിരുന്നത്. പരലോകം പൂകിയവരുടെ ആത്മാക്കൾ അവിടെയെല്ലാം ചുറ്റിത്തിരിയുന്നുണ്ടെന്ന് എനിക്കുതോന്നി. അവരുടെ സാന്നിധ്യം അദൃശ്യമെങ്കിലും അനുഭവവേദ്യമായിരുന്നു.

എന്റെ മനസിലെ തീവ്രദുഃഖം പെട്ടെന്നാണ് കോപവും നിരാശയുമായി മാറിയത്. പ്രിയപ്പെട്ടവരെല്ലാം മരിച്ചു. എന്നാൽ ഞാനിപ്പോഴും ജീവിക്കുന്നു. അവരുടെ കൊലയാളിയും ജീവിക്കുന്നു. അവനെ എന്നെന്നേ

ക്കുമായി ഇല്ലാതാക്കുവാൻ എന്റെ പരിക്ഷീണമായ ജീവിതം ഇനിയും വലിച്ചുനീട്ടേണ്ടിയിരിക്കുകയാണ്. പുൽത്തകിടിയിൽ മുട്ടുകുത്തി ഭൂമിയെ ചുംബിച്ചുകൊണ്ട് ഞാനിങ്ങനെ വിലപിച്ചു.

"ഇതാ, ഈ വിശുദ്ധഭൂമിയാണെ സത്യം, എനിക്കുചുറ്റും അലഞ്ഞു തിരിയുന്ന പരേതാത്മാക്കളാണെ സത്യം, എന്നെ ചൂഴ്ന്നുനിൽക്കുന്ന തീവ്രദുഃഖമാണെ സത്യം, ഞാൻ ആ രാക്ഷസനെ പിന്തുടരും. രണ്ടി ലൊരാൾ മരിച്ചുവീഴുന്നതുവരെ ഞാൻ ആ രാക്ഷസനുമായി പൊരുതു കതന്നെ ചെയ്യും. ഈയൊരൊറ്റ ലക്ഷ്യത്തിനുവേണ്ടി ഞാൻ ജീവിക്കും. ശ്മശാനഭൂമിയിൽ പ്രതികാരദാഹികളായി അലഞ്ഞുതിരിയുന്ന പ്രേതാ ത്മക്കളേ, എന്റെയീ ലക്ഷ്യം നിറവേറ്റുന്നതിനായി എന്നെ സഹായി ക്കില്ലേ? ശപിക്കപ്പെട്ട ആ നരകരാക്ഷസൻ തീവ്രദുഃഖത്തിന്റെ കയ്പു നീർ കുടിക്കട്ടെ. ഇപ്പോൾ ഞാനനുഭവിച്ചു കൊണ്ടിരിക്കുന്ന കൊടും പീഡകൾ അവനും അനുഭവിക്കാൻ ഇടവരട്ടെ..."

എന്റെ ഈ വാക്കുകൾക്ക് പൊടുന്നനെ മറുപടിയുണ്ടായി. രാത്രി യുടെ നിശ്ശബ്ദതയിൽനിന്നും പൈശാചികമായ ഒരു പൊട്ടിച്ചിരി ഉയർന്നു. ഏറെനേരം അതെന്റെ കാതുകളിൽ മുഴങ്ങിക്കൊണ്ടിരുന്നു. ചുറ്റുമുള്ള ഭീമാകാരമായ പർവതങ്ങളിൽത്തട്ടി അത് പ്രതിധ്വനിച്ചപ്പോൾ നരകം മുഴുവനും എന്റെ ചുറ്റും നിന്ന് പരിഹസിച്ചു ചിരിക്കുന്നതുപോലെ എനി ക്കുതോന്നി. ക്രമേണ ആ ചിരി നിലയ്ക്കുകയും പകരം പരിചിതമായ, വെറുക്കപ്പെട്ട ഒരു പരുക്കൻശബ്ദം അവിടെ ഉയരുകയും ചെയ്തു.

"എനിക്ക് തൃപ്തിയായി... നിസ്സാരനായ കീടമേ, എനിക്ക് തൃപ്തി യായി. നീ ജീവിക്കാൻ തീരുമാനിച്ചല്ലോ; എനിക്ക് തൃപ്തിയായി..."

ശബ്ദം വന്ന ദിശയിലേക്ക് ഞാൻ കുതിച്ചെങ്കിലും എനിക്കവനെ പിടികൂടാനായില്ല. സത്വം എന്നിൽനിന്നും വിദഗ്ധമായി കുതറിമാറിക്ക ളഞ്ഞു. അപ്പോൾ, ഉദിച്ചുയർന്ന ചന്ദ്രന്റെ വെളിച്ചത്തിൽ മിന്നൽവേഗ ത്തിൽ ഓടിമറയുന്ന അവന്റെ പേടിപ്പെടുത്തുന്ന രൂപം വ്യക്തമായി കാണാമായിരുന്നു.

ഞാനവനെ പിന്തുടർന്നു. മാസങ്ങളോളം എന്റെ ജോലി ഇതായി രുന്നു. ഒരു ചെറിയ സൂചനയുടെ സഹായത്താൽ മധ്യധരണ്യാഴിയിൽ വെച്ച് തികച്ചും യാദൃച്ഛികമായി ഞാനവനെ കണ്ടു. രാത്രിയിൽ പതു ങ്ങിവന്ന് കരിങ്കടലിലേക്കു പോകാനൊരുങ്ങി നിൽക്കുന്ന ഒരുകപ്പലിൽ അവൻ കയറിപ്പറ്റി. ഞാനും ആ കപ്പലിൽ തന്നെ യാത്രചെയ്യാൻ തീരു മാനിച്ച് അതിൽ കയറിയെങ്കിലും എന്റെ സാന്നിധ്യം മനസിലാക്കിയി ട്ടാകാം അവൻ അത്ഭുതകരമായി രക്ഷപ്പെട്ടു. എങ്ങനെയാണ് അവനത് കഴിഞ്ഞതെന്ന് എനിക്കു മനസിലായതേയില്ല.

റഷ്യയിലെയും ടാർട്ടാറിലെയും വനാന്തരങ്ങളിൽവെച്ച് ഞാനവന്റെ തൊട്ടരികിലെത്തിയെങ്കിലും മുമ്പത്തെപ്പോലെ തന്നെ അവനെന്റെ പിടി യിൽനിന്നും കുതറി രക്ഷപ്പെട്ടു. പലപ്പോഴും അവന്റെ ഭീകരരൂപം കണ്ടു ഭയന്ന ഗ്രാമീണർ അവൻപോയ വഴികളെക്കുറിച്ച് എനിക്കു പറഞ്ഞുത

ന്നു. ചിലപ്പോഴൊക്കെ അവൻതന്നെ തന്റെ സഞ്ചാരപഥങ്ങളുടെ സൂചനകൾ എനിക്ക് നൽകിയിരുന്നു. അവനെ പിന്തുടർന്നിട്ടു പ്രയോജനമില്ലെന്ന നിരാശയിൽ ഞാനെങ്ങാനും മരിച്ചുകളയുമോ എന്നഭയം കൊണ്ടായിരിക്കാം അവനങ്ങനെ ചെയ്തിരുന്നത്. അവന്റെ വലിയ കാൽപ്പാടുകൾ പലപ്പോഴും എനിക്കു വഴികാട്ടിയായി. ആ സമയങ്ങളിലൊക്കെ ഞാനനുഭവിച്ചിരുന്ന കഷ്ടപ്പാടുകൾക്ക് കണക്കില്ല. തണുപ്പ്, ക്ഷീണം, വിശപ്പ് എന്നിവ അസഹ്യമായിരുന്നെങ്കിലും ശത്രുനിഗ്രഹമെന്ന ഒരേയൊരുലക്ഷ്യം മാത്രം മുന്നിൽക്കണ്ട എനിക്ക് അവയെല്ലാം നിസ്സാരമായാണ് തോന്നിയത്. ശപിക്കപ്പെട്ട ഒരാത്മാവിനെപ്പോലെ നരകം കൂടെക്കൊണ്ടു നടക്കുകയായിരുന്നു ഞാൻ. എന്നിട്ടും നന്മയുടെ ഏതോ ഒരു ശക്തി എനിക്കു തുണയാകുന്നതും എന്റെ കാലുകൾക്ക് ശക്തിപകരുന്നതും ഞാനറിഞ്ഞു. വിശപ്പുകൊണ്ടും ക്ഷീണംകൊണ്ടും വലഞ്ഞ ചില വേളകളിൽ പ്രകൃതി തന്നെ എനിക്ക് ഭക്ഷണമൊരുക്കിവെച്ചത് ഞാൻകണ്ടു. ഗ്രാമീണരുടേതുപോലെയുള്ള പരുക്കൻ ഭക്ഷണങ്ങളായിരുന്നു അവ. എന്റെ ഈ ദൗത്യത്തിൽ എനിക്കു തുണയേകുമെന്നു വിശ്വസിച്ചിരുന്ന പരേതാത്മാക്കൾ എനിക്കുവേണ്ടി തയാറാക്കിയതാണു അവയെന്ന് എനിക്കറിയാമായിരുന്നു. ചിലപ്പോൾ, ചുറ്റുപാടും വരണ്ടുണങ്ങിയിരിക്കുമ്പോൾ, ആകാശത്ത് ഒരു മേഘത്തുണ്ടുപോലും ഇല്ലാതിരിക്കുമ്പോൾ, കഠിനമായ ദാഹം എന്നെ വലയ്ക്കും. അപ്പോൾ ഒരു ചെറിയ മേഘശകലം ആകാശത്ത് പ്രത്യക്ഷപ്പെടുകയും അത് ചെറിയൊരു മഴയായി എനിക്കാശ്വാസമേകിക്കൊണ്ട് പെയ്തിറങ്ങുകയും ചെയ്തിരുന്നു.

കഴിയാവുന്നിടത്തോളം നദികളുടെ ഗതിക്കനുസരിച്ചാണ് ഞാൻ സഞ്ചരിച്ചിരുന്നത്. എന്റെ ശത്രു പൊതുവെ നദീതീരങ്ങൾ തെരഞ്ഞെടുത്തിരുന്നില്ല. അവിടെ ജനനിബിഡമായതാണ് കാരണം. ചിലയിടങ്ങളിൽ വഴിമുടക്കികളായ വന്യജീവികളല്ലാതെ ഒരുമനുഷ്യൻ പോലുമുണ്ടായിരുന്നില്ല. കൈയിൽ പണമുണ്ടായിരുന്നതിനാൽ ഗ്രാമീണരുടെ സഹായം നേടുവാൻ എനിക്കുകഴിഞ്ഞിരുന്നു. ചിലപ്പോൾ മൃഗങ്ങളെ കൊന്ന് അവയുടെ മാംസം ഞാൻ ശേഖരിച്ചുവെച്ചു. പാചകത്തിനു വേണ്ടി പാത്രങ്ങളും മറ്റും നൽകി സഹായിക്കുന്ന ഗ്രാമീണർക്ക് അവയിൽനിന്നും ഒരുപങ്ക് ഞാൻ നൽകിയിരുന്നു.

ഇത്തരത്തിൽ മുന്നോട്ടുപൊയ്ക്കൊണ്ടിരുന്ന ജീവിതം എന്നെ സംബന്ധിച്ചിടത്തോളം അങ്ങേയറ്റം വെറുപ്പുണ്ടാക്കുന്നതായിരുന്നു. ഉറക്കത്തിൽ മാത്രമേ എനിക്ക് അൽപ്പമെങ്കിലും ശാന്തതയും ആനന്ദവുംലഭിച്ചിരുന്നുള്ളൂ. ഉറക്കം എന്നെ സംബന്ധിച്ചിടത്തോളം അനുഗ്രഹമായിരുന്നു. അതെന്നെ തഴുകുമ്പോൾ പറഞ്ഞറിയിക്കാനാവാത്ത ഒരു നിർവൃതിയിൽ ഞാനലിഞ്ഞിരുന്നു. എന്നെ തുണച്ചിരുന്ന മൃതാത്മാക്കളായിരുന്നു ഉറക്കത്തിന്റെ ആനന്ദഭരിതമായ നിമിഷങ്ങൾ, അല്ല, മണിക്കൂറുകൾതന്നെ എനിക്കു നൽകിയിരുന്നത്. നഷ്ടപ്പെട്ട ശക്തിയും ഓജസും വീണ്ടെടുത്ത് യാത്രതുടരുവാൻ അതെനിക്ക് സഹായകമായി. ഉറക്ക

ത്തിൽ ഞാനെന്റെ കൂട്ടുകാരെ കണ്ടു, ഭാര്യയെകണ്ടു, പ്രിയപ്പെട്ട നാടിനെകണ്ടു... എലിസബത്തും ക്ലെർവെലും സ്വപ്നങ്ങളിൽ നിറഞ്ഞുനിന്നു. എത്രമാത്രം ആർദ്രമായ വാത്സല്യമായിരുന്നു എനിക്ക് അവരോടെല്ലാമുണ്ടായിരുന്നത്. ചില സമയങ്ങളിൽ ഉണർന്നിരിക്കുമ്പോഴും അവരുടെ സാന്നിധ്യം എനിക്കനുഭവപ്പെട്ടു. അപ്പോൾ, അവർ യഥാർഥത്തിൽ ജീവിച്ചിരിക്കുന്നുണ്ടെന്ന് എനിക്കു തോന്നിയിരുന്നു. അതിനെത്തുടർന്നു എന്നിൽ കത്തിജ്വലിച്ചു നിന്നിരുന്ന പ്രതികാരത്തിന്റെ അഗ്നിജ്വാലകൾ കെട്ടുപോവുമായിരുന്നു...

എന്റെ ശത്രുവിന്റെ മനോവിചാരങ്ങളെക്കുറിച്ച് എനിക്കൊരു രൂപവുമില്ലായിരുന്നു. ചിലപ്പോൾ അവൻതന്നെ മരത്തോലുകളിൽ എഴുതിവെച്ചും, പാറപ്പുറത്ത് അടയാളപ്പെടുത്തിയും എനിക്കു ചില സൂചനകൾ നൽകുവാനും അതുവഴി എന്നെ പ്രകോപിപ്പിക്കുവാനും ശ്രമിച്ചിരുന്നു. "എന്റെ വിളയാട്ടം അവസാനിച്ചിട്ടില്ല." ചിലയിടങ്ങളിൽ അവൻ എഴുതിവെച്ചത് ഇങ്ങനെയായിരുന്നു. മറ്റൊരിടത്ത് അവൻ ഇങ്ങനെ എഴുതി. "നീ ജീവിക്കൂ.. എന്റെ ശക്തി പൂർണമാകട്ടെ. നിനക്ക് കഴിയുമെങ്കിൽ എന്നെ പിന്തുടരൂ. ഉത്തരധ്രുവത്തിലെ അനന്തമായ മഞ്ഞുപ്രദേശത്തേക്കാണ് ഞാൻപോകുന്നത്. കൊടിയ തണുപ്പും കനത്തമൂടൽമഞ്ഞും അവിടെ നിന്നെ ദുരിതത്തിലാഴ്ത്തും. അവ പക്ഷേ, എനിക്കൊരു ക്ലേശവും ഉണ്ടാക്കില്ല. ശ്രദ്ധാപൂർവം എന്റെ പിന്നാലെ വന്നാൽ നിനക്കൊരു ചത്തമുയലിനെ കാണാം. അതിനെത്തിന്നു വിശപ്പടക്കിയാൽ നിനക്കൊരു ഉണർവുണ്ടാകും. എന്നിട്ട് നീ വാ... ഇനിയും നമുക്ക് ജീവനുവേണ്ടി പോരാടേണ്ടതുണ്ട്. പക്ഷേ അതിനുമുമ്പായി ഇനിയും ഒട്ടേറെ ക്ലേശങ്ങളും ദുരിതങ്ങളും നീ അനുഭവിക്കേണ്ടിയിരിക്കുന്നു."

ഇത് വായിച്ചുകൊണ്ടിരിക്കെ എന്റെയുള്ളിൽ അവനോടുള്ള പ്രതികാരം ആളിക്കത്താൻ തുടങ്ങി. അപ്പോൾ വർധിതമായ ക്രോധത്തോടെ ഞാനെന്റെ പ്രതിജ്ഞ പുതുക്കുകയും ചെയ്തു. അവനോ ഞാനോ ഭൂമുഖത്തുനിന്നും ഇല്ലാതാവുന്നതുവരെ ഈ പരിശ്രമം തുടരുമെന്ന് ഞാൻ ശപഥം ചെയ്തു.

ഞാൻ വീണ്ടും വടക്കോട്ട് യാത്രചെയ്തു. അതിനനുസരിച്ച് മഞ്ഞിന്റെ അളവ് കൂടിക്കൊണ്ടിരുന്നു. തണുപ്പ് അസഹ്യമാംവിധം വർധിച്ചു. ഗ്രാമീണരെല്ലാം കുടിലിനുള്ളിൽ അടച്ചിരിക്കുകയായിരുന്നു. അവരിൽ നല്ല ആരോഗ്യമുള്ളവർ മാത്രമേ പട്ടിണി സഹിക്കാനാവാതെ പുറത്തിറങ്ങി വേട്ടയാടാൻ തയാറായുള്ളൂ. നദിയിൽ മുഴുവൻ മഞ്ഞ് നിറഞ്ഞിരുന്നതിനാൽ എനിക്ക് മീൻപിടിക്കാനായില്ല. അതുകൊണ്ടുതന്നെ കുറേദിവസത്തോളം എനിക്കെന്റെ പ്രിയഭക്ഷണം ഒഴിവാക്കേണ്ടിവന്നു. വീണ്ടും ഞാനെന്റെ യാത്രതുടർന്നു. ഒരിടത്ത് എത്തിയപ്പോൾ അവന്റെ കുറിപ്പ് കണ്ടു.

"തയാറായിക്കൊള്ളൂ... നിന്റെ യഥാർഥക്ലേശങ്ങൾ തുടങ്ങുന്നതേയുള്ളൂ... ശരീരം രോമക്കുപ്പായത്തിൽ പൊതിഞ്ഞുകൊള്ളൂ. ഭക്ഷണവും

വേണ്ടത്ര കരുതണം. എന്റെ അവസാനിക്കാത്ത വിദ്വേഷത്തെ തൃപ്തിപ്പെടുത്തുന്ന നിന്റെ കഷ്ടപ്പാടുകൾ ഉടനെതന്നെ നിനക്കനുഭവിക്കേണ്ടിവരും."

അഹങ്കാരം നുരയുന്ന അവന്റെ ഈ വാക്കുകൾ എന്റെ ധൈര്യത്തെയും പരിശ്രമത്തെയും ശക്തിപ്പെടുത്തുകയാണുണ്ടായത്. ഈ ഉദ്യമത്തിൽ നിന്ന് ഒരിക്കലും പിന്മാറുകയില്ലെന്ന് ഞാൻ ദൃഢനിശ്ചയം ചെയ്തു. കരുണയ്ക്കും സഹായത്തിനുമായി ദൈവത്തെ വിളിച്ചുകൊണ്ടു മഞ്ഞുമൂടി കിടക്കുന്ന ഭൂമിയിലൂടെ ഞാൻ മുന്നോട്ടുനീങ്ങി. കുറച്ചു ദിവസങ്ങൾക്കുമുമ്പ് ഞാനൊരു മഞ്ഞുവണ്ടി സംഘടിപ്പിച്ചിരുന്നു. അതിൽ പട്ടികളെപൂട്ടി വളരെ വേഗത്തിൽ യാത്രചെയ്യാൻ എനിക്കുകഴിഞ്ഞു. എന്റെ ശത്രുവായ രാക്ഷസനും ഈ സൗകര്യം ലഭിച്ചിരുന്നോ എന്നെനിക്കറിയില്ലായിരുന്നു. വണ്ടിയിലായതിനാൽ ഞാനവനോട് കൂടുതൽ അടുത്തുകൊണ്ടിരുന്നു. കുറച്ചകലെയുള്ള കടൽത്തീരത്ത് എത്തുന്നതിനു മുമ്പുതന്നെ അവനെ പിടികൂടാനാകുമെന്ന് ഞാൻ പ്രതീക്ഷിച്ചു. കൂടുതൽ ഉത്സാഹത്തോടെ ഞാൻ യാത്രതുടർന്നു. രണ്ടുദിവസത്തിനകം ഞാൻ കടൽക്കരയിലുള്ള ഗ്രാമത്തിലെത്തിച്ചേർന്നു. ഭീകരനെക്കുറിച്ച് ഞാനവിടുത്തെ ആളുകളോട് അന്വേഷിച്ചു. ഭീമാകാരനായ ഒരുരാക്ഷസൻ തോക്കുമായി കഴിഞ്ഞരാത്രി അവിടുത്തെ ഒരു വീട്ടിൽക്കയറി ആളുകളെ ഭീഷണിപ്പെടുത്തി ഭക്ഷണങ്ങളെല്ലാം കവർന്നെന്നും അതെല്ലാം ഒരു ഹിമവണ്ടിയിലാക്കി അപ്പോൾത്തന്നെ അവിടെനിന്നും പോയെന്നും അവർപറഞ്ഞു. മഞ്ഞുറഞ്ഞു കിടന്ന സമുദ്രപ്പരപ്പിലൂടെയാണത്രെ അവൻ സഞ്ചരിച്ചത്.

ഇതുകേട്ടപ്പോൾ എന്റെ മനസൊന്നിടിഞ്ഞു. താൽക്കാലികമായ ഒരു നിരാശ എന്റെയുള്ളിൽ നിറയാൻ തുടങ്ങി. അവൻ എന്നിൽനിന്നും അകന്നുപോവുകയാണോ...വിനാശകാരിയും അവസാനിക്കാത്തതുമായ ഒരു യാത്ര സമുദ്രത്തിനു മുകളിലെ ഹിമപ്പരപ്പിലൂടെ നടത്തേണ്ടിവരുമെന്ന് എനിക്കു മനസിലായി. എന്നെപ്പോലെ ഉഷ്ണമേഖലാ പ്രദേശത്ത് ജനിച്ചു വളർന്ന ഒരാൾക്ക് ഒരിക്കലും സഹിക്കാനാവാത്ത കൊടിയ തണുപ്പായിരിക്കും അവിടെയുണ്ടാവുക. എങ്കിലും എന്റെ ശത്രു ഏറെക്കാലം ലോകത്തിനു വിനാശം വരുത്തിവെച്ച് ജീവിക്കുമല്ലോ എന്നചിന്തയിൽ മനസിലെ ക്രോധത്തിനും പ്രതികാരവാഞ്ഛയ്ക്കും കാഠിന്യമേറി. ഒരു ചെറിയ വിശ്രമത്തിനുശേഷം ഞാൻ വീണ്ടും യാത്രയ്ക്കു തയാറെടുത്തു.

ഞാനെന്റെ ഹിമവണ്ടി മഞ്ഞുറഞ്ഞ സമുദ്രത്തിലൂടെ ഓടിക്കാൻ കഴിയുന്ന മറ്റൊരു വണ്ടിയുമായി കൈമാറ്റം ചെയ്തു. കുറേ ഭക്ഷണസാധനങ്ങൾ കൂടി ശേഖരിച്ച് ഞാൻ കടലിലേക്കിറങ്ങി.

എത്രദിവസം ഞാനങ്ങനെ യാത്രചെയ്തുവെന്ന് എനിക്കൊരു രൂപവുമില്ലായിരുന്നു. ക്ലേശങ്ങളും വൈഷമ്യങ്ങളും മുമ്പത്തേക്കാൾ കഠിനമായിത്തീർന്നു. വലിയ മഞ്ഞുമലകൾ വഴിമുടക്കിക്കൊണ്ട് നിൽക്കുന്നുണ്ടായിരുന്നു. മഞ്ഞുപാളികൾ ദുർബലമായിടത്തെല്ലാം അടിയിലെ സമു

ദ്രത്തിന്റെ ഹുങ്കാരം വ്യക്തമായി കേൾക്കാമായിരുന്നു. അതെനിക്ക് മരണത്തിന്റെ ഭീഷണമായ മുരൾച്ചയായിട്ടാണ് തോന്നിയത്. പക്ഷേ, വീണ്ടും കട്ടികൂടിയ മഞ്ഞ് അവിടെവന്നു നിറയുമ്പോൾ എന്റെ പാത സുരക്ഷിതമായി മാറുകയും ചെയ്തുകൊണ്ടിരുന്നു.

ഞാൻ കഴിച്ച ഭക്ഷണത്തിന്റെ അളവിൽ നിന്നും ഈ യാത്രതുടങ്ങിയിട്ട് മൂന്നാഴ്ച കഴിഞ്ഞെന്ന് ഞാനൂഹിച്ചു. അനിശ്ചിതമായ ഈ കാലവിളംബം നിരാശയെ വീണ്ടും മനസിലേക്കു കയറ്റിവിട്ടുകൊണ്ടിരുന്നു. അങ്ങനെയിരിക്കെ ഒരുദിവസം മഞ്ഞുവണ്ടി വലിച്ചുകൊണ്ടിരുന്ന പട്ടികളിലൊന്ന് ചത്തുവീണപ്പോൾ, മുന്നിലെ അറ്റമില്ലാത്ത ഹിമസമുദ്രത്തിലേക്കു നോക്കിക്കൊണ്ട് ഞാൻ ഇതികർത്തവ്യതാമൂഢനായി നിന്നുപോയി. പക്ഷേ ആ സമയത്തുതന്നെ വളരെ ദൂരെയായി പൊയ്ക്കൊണ്ടിരുന്ന മറ്റൊരുവണ്ടി എന്റെ കാഴ്ചയിൽ തടഞ്ഞു. അതിലുണ്ടായിരുന്ന ഭീമാകാരനായ ആ വികൃതരൂപിയെ തിരിച്ചറിഞ്ഞപ്പോൾ ആഹ്ലാദം കൊണ്ട് ഞാനുറക്കെ അലറിപ്പോയി. ആ സമയം യാത്രതുടരാനുള്ള തീവ്രാഭിലാഷം മനസിലെ നിരാശാബോധത്തെ കശക്കിയെറിഞ്ഞു. ശത്രുവിന്റെ കാഴ്ച തടസമാകാതിരിക്കാൻ കണ്ണുകളിൽ നിറഞ്ഞുതുളുമ്പിയ ചുടുനീർ ഞാൻ ധൃതിയിൽ തുടച്ചുമാറ്റി. പക്ഷേ കണ്ണുനീർ പ്രവാഹത്തിനു ശമനമുണ്ടായില്ല. അതിനെത്തുടർന്ന് തീവ്രവികാരങ്ങളാൽ ഞാൻ വിതുമ്പിക്കരഞ്ഞു.

പക്ഷേ, സമയം വെറുതെ കളയാനില്ലെന്ന് ഞാനുടൻ തന്നെ മനസിലാക്കി. ചത്തപട്ടിയെ വണ്ടിയിൽ നിന്നും അഴിച്ചുമാറ്റി. മറ്റുള്ളവയ്ക്ക് വയർനിറയെ ഭക്ഷണം നൽകി. ഒരുമണിക്കൂർ നേരത്തെ വിശ്രമത്തിനുശേഷം ഞാൻ യാത്രതുടർന്നു. എന്റെ മുന്നിൽ കുറേദൂരെയായി ആ ഹിമശകടം കാണാമായിരുന്നു. ഇടയ്ക്കിടെ വഴിയിലുയർന്നു നിൽക്കുന്ന ചില മഞ്ഞുപാറകളുടെ തടസങ്ങളൊഴിച്ചാൽ അതെന്റെ കാഴ്ചയിൽ നിന്നും ഒരിക്കലും മറഞ്ഞിരുന്നില്ല. മുമ്പത്തേക്കാൾ വേഗത്തിൽ ഞാൻ മുന്നോട്ടു കുതിച്ചു. രണ്ടുദിവസം കഴിഞ്ഞപ്പോഴേക്കും ഞാനും എന്റെ ശത്രുവും തമ്മിലുള്ള ദൂരം ഏകദേശം ഒരുമൈൽ ആയി കുറഞ്ഞുവന്നു. എന്നാൽ, മിക്കവാറും അവന്റെ തൊട്ടടുത്ത് എത്താറായപ്പോൾ എന്റെ മനസിലെ പ്രതീക്ഷകളെല്ലാം തകർത്തുകൊണ്ട് ആ ഭീകരൻ എവിടെയോ പോയ്മറഞ്ഞു. അതിനിടെ, ഹിമപാളികൾക്കിടയിലെ സമുദ്രഗർജനങ്ങൾ മുമ്പത്തേക്കാൾ രൂക്ഷമായിക്കൊണ്ടിരുന്നു. ഉയർന്നുപൊങ്ങുന്ന തിരമാലകൾക്കു മേൽ ഹിമാവരണം ദുർബലമായിക്കൊണ്ടിരുന്നു. ശക്തമായ കാറ്റുവീശാൻ തുടങ്ങിയപ്പോൾ സാഗരഗർജനങ്ങൾ ഉച്ചാവസ്ഥയിലായി. ഒരുവലിയ ഭൂകമ്പത്തിന്റെ ആഘാതത്തിലെന്നപോലെ ഭയങ്കരമായ ശബ്ദത്തോടെ ഹിമപാളികൾ പൊട്ടിത്തകർന്നു. ഒരുനിമിഷം കൊണ്ട് എല്ലാം അവസാനിച്ച പ്രതീതിയായിരുന്നു. എല്ലാം കീഴ്മേൽ മറിയുന്നതുപോലെ. നിമിഷങ്ങൾക്കകം മഞ്ഞുപാളികളെ ഒരായിരം കഷ്ണങ്ങളാക്കി മുകളിലേക്കു തെറിപ്പിച്ചുകൊണ്ട് കടൽ അടിച്ചുകയറി.

ഹിമവണ്ടിയിലെ പട്ടികളെല്ലാം മുങ്ങിച്ചത്തു. എന്റെ അന്ത്യനിമിഷങ്ങൾ അടുത്തുവരുന്നതായി എനിക്കുതോന്നി. വലിയൊരു മഞ്ഞുകട്ടയിൽ മിക്കവാറും തകർന്ന വണ്ടിയിൽ ഞാനും സമുദ്രത്തിലൂടെ ഒഴുകി നടക്കുകയായിരുന്നു. ക്രമേണ ആ മഞ്ഞുകട്ടയുടെ വലിപ്പം കുറഞ്ഞുവന്നു. ഞാനെന്റെ മരണം ഉറപ്പാക്കി. അപ്പോഴാണ് കുറച്ചുദൂരെയായി താങ്കളുടെ കപ്പൽ കണ്ടത്. ഉത്തരധ്രുവത്തിൽ ഒരു കപ്പൽ കണ്ടെത്താനാകുമെന്ന് ഞാനൊരിക്കലും പ്രതീക്ഷിച്ചിരുന്നില്ല. എന്തായാലും ആ കാഴ്ചയെന്നെ ജീവിതത്തെക്കുറിച്ചുള്ള പ്രതീക്ഷകളിലേക്കു വീണ്ടും കൂട്ടിക്കൊണ്ടുപോയി. ഹിമവണ്ടിയുടെ ഒരുഭാഗം പൊളിച്ചെടുത്ത് ഞാനൊരു തുഴയാക്കി. തളർന്നവശനായിരുന്നെങ്കിലും അതൊന്നും കാര്യമാക്കാതെ മഞ്ഞുകട്ടയിലിരുന്ന് ആഞ്ഞുതുഴഞ്ഞ് ഞാൻ കപ്പലിനരികിലെത്തി. താങ്കൾ തെക്കോട്ടേക്കാണ് പോകുന്നതെങ്കിൽ എന്റെ ദൗത്യശ്രമം ഉപേക്ഷിക്കാതെ കടലിന്റെ കാരുണ്യത്തിനായി സ്വയം സമർപ്പിക്കാമെന്ന് ഞാൻ തീരുമാനിച്ചു. ശത്രുവിനെ പിന്തുടരുവാൻ ഒരുതോണി നൽകണമെന്ന് താങ്കളോട് ആവശ്യപ്പെടാമെന്നും ഞാൻ കരുതി. എന്നാൽ എന്റെ ഭാഗ്യത്തിന് താങ്കളുടെ യാത്രയും വടക്കോട്ടു തന്നെയായിരുന്നു. താങ്കളെന്നെ കപ്പലിനുള്ളിലേക്കു കൊണ്ടുപോയി. ഞാനപ്പോഴേക്കും തളർന്നവശനായിരുന്നു. എന്റെ ശക്തിമുഴുവൻ ക്ഷയിച്ചിരുന്നു. ദൗത്യം പൂർത്തിയാക്കാനാവാതെ ഞാൻ മൃത്യുവിന് കീഴടങ്ങുമെന്ന് എനിക്കുതോന്നി.

എന്റെ പ്രിയപ്പെട്ട വാൾട്ടൺ, ഈ യാത്രയിൽ ഞാൻ മരിക്കുകയും അവൻ ജീവിക്കുകയും ചെയ്യുകയാണെങ്കിൽ അവനെ രക്ഷപ്പെടാനനുവദിക്കരുതേ.. താങ്കളവനെ പിന്തുടർന്ന് കൊലപ്പെടുത്തി എന്റെ പ്രതികാരവാഞ്ഛയെ തൃപ്തിപ്പെടുത്തുമെന്ന് ദയവായി എനിക്കു വാക്കു നൽകിയാലും. ഞാനനുഭവിച്ചതുപോലെയുള്ള കൊടുംയാതനകൾ സഹിച്ചുകൊണ്ട് എന്റെ ദൗത്യം ഏറ്റെടുക്കുവാൻ താങ്കൾ തയാറാവണമെന്ന് ഞാനൊരിക്കലും പറയില്ല. ഞാനത്രയ്ക്ക് സ്വാർഥനല്ല. എങ്കിലും, ഞാൻ മരിച്ചുകഴിഞ്ഞാൽ അവൻ നിങ്ങളുടെ കൺമുന്നിൽ പ്രത്യക്ഷപ്പെടുകയാണെങ്കിൽ അവനെ ജീവനോടെ വിടരുത്. എന്റെ ദുഃഖങ്ങളുടെയും ദുരിതങ്ങളുടെയും മേൽ വിജയം കൊയ്യാൻ അവനെ അനുവദിക്കില്ലെന്ന് എനിക്കു വാക്കുതരണം. അവൻ കൗശലക്കാരനാണ്. വാക്ചാതുരികൊണ്ടും പ്രലോഭനങ്ങൾകൊണ്ടും ആരെയും തന്റെ വരുതിയിലാക്കാൻ അവനുകഴിയും. ഞാനുമൊരിക്കൽ അതനുഭവിച്ചതാണ്. അവന്റെ രൂപംപോലെതന്നെ ഭയങ്കരമാണ് അവന്റെ മനസും. അതിൽ നിറയെ ചതിയും പകയുമാണ്. അവനെ ഒരിക്കലും വിശ്വസിക്കരുത്. അവനെ കാണുന്ന മാത്രയിൽ പ്രിയപ്പെട്ട വില്യമിന്റെയും എലിസബത്തിന്റെയും ജസ്റ്റിന്റെയും ക്ലേർവലിന്റെയും അച്ഛന്റെയും പിന്നെ ശപിക്കപ്പെട്ട എന്റെയും ആത്മാവിനുവേണ്ടി അവന്റെ നെഞ്ചിലേക്കു താങ്കളുടെ വാൾ കുത്തിയിറക്കണം. വാൾമുനയുടെ ലക്ഷ്യം തെറ്റാതെ നോക്കാൻ ഞാൻ അടുത്തുതന്നെയുണ്ടാകും..

വാൾട്ടൺ കഥതുടരുന്നു...

ആഗസ്റ്റ് 26, 17–

വിചിത്രവും ഭീകരവുമായ ഈ കഥ നീ വായിച്ചില്ലേ മാർഗരറ്റ്? നിന്റെ രക്തം തണുത്തുറഞ്ഞു പോയതായി തോന്നുന്നില്ലേ? എന്റെ സ്ഥിതിയും മറിച്ചല്ല. ചിലസമയങ്ങളിൽ തീവ്രമായ ഹൃദയവേദനയാൽ കഥതുടരുവാൻ അദ്ദേഹത്തിനു കഴിഞ്ഞിരുന്നില്ല. അദ്ദേഹത്തിന്റെ മനോഹരമായ കണ്ണുകളിൽ ഞാനിപ്പോൾ കാണുന്നത് കടുത്തധാർമിക രോഷത്തിന്റെ കനലുകളാണ്, ചിലപ്പോൾ തന്റെ വികാരക്ഷോഭങ്ങളെല്ലാം മനസിലടക്കിവെച്ച് അദ്ദേഹം തന്റെ കഥതുടർന്നു. എന്നാൽ അതിനുശേഷം, പൊട്ടിത്തെറിക്കുന്ന ഒരഗ്നിപർവതം പോലെ അദ്ദേഹത്തിന്റെ മുഖംമാറുകയും അവിടെ വന്യമായ ക്രോധം പരക്കുകയും ചെയ്തിരുന്നു.

അദ്ദേഹത്തിന്റെ കഥയിൽ അതിശയോക്തി അൽപ്പവുമില്ലെന്ന് എനിക്കറിയാം. സാഫിയുടെയും ഫെലിക്സിന്റെയും കത്തുകൾ അദ്ദേഹം എന്നെകാണിച്ചിരുന്നു. കൂടാതെ ആ രാക്ഷസനെ ഞാനൊരിക്കൽ കപ്പലിൽ നിന്നും കണ്ടതുമാണ്. എങ്കിലും എനിക്കിത് ഉൾക്കൊള്ളാനാവുന്നില്ല. അത്തരമൊരു രാക്ഷസൻ ഉണ്ടായിരിക്കുമോ? എനിക്കതിൽ സംശയമില്ല. എങ്കിലും അതേക്കുറിച്ചാലോചിക്കുമ്പോൾ അത്ഭുതവും അമ്പരപ്പും എന്നെവലയ്ക്കുന്നു.

തന്റെ കഥമുഴുവനും ഞാൻ രേഖപ്പെടുത്തിയിട്ടുണ്ടെന്ന് ഫ്രാങ്കെൻസ്റ്റീൻ മനസിലാക്കിയിരുന്നു. അതിനെത്തുടർന്ന് അതെല്ലാം കാണണമെന്ന് അദ്ദേഹം ആവശ്യപ്പെടുകയുണ്ടായി. ചിലസ്ഥലങ്ങളിൽ വെട്ടിത്തിരുത്തിയും ചിലയിടങ്ങളിൽ കൂട്ടിച്ചേർത്തും അദ്ദേഹം അത് പൂർണമാക്കിത്തന്നു.

ഒരാഴ്ചകൂടി കഴിഞ്ഞു. സങ്കൽപ്പമോ ഭാവനയോ അൽപ്പവുമില്ലാത്ത അദ്ദേഹത്തിന്റെ വിചിത്രകഥകൾ കേട്ടുകൊണ്ടിരിക്കെ എന്റെ മനസിൽ നിന്നും മറ്റെല്ലാം മാഞ്ഞുപോയി. അദ്ദേഹത്തെ ആശ്വസിപ്പിക്കാൻ ഞാനാഗ്രഹിച്ചിരുന്നെങ്കിലും ജീവിതത്തിൽ എല്ലാ ആശയുമറ്റ ഒരു നിർഭാഗ്യവാനെ എന്തുപറഞ്ഞാണ് എനിക്ക് ആശ്വസിപ്പിക്കാനാവുക! എനിക്കതിനാവില്ല. മരണത്തിന്റെ നിത്യശാന്തതയിലേക്കാഴ്ന്നിറങ്ങിയാൽ മാത്രമേ ഇനി അദ്ദേഹത്തിന് ആശ്വാസം ലഭിക്കുകയുള്ളു. എന്നിരുന്നാലും ഏകാന്തതയിലും ജ്വരമൂർച്ഛയിലും ആശ്വാസം കണ്ടെത്താൻ അദ്ദേഹം ശ്രമിച്ചിരുന്നു. സ്വപ്നത്തിൽ സ്നേഹിതന്മാരുമായി സംസാരിക്കുന്നതായും അതുവഴി തനിക്ക് അങ്ങേയറ്റം ആശ്വാസം ലഭിക്കുന്നതായും ഫ്രാങ്കെൻസ്റ്റീന് തോന്നിയിരുന്നു. വിദൂരസ്ഥമായ ഏതോ ലോകത്തിൽനിന്നും തന്റെ പ്രതികാര നിർവഹണത്തിന് കരുത്തുപകരുവാൻ എത്തിയിരിക്കുകയാണ് അവരെന്നും അദ്ദേഹത്തിനു തോന്നിയിരുന്നു.

ഞങ്ങളുടെ സംഭാഷണം അദ്ദേഹത്തിന്റെ ദൗർഭാഗ്യങ്ങളിലും ദുരന്തകഥയിലും മാത്രം ഒതുങ്ങിനിന്നിരുന്നില്ല എന്നതാണു സത്യം. എല്ലാ വിഷയത്തിലും ഫ്രാങ്കെൻസ്റ്റീൻ വിസ്മയാവഹമായ അറിവ് പ്രകടിപ്പി

ച്ചിരുന്നു. ഹൃദ്യമായി സംസാരിക്കാൻ അദ്ദേഹത്തിനുള്ള കഴിവ് അപാരമായിരുന്നു. തന്റെ ദൗർഭാഗ്യങ്ങളെപ്പറ്റിയുള്ള ആഖ്യാനം കണ്ണീരോടുകൂടി മാത്രമേ എനിക്കു കേൾക്കാനായിട്ടുള്ളൂ.

നല്ലകാലത്ത് എത്ര നല്ല വ്യക്തിത്വത്തിനുടമയായിരുന്നിരിക്കണം ഈ മനുഷ്യൻ! ഇപ്പോൾ ആകെതകർന്ന ഈ അവസ്ഥയിൽപ്പോലും അദ്ദേഹം പ്രകടിപ്പിക്കുന്ന മാന്യതയും വിവേകവും എത്ര ആദരണീയമാണ്!

"ചെറുപ്പത്തിൽ ഒരുവലിയ ദൗത്യം ഏറ്റെടുക്കാൻ വിധിക്കപ്പെട്ടവനാണ് ഞാനെന്ന് എനിക്കു തോന്നിയിരുന്നു." അദ്ദേഹം പറഞ്ഞു. "സഹജീവികൾക്ക് ഉപകാരപ്പെടേണ്ട കഴിവുകൾ ഉപയോഗിക്കാതിരിക്കുന്നത് വലിയ കുറ്റമായിട്ടാണ് ഞാൻ കരുതിയിരുന്നത്. പക്ഷേ, മഹത്തരമാണെന്നു കരുതി ഞാൻ നടത്തിയ പ്രവൃത്തി ഇന്നെന്നെ ദുരന്തത്തിന്റെ നടുക്കടലിലെത്തിച്ചിരിക്കുന്നു. എന്റെ എല്ലാസ്വപ്നങ്ങളും തകർന്നുപോയിരിക്കുന്നു. നിത്യമായ നരകത്തിൽ ഞാൻ ബന്ധനസ്ഥനായിരിക്കുന്നു. മുമ്പ് എത്ര ആവേശഭരിതനും ആഹ്ലാദവാനുമായിരുന്നു ഞാൻ! ഇന്നിപ്പോൾ നിരാശയുടെ അഗാധഗർത്തത്തിൽ മുങ്ങിത്താഴുകയാണ്. സ്നേഹിതാ, പഴയകാലത്തെ എന്നെ നിങ്ങൾക്കു പരിചയമുണ്ടായിരുന്നെങ്കിൽ എന്റെ ഇപ്പോഴത്തെ ഈ രൂപം താങ്കളെ അമ്പരപ്പിക്കുമായിരുന്നു..."

പാവം ഫ്രാങ്കെൻസ്റ്റീൻ. അദ്ദേഹത്തെപ്പോലെ ഉത്തമനായ ഒരു വ്യക്തിയെ നഷ്ടപ്പെടാൻ ഞാനാഗ്രഹിക്കുന്നില്ല. ഇത്രയും കാലം ഞാൻ തേടിനടന്നിരുന്ന ഉത്തമസ്നേഹിതനാണ് അദ്ദേഹം. അദ്ദേഹത്തെ എനിക്ക് നഷ്ടപ്പെടുമോ എന്നാണെന്റെ ഭയം. ജീവിതത്തിലേക്ക് ഞാൻ അദ്ദേഹത്തെ അടുപ്പിക്കാൻ ശ്രമിച്ചെങ്കിലും അദ്ദേഹം അത് തള്ളിക്കളയുകയാണ്.

സെപ്തംബർ 2

പ്രിയപ്പെട്ട സഹോദരീ,

ഭയങ്കരമായ ആപത്തിന്റെ നടുവിലാണ് ഞങ്ങൾ. പ്രിയപ്പെട്ട ഇംഗ്ലണ്ടിനെയും അവിടുത്തെ സുഹൃത്തുക്കളെയും ഇനി കാണുമെന്ന് യാതൊരു പ്രതീക്ഷയുമില്ല. കപ്പലിനെപ്പോലും തകർക്കാൻ പറ്റുന്ന ഹിമപർവതങ്ങളാണ് ചുറ്റും. ധീരന്മാരായ എന്റെ സഹപ്രവർത്തകർ സഹായത്തിനായി എന്നെനോക്കുകയാണ്. അവരെ സഹായിക്കാനാകുമോ എന്ന് എനിക്കൊരു നിശ്ചയവുമില്ല. എങ്കിലും ധൈര്യവും പ്രതീക്ഷയും ഞാൻ കൈവിട്ടില്ല. അതേസമയം എന്റെ സഹപ്രവർത്തകരുടെ ജീവൻ ഞാൻമൂലം അപകടത്തിലായിരിക്കുന്നല്ലോ എന്ന ചിന്ത എന്നെ വല്ലാതെ അലട്ടുന്നുമുണ്ട്. ഞാനേറ്റെടുത്ത ഈ ഭ്രാന്തൻപദ്ധതിയാണ് എല്ലാ പ്രശ്നങ്ങളുമുണ്ടാക്കിയത്.

നിർഭാഗ്യവാനായ എന്റെ സ്നേഹിതൻ ഈ ആപത്തുകൾക്കിടയിലും എനിക്കു പ്രതീക്ഷനൽകുവാൻ പരമാവധി ശ്രമിക്കുന്നുണ്ട്. ജീവിതം വിലമതിക്കാനാവാത്ത നിധിയെന്ന പോലെയാണ് അദ്ദേഹം

സംസാരിക്കുന്നത്. മറ്റുനാവികർക്കും യാത്രയ്ക്കിടയിൽ ഇത്തരം വെല്ലുവിളികളും വൈതരണികളും നേരിടേണ്ടിവന്നിട്ടുണ്ടെന്നു പറഞ്ഞ് അദ്ദേഹം ഞങ്ങൾക്കെല്ലാം ധൈര്യവും പ്രതീക്ഷയും പകർന്നുകൊണ്ടിരിക്കുന്നു. അദ്ദേഹത്തിന്റെ വാക്കുകൾക്ക് ചെവിയോർക്കുമ്പോൾ പ്രതിബന്ധമായി നിൽക്കുന്ന ഹിമപർവതങ്ങളെല്ലാം വെറും മൺപുറ്റുകളായാണ് ഞങ്ങൾക്കു തോന്നുന്നത്. ആ മനുഷ്യന്റെ ദൃഢനിശ്ചയത്തിനു മുന്നിൽ അതെല്ലാം അലിഞ്ഞുപോകുമെന്നും ഞങ്ങൾ കരുതുന്നു. പക്ഷേ ഈ തോന്നലുകളൊന്നും അധികനേരം നിലനിൽക്കുന്നില്ല എന്നതാണ് സത്യം. പ്രതീക്ഷ നശിക്കുമ്പോൾ അവർ ലഹളയുണ്ടാക്കുമോ എന്നഭീതിയിലാണ് ഞാൻ.

സെപ്തംബർ 5

അസാധാരണമായ ഒരുരംഗത്തിനു ഞാനിപ്പോൾ സാക്ഷ്യം വഹിച്ചതേയുള്ളൂ. ഒരുപക്ഷേ ഈകത്ത് നിനക്കൊരിക്കലും കിട്ടിയില്ലെന്നുവരാം. എങ്കിലും ഇത് രേഖപ്പെടുത്താതിരിക്കാൻ എനിക്ക് കഴിയില്ല. ഇപ്പോഴും മഞ്ഞുമലകളുടെ നടുവിലാണ് ഞങ്ങൾ. അവയിൽത്തട്ടി കപ്പൽ തകർന്നുപോകുമോ എന്ന ഭീഷണി ഇപ്പോഴും മാറിയിട്ടില്ല. തണുപ്പ് അസഹനീയമായിരിക്കുന്നു. എന്റെ സഹപ്രവർത്തകരിൽ പലരും അവരുടെ കുഴിമാടം ഈ വിജനപ്രദേശത്ത് കണ്ടെത്തിക്കഴിഞ്ഞു. ഫ്രാങ്കെൻസ്റ്റീന്റെ ആരോഗ്യം ദിനംപ്രതി ക്ഷയിച്ചുകൊണ്ടിരിക്കുകയാണ്. ജ്വരമൂർച്ഛയുടെ തീ അദ്ദേഹത്തിന്റെ കണ്ണുകളിൽ ഇപ്പോഴും എരിയുന്നുണ്ട്. എന്തെങ്കിലും ചെയ്യാൻ തുടങ്ങുമ്പോഴേക്ക് തളർന്നുവീഴുകയാണാ മനുഷ്യൻ.

കഴിഞ്ഞകത്തിൽ കപ്പലിൽ ഒരു ലഹളയുണ്ടാകാനുള്ള സാധ്യതയെപ്പറ്റി ഞാൻ സൂചിപ്പിച്ചിരുന്നില്ലേ? ഇന്നുരാവിലെ രോഗശയ്യയിൽ കിടക്കുന്ന എന്റെ സ്നേഹിതനെ നിരീക്ഷിച്ചു കൊണ്ടിരിക്കുമ്പോൾ അരഡസൻ നാവികർ എന്റെ ക്യാബിനിലേക്കുവന്നു. മറ്റുള്ളവർ അവരുടെ പ്രതിനിധികളായി തങ്ങളെ ഒരപേക്ഷയുമായി ഇവിടേക്ക് അയച്ചതാണെന്ന് അവരുടെ നേതാവ് പറഞ്ഞു. നീതിയുടെ പേരിൽ എനിക്കു നിരസിക്കാനാവാത്ത ഒരു അപേക്ഷയാണെന്നാണ് അയാളതിനെ വിശേഷിപ്പിച്ചത്. ഞങ്ങളെല്ലാം മഞ്ഞുമലകൾക്കിടയിൽ കുടുങ്ങിക്കിടക്കുകയാണല്ലോ... ചിലപ്പോൾ മഞ്ഞുരുകി വഴിതെളിയുകയാണെങ്കിൽ കപ്പൽ മുന്നോട്ടു കൊണ്ടുപോകുന്ന പക്ഷം പുതിയ അപകടങ്ങളിൽ ചെന്നുപെടാൻ സാധ്യതയുണ്ടെന്നും അതിനാൽ വഴിതെളിഞ്ഞാലുടനെ യാത്ര മതിയാക്കി കപ്പൽ തിരിച്ചുവിടണമെന്നുമായിരുന്നു അവരുടെ ആവശ്യം.

ഞാനാകെ ചിന്താകുഴപ്പത്തിലായി. തിരിച്ചുപോകുന്നതിനെക്കുറിച്ചൊന്നും ഞാൻ ചിന്തിച്ചിട്ടില്ലായിരുന്നു. പക്ഷേ, അവരുടെ ആവശ്യം എനിക്ക് നിരസിക്കാനാവുമോ? എന്തുപറയണമെന്നറിയാതെ ഞാൻ കുഴങ്ങി. അതുവരെ നിശ്ശബ്ദനായി തളർന്നുകിടക്കുകയായിരുന്നു ഫ്രാങ്കെൻസ്റ്റീൻ. അദ്ദേഹത്തിന്റെ കണ്ണുകൾ തിളങ്ങുകയും കവിളുക

ളിൽ നൈമിഷികമായ ഒരു ഓജസിന്റെ അരുണിമ പടരുകയും ചെയ്തു. നാവികർക്കുനേരെ തിരിഞ്ഞ് ക്ഷീണിത സ്വരത്തിൽ അദ്ദേഹംപറഞ്ഞു.

"നിങ്ങളെന്താണുദ്ദേശിക്കുന്നത്? നിങ്ങളെന്താണ് നിങ്ങളുടെ ക്യാപ്റ്റനോട് ആവശ്യപ്പെടുന്നത്? ഇത്രവേഗം നിങ്ങളുടെ പദ്ധതികളെല്ലാം ഉപേക്ഷിക്കുകയാണോ? ഇതൊരു മഹത്തായ പര്യടനമല്ലേ? എന്തുകൊണ്ടാണിത് മഹത്തരമായത്? നിങ്ങളുടെ പാത ശാന്തവും അപകടരഹിതവുമായതുകൊണ്ടല്ല; നേരെമറിച്ച് വലിയ അപകടങ്ങളും ഭീതിയും നിറഞ്ഞിരിക്കുന്നതു കൊണ്ടാണ്. അത്യാഹിതങ്ങളും മരണവും പതിയിരിക്കുന്നതുകൊണ്ടാണ്... ധൈര്യശാലികളായ നിങ്ങൾ അതെല്ലാം തരണം ചെയ്ത് മുന്നേറണം. നിങ്ങളുടെ ധൈര്യവും സമചിത്തതയും എവിടെയും പ്രകീർത്തിക്കപ്പെടും. മാനവരാശിക്ക് മുഴുവൻ നിങ്ങൾ മാതൃകയായിരിക്കും. തണുപ്പും ഭയവും സഹിക്കാനാവാതെ ചെറിയൊരു അത്യാഹിതം വന്നണഞ്ഞപ്പോഴേക്കും തിരിച്ചുപോന്ന ഭീരുക്കളായി മുദ്രകുത്തപ്പെടാൻ നിങ്ങൾ ആഗ്രഹിക്കുന്നുണ്ടോ? ഇത്രയും ദൂരം നിങ്ങൾ സഞ്ചരിച്ചത് ഈയൊരു നാണക്കേട് സമ്പാദിക്കാനാണോ? നിങ്ങളുടെ ക്യാപ്റ്റനെപ്പോലും വലിയൊരു തോൽവിയുടെ നാണക്കേടിലേക്കാണ് നിങ്ങൾ വലിച്ചിഴയ്ക്കുന്നത്. പ്രിയപ്പെട്ടവരെ, ധീരന്മാരായിരിക്കൂ... ലക്ഷ്യങ്ങളിൽ ഉറച്ചുനിൽക്കൂ; പാറപോലെ; നിങ്ങളുടെ മനസിനേക്കാൾ ഒട്ടും കട്ടിയില്ലാത്തതാണ് ഈ മഞ്ഞ്. അത് ഉരുകിയൊലിക്കുക തന്നെ ചെയ്യും. നിങ്ങളെ തടയാൻ അതിനാവില്ല. നെറ്റിയിൽ അപമാനത്തിന്റെ മുദ്രയുമായി തിരിച്ചുപോകുന്നതിനേക്കാൾ ഏറ്റെടുത്ത ദൗത്യത്തിൽ വിജയം വരിച്ച് ധീരന്മാരെപ്പോലെ നാട്ടിലെത്തുവിൻ."

ആവേശഭരിതനായിട്ടാണ് ഫ്രാങ്കെൻസ്റ്റീൻ അതുപറഞ്ഞത്. അതിന്റെ മാസ്മരികതയിൽ നാവികർ തരിച്ചിരുന്നുപോയി. എന്താണ് പറയേണ്ടതെന്നറിയാതെ അവർ പരസ്പരം നോക്കി. തൽക്കാലം പോയി വിശ്രമിക്കാനും പറഞ്ഞ കാര്യങ്ങളെപ്പറ്റി ഒന്നുകൂടി ആലോചിക്കാനും ഞാനവരോടു പറഞ്ഞു. അവരുടെ ഇഷ്ടത്തിനെതിരെ ഞാനൊരിക്കലും കപ്പൽ വടക്കോട്ടു കൊണ്ടുപോകില്ലെന്ന് ഞാനവർക്ക് ഉറപ്പുനൽകി.

അവർ തിരിച്ചുപോയി. ഞാൻ പിന്നീട് എന്റെ സ്നേഹിതന്റെ നേരെ തിരിഞ്ഞു. പക്ഷേ, അദ്ദേഹം അപ്പോഴേക്കും തളർന്ന് മൃതപ്രായനായി ത്തീർന്നിരുന്നു.

ഈയാത്ര എങ്ങനെയാണവസാനിക്കുകയെന്ന് എനിക്കൊരു രൂപവുമില്ല. ഏറ്റെടുത്ത ദൗത്യം പൂർത്തീകരിക്കാനാവാതെ അപമാനഭാരത്തോടെ നാട്ടിലേക്കു മടങ്ങുന്നതിനേക്കാൾ മരിക്കാനാണ് ഞാനിഷ്ടപ്പെടുന്നത്. എങ്കിലും അത്തരമൊരു അപമാനം ഏറ്റുവാങ്ങാനായിരിക്കുമോ എന്റെ വിധിയെന്നോർത്ത് ഞാൻ ഭയപ്പെടുകയും ചെയ്യുന്നു.

സെപ്തംബർ 7

മരണം ഞങ്ങൾക്കു ചുറ്റും വലവിരിച്ചിരിക്കുകയാണ്. അവിടെ കിടന്നു നശിച്ചില്ലെങ്കിൽ യാത്രമതിയാക്കി നാട്ടിലേക്കു തിരിച്ചുപോകാമെന്ന് ഞാൻ നാവികർക്ക് വാക്കുനൽകിയിരിക്കുകയാണ്. എന്റെ പ്രതീക്ഷകളെല്ലാം തകർന്നിരിക്കുന്നു. നിരാശനായി ഞാൻ തിരിച്ചു വരികയാണ്. ഈ പ്രവൃത്തിയെ ന്യായീകരിക്കുവാൻ ഒരു തത്വശാസ്ത്രത്തിനും കഴിയില്ലെന്നതാണ് സത്യം...

സെപ്തംബർ 12

എല്ലാം കഴിഞ്ഞു. ഞാൻ ഇംഗ്ലണ്ടിലേക്കു തിരിക്കുകയാണ്. നേട്ടങ്ങളെക്കുറിച്ചും പ്രശസ്തിയെക്കുറിച്ചുമുള്ള പ്രതീക്ഷകളെല്ലാം നഷ്ടപ്പെട്ടു. എന്റെ കൂട്ടുകാരനെ എനിക്കു നഷ്ടമായി. അവയെല്ലാം വിശദമായിത്തന്നെ ഞാനെഴുതാം. ഞാനിപ്പോൾ ഇംഗ്ലണ്ടിലേക്ക് എത്തിക്കൊണ്ടിരിക്കുകയാണ്.

സെപ്തംബർ ഒമ്പതിന് മഞ്ഞുമലകൾ നീങ്ങാൻതുടങ്ങി. ദൂരെ, അവ പൊട്ടിത്തകരുന്ന ശബ്ദം ഇടിമുഴക്കങ്ങൾ പോലെ കേൾക്കാമായിരുന്നു. വലിയ വലിയ മഞ്ഞുദ്വീപുകൾ പൊട്ടിയടർന്നുകൊണ്ടിരുന്നു. ഏറ്റവും വലിയ ആപത്തിന്റെ നടുവിലായിരുന്നു ഞങ്ങൾ. പക്ഷേ ഒന്നും ചെയ്യാനാവാതെ എല്ലാം കണ്ടുനിൽക്കാനേ ഞങ്ങൾക്കു കഴിയുമായിരുന്നുള്ളൂ. അപ്പോഴത്തെ എന്റെ പ്രധാനശ്രദ്ധ എന്റെ സ്നേഹിതനിലായിരുന്നു. അദ്ദേഹത്തിന്റെ രോഗം അങ്ങേയറ്റം മൂർഛിച്ചിരുന്നു. പൂർണമായും അദ്ദേഹം ശയ്യാവലംബിയായിരുന്നു.

സെപ്തംബർ പതിനൊന്നാംതീയതി തെക്കോട്ടേക്കുള്ള വഴി തുറന്നുകിട്ടി. ഞങ്ങളുടെ യാത്ര സുഗമമായതിൽ നാവികരെല്ലാം സന്തോഷംകൊണ്ട് ആർത്തുവിളിച്ചു. മയങ്ങിക്കിടക്കുകയായിരുന്ന ഫ്രാങ്കെൻസ്റ്റീൻ അതുകേട്ട് ഉണർന്നു. എന്താണീകോലാഹലമെന്ന് അദ്ദേഹം തിരക്കി.

"അവർ ആർത്തുവിളിക്കുകയാണ്. അവർക്കുടനെ ഇംഗ്ലണ്ടിലേക്കു തിരിക്കാനാവും..." ഞാൻപറഞ്ഞു.

"എന്ത്! അപ്പോൾ നിങ്ങൾ മടങ്ങാൻ തന്നെ തീരുമാനിച്ചു?"

"അതെ; അവരുടെ ആവശ്യം എനിക്കു നിരാകരിക്കാനായില്ല. അവരുടെ ഇഷ്ടത്തിനെതിരെ എനിക്കവരെ അപകടത്തിലേക്ക് നയിക്കാനാവില്ല. അതുകൊണ്ട് തിരിച്ചു പോയേ പറ്റൂ..."

"താങ്കളുടെ ഇഷ്ടം അതാണെങ്കിൽ അങ്ങനെ ചെയ്തുകൊള്ളൂ. പക്ഷേ തിരിച്ചുപോകാൻ ഞാനുദ്ദേശിക്കുന്നില്ല. നിങ്ങൾക്കു നിങ്ങളുടെ ലക്ഷ്യം ഉപേക്ഷിക്കാം. പക്ഷേ, എനിക്കതിനാവില്ല. കാരണം ദൈവം എന്നെ വിശ്വസിച്ചേൽപ്പിച്ച ദൗത്യമാണത്. അത് വഴിയിലുപേക്ഷിക്കാൻ എനിക്ക് ധൈര്യമില്ല. ഞാൻ ദുർബലനാണ്. പക്ഷേ എന്റെ പ്രതികാരദൗത്യത്തിൽ തുണയായിട്ടുള്ള പരേതാത്മാക്കൾ എനിക്ക് ശക്തി നൽകാതിരിക്കില്ല..."

അങ്ങനെ പറഞ്ഞുകൊണ്ട് ഫ്രാങ്കെൻസ്റ്റീൻ കട്ടിലിൽ നിന്നും ചാടി

യെഴുന്നേൽക്കാൻ ശ്രമിച്ചു. പക്ഷേ തളർച്ചയുടെ കാഠിന്യംകൊണ്ട് അദ്ദേഹം മോഹാലസ്യപ്പെട്ടുവീണു.

ഏറെനേരം കഴിഞ്ഞാണ് അദ്ദേഹത്തിനു ബോധം തിരിച്ചുകിട്ടിയത്. കണ്ണുകൾ തുറന്നെങ്കിലും സംസാരിക്കാനുള്ള ശേഷി അദ്ദേഹത്തിനില്ലായിരുന്നു. ശ്വാസഗതിപോലും അങ്ങേയറ്റം വിഷമംപിടിച്ച അവസ്ഥയിലായിരുന്നു. ഡോക്ടർ അദ്ദേഹത്തിനു മരുന്ന് നൽകി. അദ്ദേഹത്തെ അലോസരപ്പെടുത്താതെ ഉറങ്ങാനനുവദിക്കണമെന്ന് ഞങ്ങളോടാവശ്യപ്പെട്ടു. ഫ്രാങ്കെൻസ്റ്റീൻ ഇനി അധികസമയം ജീവിക്കില്ലെന്ന് ഡോക്ടർ എന്നെ അറിയിച്ചു.

അങ്ങനെ അവസാനമിതാ ഫ്രാങ്കെൻസ്റ്റീന്റെ ശിക്ഷാവിധി നടപ്പിലാക്കപ്പെടുന്നു. എനിക്ക് ആ മനുഷ്യനെ രക്ഷിക്കാനാവില്ല. ക്ഷമയോടെ, ദുഃഖത്തോടെ മൃത്യു അദ്ദേഹത്തെ കീഴടക്കുന്ന ആ നിമിഷം കാത്തിരിക്കാനേ എനിക്ക് കഴിയുമായിരുന്നുള്ളൂ. അദ്ദേഹത്തിന്റെ മുഖത്തേക്കു തന്നെ സൂക്ഷിച്ചുനോക്കിക്കൊണ്ട് ഞാൻ കട്ടിലിനരികിലിരുന്നു. ആ കണ്ണുകൾ അടഞ്ഞിരിക്കുകയായിരുന്നു. അദ്ദേഹം ഉറങ്ങുകയാണെന്നാണ് ഞാൻ വിചാരിച്ചത്. പക്ഷേ പെട്ടെന്ന് അദ്ദേഹം കണ്ണുകൾ തുറന്നു, എന്നെ അരികിലേക്കു വിളിച്ചു. എന്നിട്ട് തളർന്ന ശബ്ദത്തിൽ പറഞ്ഞു.

"സുഹൃത്തേ; ഞാനിതുവരെ ആശ്രയിച്ചിരുന്ന എന്റെ ശക്തിയെല്ലാം നഷ്ടപ്പെട്ടിരിക്കുന്നു. ഞാനുടനെ മരിക്കുമെന്ന് എനിക്ക് മനസിലായിരിക്കുന്നു. എന്നാലവൻ, എന്റെ ശത്രു ഇനിയും ജീവിച്ചേക്കാം. മരണത്തിന്റെ പടിവാതിൽക്കലെത്തി നിൽക്കുമ്പോഴും എന്റെയുള്ളിൽ അണയാത്ത പ്രതികാരജ്വാലയാണെന്നു കരുതരുതേ... പക്ഷേ എന്റെ എതിരാളി മരണം അർഹിക്കുന്നവനാണെന്ന് ഞാനിപ്പോഴും വിശ്വസിക്കുന്നു. കുറച്ചുദിവസങ്ങളായി ഞാൻ ഈ കാര്യങ്ങളെക്കുറിച്ചു തന്നെ ചിന്തിക്കുകയായിരുന്നു. ഭ്രാന്തമായ ഒരാവേശം തലയ്ക്കു പിടിച്ച ഒരു നിമിഷത്തിൽ ഞാനൊരു ഭീകരനെ സൃഷ്ടിച്ചു. അവന്റെ സ്രഷ്ടാവെന്ന നിലയിൽ അവനു സുഖവും സന്തോഷവും പ്രദാനം ചെയ്യേണ്ടത് എന്റെ കടമയായിരുന്നു. എന്നാൽ അതിനേക്കാൾ വലിയ മറ്റൊരു കടമ എനിക്ക് നിറവേറ്റേണ്ടതുണ്ടായിരുന്നു. എന്റെ സഹജീവികളുടെ സമാധാന ജീവിതം ഉറപ്പുവരുത്തേണ്ടത് എന്റെ ഏറ്റവും പ്രധാനപ്പെട്ട കടമയായിരുന്നു. അതുകൊണ്ടാണ് ഞാനവന് ഒരു ഇണയെ സൃഷ്ടിച്ചു നൽകാതിരുന്നത്. എന്റെ നിലപാട് അവനിൽ കടുത്ത പകയും വിദ്വേഷവും സൃഷ്ടിച്ചു. അതിനെത്തുടർന്ന് എന്റെ പ്രിയപ്പെട്ടവരെയെല്ലാം അവൻ കൊന്നു. അവനെ നശിപ്പിക്കേണ്ടത് എന്റെ കടമയായിരുന്നു. പക്ഷേ, എനിക്കതിനു കഴിഞ്ഞില്ല. ഈ ദൗത്യം താങ്കൾ ഏറ്റെടുക്കണമെന്ന് ഞാൻ വീണ്ടും അപേക്ഷിക്കുകയാണ്. എങ്കിലും ഇതിനുവേണ്ടി താങ്കൾ സ്വന്തം രാജ്യത്തെയും കൂട്ടുകാരെയും ഉപേക്ഷിക്കണമെന്ന് ഞാൻ പറയില്ല. താങ്കൾ ഇംഗ്ലണ്ടിലേക്കു തിരിച്ചുപോവുകയാണെങ്കിൽ ആ രാക്ഷ

സനെ കണ്ടുമുട്ടാനുള്ള സന്ദർഭം വളരെ വിരളമായിരിക്കും. എല്ലാകാര്യങ്ങളും കണക്കിലെടുത്തുകൊണ്ട് ഉചിതമായതെന്താണെന്നു താങ്കൾ തീരുമാനിച്ചുകൊള്ളൂ. എനിക്കു ശരിയെന്നു തോന്നുന്ന കാര്യങ്ങൾ ചെയ്യുവാൻ നിങ്ങളോടാവശ്യപ്പെടുന്നത് നീതിയല്ലെന്ന് എനിക്കറിയാം. കാരണം മനസിൽ നിറഞ്ഞിരിക്കുന്ന വികാരവിക്ഷോഭങ്ങളാൽ ഞാൻ ചിന്തിക്കുന്നതും പറയുന്നതും ശരിയായിക്കൊള്ളണമെന്നില്ല.

ആ ഭീകരസത്വം എല്ലാവരേയും ഉപദ്രവിക്കാനായി ജീവിക്കുമല്ലോ എന്നാലോചിക്കുമ്പോൾ എന്റെ മനസ്സ് വല്ലാതെ അസ്വസ്ഥമാവുന്നു. അതൊഴിച്ചു നിർത്തിയാൽ എന്റെ ജീവിതത്തിലെ ഏറ്റവും സന്തോഷകരമായ ഒരു മുഹൂർത്തമാണിത്. പ്രിയപ്പെട്ട പരേതാത്മാക്കൾ എന്റെ മുന്നിലൂടെ കടന്നുപൊയ്ക്കൊണ്ടിരിക്കുന്നത് ഞാൻ കാണുന്നുണ്ട്. അവരുടെ കൂടെ ചേരുവാൻ എനിക്കു ധൃതിയായി. വാൾട്ടൺ, വിടതരൂ... പ്രിയ സ്നേഹിതാ, മനഃശാന്തിയിലാണ് നാം നമ്മുടെ ആഹ്ലാദം തിരയേണ്ടത്... ശാസ്ത്രത്തിലും കണ്ടുപിടിത്തങ്ങളിലുമുള്ള അമിതമായ വിശ്വാസവും അഭിലാഷങ്ങളും ദയവായി ഉപേക്ഷിക്കൂ... ഒരുപക്ഷേ അവ നിങ്ങളെ മഹാനാക്കിയേക്കാം. എങ്കിലും അവ നിങ്ങളുടെ സ്വസ്ഥത തകർക്കുക തന്നെചെയ്യും...

അപ്പോഴേക്കും അദ്ദേഹത്തിന്റെ സ്വരം ദുർബലമായി. അവസാനം അദ്ദേഹം മൗനത്തിന്റെ ആഴങ്ങളിലമർന്നു. ഏകദേശം അരമണിക്കൂറിനുശേഷം ഒരിക്കൽക്കൂടി അദ്ദേഹം സംസാരിക്കാൻ ഒരുശ്രമം നടത്തി. പക്ഷേ അത് വിജയിച്ചില്ല. ദുർബലമായി അദ്ദേഹം എന്റെ കൈയിൽ പിടിച്ചമർത്തി. എന്നെന്നേക്കുമായി ആ കണ്ണുകളടഞ്ഞു. ആ സമയത്തു തന്നെ അദ്ദേഹത്തിന്റെ ചുണ്ടുകളിൽ ഒരു ചെറുപുഞ്ചിരി മിന്നിമറയുകയും ചെയ്തു.

മാർഗരറ്റ്, മഹാനായ എന്റെ സുഹൃത്തിന്റെ ആകസ്മികമായ മരണത്തിൽ എന്റെ ദുഃഖവും വേദനയും എത്രയാണെന്നു വിവരിക്കാൻ എനിക്കു വാക്കുകളില്ല. എന്റെ കണ്ണുകൾ നിറഞ്ഞൊഴുകുന്നു. നിരാശയുടെ ഒരുവലിയ കാർമേഘം എന്റെ മേൽ നിഴൽ വീഴ്ത്തിയിരിക്കുന്നു. ഞാൻ ഇംഗ്ലണ്ടിലേക്കു തിരിക്കുകയാണ്. ഒരുപക്ഷേ, അവിടെ നിന്നും എനിക്കൽപ്പം മനഃശാന്തി കിട്ടിയേക്കും.

പെട്ടെന്നിതാ എന്റെ എഴുത്തിനു തടസം നേരിടുന്നു. അർധരാത്രിയായിരിക്കുന്നു. ഇളംകാറ്റ് വീശുന്നുണ്ട്. നിശ്ശബ്ദമായ ആ അന്തരീക്ഷത്തിൽ അതാ വീണ്ടും ആ ശബ്ദം. ഒരു മനുഷ്യശബ്ദമല്ലേ അത്. എന്നാൽ സാധാരണ മനുഷ്യശബ്ദത്തേക്കാൾ പരുക്കനാണു ശബ്ദം. ഫ്രാങ്കെൻസ്റ്റീന്റെ മൃതദേഹം കിടന്നിരുന്ന മുറിയിൽ നിന്നാണ് ആ ശബ്ദം കേൾക്കുന്നത്. അതെന്താണെന്നു പോയി നോക്കേണ്ടിയിരിക്കുന്നു.

ഓ; ദൈവമേ; എന്തൊരു വല്ലാത്ത കാഴ്ചയാണ് ഞാനവിടെ കണ്ടത്! ഇപ്പോൾ പോലും അതിനെക്കുറിച്ചോർക്കുമ്പോൾ എനിക്ക് തലചുറ്റലുണ്ടാകുന്നു. ആ കാഴ്ചയെക്കുറിച്ച് വിവരിക്കാനുള്ള ശക്തിപോലും എനി

ക്കില്ലെന്നാണ് തോന്നുന്നത്. എങ്കിലും ഞാൻ രേഖപ്പെടുത്തി വച്ചിട്ടുള്ള കഥ, ഭീകരവും അമ്പരപ്പിക്കുന്നതുമായ ഈ രംഗമില്ലെങ്കിൽ അപൂർണമായിതീരുമല്ലോ എന്നതുകൊണ്ടു മാത്രം ഞാനിതിവിടെ ചേർക്കുകയാണ്.

എന്റെ നിർഭാഗ്യവാനായ സ്നേഹിതന്റെ ഭൗതികശരീരം കിടന്നിരുന്ന മുറിയിലേക്കു ചെന്നപ്പോൾ കണ്ടകാഴ്ച എന്താണെന്നോ? വാക്കുകൾ കൊണ്ട് ഒരിക്കലും വിവരിക്കാനാവാത്തവിധം ഭയാനകവും വൃത്തികെട്ടതുമായ ഒരു വലിയസത്വം ഫ്രാങ്കെൻസ്റ്റീന്റെ മൃതദേഹത്തിനുമീതെ കുനിഞ്ഞുനിൽക്കുകയായിരുന്നു. ഭീമാകാരവും കാണുന്നമാത്രയിൽ അറപ്പും വെറുപ്പും ഉളവാക്കുന്നതുമായ ഒരു വല്ലാത്ത രൂപമായിരുന്നു അത്. അവയവങ്ങൾക്കൊന്നും ഒരു പൊരുത്തവും ഇല്ലായിരുന്നു. ശവപ്പെട്ടിയിലേക്കു കുനിഞ്ഞുനിൽക്കുകയായിരുന്നു. അതിന്റെ മുഖം നീണ്ട, പരുക്കൻ മുടിച്ചുരുളുകളാൽ മറഞ്ഞിരുന്നു. അതിന്റെ ഒരുകൈ മുന്നോട്ടു നീട്ടിവച്ചിരിക്കുകയായിരുന്നു. ഒരു ശവത്തിന്റേതുപോലെ വിളറിവെളുത്തതായിരുന്നു ആ കൈ.

ദുഃഖവും ഭയവും കലർന്ന ഒരു വികൃതശബ്ദം പുറപ്പെടുവിച്ചുകൊണ്ടിരുന്ന ആ സത്വം എന്റെ കാലടിശബ്ദം കേട്ടമാത്രയിൽ ജനലിനരികിലേക്കു കുതിച്ചു. അവന്റെ മുഖം പോലെ ഭയാനകമായ മറ്റൊന്നും ഞാനിതുവരെ കണ്ടിട്ടില്ല. ആ ഭീകരദൃശ്യം കാണാനാവാതെ എന്റെ കണ്ണുകൾ താനേ അടഞ്ഞുപോയി. പെട്ടെന്ന് ഫ്രാങ്കെൻസ്റ്റീൻ പറഞ്ഞ കാര്യം എന്റെ ഓർമയിലെത്തി. ഞാനവനോട് അവിടെ നിൽക്കാൻ പറഞ്ഞു.

അമ്പരപ്പോടെ എന്നെ നോക്കിക്കൊണ്ട് അവൻ ജനലിനരികിൽ നിന്നു. പിന്നെ വീണ്ടും തന്റെ സ്രഷ്ടാവിന്റെ നിർജീവ ശരീരത്തിന്റെ നേരെതിരിഞ്ഞ് എന്റെ സാന്നിധ്യം പോലും മറന്നപോലെ ഇങ്ങനെ പറഞ്ഞു.

"ഇതും എന്റെ ഇരതന്നെ. ഇതോടുകൂടി എന്റെ കുറ്റകൃത്യങ്ങളെല്ലാം പൂർത്തിയായിരിക്കുകയാണ്. എന്റെ ജീവിതത്തിലെ ദുരിതപൂർണമായ സംഭവഗതികൾക്കിതാ അവസാനമാവുന്നു. ഓ ഫ്രാങ്കെൻസ്റ്റീൻ, ഉദാരമനസ്കനും ആത്മത്യാഗിയുമായിരുന്ന മനുഷ്യാ.. ഞാനിപ്പോൾ നിങ്ങളോടു ക്ഷമചോദിച്ചിട്ട് എന്താണു പ്രയോജനം? നിങ്ങളുടെ പ്രിയപ്പെട്ടതെല്ലാം നശിപ്പിച്ചുകൊണ്ട് ഞാൻ നിങ്ങളെയും നശിപ്പിച്ചിരിക്കുന്നു... ഓ, കഷ്ടം. ഇയാളുടെ ശരീരം തണുത്തുറഞ്ഞിരിക്കുന്നു. ഇനി ഇയാളൊന്നും മിണ്ടില്ല.."

ദുഃഖംകൊണ്ട് തൊണ്ടയിടറിക്കൊണ്ടാണ് അവനിതു പറഞ്ഞത്. അതുകേട്ടപ്പോൾ സത്യത്തിൽ എനിക്കവനോടു സഹതാപം തോന്നി. അവനെ കാണുന്നമാത്രയിൽ വകവരുത്തണമെന്നുള്ള എന്റെ പ്രിയസ്നേഹിതൻ മരണസമയത്ത് അപേക്ഷിച്ചിരുന്ന കാര്യം ഞാനപ്പോൾ ഓർത്തതേയില്ല. ഞാൻ ആ ഭീകരന്റെ നേരെ ചെന്നു. ഒരിക്കൽക്കൂടി അവന്റെ നേരെ കണ്ണുകളുയർത്തി നോക്കുവാനുള്ള ധൈര്യം എനിക്കുണ്ടായിരു

ന്നില്ല. അവന്റെ വൈരൂപ്യത്തിൽ ഭയാനകമായ എന്തോ ഉണ്ടായിരുന്നു. ഞാൻ സംസാരിക്കാൻ ശ്രമിച്ചെങ്കിലും വാക്കുകൾ തൊണ്ടയിൽ കുരുങ്ങി നിൽക്കുകയായിരുന്നു. അവനാണെങ്കിൽ ആത്മനിന്ദാപരമായി സംസാരിച്ചുകൊണ്ടേയിരുന്നു. അവസാനം ധൈര്യം സംഭരിച്ച് ഞാൻ അവനോടു പറഞ്ഞു.

"നിങ്ങളുടെ ഈ പശ്ചാത്താപം വെറും പൊള്ളയാണെന്ന് എനിക്കറിയാം. നിങ്ങളുടെ പൈശാചികമായ പ്രതികാരം ഇത്രത്തോളമെത്തുന്നതിനു മുൻപ് നിങ്ങളുടെ മനഃസാക്ഷിയുടെ വാക്കുകൾ ചെവിക്കൊണ്ടിരുന്നെങ്കിൽ, കുറ്റബോധത്തിന്റെ വേദന ശ്രദ്ധിച്ചിരുന്നെങ്കിൽ ഫ്രാങ്കെൻസ്റ്റീൻ മരിക്കുമായിരുന്നില്ല..."

"താങ്കൾ സ്വപ്നം കാണുകയാണോ?" ആ സത്വം ചോദിച്ചു. "യാതനകളും കുറ്റബോധവുമൊന്നും ഞാനനുഭവിച്ചിട്ടില്ലെന്നാണോ നിങ്ങൾ പറയുന്നത്?" പിന്നെ, ആ മൃതശരീരത്തിനു നേരെ വിരൽ ചൂണ്ടിക്കൊണ്ട് അവൻ തുടർന്നു. "ഞാൻ അനുഭവിച്ചതിന്റെ ആയിരത്തിലൊരംശം വേദനപോലും ഇയാൾ അനുഭവിച്ചിട്ടുണ്ടാവില്ല. ഭീകരമായ സ്വാർഥതയാൽ മുന്നോട്ടു കുതിക്കുമ്പോഴും കുറ്റബോധത്തിന്റെ കൂരമ്പുകളേറ്റ് പിടയുകയായിരുന്നു എന്റെ ഹൃദയം. ക്ലെർവലിന്റെ ഞരക്കങ്ങൾ എനിക്കൊരിക്കലും മധുരസംഗീതമായിരുന്നില്ല. എന്റെ ഹൃദയം സ്നേഹത്തിനും സഹതാപത്തിനും വേണ്ടി തുടിക്കുകയായിരുന്നു. പക്ഷേ, അത് ക്രൂരതയുടെയും വെറുപ്പിന്റെയും തിന്മയിൽ കുതിർന്നപ്പോൾ എനിക്കു സഹിക്കാനായില്ല. നിങ്ങൾക്കറിയാമോ, ക്ലെർവലിന്റെ കൊലപാതകത്തിനുശേഷം തകർന്ന ഹൃദയവുമായാണ് ഞാൻ സ്വിറ്റ്സർലന്റിലെത്തിയത്. ഫ്രാങ്കെൻസ്റ്റിനോടു എനിക്കു സഹതാപമായിരുന്നു. പക്ഷേ, ഞാൻ കൊടുംയാതനകൾ അനുഭവിച്ചുകൊണ്ടിരിക്കുമ്പോൾ എന്റെ സ്രഷ്ടാവ് സുഖവും സന്തോഷവും നുകരുന്നതു കണ്ടപ്പോൾ എന്റെ മനസിൽ കടുത്ത അസൂയയും പകയും നിറഞ്ഞു. അതെന്റെയുള്ളിൽ അടങ്ങാത്ത പ്രതികാരാഗ്നിക്കു തീകൊളുത്തി. ഞാനെന്റെ ഭീഷണിയെക്കുറിച്ചോർത്തു. അത് നടപ്പിലാക്കാൻ തീരുമാനിക്കുകയും ചെയ്തു. മനസിനെ ഞാൻ കരിങ്കല്ലാക്കി. മൃദുലവികാരങ്ങളെയെല്ലാം ഹൃദയത്തിൽ നിന്ന് ആട്ടിയോടിച്ചു. വേദനകളെല്ലാം അടിച്ചമർത്തി. പ്രതികാരമെന്ന ഒരൊറ്റ ചിന്ത മാത്രം വളർത്തിയെടുത്തു. പൈശാചികമായ എന്റെ പ്രവൃത്തി തൃപ്തിപ്പെടുത്താനാവാത്ത വിധം ഒരാവേശമായിത്തീർന്നിരുന്നു. എങ്കിലും ഇപ്പോഴെല്ലാം അവസാനിച്ചിരിക്കുന്നു. ഇതെന്റെ അവസാനത്തെ ഇരയാണ്."

അവന്റെ വിലാപഗീതം എന്റെ മനസിനെ ആദ്യമൊന്നു സ്പർശിക്കാതിരുന്നില്ല. പക്ഷേ പെട്ടെന്നുതന്നെ അവന്റെ വാക്ചാതുരിയെക്കുറിച്ചും പ്രലോഭനത്തെക്കുറിച്ചും ഫ്രാങ്കെൻസ്റ്റീൻ പറഞ്ഞകാര്യം എന്റെ ഓർമയിലെത്തി. എന്റെ സ്നേഹിതന്റെ നിർജീവമായ ആ ശരീരത്തിലേക്ക് നോക്കിയപ്പോൾ എന്റെയുള്ളിൽ ധാർമികരോഷം നിറഞ്ഞു.

"നീച രാക്ഷസാ, നീയുണ്ടാക്കിയ ദുരന്തങ്ങളെക്കുറിച്ച് വിലപിക്കാൻ നീതന്നെ അവിടെയെത്തിയത് നന്നായി. നീയൊരു വീടിനു തീകൊളുത്തി. അത് മുഴുവനും കത്തിയമർന്നപ്പോൾ ആ ചാരത്തിനു മുന്നിലിരുന്ന് നീ വിലപിക്കുകയും ചെയ്യുന്നു. കാപട്യക്കാരനായ പിശാചേ; നീയിപ്പോൾ ആരെച്ചൊല്ലിയാണോ വിലപിക്കുന്നത്, അയാളിപ്പോഴും ജീവിച്ചിരുന്നെങ്കിൽ നിന്റെ ക്രൂരമായ പ്രതികാരത്തിന് ഇരയാവുമായിരുന്നില്ലേ.. നിന്റെ മനസിലുള്ളത് സഹതാപമോ പശ്ചാത്തപമോ അല്ല. നിന്റെ ഇര നിന്നിൽ നിന്നും അകന്നുപോയതിലുള്ള ദുഃഖമാണ്..."

"ഓ, അല്ല; ഒരിക്കലുമല്ല... "ആ സത്വം ഇടയ്ക്കുകയറി പറഞ്ഞു. "ദുഃഖത്തിലും ദുരിതത്തിലും എനിക്കൊരു പങ്കാളിയുടെ ആവശ്യമില്ല. ആരുടെയും സഹതാപവും ഇനിയെനിക്ക് വേണ്ട. ആദ്യം ഞാനത് തേടിയപ്പോൾ എന്റെ മനസു നിറയെ നന്മയും സന്തോഷവുമായിരുന്നു. അത് പകുത്തുവെക്കുവാൻ ഞാനന്ന് അതിയായി ആഗ്രഹിച്ചു. എന്നാലിന്ന് ആ നന്മ ഒരുനിഴൽ മാത്രമായിരിക്കുന്നു. പഴയ സന്തോഷവും സ്നേഹവും ഇന്നു കയ്പേറിയ വെറുപ്പും നിരാശയുമായി മാറിയിരിക്കുന്നു. ഇനി ഞാനെന്തിനാണു സഹതാപം തേടുന്നത്? എല്ലാം തനിച്ചനുഭവിക്കാനാണ് എനിക്കിഷ്ടം. ഒരിക്കൽ എന്റെ ചിന്തകൾക്ക് നന്മയുടെയും പ്രശസ്തിയുടെയും ആനന്ദത്തിന്റെയും സ്വപ്നങ്ങൾ നിറം പകർന്നിരുന്നു. എന്റെ ബാഹ്യമായ വൈകൃതങ്ങളെയൊന്നും കണക്കിലെടുക്കാതെ, ആന്തരികമായ ഗുണങ്ങളെ വിലമതിക്കുന്ന ആളുകളെ കണ്ടെത്താനാകുമെന്ന് ഞാനൊരിക്കൽ വെറുതെ പ്രതീക്ഷിച്ചു. ബഹുമാന്യതയുടെയും സമർപ്പണത്തിന്റെയും ഉന്നതമായ ചിന്തകൾ അന്നെന്റെ മനസിനെ പരിപോഷിപ്പിച്ചിരുന്നു. എന്നാലിപ്പോൾ കുറ്റകൃത്യങ്ങൾ എന്നെ നീചമായ ഒരു മൃഗത്തിന്റെ അവസ്ഥയിലേക്ക് തരംതാഴ്ത്തിയിരിക്കുന്നു. എന്റെ കുറ്റവാസനയോടും ക്രൂരതയോടും വിദ്വേഷത്തോടും ദുരിതത്തോടും താരതമ്യം ചെയ്യാൻ മറ്റൊന്നുമില്ല. എന്റെ പാപപ്രവൃത്തികളുടെ പട്ടികയുമായി ഞാൻ മുന്നേറുമ്പോൾ ഒരിക്കൽ എല്ലാവിധ ഉദാത്തവികാരങ്ങളും ഗുണങ്ങളും നിറഞ്ഞു തുളുമ്പിയിരുന്ന ഒരു മനസിന്നുടമയായിരുന്നു ഞാനെന്ന വസ്തുത എനിക്കുപോലും വിശ്വസിക്കാനായില്ല.

ഫ്രാങ്കെൻസ്റ്റീനെ സ്നേഹിതനെന്നു വിളിക്കുന്ന താങ്കൾക്ക് ഞാൻ ചെയ്ത കുറ്റകൃത്യങ്ങളെക്കുറിച്ച് ചില ധാരണകളുണ്ടെന്ന് എനിക്കറിയാം. എന്നാൽ ഞാനനുഭവിച്ച യാതനകളെയും ക്ലേശങ്ങളെയും പറ്റി പൂർണമായി നിങ്ങൾക്കു വിവരിച്ചു തരാൻ അദ്ദേഹത്തിനു കഴിഞ്ഞിട്ടുണ്ടാവില്ല. അദ്ദേഹത്തിന്റെ പ്രതീക്ഷകളെ ഓരോന്നായി ഞാൻ കശക്കിയെറിയുമ്പോഴും എന്റെയുള്ളിലെ തീവ്രാഭിലാഷങ്ങളെ തൃപ്തിപ്പെടുത്താൻ എനിക്ക് കഴിഞ്ഞിരുന്നില്ല. സ്നേഹത്തിനും സൗഹൃദത്തിനും വേണ്ടിയുള്ള ആർത്തിപിടിച്ച മോഹങ്ങളായിരുന്നു അപ്പോഴെന്നെ മഥിച്ചിരുന്നത്. പക്ഷേ, അപ്പോഴും ഞാൻ അവഗണിക്കപ്പെടുകയായിരുന്നു. അത് അനീതിയായിരുന്നുവെന്ന് താങ്കൾക്കു തോന്നുന്നില്ലേ? മനുഷ്യ

വർഗം മുഴുവനും എന്നെ ദ്രോഹിക്കുകയും നീചനെന്നു മുദ്രകുത്തി ആട്ടിയോടിക്കുകയും ചെയ്തിട്ടും തെറ്റ് എന്റെ ഭാഗത്താണെന്നാണോ താങ്കളും കരുതുന്നത്? ഒരിറ്റുസ്നേഹത്തിനും സൗഹൃദത്തിനുമായി ചെന്ന എന്നെ ആട്ടിയോടിച്ച ഫെലിക്സ് എന്തുകൊണ്ടാണ് വെറുക്കപ്പെട്ടവനാവാത്തത്? അപകടത്തിൽപ്പെട്ട ഒരു കുട്ടിയെ രക്ഷിച്ചതിനുള്ള പ്രത്യുപകാരമായി എന്നെ വെടിവച്ച് മാകരമായി പരിക്കേൽപ്പിച്ച ആ ഗ്രാമീണനെ താങ്കളെന്തുകൊണ്ടാണ് നീചനെന്നു പറയാത്തത്? താങ്കളെപ്പോലുള്ളവർക്ക് അവരെല്ലാം പരിശുദ്ധരാണല്ലോ അല്ലേ... ഞാൻമാത്രം കുറ്റവാളി; ഞാൻ മാത്രം ശപിക്കപ്പെട്ടവൻ, ദുഃഖിതനും, അപമാനിതനും ആർക്കും വേണ്ടാത്തവനും ചവിട്ടിമെതിക്കപ്പെടേണ്ടവനും ഈ ഞാൻ മാത്രം. ഈ അനീതിയെപ്പറ്റി ചിന്തിക്കുമ്പോഴൊക്കെ എന്റെയുള്ളിൽ രക്തം തിളച്ചുമറിയുകയാണ്.

ഞാൻ നീചനാണെന്നത് സത്യമാണ്. ഞാനത് സമ്മതിക്കുകയും ചെയ്യുന്നു. നിരവധി കൊടുംക്രൂരതകൾ ഞാൻ ചെയ്തിട്ടുണ്ട്. നിസ്സഹായരും ശുദ്ധന്മാരുമായ അനേകം പേരെ ഞാൻ കൊലചെയ്തു. നിഷ്കളങ്കരായ ആളുകളെ അവരുറങ്ങിക്കിടക്കുമ്പോൾ ഞാൻ ശ്വാസം മുട്ടിച്ചു കൊന്നിട്ടുണ്ട്. എന്നെയോ, മറ്റൊരു ജീവിയേയോ ഒരിക്കൽപ്പോലും ഉപദ്രവിച്ചിട്ടില്ലാത്ത പാവങ്ങളെ ഞാൻ കഴുത്തുഞെരിച്ചു കൊന്നിട്ടുണ്ട്. ലോകത്തിലെ ഏറ്റവും നല്ലവനും ധർമിഷ്ഠനും ദയാലുവുമായ എന്റെ സ്രഷ്ടാവ് ഫ്രാങ്കെൻസ്റ്റീനെ ഞാൻ ദുരിതക്കയത്തിൽ തള്ളിയിട്ടു. അദ്ദേഹത്തിനുമേൽ ഞാൻ അപരിഹാര്യമായ നാശനഷ്ടങ്ങളാണ് വർഷിച്ചത്. ഇതാ നിർജീവമായ ആ ശരീരം തണുത്തുറഞ്ഞ്, വിളറിവെളുത്ത്... താങ്കളും ഇപ്പോൾ എന്നെ വെറുക്കുന്നില്ലേ? പക്ഷേ, ആ വെറുപ്പ് ഞാനെന്നോടുതന്നെ കരുതുന്ന വെറുപ്പിന്റെയത്ര ഒരിക്കലും വരില്ല. ക്രൂരകൃത്യങ്ങൾ ഞാനിനിയും ചെയ്തുകൂട്ടുമെന്നു കരുതി ഭയപ്പെടേണ്ട. എന്റെ പ്രവൃത്തി മിക്കവാറും പൂർത്തിയായിക്കഴിഞ്ഞു. താങ്കളുടെയോ മറ്റേതെങ്കിലും മനുഷ്യജീവിയുടെയോ മരണം എന്റെ സ്വത്വത്തിന്റെ പൂർണതയ്ക്ക് ഇനി ആവശ്യമില്ല. അതിനിനി എന്റെ മരണം മാത്രമേ വേണ്ടതുള്ളൂ. ഞാൻ താങ്കളോട് വിടപറയുകയാണ്. ഈ ഭൂമിയുടെ ഏറ്റവും വടക്കേഅറ്റത്തേക്കാണ് ഞാൻ പോകുന്നത്. അവിടെ ഞാനെന്റെ ചിതയൊരുക്കും. ദുരന്തംമാത്രം ഏറ്റുവാങ്ങിയ ഈ ശരീരം ഞാനതിൽ അർപ്പിക്കും. അസംതൃപ്തവും ശമിപ്പിക്കാനാവാത്തതുമായ വികാരങ്ങളുടെ ഇരയായി ഇനിയെനിക്കു കഴിയേണ്ടി വരില്ല. ഈ ലോകത്തേക്ക് എന്നെ കൊണ്ടുവന്നവൻ മരണമടഞ്ഞു. ഞാൻകൂടി മരിക്കുന്നതോടെ ഞങ്ങളെ രണ്ടുപേരെയും സംബന്ധിച്ച സ്മരണകളെല്ലാം അപ്രത്യക്ഷമാകും. ഇനിയൊരിക്കലും സൂര്യനെയും നക്ഷത്രങ്ങളെയും ഞാൻകാണില്ല. ഇളംകാറ്റ് കവിളുകളിൽ തലോടുന്നത് ഇനി എനിക്കനുഭവപ്പെടില്ല. പ്രകാശവും വികാരവും അനുഭൂതികളുമെല്ലാം മാഞ്ഞുപോവുകയാണ്. നിത്യമായ നിദ്ര എന്നെത്തേടി വരികയാണ്... ഞാനതിലാണ് ഇനി സന്തോഷം

കണ്ടെത്തുക. വർഷങ്ങൾക്കു മുമ്പ് ആദ്യമായി ഈലോകം കണ്ട സമയത്ത് എനിക്കിവിടെ സ്വർഗമായാണ് തോന്നിയത്. ഗ്രീഷ്മത്തിലെ സുഖപ്രദമായ ചൂടും, ഇലകളുടെ മർമരവും കിളികളുടെ കൊഞ്ചലും എനിക്ക് പ്രിയപ്പെട്ടതായിരുന്നു. മരണത്തെക്കുറിച്ച് ആലോചിക്കുമ്പോൾ പോലും എനിക്കപ്പോൾ കരച്ചിൽ വരുമായിരുന്നു. പക്ഷേ, ഇന്ന് മരണം മാത്രമാണെന്റെ ഏകആശ്വാസം. കുറ്റകൃത്യങ്ങളാൽ കലുഷിതമായ, കടുത്ത കുറ്റബോധത്താൽ പിച്ചിച്ചീന്തപ്പെട്ട എന്റെ മനസിനു മൃത്യുവിൽ നിന്നല്ലാതെ മറ്റെവിടെ നിന്നാണ് ശാന്തിലഭിക്കുക?

വിടതരൂ... ഞാനിതാ താങ്കളോട് യാത്രചോദിക്കുന്നു. മനുഷ്യവർഗത്തിൽപ്പെട്ട ഒരാളെയും ഇനി ഞാൻകാണില്ല. വിടതരൂ ഫ്രാങ്കെൻസ്റ്റീൻ... താങ്കളിപ്പോഴും ജീവിച്ചിരുന്നെങ്കിൽ, എന്നോടു പ്രതികാരം ചെയ്യാൻ കൊതിച്ചിരുന്നെങ്കിൽ എന്റെമരണത്തേക്കാൾ എന്റെജീവിതം എനിക്ക് പ്രിയപ്പെട്ടതാകുമായിരുന്നു. പക്ഷേ അങ്ങനെ സംഭവിച്ചില്ലല്ലോ... താങ്കളെന്റെ നാശത്തിനായി ആഗ്രഹിച്ചു. ഞാൻ കൂടുതൽ കുഴപ്പങ്ങളും ക്രൂരതകളും ചെയ്യാതിരിക്കാൻ താങ്കൾ അങ്ങേയറ്റം യത്നിച്ചു. എനിക്കറിയാത്ത ഏതോവിധത്തിൽ താങ്കളുടെ ചിന്തയും വികാരങ്ങളുമൊന്നും നിലച്ചിരുന്നില്ലെങ്കിൽ എനിക്ക് എന്നോടു തോന്നുന്നതിനേക്കാൾ വെറുപ്പും വിദ്വേഷവുമൊന്നും താങ്കൾക്ക് എന്നോടു തോന്നുമായിരുന്നില്ല. താങ്കളാകെ തകർന്നിരുന്നു. പക്ഷേ, ഒരിക്കലും എന്റെ ദുരിതങ്ങളേക്കാൾ കടുത്തതായിരുന്നില്ല താങ്കളുടെ ദുരിതങ്ങൾ. കുറ്റബോധത്തിന്റെ തീവ്രവേദന മരണം വരെ എന്നെവിട്ടു പോകില്ല.

എന്നാൽ ഞാനുടനെതന്നെ മരിക്കും. ഇപ്പോൾ ഞാനനുഭവിക്കുന്ന വേദന ഇനിയൊരിക്കലും അനുഭവിക്കേണ്ടിവരില്ല. എന്റെയുള്ളിൽ ആളിക്കത്തുന്ന ദുരിതാഗ്നി ഉടനെ അണയും. വിജയിയുടേതുപോലുള്ള ആഹ്ലാദത്തോടെയായിരിക്കും ഞാനെന്റെ ചിതയിൽ പ്രവേശിക്കുന്നത്. അതിലെ തീക്ഷ്ണമായ ജ്വാലകളിൽ ഞാൻ ആനന്ദം കണ്ടെത്തും. ആ ചിതയും അവസാനം കത്തിയമരും. എന്റെ ചിതാഭസ്മം കാറ്റ് കടലിൽ കലക്കും. എന്റെ ആത്മാവ് നിത്യനിദ്രയിലലിയും. അഥവാ അത് ചിന്തിക്കുമെങ്കിൽ ഒരിക്കലും ഇങ്ങനെ ചിന്തിക്കില്ല... വിടതരൂ..."

ഇങ്ങനെ പറഞ്ഞുകൊണ്ട് ക്യാബിന്റെ ജനലിൽനിന്നും കപ്പലിനരികിൽ ഓളങ്ങളിൽ കിടന്നാടുന്ന ചങ്ങാടത്തിലേക്ക് അവൻ കുതിച്ചുചാടി. തിരമാലകൾ അതിനെ മുന്നോട്ടു നയിച്ചു. അവസാനം, അങ്ങകലെ കനത്തഅന്ധകാരത്തിന്റെ പാളികൾക്കുള്ളിൽ അത് അലിഞ്ഞലിഞ്ഞ് ഇല്ലാതായി.

www.ingramcontent.com/pod-product-compliance
Lightning Source LLC
LaVergne TN
LVHW060452051026
849518LV00002B/745
9788126205417
9 788126 205417